ഗ്രീൻ ബുക്സ്

ഒറ്റതിരിഞ്ഞവർ

ഹകൻ ഗുണ്ടായ്

ടർക്കിഷ് എഴുത്തുകാരൻ.
1976 ഗ്രീസിലെ റോഡ്സ് ദ്വീപിൽ ജനനം.
ഹാസ്റ്റ് യൂണിവേഴ്സിറ്റിയിലും അങ്കാര
യൂണിവേഴ്സിറ്റിയിലും പഠനം.
Kinyas ve Kayra, Garfish, Bastard, Dismissal, More,
The Few തുടങ്ങിയ നോവലുകൾ പ്രസിദ്ധീകരിച്ചു.

വിവർത്തനം: **ഹരിത**

ഗ്രീൻ ബുക്സ് പ്രസിദ്ധീകരിച്ച
ഹകൻ ഗുണ്ടായ്യുടെ ഇതര കൃതി

പോരാ പോരാ

(നോവൽ)

നോവൽ

ഒറ്റതിരിഞ്ഞവർ

ഹകൻ ഗുണ്ടായ്

വിവർത്തനം:
ഹരിത

ഗ്രീൻബുക്സ്

green books private limited
gb building, civil lane road, ayyanthole,
thrissur- 680 003, kerala, ph: +91 487-2381066, 2381039
website: www.greenbooksindia.com
e-mail: info@greenbooksindia.com

english title
The Few
novel
by
HAKAN GÜNDAY

malayalam
ottathirinjavar

translated by
haritha

published october 2022

منحة الترجمة
Translation Grant
صندوق منحة الشارقة للترجمة
Sharjah Translation Grant Fund

cover design : mansoor cheruppa

printed in india
manipal technologies ltd

branches:
thrissur 0487-2422515
thiruvananthapuram 0471-2335301
calicut 0495 4854662

isbn : 978-93-95878-02-9

₹ 360.00
GBPL/1261/2022

മുഖക്കുറി

സമീപകാല ടർക്കിഷ് സാഹിത്യരംഗത്ത് നിറഞ്ഞു നിൽക്കുന്ന സാന്നിധ്യമാണ് ഹകൻ ഗുണ്ടായിയുടേത്. ടർക്കിയിലെ രാഷ്ട്രീയ അരാജകത്വവും അതുമൂലമുണ്ടാക്കുന്ന തീവ്രവാദപ്രവർത്തനങ്ങളും കുടുംബവാഴ്ചകളോടെയുള്ള മാഫിയ പ്രസ്ഥാനങ്ങളും പ്രമേയമാക്കി അനാഥരാകുന്ന അല്ലെങ്കിൽ ആർക്കും വേണ്ടാത്ത കുട്ടികളുടെ അരക്ഷിതാവസ്ഥയും ചൂഷണം ചെയ്യപ്പെടുന്നതിന്റെയും കഥകളുമാണ് ഈ നോവലിൽ പറയുന്നത്. ഗ്രീൻബുക്സ് അവതരിപ്പിക്കുന്ന ഹകൻ ഗുണ്ടായിയുടെ രണ്ടാമത്തെ നോവലാണിത്.

എഡിറ്റർ

നെവുസാത് ചരിലിക്ക്

നമ്മൾ ഒരു ജനക്കൂട്ടമല്ല, നിശ്ചയം.
നമ്മൾ ജനക്കൂട്ടത്തിന്റെ കൂടെയല്ല.
നമ്മൾ ഒരിക്കലും ജനക്കൂട്ടത്തിന്റെകൂടെ നിൽക്കില്ല.

Itirazin Iki Sarti (Two requirements of protest)

ഡെർദി

അവൾക്ക് ആറു വയസ്സായിരുന്നു; ആ പ്രായത്തിൽത്തന്നെ അവൾ മരിക്കാൻ പോവുകയായിരുന്നു. അവൾ അടിമുടി വിറയ്ക്കുകയായിരുന്നു. എന്നാലും ഭയംകൊണ്ട് ആ പ്രാണിയുടെ നേരെത്തന്നെ കണ്ണെടുക്കാതെ നോക്കിക്കൊണ്ടുനിന്നു. ഒരു മൈതാനംപോലെ പരന്നുകിടക്കുന്ന മേൽത്തട്ട്. പക്ഷേ, അവൾ കണ്ടത് ആ പ്രാണിയെ മാത്രം. സൂര്യകാന്തിപ്പൂവിന്റെ കുരുവോളം വലുപ്പമുള്ള ഒരു ജീവി. അതിന്റെ കൂർത്തുനീണ്ട കാലുകളാകെ രോമംകൊണ്ട് മൂടിയിരുന്നു. അതിന്റെ മുൻവശത്തെ കൊമ്പുകൾ പുരികങ്ങൾപോലെ നന്നേ നേർത്തതായിരുന്നു. തീരെ അനക്കമില്ലാതെയുള്ള അതിന്റെ നില്പ്. കണ്ടാൽ ഏതോ ഒരു ജീവിയുടെ ഫോട്ടോ ആണെന്നേ തോന്നൂ. ചാരനിറത്തിലുള്ള കോൺക്രീറ്റ് മേൽത്തട്ടിൽ, അത് കറുത്തിരുണ്ട ഒരു പാടുപോലെ പറ്റിപ്പിടിച്ചിരുന്നു. കറുപ്പ്... ആ പെൺകുട്ടിയുടെ ഭയംകൊണ്ടു കലങ്ങിയ കണ്ണുകളുടെ നിറം.

അവൾ താൻ പുതച്ചിരുന്ന കമ്പിളി താടിയോളം വലിച്ചുകയറ്റി, വിയർത്തു നനഞ്ഞ കൈകൾകൊണ്ട് മുറുകെ പിടിച്ചു. ഏതു നിമിഷവും ആ പ്രാണി തന്റെ മുഖത്തേക്കു വന്നുവീഴാം. മൂന്നു തട്ടുകളായി പണിതിട്ടുള്ള കട്ടിലിൽ ഏറ്റവും മുകളിലായാണ് അവൾ കിടന്നിരുന്നത്. അവൾക്കും ആ മേൽത്തട്ടിനുമിടയിൽ ഏതാണ്ട് അരമീറ്റർ അകലം മാത്രം. അവൾ ഉറങ്ങിയാൽ വായ താനേ തുറന്നുപോകും. ആ ജീവി താഴെവീണ് അവളുടെ പല്ലുകൾക്കിടയിലൂടെ അകത്തേക്ക് കടക്കുകയും ചെയ്യും. അതല്ല എങ്കിൽ കമ്പിളിയിലേക്ക് വീണ് അവളുടെ മുഖത്തേക്ക് അരിച്ചുകയറും. മൂക്കിന്റെ ഓട്ടയിലൂടെ അകത്തേക്കു കയറി കിട്ടുന്നത് കരണ്ടുതിന്നും. അവൾ പെട്ടെന്ന് ചെരിഞ്ഞുകിടന്ന് താഴേക്കു നോക്കി. താഴെ... തറ എത്രത്തോളം താഴെയാണ്. ഇരുട്ടത്ത് അവൾക്ക് ഒരു രൂപവും കിട്ടിയില്ല. വീണ്ടും അവൾ മലർന്നുകിടന്നു. തട്ടിന്മേലുള്ള ആ പ്രാണിയിൽനിന്നും കണ്ണെടുക്കാതെ.

ശരിതന്നെ. ജീവിതത്തിൽ ആദ്യമായിട്ടല്ല അവൾ ഒരു പ്രാണിയെ കാണുന്നത്. സ്വന്തം വീട്ടിലെ ചുമരുകളിലും അയൽവീട്ടുകാരുടെ

ഭിത്തികളിലുമൊക്കെ ഇതുപോലെയുള്ള ജീവികളെ ധാരാളം കണ്ടിട്ടുണ്ട്. ഒരു പുഴുവോ പ്രാണിയോ ഇല്ലാത്ത ഒരു വീട്ടിലേക്കും അവൾ ഇന്നേവരെ കാലെടുത്തുവെച്ചിട്ടില്ല. അപ്പുറത്തെ തോട്ടിൽനിന്നാണ് അവ കയറിവരുന്നതെന്ന് അവളുടെ അച്ഛൻ പറയാറുണ്ട്. അവളും അത് നേരിട്ടു കണ്ടിട്ടുണ്ട്, തോട്ടിൽനിന്നും വലിയ വലിയ പുഴുക്കൾ അരിച്ചുകയറിവരുന്നത്. അവ അരിച്ചറിച്ച് മേൽത്തട്ടിൽ കയറിപ്പറ്റും. പിന്നെ... നല്ല ഭാരമുള്ളതുകൊണ്ടാകാം. അടുപ്പിലേക്കു വീണു പോകും.

കൂട്ടത്തിൽ ചെറിയ ജീവികളേയും കാണാം. പേൻ, മൂട്ട പോലെയുള്ളത്. അവ കാരണം അവൾക്ക് അവളുടെ മുടി മുറിച്ചുകളയേണ്ടി വന്നിട്ടുണ്ട്. മൂട്ടകൾ അതിവേഗം അരിച്ചു നീങ്ങും. നോക്കിനിൽക്കേ ചുമരുകൾക്കിടയിൽ കാണാതാവും. വേറെ ചിലത് ചാവാൻ കാത്തു നില്ക്കുന്നതുപോലെ പഞ്ചസാരക്കിഴങ്ങ് കെട്ടിവെച്ചിട്ടുള്ള ചാക്കുകൾക്കടിയിലേക്കു ചെല്ലും. അതിനിടയിൽ ഞെരിഞ്ഞമരും. ഒരിക്കൽ അവൾ ഒരു എലിയെയും കണ്ടിട്ടുണ്ട്. അതുപോലെ ഒരിക്കൽ ഒരു ചെന്നായയെയും. ചെന്നായയ്ക്ക് മൂട്ടയേക്കാൾ നൂറിരട്ടി വലിപ്പമുണ്ട്. കറുത്ത കണ്ണുകളും. അന്നൊന്നും അവൾ പേടിച്ചുവിറച്ച് കരഞ്ഞിട്ടില്ല. അന്നൊന്നും അവൾ തനിച്ചും ആയിരുന്നില്ല. ഇപ്പോഴും അവൾ തനിച്ചല്ല.

കുട്ടികൾക്കായുള്ള ആ വലിയ മുറിയിൽ അവളെ കൂടാതെ വേറെയും മുപ്പത്തിയഞ്ചു കുട്ടികളുണ്ട്. എന്നാൽ അവരെ ആരെയും സ്വന്തമെന്നു കരുതാനാവില്ല. ഒരാളുടെ പേരും അവൾക്കറിയില്ലായിരുന്നു. ഇനിയാണെങ്കിൽ അറിയാനൊട്ടു സമയവുമില്ല. എല്ലാവരും നല്ല ഉറക്കമാണ്. അവൾ അവരുടെ ഉറക്കത്തിന്റെ ഒച്ചയ്ക്കായി കാതോർത്തു. മൂക്കട്ട നിറഞ്ഞ് അടഞ്ഞുപോയ മൂക്കുകൾക്കുള്ളിൽ അവരുടെ ശ്വാസം വഴിമുട്ടി നിൽക്കുന്ന ഒച്ച അവൾ വ്യക്തമായി കേട്ടു. തിരിഞ്ഞും മറിഞ്ഞും കിടക്കുന്നതിനിടെ അവർ ആയാസപ്പെട്ടു ശ്വസിക്കുന്ന ശബ്ദം. ചില കുട്ടികൾ തലയിണകൾ തട്ടിമാറ്റുന്നു. അല്പം തണുപ്പുള്ള ഒരു ഇടം തേടിക്കൊണ്ടാവാം. വേറെ ചിലർ ഒരു ഉപ്പൂറ്റി ഉയർത്തി മറ്റേത് ചൊറിയുന്നതും കേട്ടു. അവരെല്ലാവരും സുഖമായി ഉറങ്ങുന്നു. തട്ടിലിരിക്കുന്ന പ്രാണിയെക്കുറിച്ച് ഒരു പേടിയുമില്ലാതെ.

അവൾക്കവിടെനിന്നും മാറണം. ആ പുഴു. തന്റെ മേത്തുവന്നു വീഴുംമുമ്പേ മൂന്നാംതട്ടിൽനിന്ന് താഴേക്കിറങ്ങിയേ പറ്റൂ. എന്തുകൊണ്ടാണിവിടെ കയറി ഇറങ്ങാൻ ഒരു കോണിയില്ലാത്തത്? ഏറ്റവും

താഴേത്തട്ടിൽ കിടക്കുന്ന കുട്ടിയാണ് അവളെ മുകളിലേക്ക് തള്ളി കയറ്റിയത്. അപ്പോഴേ അവൾ പറഞ്ഞു. ‘‘നാളെ മുതൽ തനിച്ച് കയറിക്കൊള്ളണം.’’ ആ സ്വരത്തിലെ നീരസം. അവൾക്ക് മനസ്സി ലായി.

അവൾ കമ്പിളി വലിച്ച് മുഖം മൂടി. കമ്പിളി പഴക്കംകൊണ്ട് വല്ലാതെ പരുപരുത്തിരുന്നു. അത് മുള്ളുപോലെ അവളുടെ കവി ളിൽ കുത്തിത്തറച്ചുകൊണ്ടിരുന്നു. അല്ലെങ്കിലും തല മൂടിപ്പുതയ്ക്കു ന്നത് മണ്ടത്തരമാണെന്ന് അവൾക്കറിയാമായിരുന്നു. എന്തായാലും ഇപ്പോൾ അവളുടെ കൺമുമ്പിൽ ആ പ്രാണിയില്ല. എന്നുവെച്ച് അതവിടെയില്ല എന്നു കരുതാൻ വയ്യ. എന്തായാലും ഇനിയും അവിടെ കിടക്കാൻ വയ്യ. ചാടിയിറങ്ങുകതന്നെ. അവൾ ഉറപ്പിച്ചു. കമ്പിളി ഒരു വശത്തേക്ക് തട്ടിനീക്കി. വരുന്നതുവരട്ടെ. കൂടുതൽ ആലോചി ക്കാതെ ഒരൊറ്റ ചാട്ടം. താഴെ ഇരുട്ടിലേക്ക്, ശൂന്യതയിലേക്ക്.

അവൾ താഴെ ചെന്നുവീണ ശബ്ദം. ഒരു ഒറ്റക്കൈയ്യടിപോലെ. ആരും കേൾക്കുകയുണ്ടായില്ല. ആ കോൺക്രീറ്റ് തറയിൽ ചെന്നു വീണതോടെ, ഇത്രനേരം ഒരു കുഞ്ഞിക്കിളിയുടെ ചിറകുകൾ പോലെ പടപടച്ചിരുന്ന അവളുടെ ഹൃദയം പൊടുന്നനെ നിന്നുപോയി. അവൾക്ക് ആറുവയസ്സേ ആയിട്ടുള്ളൂ. ഇരുട്ടിൽ മേൽത്തട്ടിൽ കണ്ട ഒരു വിള്ളൽ ഏതോ ഭീകരജീവിയാണെന്നു കരുതി കുട്ടി ആകെ ഭയന്നു. കഴിഞ്ഞ ഏഴു വർഷമായി നിത്യവും നടന്നുകൊണ്ടിരിക്കുന്ന സംഭവം രാവിലെ മുറിയിൽ ലൈറ്റിട്ട് പ്രകാശം പരക്കുന്നതോടെ, വാതിലുകൾ മലർക്കെ തുറക്കുന്നതോടെ ആ ഭീകരജീവി അപ്ര ത്യക്ഷമാവും. ആ സ്ഥാനത്ത് തട്ടിൽ കറുത്തുനീണ്ട ഒരു വിള്ളൽ മാത്രം ബാക്കിയാവും.

ഡെർദി ചെന്നുവീണത് മറ്റൊരു കുട്ടിയുടെ മുകളിലായിട്ടായി രുന്നു. നല്ല ഇരുട്ട്. താഴെ കിടക്കുന്ന കുട്ടിയുടെ മുഖം വ്യക്തമായി രുന്നില്ല. എന്നാലും അവൾക്ക് ഊഹിക്കാൻ കഴിഞ്ഞു. അവളാണ് താൻ ഏറ്റവും മുകളിലെ തട്ടിൽ കിടക്കണമെന്ന് കർശനമായി പറഞ്ഞത്. മുകളിലക്ക് തള്ളിക്കയറ്റിയത്. പരാതി പറഞ്ഞാൽ നാക്ക് അറുത്തുകളയുമെന്ന് ഭീഷണിപ്പെടുത്തിയത്. എല്ലാവരും കേൾക്കേ ഉച്ചത്തിൽത്തന്നെയാണ് അവളത് പറഞ്ഞത്. ആ കുട്ടിയാണിപ്പോൾ ഡെർദിയുടെ തൊട്ടുമുമ്പിൽ താഴെ വീണുകിടക്കുന്നത്. താഴേക്ക് ഉരുണ്ടുവീണതാകുമോ? അതോ ചാടിയതോ?

അവൾ ആ കുട്ടിയുടെ കൈയിലും തോളിലും തട്ടിനോക്കി. ഒരു പ്രതികരണവുമുണ്ടായില്ല. വേറെ ആരെങ്കിലും ഉണർന്നിരിക്കുന്നുണ്ടോ? കണ്ണുകൾകൊണ്ട് അവൾ ചുറ്റും പരതി. ആരും ഉണർന്നിട്ടില്ലെന്നു കണ്ടപ്പോൾ ഒരു സമാധാനം. അവൾ ആ കുട്ടിയെ തോളിൽ പിടിച്ചു

തിരിച്ചുകിടത്തി. ഒരു പൂച്ചയുടേതുപോലെ ഭാരം കുറഞ്ഞ ശരീരം. അവളുടെ മുഖം നിറയെ ചോര പുരണ്ടിരുന്നു. ഡെർദി തല ഉയർത്തി ചുറ്റും നോക്കി. ആരെയും ഉണർത്താതിരിക്കാൻ ശ്രദ്ധിച്ചുകൊണ്ട്, കീഴ്ച്ചുണ്ട് അമർത്തിപ്പിടിച്ച് അവൾ ശബ്ദമില്ലാതെ കരയാൻ തുടങ്ങി.

ആ കൊച്ചു പെൺകുട്ടി യാടിർക്കയിൽനിന്നായിരുന്നു. വളരെ കുപ്രസിദ്ധമായ ഒരു പട്ടണം. സർക്കാർ ചെല്ലും ചെലവും കൊടുത്തു സംരക്ഷിക്കുന്ന സ്വകാര്യസൈന്യം. ഒറ്റുകാർ. ചാരന്മാർ. അവിടെ നിന്നുള്ള ആരെയും സഹായിക്കേണ്ടതില്ലെന്ന് കുട്ടികൾക്കുപോലും അറിയാമായിരുന്നു. ഒക്കെ നായിന്റെ മക്കളാണ്. വിശ്വസിക്കാൻ കൊള്ളരുതാത്തവർ. ചത്തവരെപോലും വിശ്വസിക്കരുതെന്നാണ് പൊതുവേ പറയാറ്.

അന്നു രാത്രി ചുമതല വഹിച്ചിരുന്ന ടീച്ചറോട് ഡെർദി ഒന്നും പറഞ്ഞില്ല. അവൾ വെറുതെ ഇരുന്ന് കരഞ്ഞു. പതുക്കെ സ്വന്തം മെത്തയിൽത്തന്നെ വീണ്ടും കയറി കിടന്നു. വാസ്തവത്തിൽ അവളും ഒരു യാടിർക്കക്കാരിയായിരുന്നു. സ്കൂളിലെ മറ്റു കുട്ടികൾ ആ സംഗതി മറക്കാൻ ഏതാണ്ട് നാലുകൊല്ലമെടുത്തു.

അവളുടെ കമ്പിളിപ്പുതപ്പ് താഴേക്ക് നീണ്ട് തൂങ്ങിക്കിടന്നു. അവളുടെ സങ്കല്പത്തിൽ ആ മെത്ത ഒരു കപ്പലായി. കമ്പിളി കപ്പൽ പായും. രാത്രി സമുദ്രത്തിൽകൂടി എങ്ങോട്ടോ പോകുന്ന ഒരു കപ്പൽ പണ്ടെപ്പോഴോ ഒരു പുസ്തകത്തിൽ കണ്ട ഒരു ചിത്രത്തിന്റെ ഓർമ്മ. മഞ്ഞമഴക്കോട്ടിട്ട ഏതാനും പെൺകുട്ടികൾ. ചക്രവാളത്തിലേക്ക് അകന്നുപോകുന്ന ആ കപ്പലിന്റെ മേൽത്തട്ടിൽ നിന്നിരുന്നു. എല്ലാ കുട്ടികളുടെയും മുഖത്ത് നിറഞ്ഞ സന്തോഷം. പക്ഷേ, അവളോർത്തു, അതൊരു വിഡ്ഢിപ്പുസ്തകം മാത്രമായിരുന്നു. ആ കുട്ടികളാരും യഥാർത്ഥത്തിലുള്ള കുട്ടികളല്ല. അവൾ തന്നോടുതന്നെ പറഞ്ഞു. ആയിരുന്നുവെങ്കിൽ അവരുടെ ഫോട്ടോകളല്ലേ ചിത്രത്തിൽ കാണുക. ഇതുപോലെയുള്ള വർണ്ണച്ചിത്രങ്ങളല്ലല്ലോ.

''ദൈവമേ. ഈ സ്വപ്നത്തിൽത്തന്നെ ഞാൻ മരിച്ചുപോയെങ്കിൽ!'' അവൾ പ്രാർത്ഥിച്ചു. 'ഈ സ്വപ്നത്തിൽ' എന്നത് 'ഈ ഉറക്കത്തിൽ' എന്ന് തിരുത്തണമെന്ന് വിചാരിച്ചതാണ്. അപ്പോഴേക്കും അവൾ നല്ല ഉറക്കത്തിലായി. വയസ്സ് പതിനൊന്നായി.

''**ആ** വൃത്തികെട്ട യാടിർക്ക കുട്ടി മരിച്ചു.''

ഡെർദി ഉറക്കമുണർന്നു. അവർ പറയുന്നതുകേട്ട് മിണ്ടാതെ കിടന്നു. താനും ഉറക്കത്തിൽ മരിച്ചുപോയിരുന്നെങ്കിൽ.

‘‘അവൾ താഴെ വീണ് തല പൊളിഞ്ഞിരിക്കുന്നു. ആ മണ്ടി ഡെർദി ഇപ്പോഴും ഉറങ്ങുകയാണ്. എണീക്കൂ... എണീക്കൂ.’’

നാസെനിന്റെ ഒച്ച അവൾ തിരിച്ചറിഞ്ഞു. ആറു വർഷം മുമ്പാണ് അവളുടെ അച്ഛൻ മരിച്ചത്. ഒരു പൊലീസ് സ്റ്റേഷൻ ആക്രമണത്തിനിടയിൽ വെടിയേറ്റ് മരിക്കുകയായിരുന്നു. നഗരം മുഴുവൻ അയാളുടെ ശവശരീരം തിരിച്ചുകിട്ടണമെന്നാവശ്യപ്പെട്ടു. എന്നാൽ പ്രത്യേക സേനാവിഭാഗമെത്തിയതോടെ പ്രതിഷേധക്കാർ പിരിഞ്ഞുപോയി. എന്നാൽ രാത്രി അവർ വീണ്ടും പൊലീസ് സ്റ്റേഷനെതിരെ റോക്കറ്റ് ആക്രമണം നടത്തി. പക്ഷേ, ഉന്നം പിഴച്ചു. റോക്കറ്റ് ചെന്നുവീണത് പൊലീസ് സ്റ്റേഷനിലല്ല. തൊട്ടടുത്ത വീട്ടിലായിരുന്നു. നാസെനിന്റെ വീട്. അങ്ങനെ ജനം മരണപ്പെട്ട അവരുടെ സുഹൃത്തിന്റെ തന്നെ വീടിന്റെ രണ്ടു ഭിത്തികൾ തകർത്തു. വീട്ടിനുള്ളിൽ ഉറങ്ങിക്കിടന്നിരുന്ന കുഞ്ഞ് പല തുണ്ടുകളായി ചിതറി. നാസെനിന്റെ അച്ഛന്റെ ശരീരം ആർക്കും വിട്ടുകിട്ടിയില്ല. പൊലീസ് സ്റ്റേഷന്റെ വളപ്പിൽത്തന്നെ അവരത് കുഴികുത്തി മറവു ചെയ്തു കഴിഞ്ഞിരുന്നു. ആ ശവം മണ്ണ് തന്റെ സ്വന്തമാക്കി.

സ്ഥലത്തെ പൊലീസ് മേധാവി നാസെനിന്റെ കുടുംബത്തോട് അകമഴിഞ്ഞ് ക്ഷമാപണം നടത്തി. എന്നാൽ നഷ്ടപരിഹാരമായി വാഗ്ദാനം ചെയ്ത തുകയിൽ പാതിയേ കൊടുക്കുകയുണ്ടായുള്ളൂ. ബാക്കി പാതി പട്ടണത്തിലെ ജനങ്ങളാണ് കൊടുത്തത്. പരമ്പരാഗതമായി അവർ പുലർത്തിപ്പോന്ന ആചാരമര്യാദകളും ആദരവുമായി. തകർന്ന ഭിത്തികൾ കെട്ടിപ്പൊക്കാൻ വേണ്ട ധനസഹായം സീറാറ്റ് ബാങ്ക് നൽകി. ഭീകരാക്രമണത്തിന്റെ ഇര എന്ന നിലയിൽ പിന്നീട് കിട്ടിയ സഹായധനം കൊണ്ട് അവർ ആ വീട്ടിൽ രണ്ടു മുറികൾകൂടി പണിതുചേർത്തു. കുടുംബത്തിലെ മൂത്ത പെൺകുട്ടി നാസെനിൻ ആയിരുന്നു. അവൾക്ക് ആ ജില്ലയിലെ ബോർഡിങ് സ്കൂളിൽ സൂപ്പർവൈസറായി ജോലി കിട്ടി. ഒരു കാര്യത്തിൽ നാട്ടുകാർക്ക് സമാധാനമുണ്ടായിരുന്നു. കൊല്ലപ്പെട്ടത് പെൺകുട്ടിയായിരുന്നു. അതകൊണ്ട് ആ പേരിൽ ഇനി കുടിപ്പക ഉണ്ടാവില്ല.

നാസെനിൻ കുലുക്കി വിളിച്ചപ്പോൾ ഡെർദി കണ്ണു തുറന്നു.

‘‘യാടിർക്കയിൽ നിന്നുള്ള ആ കുട്ടി ഇന്നലെ രാത്രി കട്ടിലിൽ നിന്നും വീണു. വേഗം എണീക്കൂ. മിസ് യെസിം നിന്നെ വിളിക്കുന്നുണ്ട്.’’

ഡെർദി ഒന്നും മിണ്ടാതെ എഴുന്നേറ്റിരുന്നു. കാലു നിലത്തുവെച്ചതും വലിച്ചെടുത്തു. തന്റെ നേരെതന്നെ നോക്കിക്കൊണ്ടു നിൽക്കുന്ന നാസെനിനു നേരെ കണ്ണുകളുയർത്തി. കേൾക്കുമെന്നു പ്രതീക്ഷിച്ചതുതന്നെ കേട്ടു.

‘‘വേഗം പോയി കാല് കഴുകി വൃത്തിയാക്കൂ.’’

അവളുടെ കാലടികളിൽ ചോര പുരണ്ടിരുന്നു.

‘‘**ആ** കുട്ടി ഏറ്റവും താഴത്തെ തട്ടിലാണ് കിടക്കേണ്ടതെന്ന് ഞാൻ പറഞ്ഞിരുന്നില്ലേ?’’

അഞ്ചു മാസം മുമ്പാണ് ആ ബോർഡിങ് സ്കൂളിലേക്ക് യെസിമിന് നിയമനം കിട്ടിയത്. വളരെ വലിയൊരു സ്കൂൾ. നാനൂറ്റി മുപ്പത്തിയഞ്ചു കുട്ടികൾക്കായി നാലു ടീച്ചർമാർ മാത്രം. ആദ്യം വല്ലാതെ ഒന്നു ഞെട്ടി. പിടിച്ചുനിൽക്കാൻ അവനവനെത്തന്നെ നന്നായി ബോധ്യപ്പെടുത്തേണ്ടിവന്നു. അഞ്ചുകൊല്ലം ഇവിടെത്തന്നെ കഴിയണം. എന്നാലേ ഇനിയൊരു സ്കൂളിലേക്ക് മാറ്റത്തിനപേക്ഷിക്കാൻ സാധിക്കൂ.

‘‘ഞാൻ നിന്നോടാണ് സംസാരിക്കുന്നത്. കേട്ടില്ലേ?’’

ഒരു സാധാരണ സ്കൂളിൽ പഠിപ്പിക്കാൻ സാധിച്ചിരുന്നെങ്കിൽ... കുട്ടികളുടെ രക്ഷിതാക്കളെ വിളിച്ച് കാര്യങ്ങൾ വേണ്ടതുപോലെ പറയാൻ സാധിച്ചുവെങ്കിൽ.

ഈ സ്കൂളിൽ കുട്ടികളുടെ രക്ഷിതാക്കളെ വിളിച്ചാൽ എ.കെ. 47 തോക്കുകളുമായാണ് അവർ വരിക. ടീച്ചർമാർ സർക്കാരിന്റെ ഏജന്റുമാരാണെന്നാണ് അവർ ധരിച്ചുവെച്ചിരിക്കുന്നത്. കുട്ടികളാരും മടി കാട്ടുന്നവരോ താന്തോന്നികളോ അല്ല. ടീച്ചർമാർ കുട്ടികളെ സർക്കാരിനുവേണ്ടി പറഞ്ഞുപഠിപ്പിച്ച് മനസ്സു മാറ്റിയെടുക്കുകയാണ്. ഗവണ്മെന്റിന് എതിരായി നിന്ന് രക്തസാക്ഷികളായവരുടെ മക്കളെ അവർ ഇവിടെ കൊണ്ടുവന്നു പീഡിപ്പിക്കുന്നു. സാമൂഹ്യശാസ്ത്രവും കണക്കും ടർക്കി ഭാഷയും നിർബന്ധപൂർവ്വം പഠിപ്പിക്കുന്നു. ഗൃഹപാഠവും പരീക്ഷയും അവരുടെ കണ്ണിൽ കുട്ടികളെ പീഡിപ്പിക്കലായിരുന്നു. പതിന്നാലു വയസ്സായ, വിവാഹപ്രായം കഴിഞ്ഞ പെൺകുട്ടികൾ പുരുഷന്മാരായ അദ്ധ്യാപകരുമായി ഇടപഴകേണ്ട കാര്യമെന്താണ്? ആ പ്രായമുള്ള പുരുഷന്മാരെ വിവാഹം കഴിച്ച് കുടുംബത്തിൽ കഴിയുകയാണ് വേണ്ടത്. സർക്കാർ വക സ്കൂളുകൾ അവരുടെ മതവിശ്വാസങ്ങൾ ആർഭാടത്തോടെ പ്രദർശിപ്പിക്കുന്നു.

കുട്ടികളെ പിന്നെ എന്തു ചെയ്യാനാണ്? പ്രസ്ഥാനത്തിന് എപ്പോഴും അവരുടെ സംരക്ഷണം ഏറ്റെടുക്കാൻ സാധിക്കുമോ? അനാഥരായ കുട്ടികൾ സർക്കാരിനെയല്ലാതെ മറ്റാരെ സമീപിക്കാൻ? ചെറ്റപ്പുരകൾക്കു വെളിയിൽ തെരുവുപട്ടികളോടൊപ്പം കളിച്ചുനടക്കുന്ന കുട്ടികളെ അവർ യെസിമിന്റെ കൈകളിലേക്ക് എറിയുകയായിരുന്നു. അവൾ രണ്ടുകൈയും നീട്ടി അവരെ ഏറ്റുവാങ്ങി. ഒരു സങ്കോചവും കൂടാതെ അവരുടെ തോളിൽ ബലമായി അമർത്തിപ്പിടിച്ചു കുലുക്കി.

''ഡെർദി... മറുപടി പറയൂ. ഞാൻ പറഞ്ഞത് മനസ്സിലായില്ലേ? നീ എന്താ ചെയ്തത്?''

മറുപടി പറയാനായി ഡെർദി അവിടെ ഉണ്ടായിരുന്നുവോ? അവളുടെ ശരീരത്തിന്റെ ഏതു ഭാഗത്തിനായിരുന്നു പതിനൊന്നു വയസ്സ് പ്രായം? കാലുകൾക്ക്... നഖങ്ങൾക്ക്... കുണ്ടിൽ പോയ കവിളുകൾക്ക്? ഏതു ഭാഗംകൊണ്ടാണ് അവൾ അപ്പോഴും കുട്ടിയായിരുന്നത്?

''ശരി... ശരി. സാരല്യ. ഡെർദി പോയി കാലും മുഖവും കഴുകി ഭക്ഷണമുറിയിൽ ചെന്ന് പ്രാതൽ കഴിച്ചോളൂ.''

ഡെർദി കുട്ടിയായിരുന്നതുപോലെ, ഇരുപത്തിയാറു വയസ്സായ യെസിം ടീച്ചറുമായിരുന്നു. അവൾ കുട്ടിയുടെ തോളിൽനിന്നും കൈയെടുത്തു. ഒരു അവസാനശ്രമം. താടി പിടിച്ച് മുഖമുയർത്തി ആ കണ്ണുകളിലേക്കു നോക്കി. അവിടെ എന്തെങ്കിലും കണ്ടെത്താനാകുമോ? ഒരു വീട്ടുപൂച്ചയും ഒരു തെരുവുപട്ടിയും മുഖത്തോടു മുഖം നോക്കി. ഒരു കൈയകലത്തിൽ. യെസിം മതിയാക്കി. ഡെർദിയുടെ ഇറുക്കിപ്പിടിച്ച ചുണ്ടുകൾ ജയിച്ചു.

''നമുക്കു പിന്നീട് സംസാരിക്കാം.''

ആ പെൺകുട്ടി വാതിൽ തുറന്ന് പുറത്തേക്കു പോകുന്നത് യെസിം വെറുതെ നോക്കിയിരുന്നു. പിന്നെ, മേശവലിപ്പു തുറന്ന് ഒരു പാക്കറ്റ് സിഗരറ്റെടുത്തു. അതിൽനിന്ന് ഒന്നു വലിച്ചെടുത്ത് കത്തിച്ച് മെല്ലെ പുകയൂതാൻ തുടങ്ങി. ഇവിടെനിന്ന് എങ്ങോട്ടെങ്കിലും ദൂരേയ്ക്കു പോകാനായെങ്കിൽ... ഈ കെട്ടിടത്തിൽനിന്നും പുറത്തേക്കിറങ്ങി, ആ വലിയ ഇരുമ്പുവാതിലുകൾ കടന്ന് തെരുവിലൂടെ ഓടിപ്പോവുക. ഗ്രാമത്തിൽ ചെന്നാൽ ഏതെങ്കിലും മിനി ബസ്സ് കിട്ടും. അതിൽ കയറി...

അവൾ ക്ഷമയോടെ കാത്തിരുന്നു. എന്തു സംഭവിച്ചാലും ഇനി അത് കാര്യമാക്കേണ്ടതില്ല. ഭൂമികുലുക്കമോ അഗ്നിബാധയോ ഉരുൾപൊട്ടലോ എന്തുമായിക്കൊള്ളട്ടെ. എല്ലാറ്റിനും ഒരു പൂർണവിരാമമിടാൻ പാകത്തിന് ദൈവത്തിന്റേതായ ഒരു തൂലിക. അവൾ കാത്തിരുന്നു. അപ്പോഴാണത് സംഭവിച്ചത്.

അവളുടെ മുറിയിലെ നന്നേ പഴകിയ ആ വാതിലിൽ മുട്ടാതെ നാസെനിൻ നേരിട്ടകത്തേക്കു കയറിവന്നു. കസേരയിൽ ചാരിയിരുന്ന് കണ്ണടച്ച് ആലോചനയിലാണ്ടിരുന്നു. യെസിമിനോടയാൾ ചോദിച്ചു.

''മിസ്സ് യെസിം ഉറങ്ങുകയാണോ?'' ആപ്പീസ് സമയത്ത് തീരെ പതിവില്ലാത്ത കാര്യം.

അവൾ പൊടുന്നനെ കണ്ണുമിഴിച്ചു.

‘‘ആ പെൺകുട്ടിയുടെ വീട്ടുകാർക്ക് വരാനാവില്ല. ഗ്രാമത്തിലേക്കുള്ള റോഡിൽ ഗതാഗതം നിരോധിച്ചിരിക്കുന്നു. തൽക്കാലം പൊലീസ് വരുന്നതുവരെ നമുക്ക് ശവം, അടുക്കളയിൽ മാംസം സൂക്ഷിക്കുന്ന വലിയ റഫ്രിജറേറ്ററിൽ കൊണ്ടുപോകാം. നിങ്ങൾ വേഗം ഊണുമുറിയിലേക്ക് ചെല്ലൂ. കുട്ടികളെ തനിയെ വിട്ടാൽ ശരിയാവില്ല.’’

ഇങ്ങനെയൊരത്യാഹിതത്തെക്കുറിച്ചല്ല അവൾ സങ്കല്പിച്ചിരുന്നത്. അടുക്കളയിലെ റഫ്രിജറേറ്ററിൽ ഒരു പെൺകുട്ടിയുടെ ശവം. ഭയപ്പെടുത്തുന്ന സംഗതിതന്നെ. അവളുടെ ഉള്ളാകെ വിറങ്ങലിച്ച് ഒരു കല്ലായി. ശരീരത്തിനു വല്ലാത്ത ഭാരം. അവൾ അവിടെത്തന്നെയിരുന്നു.

‘‘യെസിം മാഡം. നിങ്ങൾ വരുന്നത് കാത്തുനിൽക്കാനുള്ള സമയമൊന്നുമില്ല. പെട്ടെന്നാവട്ടെ.’’ അവൾ വിചാരിച്ചതുപോലെ അയാൾ തിടുക്കം കൂട്ടി.

മേശപ്പുറത്തെ ആഷ്ട്രേയിൽനിന്ന് അപ്പോഴും സിഗരറ്റിന്റെ പുക ഉയർന്നുവരുന്നുണ്ടായിരുന്നു.

‘‘അപ്പോൾ ഇങ്ങനെയാണ് മനുഷ്യർക്ക് സ്വബോധം നഷ്ടപ്പെടുന്നത്.’’ യെസിം വിചാരിച്ചു. പിന്നെ ഒന്നും ആലോചിക്കാതെ ആ ചില്ലിന്റെ ചാരത്തട്ടെടുത്ത് അവൾ അയാളുടെ നേരേ എറിഞ്ഞു. അത് വാതിലിൽ തട്ടി തകർന്ന് താഴെ വീണു. യെസിം ക്ഷണത്തിൽ ഇടനാഴിയിലേക്കു പിൻവാങ്ങി. അതിനിടയിൽ മറ്റു പലതുമെടുത്ത് അവൾ അയളുടെ നേരെ എറിഞ്ഞു. കുട്ടികളുടെ പേപ്പർ അവിടെയാകെ ചിതറിവീണു. അയാൾ വാതിലിനു പുറകിൽ നിന്നും ഒച്ചവെച്ചു.

‘‘യെസിം മാഡം.. യെസിം മാഡം... എന്താണീ കാണിക്കുന്നത്?’’

അയാളുടെ ഒച്ചയും വിളിയുമൊന്നും അവൾ കേട്ടില്ല. അവളുടെ കണ്ണുകൾ മേശപ്പുറത്ത് തിരയുകയായിരുന്നു. അവളുടെ അമ്മ സമ്മാനമായി കൊടുത്ത ഒരു ചെറിയ പെട്ടി. അതിനകത്ത് ഒരു ഫൗണ്ടൻ പെന്നും ബോൾപെന്നും. കടലാസു മുറിക്കാനുള്ള കത്തിയും. നിമിഷംകൊണ്ട് യെസിം ആ കത്തി കടന്നെടുത്തു. അതിന്റെ മൂർച്ചയുള്ള ഭാഗം തന്റെ വയറ്റിലേക്കു കുത്തിയിറക്കി. താൻ മരിച്ചാൽ പിന്നെ പ്രശ്നങ്ങളൊന്നുമില്ല. പക്ഷേ, അവൾ മരിച്ചില്ല. കഷ്ടകാലത്തിന് പിന്നെയും ജീവിച്ചു.

സ്കൂളിലെ ഒരു വിദ്യാർത്ഥിനി മരിക്കുകയും ഒരദ്ധ്യാപിക ആത്മ ഹത്യ ചെയ്യാൻ ശ്രമിക്കുകയും ചെയ്ത ആ ദിവസം. സ്കൂളിലെ ത്തിയ അതിഥികളെ സ്വാഗതം ചെയ്യാൻ അവരെല്ലാവരും വെറുതെ ഒരു ശ്രമം നടത്തുകയായിരുന്നു. പൊലീസുകാർ കുട്ടികളോട് തമാശ പറഞ്ഞു. പക്ഷേ, അവർക്ക് ചിരിക്കാനായില്ല. സ്കൂൾ ക്യാപ്റ്റൻ, ഹെഡ്മാസ്റ്റർ പറയുന്നതു കേൾക്കുന്നുണ്ടെന്ന് നടിച്ചു. യെസിം തലവേദനയൊന്നും ഇല്ലാതിരുന്നിട്ടും വെറുതെ നെറ്റി തടവിക്കൊണ്ടു നിന്നു. ഡെർദി വായിലേക്കിട്ട ആഹാരം നിർത്താതെ ചവച്ചുകൊണ്ടി രുന്നു. അന്നേരം യെസിം രോഗികൾക്കായുള്ള മുറിയിൽ ഒറ്റയ്ക്കു കിടക്കുകയായിരുന്നു. മരിച്ചിട്ടില്ല. പക്ഷേ, മരിക്കാൻ ആഗ്രഹിച്ചു കൊണ്ട്.

അവസാനം ഒരു തീരുമാനമായി. അസാധാരണമായ ഒരു സാഹ ചര്യമായിരുന്നല്ലോ അത്. പൊലീസുകാർ യെസിമിനെയും കുട്ടി യുടെ ജഡത്തെയും പട്ടണത്തിലേക്ക് മാറ്റുന്നു.

മറ്റു കുട്ടികൾ മിണ്ടാതെ നോക്കിനിന്നു. എന്നാൽ ഡെർദിക്ക് പിടിച്ചുനിൽക്കാനായില്ല. വല്ലാത്തൊരു മനംപുരട്ടൽ. ഒരു കടലി നുള്ളിലേക്ക് മുങ്ങിത്താഴുന്നതുപോലെ അവൾ സ്കൂൾമുറ്റത്ത് കുഴഞ്ഞുവീണു.

ബോധം വന്നപ്പോൾ അരികിൽ യെസിമിന്റെ ഗന്ധം. അവൾ കണ്ണുതുറന്നു നോക്കി. ഇല്ല, അവളുടെ ടീച്ചർ ഉണ്ടായിരുന്നില്ല. പക്ഷേ, കുറച്ചു മുമ്പ് യെസിം കിടന്നിരുന്ന അതേ കട്ടിലിലാണ് അവൾ ഇപ്പോൾ കിടക്കുന്നത്. അവർ അവളെ സുഖമില്ലാത്തവർക്കുള്ള മുറിയിലേക്കു മാറ്റിയിരുന്നു. അവൾ അവിടെ തനിയെ കിടന്നു കരഞ്ഞു.

ഒരൊറ്റ ദിവസംകൊണ്ട് അവൾ ഒരു മരണത്തിനും ആത്മഹത്യാ ശ്രമത്തിനും കാരണക്കാരിയായിരിക്കുന്നു. ‘‘അവരെന്നെ ജയിലിലിടും. തീർച്ച.’’ അവൾ തന്നത്താൻ പറഞ്ഞു. കണ്ണുകൾ എത്രതന്നെ ഇറു ക്കിയടച്ചാലും മുമ്പിൽ ആ രണ്ടു രൂപങ്ങൾ. യെസിം ടീച്ചർ. യാടിർക്ക യിൽനിന്നുള്ള ആ കുട്ടി.

ഡെർദി സ്വയം വിലയിരുത്തി. തനിക്ക് രണ്ട് മനസ്സാക്ഷികളുണ്ട്. അതിനുതക്കവണ്ണമുള്ള വേദനകളും ആധികളും. പക്ഷേ, അതവ ളുടെ കുഞ്ഞുശരീരത്തിന് സഹിക്കാവുന്നതിനപ്പുറമായിരുന്നു. വൈദ്യ ശാസ്ത്രത്തിന്റെ ചരിത്രത്തിൽ ഇതാദ്യമായിട്ടായിരിക്കും.

‘‘രണ്ടു മനസ്സാക്ഷികളുള്ള ഒരു പെൺകുട്ടി.’’

‘‘പൊലീസുകാർ എല്ലാം കണ്ടുപിടിക്കും. അവർ തന്നെ തടവി ലാക്കുകയും ചെയ്യും.’’ അവൾ പിന്നെയും പിന്നെയും പിറുപിറുത്തു.

പൊലീസിന്റെ കാര്യം രണ്ടാമതേ വരുന്നുള്ളൂ. ഡെർദി ഒന്നാമതായി നേരിടേണ്ടത് അവളുടെ കുടുംബത്തെയാണ്. കുടുംബം എന്നു പറയാൻ അവൾക്ക് അമ്മ മാത്രമേയുള്ളൂ. വർഷങ്ങൾക്കു മുമ്പേ അച്ഛൻ അവരെ ഉപേക്ഷിച്ച് ഇസ്താംബൂളിലേക്കു പോയി. അമ്മ ഡെർദിയെ ഗർഭം ധരിച്ച ഉടനെ. അതു നന്നായി. ഭാര്യയെ ഗർഭിണിയാക്കിയാണ് അയാൾ നാടുവിട്ടത്. അതുകൊണ്ട് അമ്മ ഒറ്റയ്ക്കായില്ല. കൂട്ടിന് അവളുണ്ടായിരുന്നു.

അച്ഛനും അമ്മയും വിവാഹിതരായത് ദൈവത്തിന്റെയും ഒരു ഇമാമിന്റെയും രണ്ടു സാക്ഷികളുടെയും മുമ്പിൽ വെച്ചായിരുന്നു. അതിനുശേഷം ഓരോരുത്തരായി ആ സ്ത്രീയെ വിട്ടുപോയി. അവളോടൊപ്പം ദൈവം മാത്രം ബാക്കിയായി. ''ദൈവമേ! എന്റെ ജീവനെടുക്കണേ. അങ്ങനെയെങ്കിലും ഞാൻ രക്ഷപ്പെടട്ടെ.'' അതായിരുന്നു അവളുടെ പ്രാർത്ഥന.

ദൈവം നിശ്ചയമായും ആ പ്രാർത്ഥന കേൾക്കും. എല്ലാവരുടെയും ജീവിതത്തിൽ സംഭവിക്കുന്ന ഒരത്ഭുതമാണ് മരണം. എന്നാൽ അതിനായി കാത്തിരിക്കാൻ ഡെർദിയുടെ അമ്മയ്ക്ക് ക്ഷമയുണ്ടായിരുന്നില്ല.

അവർ തന്റെ മകളുടെ വിവാഹം നടത്തി. അന്നവൾക്ക് പതിനൊന്നു വയസ്സേ ആയിരുന്നുള്ളൂ. അവളുടെ മാർവ്വിടത്തിന് കനം വെച്ചു തുടങ്ങിയിരുന്നില്ല.

ഡെർദിയും അമ്മയും ആദ്യത്തെ രണ്ടുവർഷം അവളുടെ അച്ഛന്റെ വീട്ടിലാണ് കഴിഞ്ഞിരുന്നത്. അവർ അവളുടെ അമ്മയെ ശപിച്ചുകൊണ്ടേയിരുന്നു, ഒരു പെൺകുട്ടിയെ പ്രസവിച്ചതിന്.

അവിടെനിന്ന് രക്ഷപ്പെട്ടാണ് അമ്മയും മകളും പട്ടണത്തിലെ ഈ ബോർഡിങ് സ്കൂളിലെത്തിയത്. അവിടെ അവളുടെ അമ്മയ്ക്ക് തൂപ്പുകാരിയുടെ ജോലി കിട്ടി. ടീച്ചർമാർ താമസിക്കുന്ന ആ മൂന്നുനില കെട്ടിടം മുഴുവൻ തൂത്തും തുടച്ചും വെടിപ്പാക്കിയും അവർക്ക് സഹികെട്ടു. കൈകളിൽ ബ്ലീച്ചിങ് പൗഡറിന്റെ മണം. ഗ്രാമത്തിലേക്ക് തിരിച്ചുപോകാൻ അവർ ആഗ്രഹിച്ചു. ഒരു കൊച്ചു വീട്. ഏതാനും ആടുകൾ. അവരുടെ മകൾക്കും ആ സ്കൂളിൽ തുടരാൻ താല്പര്യമുണ്ടായിരുന്നില്ല.

ഇപ്പോഴിതാ, ഡെർദി സ്കൂൾമുറ്റത്ത് ബോധംകെട്ടു വീണിരിക്കുന്നു. അസിസ്റ്റന്റ് ഡയറക്ടറാണ് അമ്മയെ വിളിപ്പിച്ചിരിക്കുന്നത്. എന്തായാലും കുട്ടിയെ ഇനി സ്കൂളിൽ നിർത്തുന്ന പ്രശ്നമില്ല. എങ്ങനെയെങ്കിലും അവളെ കൂടെ കൊണ്ടുപോകണം. കൈയിൽ ചില്ലിക്കാശില്ല. ബന്ധുക്കൾ സഹായിച്ച് ഒരു കുടിലെങ്കിലും പാർക്കാൻ

കിട്ടിയിരുന്നെങ്കിൽ. ഏതാനും ആടുകളുമായി അമ്മയ്ക്കും മകൾക്കും സൈ്വര്യമായി കഴിയാമായിരുന്നു. മകളുടെ കല്യാണം കഴിഞ്ഞാൽ അവൾ അമ്മയെ നോക്കിക്കൊള്ളും. അല്ലെങ്കിലും അമ്മയെ സംരക്ഷിക്കേണ്ടത് മകളുടെ കടമയല്ലേ?

''സഹോദരീ... ടിക്കറ്റ്.'' ഡ്രൈവർ കൈനീട്ടി തൊട്ടുമുന്നിൽ... അറ്റം കാണാതെ നീണ്ടുപോകുന്ന ചിന്തകൾ. അവൾ തല കുലുക്കി കുടഞ്ഞുകളിച്ചു. സ്കൂളിൽ നിന്നും തിരിച്ചുവരുമ്പോൾ മകളെ മടിയിലിരുത്താം. അങ്ങനെ ഒരു ടിക്കറ്റിന്റെ വില ലാഭിക്കാം. മിനി ബസ്സുകളിലെ ടിക്കറ്റിന്റെ വില താങ്ങാനാവില്ല.

''സഹോദരീ, നിങ്ങളുടെ മകൾക്ക് സുഖമില്ല. പേടിക്കണ്ട. അത്ര കാര്യമായിട്ടൊന്നുമില്ല. എന്നാലും നിങ്ങളെ കാണുമ്പോൾ അവൾക്ക് സമാധാനമാ. ഇത്ര ദൂരേ നിന്നു വിളിപ്പിച്ചതിൽ ക്ഷമിക്കണം.''

നെസിയാണ് ഡെർദിയുടെ അമ്മ സാനിയെയോട് സംസാരിച്ചത്.

''എന്തായാലും ഞാനവളെ വീട്ടിലേക്ക് കൊണ്ടുപോവുകയാണ്. ഒരാഴ്ച എന്റെ കൂടെ താമസിച്ച് വിശ്രമിക്കട്ടെ. അതുകഴിഞ്ഞ് തിരിച്ചു കൊണ്ടുവന്നാക്കാം.'' കൂടുതലൊന്നും പറയാൻ നിൽക്കാതെ അവർ തന്റെ തീരുമാനമറിയിച്ചു.

നെസിയുടെ ചിന്ത മുഴുവൻ യെസിമിനെക്കുറിച്ചായിരുന്നു. ചിലർക്ക് നാടിന്റെ ഈ ഭാഗവുമായി എന്തുകൊണ്ടോ പൊരുത്തപ്പെട്ടുപോകാൻ സാധിക്കുന്നില്ല. വന്നപ്പോൾ മുതൽ അയാൾ അവളെ ശ്രദ്ധിച്ചിരുന്നു. എന്തോ പന്തികേടുണ്ട്. അല്ലാതെ ഒരാൾ തന്നെത്തന്നെ കൊല്ലാൻ ശ്രമിക്കില്ലല്ലോ.

''സാർ എന്തു പറയുന്നു?''

''എന്തിനെക്കുറിച്ച്?'' അയാൾക്ക് പിടികിട്ടിയില്ല.

''ഞാൻ അവളെ നാട്ടിലേക്ക് കൊണ്ടുപോകുന്നു.'' സാനിയെ വീണ്ടും പറഞ്ഞു.

''അതെങ്ങനെ? ഗതാഗതം നിരോധിച്ചിരിക്കുകയാണല്ലോ.''

''ഞാനവളെ കുറുഡേറിലേക്കാണ് കൊണ്ടുപോകുന്നത്.''

കൂടുതൽ സംസാരിക്കാൻ സാനിയെയ്ക്ക് താല്പര്യമുണ്ടായിരുന്നില്ല. അയാളുടെ ചിന്ത മുഴുവനും യെസിമിനെക്കുറിച്ചായിരുന്നു.

അന്നു രാത്രി യെസിമിന്റെ കട്ടിലിനരികെ ഒരു കസേര വലിച്ചിട്ട് അയാളിരുന്നു. അയാൾ ഒരു കൈകൊണ്ട് അവളുടെ വായ പൊത്തിപ്പിടിച്ചു. മറ്റേ കൈ അവളുടെ മുലകളിലും അമർത്തിപ്പിടിച്ചു. അവളുടെ കണ്ണുകളിലേക്ക് നോക്കി അയാൾ പിറുപിറുത്തു. ''അവരെക്കൊണ്ട്

ഞാൻ നിന്നെ വെടിവെപ്പിക്കും. ശവംപോലും ഒരാൾക്കും കാണാനാവില്ല.'' അന്നു രാത്രി യെസിം ഭയംകൊണ്ട് തണുത്തുവിറച്ചു.

ആ രാത്രിയെക്കുറിച്ചാണ് അയാൾ ആലോചിച്ചിരുന്നത്. ആ ഇരുണ്ട മുറിയിൽവെച്ച് അവളുടെ മുഖത്തു നോക്കി അയാൾ പറഞ്ഞു. ''പേടിക്കണ്ട. നിന്നെ ഞാൻ ഉപദ്രവിക്കില്ല.''

യെസിം പോയിക്കഴിഞ്ഞു. ഇനി ആരെയാണ് അയാൾ തൊടുക? ആരാണ് ഇനി നല്ല കുട്ടിയായി മുഖം കഴുകിവന്ന് ഒന്നും സംഭവിക്കാത്തതുപോലെ പെരുമാറുക? യെസിമിനേക്കാൾ വലിയൊരു ഭീരു ഉണ്ടാകുമോ? ഏറ്റവും മുതിർന്ന കുട്ടികൾ? അതോ താഴെ ക്ലാസ്സുകളിലെ കുട്ടികളോ? നാസെനിൻ അയാളുടെ അരികിൽകൂടി കടന്നുപോയി. തവിട്ടുനിറത്തിൽ മുടിയുള്ള പെൺകുട്ടി. ഇവളായാലോ? അയാളുടെ മനസ്സിൽ പൊടുന്നനെ ഒരു സുഖം.

''ശരി. മകളെ കൊണ്ടുപൊയ്ക്കോളൂ. പക്ഷേ, ഒരാഴ്ച കഴിഞ്ഞ് തിരിച്ചുകൊണ്ടുവരണം. അത് നിർബന്ധമാണ്.'' അയാൾ സമ്മതിച്ചു.

''ദൈവം താങ്കളെ അനുഗ്രഹിക്കട്ടെ സർ.''

സാനിയെ മുട്ടുകുത്തി അയാളുടെ കൈയിൽ ചുംബിക്കാൻ ശ്രമിച്ചു. അതയാൾക്ക് ഇഷ്ടമായിരുന്നില്ല. അയാൾ അവളെ ചുമലിൽ പിടിച്ച് എഴുന്നേല്പിച്ചു.

''സുന്ദരിതന്നെ. പക്ഷേ ബ്ലീച്ചിങ് പൗഡറിന്റെ രൂക്ഷമായ മണം.'' അയാൾ മനസ്സിൽ പറഞ്ഞു.

ഡെർദിക്ക് വിശ്വസിക്കാനായില്ല. അവൾ പിന്നേയും പിന്നേയും ചോദിച്ചു. ''ഒരാഴ്ച മുഴുവനും?''

''അസിസ്റ്റന്റ് പ്രിൻസിപ്പൽ അനുവാദം തന്നിട്ടുണ്ട്.''

മകളുടെ സാമാനങ്ങൾ രണ്ടു സഞ്ചികളിലായി കുത്തിനിറയ്ക്കുന്നതിനിടയിൽ അമ്മ പറഞ്ഞു.

''അപ്പോൾ സ്കൂളിലെ പാഠങ്ങൾ?''

''തിരിച്ചുവരുമ്പോൾ മുഴുവനാക്കാം.''

''അപ്പോൾ നമ്മൾ തിരിച്ചുവരും അല്ലേ?''

''അല്ലാതെന്തു ചെയ്യാൻ?'' മകളുടെ കണ്ണുകളിലേക്ക് നോക്കിക്കൊണ്ട് അമ്മ പറഞ്ഞു. ''എനിക്കും ഒരാഴ്ച അവധി കിട്ടിയിട്ടുണ്ട്.

കുട്ടിക്കു സമാധാനമായി. ജയിലിൽ പോകുന്നതിനേക്കാൾ നല്ല തല്ലേ? സ്കൂൾ പഠിത്തത്തെക്കുറിച്ചും അവളോർത്തു. കണക്കിൽ ചില പ്രശ്നങ്ങളുണ്ട്. വീട്ടിലിരുന്ന് സമയംപോലെ ആലോചിച്ച് ശരിപ്പെടുത്താം.

''ഞാൻ എന്റെ ക്ലാസിൽ പോയി പുസ്തകങ്ങളെടുത്തു കൊണ്ടു വരാം.''

പതുക്കെ നടന്നുനീങ്ങുന്ന മകളെ അമ്മ പുറകിൽനിന്നും നിശ്ശബ്ദം നോക്കി. ഭംഗിയുള്ള നീണ്ട മുടി പിന്നിയിട്ടിരുന്നു. അവൾ ചുവടുവെക്കുന്നതിനൊപ്പം അതും ചാഞ്ചാടുന്നു.

''അവർക്കവളെ തീർച്ചയായും ഇഷ്ടമാവും.''

അമ്മയുടെ ചുണ്ടിൽ നേർത്ത ഒരു ചിരി വിടർന്നു.

ക്ലാസ്മുറിയിൽ ആരുമുണ്ടായിരുന്നില്ല. എന്നാൽ പുസ്തകങ്ങൾ സഞ്ചിയിൽ നിറച്ച് പോകാൻ തിരിഞ്ഞപ്പോൾ മുമ്പിൽ നാസെനിൻ.

''എവിടേക്കാണ് പോകുന്നത്?''

''വീട്ടിലേക്ക്. കൂട്ടിക്കൊണ്ടുപോകാൻ അമ്മ വന്നിട്ടുണ്ട്.''

നാസെനിനെ ഒറ്റയ്ക്കു കണ്ടാൽ അവൾക്കപ്പോഴും ഭയമാണ്. ആ ഭയം നെറ്റിയുടെ ഇരുവശത്തുമായി ഉരുണ്ടുകൂടുന്നത് ഡെർദി അറിഞ്ഞു.

''എന്നാണ് മടക്കം?''

''ഒരാഴ്ച കഴിഞ്ഞ്.''

നാസെനിന്റെ പെരുമാറ്റത്തിൽ പതിവില്ലാത്തൊരു മയം. സാധാരണയായി അവൾ സംസാരിക്കുന്നത് മുഷ്ടി ചുരുട്ടി ഇടിക്കുന്നതുപോലെയാണ്. നാസെനിന് പതിനഞ്ചു വയസ്സായിരുന്നു. എന്നാൽ ചിലപ്പോൾ പതിനഞ്ച് ഇരുപത്തിയഞ്ചായും തോന്നാറുണ്ട്.

''നീ തീർച്ചയായും മടങ്ങിവരും ഇല്ലേ?''

പെട്ടെന്നുള്ള ആ ചോദ്യം. ഒന്നു പരുങ്ങിയെങ്കിലും ഡെർദി മറുപടി പറഞ്ഞു. ''തീർച്ചയായും അടുത്ത ആഴ്ച മടങ്ങിവരും. അമ്മ പറഞ്ഞിട്ടുണ്ട്.''

പുസ്തകങ്ങൾ നിറച്ച സഞ്ചിയും തോളിലിട്ട് ഡെർദി മുമ്പോട്ടൊരടി വെച്ചു. വഴി തടഞ്ഞുകൊണ്ട് നാസെനിൻ അവളുടെ മുമ്പിൽ നിന്നു. നാസെനിന് ഡെർദിയേക്കാൾ ഒരു നാലിഞ്ചെങ്കിലും ഉയരം കൂടും. ഏതാനും നിമിഷം രണ്ടുപേരും മുഖത്തോടു മുഖം നോക്കി നിന്നു.

ഡെർദിയെപ്പോലെ എത്രയോ കുട്ടികൾ ഇവിടെനിന്നു പോകുന്നത് നാസെനിൻ കണ്ടിരുന്നു. പോയവരാരും തിരിച്ചുവന്നിട്ടില്ല ഇവളും വരാൻ പോകുന്നില്ല. പോകുന്നവർക്കാർക്കും അറിയില്ല. തങ്ങൾ തിരിച്ചുവരാൻ പോകുന്നില്ലെന്ന്. അതാണ് അത്ഭുതം. അവളും ഒരു ദിവസം ഇവിടെനിന്നു പോകും. അവളുടെ മാമന്റെ കൂടെ. പിന്നെ ഒരിക്കലും തിരിച്ചുവരില്ല. അവൾ വഴിമാറി നിന്നു. ഡെർദി വാതിൽ കടന്ന് പുറത്തേക്കു പോയി. തിരിഞ്ഞുനോക്കി കൈവീശി ക്കാട്ടണമെന്നു തോന്നി. ധൈര്യം വന്നില്ല. എന്തോ ഒരു പേടി.

''ഹേ... യാടിർക്കക്കാരീ...'' ഡെർദി അല്പം ഭയത്തോടെ തിരിഞ്ഞു നോക്കി.

നാസെനിൻ കൈ വീശി കാണിച്ചു. ഡെർദി മെല്ലെയൊന്നു ചിരിച്ചു. ആ ദിവസം ആദ്യമായി അല്ല, ഒരുപക്ഷേ, ആ ആഴ്ച യിൽത്തന്നെ ആദ്യമായി.

ഡെർദി സാവധാനം അടിവെച്ചു നടന്നു. വഴിയാകെ മഞ്ഞുവീണ് കുഴഞ്ഞുകിടക്കുന്നു. അമ്മ അവളെ ശാസിച്ചു.

''ആ പുസ്തകങ്ങളെല്ലാം വെറുതെ ഏറ്റിക്കൊണ്ടുവന്നു. കണ്ടില്ലേ ഇപ്പോൾ നടക്കാൻ പ്രയാസപ്പെടുന്നത്. നമ്മൾ പോകുന്നത് മുബാരക് അമ്മായിയുടെ വീട്ടിലേക്കാണ്. നിനക്കവരെ ഓർമ്മയില്ലേ?''

വല്ലാത്ത തണുപ്പ്. തണുപ്പകറ്റാനെന്നോണം സാനിയെ ഓരോന്നു പറഞ്ഞുകൊണ്ടിരുന്നു. പൊതുനിരത്തിലെത്തണം. എന്നാലേ മിനി ബസ് കിട്ടൂ. ഇടയിൽ അവർ മകളോടു ചോദിച്ചു. ''സ്കൂളിൽ ഇന്നെന്താണ് നടന്നത്? അവർ എന്തൊക്കെയോ പറഞ്ഞു. എനിക്കൊന്നും മനസ്സിലായില്ല.''

''നമ്മുടെ ഗ്രാമത്തിൽനിന്നുള്ള ഒരു കുട്ടി കട്ടിലിൽനിന്നു വീണ് മരിച്ചു. പൊലീസുകാർ വന്നിരുന്നു. പിന്നെ യെസിം ടീച്ചർ...''

അവൾക്ക് അമ്മയുടെ മാറത്ത് മുഖം അമർത്തിപ്പിടിക്കണമെന്നു തോന്നി. അത്രയ്ക്ക് ലജ്ജ. ഈ തണുപ്പും.

മകൾ പറഞ്ഞതൊന്നും അമ്മ കേട്ടില്ല. അതിലെ കടന്നുപോയ ഒരു മിനി ബസ് കൈകാട്ടി നിർത്തിക്കാനുള്ള ബദ്ധപ്പാടിലായിരുന്നു അവർ.

ബസ് നിന്നു. അതിന്റെ വെളുത്ത വാതിൽ തുറന്നു. അകത്തെ യാത്രക്കാരുടെ ചൂടിലേക്ക് അമ്മയും മകളും കയറിച്ചെന്നിരുന്നു. അവൾക്ക് അമ്മയുടെ മടിയിൽ ഇരിക്കേണ്ടി വന്നില്ല. ഭാഗ്യം. ഡ്രൈവർ കുട്ടിക്ക് ടിക്കറ്റ് വേണമെന്ന് നിർബന്ധിച്ചില്ല. അയാൾ സാനിയെയുടെ

ഒരു അകന്ന ബന്ധുവായിരുന്നു. പ്രത്യേകിച്ച് പ്രയോജനമൊന്നുമില്ലാത്ത എണ്ണമറ്റ ബന്ധുക്കളിൽ ഒരാൾ.

ചെറിയൊരു മിനി ബസ്. പതിനഞ്ചുപേർ തിങ്ങിയിരിക്കുന്നു. അതിന്റെ സുഖകരമായ ചൂട്. ഡെർദി ബസ്സിന്റെ പുറകുവശത്തായാണ് ഇരുന്നിരുന്നത്. അവളുടെ അമ്മയ്ക്കും ഒരു വയസ്സനും ഇടയിലായി. അവളുടെ കണ്ണുകൾ പതുക്കെ അടഞ്ഞു. കുട്ടി നല്ല ഉറക്കത്തിലായി. ഉറക്കത്തിൽ അവൾ ചെറുതായി ചെറുതായി വന്നു. എന്തോ ചില പേടിസ്വപ്നങ്ങൾ കണ്ടു. മരിച്ചുപോയ ആ യാടിർക്കക്കാരി കുട്ടിയെ താൻ കൈകളിലെടുത്തിരിക്കുന്നു. അവൾ ഉറക്കെ നിലവിളിച്ചു. ഞെട്ടി ഉണർന്നു. ഉണർന്നപ്പോൾ ഒന്നുംതന്നെ ഓർമ്മയില്ല.

''സാനിയെച്ചേച്ചീ... ഡ്രൈവർ വിളിച്ചു.

അവർ കുറുഡേറിൽ എത്തിയിരുന്നു.

കുറുഡേറിൽ ഒരു ഗ്രാമം എന്നതിനേക്കാൾ ഒരു പരുക്കൻ മലമ്പ്രദേശമായിരുന്നു. ഉയർന്നും താഴ്ന്നും കിടക്കുന്ന ഒരു ഭൂവിഭാഗം. തെരുവുകളും മേൽവിലാസങ്ങളുമില്ല. ഒരുകൂട്ടം മൺപുരകൾ തൊട്ടുതൊട്ട്. എണ്ണിനോക്കിയാൽ നാല്പത്തിമൂന്നു വീടുകൾ കാണാം. അലെയ്സാം വർഗക്കാരുടെ കെൻഡർ ശാഖയാണ് അവിടെ പാർപ്പുറപ്പിച്ചിരിക്കുന്നത്. ഒന്നിനും കൊള്ളരുതാത്ത ഒരു ഭൂപ്രദേശം. ചിതൽപ്പുറ്റുകളല്ലാതെ ഒന്നും അവിടെയില്ല. ഷേക് ഘാസി പോലും പടയോട്ടത്തിനിടയിൽ അവിടേക്കൊന്ന് തിരിഞ്ഞുനോക്കിയിട്ടില്ല. വറ്റിവരണ്ട ഒരു പുഴ. അതൊരു പുഴയാണെന്നുതന്നെ പറയാൻ വയ്യ. ആ ഗ്രാമത്തിന്റെ സ്ഥിതി കണ്ട് അത് വഴിമാറി ഒഴുകിയതുമാവാം.

കുറുഡേറിലെ ആളുകൾ സാധാരണയായി സംസാരിക്കാറില്ല. ദേഷ്യം വന്നാൽ മുറുമുറുക്കും. പ്രാർത്ഥിക്കുമ്പോൾ പിറുപിറുക്കും. രണ്ടിനുമിടയിൽ നിശ്ശബ്ദത മാത്രം. ഗ്രാമത്തിലെ നാല്പത്തിമൂന്നു കുടുംബങ്ങൾ. നിഗൂഢത നിറച്ചുവെച്ചിട്ടുള്ള നാല്പത്തിമൂന്ന് പഴയ ഭരണികൾപോലെയായിരുന്നു.

''സഹോദരീ... ഇത് ഞങ്ങളാണ്.''

മുബാറക് സാനിയെയുടെ നേരെ നോക്കി. ഡെർദി മുബാറക്കിന്റെ നേരെയും. വല്ലാത്ത തടിച്ച ശരീരം. പുറകിലുള്ള വാതിൽ കാണാനില്ല. അല്ലെങ്കിലും കുറുഡേറിയിലെ വാതിലുകൾ നന്നേ ചെറുതാണ്.

മുബാറക്കിന്റെ പുറകിൽനിന്നും മറ്റൊരു തല പുറത്തേക്കു നീണ്ടു. ഏതാണ്ട് ഡെർദിയോളം പ്രായം തോന്നിക്കുന്ന ഒരു പെൺകുട്ടി.

''ഇതെന്താ ഇവിടെ?'' മുബാറക് മുറുമുറുത്തു.

''നിങ്ങൾ ഞങ്ങളെ അകത്തേക്കു വിളിക്കുന്നില്ലേ? എന്നാൽ ഇത്തിരിനേരം ഒന്നിരിക്കാമായിരുന്നു.

മുബാറക് ഒരു വശത്തേക്ക് നീങ്ങി. തുറന്നുകിടന്ന വാതിലിൽ കൂടി അവർ നാലുപേരും കുമ്പിട്ട് അകത്തേക്ക് കടന്നു.

''ഇവളിത്ര വലുതായോ?'' സാനിയെ ഫെമ്മിയുടെ തലയിൽ തലോടി. ഫെമ്മി മുബാറകിന്റെ ഏറ്റവും ഇളയ മകളായിരുന്നു.

''അവൾക്ക് പതിനൊന്നു വയസ്സായി.''

''ഡെർദിക്കും പതിനൊന്നായി.''

''ആട്ടെ സാനിയെ, നീ എന്തിനാണിപ്പോൾ ഇങ്ങോട്ടു വന്നത്?'' മുബാറക് നേരെ കാര്യം തിരക്കി.

''അവർ ഞങ്ങളെ ടീച്ചർമാരുടെ താമസസ്ഥലത്തുനിന്നും പുറത്താക്കി. പോരാത്തതിന് ഇവൾക്ക് നല്ല സുഖവുമില്ല. നിങ്ങളല്ലാതെ ആരുണ്ട് എന്നെ സഹായിക്കാൻ?''

മറുപടി പറയാൻ സാനിയെയ്ക്ക് ഒട്ടും ആലോചിക്കേണ്ടി വന്നില്ല. ഒക്കെ നേരത്തേ തീരുമാനിച്ചുറച്ചുവെച്ചിരുന്നു.

''അത് നീ നേരത്തേ ആലോചിക്കണമായിരുന്നു. ആ യാടിർക്കക്കാരനെ കല്യാണം കഴിക്കുന്നതിനു മുമ്പ്.''

മറുപടി പറയാൻ മുബാറക്കിനും ആലോചിക്കേണ്ടി വന്നില്ല. വാക്കുകൾ നാക്കിൻതുമ്പത്തുതന്നെ ഉണ്ടായിരുന്നു.

''ആ നായയ്ക്കെന്തുപറ്റി? വല്ല വിവരവുമുണ്ടോ?''

''ഒരു വിവരവുമില്ല. മരിച്ചിട്ടുണ്ടാകും.''

''ഇൻഷാ അള്ളാ.''

പിന്നെ വർത്തമാനമൊന്നുമുണ്ടായില്ല. ചായ തയ്യാറാക്കുന്നതുവരെ നാലുപേരും തമ്മിൽ തമ്മിൽ നോക്കി മിണ്ടാതിരുന്നു.

ഫെമ്മി എല്ലാവർക്കും ചായ പകർന്നു.

''എബ്സെറ്റ് വരുന്നതുവരെ കാത്തിരിക്കാം.'' മുബാറക് പറഞ്ഞു. അവന് അവിടെ ആരെയെങ്കിലുമൊക്കെ അറിയുമായിരിക്കും.

ചായപ്പാത്രത്തിനു ചുറ്റും കൈപ്പടങ്ങൾ ചേർത്തുവെച്ച് സാനിയെ തണുപ്പകറ്റാൻ ശ്രമിച്ചു.

''ഫെമ്മീ, നീ ഡെർദിയെ പുറത്തുകൊണ്ടുപോയി നിന്റെ ഗ്രാമമൊന്നു കാണിച്ചുകൊടുക്ക്.''

മുബാറക് തലകുലുക്കി മകൾക്ക് സമ്മതം കൊടുത്തു. ഫെമ്മിയുടെ പുറകെ ഡെർദിയും വാതിൽ തുറന്ന് പുറത്തേക്കു പോയി. വാതിൽ അടഞ്ഞുകഴിഞ്ഞപ്പോൾ സാനിയെ പറഞ്ഞു. ''എനിക്കവളെ കല്യാണം കഴിച്ചുകൊടുക്കണം.''

അതുകേട്ടതും മുബാറക് വാ മുഴുവൻ തുറന്ന് ചിരിക്കാൻ തുടങ്ങി. ''ആദ്യം നീ അവളെ സ്കൂളിലേക്കയച്ചു. ഇപ്പോൾ പറയുന്നു ഒരു ഭർത്താവിനെ വേണമെന്ന്. ആരാണ് സ്കൂളിൽ പഠിച്ച പെൺകുട്ടിയെ കല്യാണം കഴിക്കാൻ തയ്യാറാവുക? പാവം കുട്ടി. നീ അവളെ ഒന്നിനും കൊള്ളരുതാത്തവളാക്കി.''

അതൊന്നും സാനിയെയ്ക്ക് അറിയാഞ്ഞിട്ടല്ല. സ്റ്റേറ്റ് സ്കൂളിലേക്കയയ്ക്കുകയല്ലാതെ വേറെ ഗതിയില്ലായിരുന്നു. ''ഒരു നിവൃത്തി ഉണ്ടായിരുന്നെങ്കിൽ ഞാനങ്ങനെ ചെയ്യുമായിരുന്നോ? കഴിഞ്ഞതൊക്കെ കഴിഞ്ഞു. ഇപ്പോൾ ഞങ്ങൾ തിരിച്ചുവന്നല്ലോ. അവൾക്കു പറ്റിയ ഒരാളെ കിട്ടുമോ? ജീവിക്കാൻ വകയുള്ള ഒരുത്തൻ?''

മുബാറക് ഒന്നും മിണ്ടാതെ തട്ടിലേക്കും നോക്കി എല്ലാം കേട്ടിരുന്നു.

എബ്സെറ്റ് സാനിയെയെ കല്യാണം കഴിക്കാൻ തയ്യാറായാൽ... അവർ ഇവിടെ സ്ഥിരമായി താമസിക്കാൻ സമ്മതിച്ചാൽ... തൽക്കാലം എങ്ങും പോകാനുള്ള പണം അവളുടെ കൈയിലില്ല. പക്ഷേ, നല്ലൊരുത്തൻ ഡെർദിയെ വിവാഹം കഴിക്കാൻ സമ്മതിച്ചാൽ അവൾക്ക് പെൺപണം കിട്ടും. അതുകൊണ്ട് അവൾ സ്ഥലം വിടുകയും ചെയ്യും. അങ്ങനെ പലതും ആലോചിച്ചതിനുശേഷം അവൾ സാനിയെയോട് പറഞ്ഞു.

ഡെർദിയുടെ കോട്ടിനടിയിൽകൂടി കാണാവുന്ന അവളുടെ സ്കൂൾ യൂണിഫോമിന്റെ തുമ്പ് ഫെമ്മി കൗതുകത്തോടെ നോക്കിനിന്നു.

''നിനക്കെഴുതാനും വായിക്കാനും അറിയാമോ?''

ഡെർദി കുനിഞ്ഞ് കുറേ കുഴമഞ്ഞു വാരിയെടുത്ത് ഉരുളകളായി ഉരുട്ടി ദൂരേക്കെറിഞ്ഞു.

''ഉവ്വ്. എനിക്ക് നന്നായറിയാം. ഞാൻ അഞ്ചാംക്ലാസ്സിലാണ് പഠിക്കുന്നത്. നീ സ്കൂളിൽ പോകുന്നില്ലേ?''

''ഇല്ല.''

ഫെമ്മി ഒരു കമ്പെടുത്ത് അളുടെ റബ്ബർബൂട്ടിനടിയിൽ പറ്റിപ്പിടിച്ച മഞ്ഞ് ചുരണ്ടിക്കളഞ്ഞു. അവർക്കു തമ്മിൽ സംസാരിക്കാൻ ഒന്നുമില്ലാത്തതുപോലെ.

''കാര്യം നടക്കുമെന്ന് നിങ്ങൾക്കു തോന്നുന്നുണ്ടോ?'' സാനിയെയുടെ ഉള്ളിൽ ഉത്സാഹം നുരഞ്ഞുപൊന്തി. ''ഒരു കൊച്ചുവീടും ഏതാനും ആടുകളും...''

''തീർച്ചയായും നടക്കും. ഏതാനും ആഴ്ച കഴിഞ്ഞാൽ വസന്തകാലം തുടങ്ങും. അവരെല്ലാവരും ഷേക് ഘാസിയുടെ കൈ ചുംബിക്കാൻ ഇവിടേക്കുവരും.''

''അത്ര ദൂരത്തുനിന്നും അവർ വരും അല്ലേ?''

''തീർച്ചയായും വരും. കാത്തിരിക്കാം. ഞാൻ എബ്സെറ്റിനോട് പറയാം. അവൻ ഒരു വഴി കണ്ടെത്തും.''

സാനിയെയുടെ ഹൃദയം ശക്തിയായി മിടിക്കാൻ തുടങ്ങി. മുബാറക് ഉറപ്പിച്ചു പറയുന്നു, ഗ്രാമത്തിലെ പെൺകുട്ടികളെ കിട്ടാൻ അവർ കുടം നിറച്ചു പണം തരാൻ തയ്യാറാണെന്ന്.

''ആട്ടെ. അങ്ങനെ കുറേ പണം കൈവന്നാൽ നീ എന്താണ് ചെയ്യുക?''

''ക്ഷമിക്കണം ചേച്ചീ, എന്തായാലും ഞാൻ ഇവിടെ താമസിക്കില്ല.''

മുബാറക്കിന് സന്തോഷമായി. അനിയത്തി വീട്ടിൽ വന്നതിനു ശേഷം ആദ്യമായി ജ്യേഷ്ഠത്തിയുടെ മനസ്സു തെളിഞ്ഞു. അവർ സാനിയെയുടെ ഒഴിഞ്ഞ കോപ്പയിലേക്ക് വീണ്ടും ചുടുചായ പകർന്നു.

''ഞാൻ ടോമോർ കുക്കിലേക്കു പോകും. ഒരു ചെറിയ വീട്. ഏതാനും ആടുകൾ.''

സാനിയെ പറഞ്ഞതൊന്നും മുബാറക് കേട്ടില്ല. അതിൽ അവർക്ക് താല്പര്യമുണ്ടായിരുന്നില്ല.

പുതുതായി വീട്ടിൽ വന്നവരേയും നോക്കി എബ്സെറ്റ് സിഗരറ്റ് വലിച്ചുകൊണ്ടിരുന്നു. സ്ത്രീകൾ രണ്ടുപേരും ഒരു മൂലയിൽ കൂറകളെ പതുങ്ങിയിരുന്ന് എന്തോ അടക്കം പറഞ്ഞു. ഡെർദി ഫെമ്മിയെ അവളുടെ പേരെഴുതാൻ പഠിപ്പിക്കുകയായിരുന്നു.

ആഹാരത്തിന് ഇനിയും രണ്ടുപേർ. ഉള്ളവരെ ഊട്ടാൻതന്നെ കിട്ടുന്നത് തികയുന്നില്ല. എന്തിനാണിപ്പോൾ ഇവരിങ്ങോട്ടു വന്നിരിക്കുന്നത്. എബ്സെറ്റിന് ആരോടെന്നില്ലാതെ ദേഷ്യം തോന്നി. ഈ സ്ത്രീയും തന്തയില്ലാത്ത അവരുടെ മകളും. പിടിച്ചു പറത്താക്കാൻ വയ്യ. അത് നാണക്കേടാകും. ഷേക് ഘാസി പറഞ്ഞിട്ടുള്ളത് അച്ഛനില്ലാത്തവർക്ക് നീ അച്ഛനാവുക എന്നാണ്. അയാളുടെ പലഹാരക്കടയിൽ കച്ചവടം നന്നേ മോശമാണ്. കള്ളക്കടത്തു സിഗരറ്റുകൾ പൊലീസുകാർ കണ്ടെടുക്കാൻ തുടങ്ങിയിരിക്കുന്നു. പൊതുവേ ഗ്രാമത്തിൽ കച്ചവടം മോശമാണ്. അതിനിടയിൽ... അയാൾ എന്തു ചെയ്യണമെന്നറിയാതെ എഴുന്നേറ്റു.

‘‘നിങ്ങൾക്കെന്തെങ്കിലും വേണോ?’’

‘‘എന്റെ കൂടെ വരൂ.’’ മുബാറക് എഴുന്നേറ്റ് അവരുടെ ഭർത്താവിന്റെ പുറകെ ചെന്നു.

രണ്ടുപേരും വീട്ടിൽ നിന്നല്പം മാറി. തണുപ്പിൽ ചെന്നുനിന്നു. അയാൾ വീണ്ടും ഒരു സിഗററ്റെടുത്ത് കത്തിച്ചു.

‘‘എപ്പോഴാണവർ തിരിച്ചുപോവുക?’’

‘‘അത് പറയാനാണ് ഞാനും കാത്തിരുന്നത്. സാനിയെയ്ക്ക് അവളുടെ മകളുടെ കല്യാണം നടത്തണം. ഷേക് ഘാസിയുടെ മകനോട് നിങ്ങൾക്ക് പറയാൻ പറ്റില്ലേ?’’

‘‘ശരി. ഞാൻ പറഞ്ഞുനോക്കാം.’’ അയാളുടെ പരിഭ്രമം തെല്ലൊന്നു കുറഞ്ഞു. ‘‘ആട്ടെ, ആ കുട്ടിക്കെത്ര വയസ്സായി?’’

‘‘പതിനൊന്ന്.’’

‘‘മാഷാ അള്ള!’’ എബ്സെറ്റിന്റെ ഒച്ച അറിയാതെ ഉയർന്നു.

ഗിറിൻടിയിൽ അന്ന് വലിയ ആൾക്കൂട്ടമായിരുന്നു. പല ദിക്കുകളിൽ നിന്നും കൂട്ടംകൂട്ടമായി ആളുകൾ ഷേക് ഘാസിയെ കാണാൻ എത്തിക്കൊണ്ടിരുന്നു. ഗ്രാമത്തിന്റെ നടുവിലുള്ള മൈതാനത്ത് അവർ ഒത്തുകൂടി. ചെറുപ്പക്കാർ പ്രായമായവരുടെ കൈ പിടിച്ചു ചുംബിച്ചു. പരസ്പരം സിഗരറ്റ് കൈമാറി.

നാല് ഊക്കൻ കാറുകൾ ഒരുമിച്ചു വന്നെത്തി. കറുത്തിരുണ്ട ചില്ലുജനാലയ്ക്കപ്പുറം... ഏതു കാറിലാണ് ഷേക് ഘാസി ഇരിക്കുന്നുണ്ടാവുക? എന്തായാലും അദ്ദേഹം കാറിൽനിന്നിറങ്ങുമ്പോൾ, ആദ്യമായി ആ കാലുകൾ ചുംബിക്കേണ്ടത് ആരൊക്കെയാണെന്ന് അവർ നേരത്തേ നിശ്ചയിച്ചുറപ്പിച്ചു കഴിഞ്ഞിരുന്നു.

‘‘അള്ളാ!’’ എബ്സെറ്റ് ഉറക്കെ വിളിച്ചു.

ഭാഗ്യവാൻ! ചുറ്റും കൂടി നിന്നവർ അയാളെ അസൂയയോടെ നോക്കി. ഷേക് ഘാസി വളരെ സാവധാനം കാറിൽ നിന്നിറങ്ങി. വയസ്സ് എൺപത്തിയൊന്നു കഴിഞ്ഞിരിക്കുന്നു. എബ്സെറ്റ് മുട്ടു കുത്തിയിരുന്ന് ആ പാദങ്ങൾ ചുംബിച്ചു. ഷേക് ഘാസി അയാളുടെ കുമ്പിട്ട തലയിൽ ഒരു ഊന്നുവടിയിലെന്നപോലെ കൈ അമർത്തി.

എബ്സെറ്റിന് സന്തോഷമായി. ജീവിതസാഫല്യത്തിന്റെ നിമിഷം. ദൈവം ഒരിക്കൽകൂടി നിസ്വനായ ഈ ദാസനെ നോക്കി പുഞ്ചിരി പൊഴിച്ചിരിക്കുന്നു. അലെയ്സാം ഗോത്രം മുഴുവൻ അയാളെ ഉറ്റു നോക്കി നിൽക്കുകയാണ്. കാലം ഏതാനും നിമിഷത്തേക്ക് നിശ്ചല മായതുപോലെ അയാൾക്കു തോന്നി. ഷേക് ഘാസി മെല്ലെ തന്റെ ചുണ്ടുകൾ എബ്സെറ്റിന്റെ നെറ്റിയിൽ ചേർത്തു. ആ നിമിഷം അയാ ളുടെ നെറ്റിയിൽ ഒരു നൂറു റോസാപ്പൂക്കൾ വിരിഞ്ഞു.

അറുപത്തിയൊന്നു വയസ്സായ ഗിഡോ ആഗയായിരുന്നു അലെ യ്സാം ഗോത്രത്തിന്റെ തലവൻ. ഇറാനിയൻ അതിർത്തിയിൽ നിന്നും കള്ളക്കടത്തായി അവർ കൊണ്ടുവന്നിരുന്ന ഡീസൽ എണ്ണയുടെ ഭൂരിഭാഗവും അയാളുടെ നിയന്ത്രണത്തിലായിരുന്നു. വൃദ്ധനായ ഘാസിയെ അയാൾക്ക് അത്രയ്ക്കു വിശ്വാസമുണ്ടായിരുന്നില്ല. എന്നാലും സഹിക്കാതെ വയ്യ.

അലെയ്സാം ഗോത്രക്കാർ അഞ്ചു വർഷം മുമ്പുവരെ സർക്കാ രിന്റെ പ്രോത്സാഹനത്തോടെ പ്രവർത്തിച്ചിരുന്ന ഒരു സ്വകാര്യ സേനാവിഭാഗമായിരുന്നു. ഈയിടെയാണ് അവർ ഭീകരവാദികളായി സർക്കാരിനെതിരെ തിരിഞ്ഞത്. രാജ്യത്തെ രാഷ്ട്രീയ സാഹചര്യ ങ്ങൾക്കൊത്ത് അവർ പക്ഷം മാറിക്കൊണ്ടുമിരുന്നു. ഗിഡോ ആഗ യായിരുന്നു അവരുടെ നേതാവ്.

ഗിഡോ ആഗയുടെ വീട് ചെറിയൊരു കൊട്ടാരമായിരുന്നു. സാധാ രണ പത്തു വീടുകളുടെ വലുപ്പം. അവിടെ വിശിഷ്ടാതിഥികൾക്കായി പ്രത്യേകം ഒരുക്കിയിട്ടുള്ള മുറിയിൽ ഷേക് ഘാസി പാതിമയക്ക ത്തിലായിരുന്നു. വെള്ള മേലങ്കിയും ടർബ്ബനും. വാർദ്ധക്യത്തിന്റെ പാരവശ്യം. അധികം സംസാരിച്ചിരുന്നില്ല. ഒന്നും കേൾക്കാനും താല്പര്യമുണ്ടായിരുന്നില്ല. കുത്തിനിർത്തിയ ഒരു കൊടിയുടെ സ്ഥാനം. അതിനുചുറ്റും ആളുകൾ കൂടുന്നു, ആദരം പ്രകടിപ്പിക്കുന്നു. കാര്യങ്ങൾ നിശ്ചയിച്ചിരുന്നതും നടത്തിയിരുന്നതും അദ്ദേഹത്തിന്റെ മകനായിരുന്നു. ഹൈദർ ആരിഫ്.

തയ്യാർ, ഷേക് ഘാസിയുടെ പുറകിലായി നിന്നു. അയാളൊരു ജൂഡോ മാസ്റ്റർ ആയിരുന്നു. ആറടി നാലിഞ്ച് ഉയരം. ഭാരം ഇരുന്നൂറു

പൗണ്ടോളം. അയാളുടെ കണ്ണുകൾ ചുറ്റും നടക്കുന്നതൊക്കെയും രണ്ടു ക്യാമറകൾപോലെ ഒപ്പിയെടുക്കുന്നുണ്ടായിരുന്നു.

തയ്യാർ, ഷേക് ഘാസിയുടെ ദത്തുപുത്രനായിരുന്നു. ഏഴുവയസ്സു മുതൽ ആ പലസ്തീനിയൻ ഷേക്കിനോടൊപ്പമാണ് അവന്റെ അച്ഛനമ്മമാരും നാലു സഹോദരിമാരും ഇസ്രായേലിന്റെ ഒരു ബോംബാക്രമണത്തിൽ കൊല്ലപ്പെട്ടു. ആറു ദിവസം നീണ്ടുനിന്ന യുദ്ധം. മൂന്നു കോടി പലസ്തീൻകാരാണ് നാടുവിട്ടോടി രക്ഷപ്പെട്ടത്. ഹിക്മെത് താരിക്കത് എന്ന സംഘടനയുടെ സഹായത്തോടെ തയ്യാർ അതിർത്തി കടന്ന് ടർക്കിയിലെത്തി. പിന്നെ ഷേക് ഘാസിയുടെ മുമ്പിലും. ആ ഏഴുവയസ്സുകാരന്റെ കണ്ണുകൾ എന്തുകൊണ്ട് ഘാസിയുടെ ഹൃദയത്തെ സ്പർശിച്ചു. അവനെ അരികിലണച്ച് അദ്ദേഹം പറഞ്ഞു, ''ഇപ്പോൾ മതിയാവോളം കരഞ്ഞോ കുഞ്ഞേ, ഇനിയൊരിക്കലും നിനക്കു കരയേണ്ടി വരില്ല.''

അന്നുതൊട്ട് അവന്റെ ജീവിതം ആ ചിറകുകളുടെ തണലിലായിരുന്നു. അവൻ തന്റെ മാനസപിതാവിന്റെ കണ്ണും കൈയും വായുമായി മാറി. നാടു മുഴുവൻ ഘാസിയോടൊപ്പം സഞ്ചരിച്ചു. അദ്ദേഹത്തിന്റെ വാക്കുകൾ ഹിക്മെത് താരിക്കത്തിലെ അംഗങ്ങളുടെ കാതുകളിലെത്തിച്ചു. അദ്ദേഹത്തിന്റെ ആജ്ഞകളും ആവശ്യങ്ങളും അവരെ അറിയിച്ചു. കാലം കടന്നുപോകേ ഷേക് ഘാസി കൂടുതൽ കൂടുതൽ ഉൾവലിഞ്ഞു. ആ വൃദ്ധന്റെ ഒരേയൊരു സന്ദേശവാഹകനായി തയ്യാർ ലോകം മുഴുവൻ സഞ്ചരിച്ചു. പിന്നീടൊരിക്കലും കരയാതെ.

ഹിക്മെത് താരിക്കത് മറ്റു മതസംഘടനകളിൽനിന്നും വ്യത്യസ്തമായിരുന്നു. അവരുടെ നേതാവിന് സ്വന്തമായി ഒരു വാസസ്ഥലമുണ്ടായിരുന്നില്ല. ഹിക്മെത് താരിക്കത്തിലെ അംഗങ്ങൾക്ക് അവരുടേതായ പള്ളികളോ വിശുദ്ധന്മാരുടെ കബറിടങ്ങളോ ഉണ്ടായിരുന്നില്ല. ഘാസി ഒരഭയാർത്ഥിയായാണ് ഈ ലോകത്തിൽ പിറന്നുവീണത്. അങ്ങനെത്തന്നെ മരിക്കുകയും ചെയ്തു.

മുമ്മൂന്നു മാസം കൂടുമ്പോൾ ഷേക് ഒരു അനുയായിയുടെ വീട്ടിൽനിന്ന് വേറൊരു അനുയായിയുടെ വീട്ടിലേക്ക് താമസം മാറ്റും. അവിടത്തെ സൗകര്യങ്ങൾക്കൊത്ത് ജീവിക്കും. സ്വന്തമായി ഒരു പാർപ്പിടമില്ലാതിരിക്കുക. ഹിക്മെത് താരിക്കത്തിന്റെ അടിസ്ഥാനപ്രമാണം തന്നെ അതായിരുന്നു. അവരെ സംബന്ധിച്ചിടത്തോളം ദേശങ്ങൾക്കും രാഷ്ട്രങ്ങൾക്കും അതിർത്തികൾക്കും പ്രസക്തി ഉണ്ടായിരുന്നില്ല. വിശ്വാസികളും അവിശ്വാസികളും... അങ്ങനെ രണ്ടുകൂട്ടരേ അവരുടെ മുമ്പിലുണ്ടായിരുന്നുള്ളൂ. അവരുടെ അംഗങ്ങൾ ലോകമെമ്പാടും

ചിതറിക്കിടന്നിരുന്നു. ഘാസിയുടെ മകൻ ഹൈദർ ആരിഫ് ഇസ്താംബൂളിലാണ് താമസിച്ചിരുന്നത്. ചിലപ്പോൾ ലണ്ടനിലും. 'പാർപ്പിടമില്ലാത്തവർ' എന്നാണ് പ്രമാണമെങ്കിലും വ്യക്തമായി വസ്തുവകകൾ വാങ്ങിക്കുന്നതിന് വിലക്കുണ്ടായിരുന്നില്ല.

അച്ഛന്റെ മരണവും കാത്ത് ഹൈദർ ആരിഫ് ഇസ്താംബൂളിലെ സെമൻഡാഗ് പ്രവിശ്യയിലാണ് താമസിച്ചിരുന്നത്. അവിടെയുള്ള 226 കെട്ടിടങ്ങളിൽ 221ഉം അയാളുടെ പേരിലായിരുന്നു. ശേഷിച്ചതും കൈവശമാക്കാനുള്ള പദ്ധതി അയാൾ നടപ്പിലാക്കിത്തുടങ്ങിയിരുന്നു. ആ പരിസരത്ത് ഒരു പള്ളിയുമുണ്ടായിരുന്നു. എന്നാൽ അതിന്റെ സ്വാധീനം തന്റെ കൂട്ടരിലെത്താതിരിക്കാൻവേണ്ടി അയാൾ പരമാവധി ശ്രദ്ധിച്ചിരുന്നു.

ഹൈദർ ആരിഫ് ഒരു മുന്തിയ ബിസിനസ്സുകാരനായിരുന്നു. ലണ്ടനിലും ഇസ്താംബൂളിലും ഹാംബർഗിലുമൊക്കെയായി പല തരം ബിസിനസ്സുകൾ. ആ തിരക്കുകൾക്കിടയിൽ തന്റെ അച്ഛനെ ഒരു സർക്കസ് മൃഗം കണക്കെ പ്രദർശിപ്പിച്ചുകൊണ്ട് ഊരുചുറ്റാൻ അയാൾക്ക് സമയമോ താല്പര്യമോ ഉണ്ടായിരുന്നില്ല. എന്നാലും വിശ്വാസികളുടെ അഭ്യർത്ഥന. അവർക്ക് ഇടയ്ക്കിടയ്ക്ക് ഷേക് ഘാസിയെ കാണാതിരിക്കാൻ വയ്യ. അതു മാത്രമല്ല അവരുടെ ആവശ്യങ്ങൾക്കും ആവലാതികൾക്കും അന്തമുണ്ടായിരുന്നില്ല.

ഇപ്പോഴിതാ എബ്സെറ്റ് മുമ്പിൽ മുട്ടുകുത്തിയിരിക്കുന്നു.

''എന്റെ സഹോദരിയുടെ മകൾ, വയസ്സ് പതിനൊന്നായി. പറ്റിയ ഒരു വരനെ കിട്ടിയാൽ...''

''കുട്ടിയുടെ പടം കൈയിലുണ്ടോ?''

എബ്സെറ്റ് പകച്ചുനിന്നു. ഹൈദർ ആരിഫ് വീണ്ടും പറഞ്ഞു, ''പെണ്ണിന്റെ ഒരു ഫോട്ടോ എടുത്ത് എനിക്ക് അയച്ചുതരൂ. എന്തെങ്കിലും ചെയ്യാനാവുമോ എന്നു നോക്കാം.''

''ദൈവം അങ്ങയോട് കൃപ കാട്ടട്ടെ.'' എബ്സെറ്റ് നന്ദിയോടെ തലകുനിച്ചു.

ഹൈദർ ആരിഫ് ചുറ്റും നോക്കി. ഗിഡോ ആഗയുടെ നിറയെ ചുളിവുകൾ വീണ മുഖം. കത്തികൊണ്ട് ആരോ വരഞ്ഞിട്ടതുപോലെ. തന്റെ അച്ഛന്റെ പാതി തുറന്ന വായ. അതിൽനിന്നും പുറത്തേക്ക് ഒലിച്ചിറങ്ങുന്ന ഉമിനീർ.

വിശ്വാസികളുടെ കൂട്ടം. കുറേ പേർ ഘാസിയുടെ മുമ്പിൽ മുട്ടുകുത്തിയിരിക്കുന്നു. വേറെ ചിലർ ശബ്ദമൊതുക്കി തമ്മിൽതമ്മിൽ മിണ്ടുന്നു.

ഹൈദർ ആരിഫിന് നാല്പത്തിനാലു വയസ്സായി. മൂന്നു ഭാര്യമാർ. എട്ടു മക്കൾ. അയാൾ പ്രിൻസ്റ്റൺ സർവ്വകലാശാലയിൽനിന്നും സാമ്പത്തികശാസ്ത്രത്തിൽ ബിരുദം നേടിയിട്ടുണ്ട്. പതിനാറു കൊല്ലം മുമ്പാണ് അയാൾ അമേരിക്കയ്ക്കു പോയത്. ഈ ചെളിക്കുണ്ടിലേക്ക് ഒരിക്കലും തിരിച്ചുവരുകയില്ലെന്ന് അന്ന് തീരുമാനിച്ചിരുന്നു. എന്നിട്ടും...

വെറുതെ അയാൾ തേംസ് നദിക്കരയിലുള്ള തന്റെ ഓഫീസ് കെട്ടിടത്തെക്കുറിച്ചോർത്തു. ആ ഓർമ്മതന്നെ അയാളുടെ മുഖത്തേക്കൊരു തെളിച്ചം കൊണ്ടുവന്നു. അത് ശ്രദ്ധിച്ച ഗിഡോ അയാളുടെ കാൽമുട്ടിൽ സൗഹൃദത്തോടെയാണെങ്കിലും ബലമായൊന്നു തട്ടി.

ഡെർദിയുടെ ഫോട്ടോ എടുക്കുന്നത്, കുറച്ചു മാറി നിലത്ത് കുന്തിച്ചിരുന്ന് ഫെമ്മി നോക്കി. അസൂയ മൂത്ത് മൂത്ത് തനിക്ക് ഭ്രാന്തുപിടിക്കുമോ എന്ന് അവൾ ഭയപ്പെട്ടു. ഗ്രാമത്തിലെ എല്ലാ പെൺകുട്ടികളും അവളെപ്പോലെയായിരുന്നു. മുഖത്ത് രണ്ടു കണ്ണുകൾ മാത്രം. ജനിക്കുമ്പോൾ തുറക്കുകയും മരിക്കുമ്പോൾ അടയ്ക്കുകയും ചെയ്യുന്ന രണ്ടു കണ്ണുകൾ. അവരുടെ വായയും ശബ്ദവും. അതുകൊണ്ട് പ്രത്യേകിച്ച് പ്രയോജനമൊന്നും ഉണ്ടായിരുന്നില്ല.

അരികത്ത് ആരുമില്ലെന്ന് ഉറപ്പുവരുത്തിയതിനുശേഷം എബ്സെറ്റ് ഡെർദിയോടു പറഞ്ഞു: “തലയിൽനിന്നും തട്ടം മാറ്റ്.”

തട്ടം മാറ്റിയതും അവളുടെ കറുത്തു നീണ്ട മെടഞ്ഞിട്ട മുടി ഏതോ ഒരു വിചിത്രമായ പാമ്പെന്നോണം അവളുടെ ചുമലിലൂടെ ഊർന്നുവീണു.

പട്ടണത്തിലെ കടയിൽനിന്നും എബ്സെറ്റ് വാങ്ങിക്കൊണ്ടുവന്നതായിരുന്നു ആ ക്യാമറ. അവളെ വാങ്ങിക്കുന്ന ആളുടെ കൈയിൽനിന്നും ആ ക്യാമറയുടെ വിലയും ഈടാക്കാമെന്ന് അയാൾ വിചാരിച്ചു. അതു മാത്രമല്ല, വേറൊരു പാപത്തിന്റെ കൂലികൂടി അയാളുടെ കൈയിൽനിന്നും കണക്കുപറഞ്ഞ് വാങ്ങേണ്ടതുണ്ട്. പതിനൊന്നു വയസ്സായ ഒരു പെൺകുട്ടിയെയാണ് താൻ തട്ടമില്ലാതെ ഫോട്ടോ എടുത്തിരിക്കുന്നത്.

ആദ്യമായാണ് ഡെർദി ഫോട്ടോ എടുക്കാനായി നിന്നുകൊടുക്കുന്നത്. ചിരിക്കണോ വേണ്ടയോ. അവൾ ഒന്നു സംശയിച്ചു. പിന്നെ ചിരിച്ചു.

അവളുടെ ഒരു ചിരി. എബ്സെറ്റിനു ദേഷ്യം വന്നു. കുട്ടിയുടെ ചുമലിൽ ആഞ്ഞടിച്ചു. ഫെമ്മിക്ക് സന്തോഷമായി. അവളും ചിരിക്കാൻ തുടങ്ങി.

എബ്സെറ്റ് അവരുടെ നേരെ ഒച്ചയിട്ടു. ''അകത്തേക്കു പോ.'' രണ്ടുപേരും പെട്ടെന്ന് അകത്തേക്ക് കയറിപ്പോയി.

അയാൾ ക്യാമറ തിരിച്ചും മറിച്ചും പിടിച്ചു. നശിച്ച സാധനം. ഇതെങ്ങനെയാണ് അടയ്ക്കുന്നത്? ഫോട്ടോ എടുക്കുന്നത് കൊടും പാപമായി കരുതിയിരുന്ന കാലം എപ്പോഴേ കഴിഞ്ഞുപോയി. അയാൾ തന്നത്താൻ ആശ്വസിപ്പിച്ചു.

''കരയല്ലേ. നിന്നെപ്പോലെ എനിക്കും വയ്യാതായിരിക്കുന്നു. എന്തായാലും ഈ സൂപ്പ് കുടിക്കൂ.'' സാനിയെ മകളുടെ മുമ്പിലേക്ക് സൂപ്പുകിണ്ണം നീക്കിവെച്ചു.

മുബാറക് അടുപ്പിനരികിലിരുന്ന് ഉരുളക്കിഴങ്ങ് ചുട്ടെടുക്കുകയായിരുന്നു.

''അവൾക്ക് തീരെ സുഖമില്ല. വല്ലാതെ മെലിഞ്ഞുപോയി.'' സാനിയെ സങ്കടം പറഞ്ഞു. ''അവൾ ഭക്ഷണം കഴിക്കാൻ കൂട്ടാക്കുന്നില്ല.''

''സാരല്യ. അവൾ പതുക്കെ കഴിച്ചോളും. എന്തായാലും അവർ അടുത്ത ആഴ്ച വരും. അതോടെ നിനക്കു സമാധാനമാവും.'' എനിക്കും എന്നു പറയാൻ തുടങ്ങിയതാണ് മുബാറക് സ്വയം നിയന്ത്രിച്ചു.

ആ ഫോട്ടോ എടുക്കലിനുശേഷം ഒരു മാസം കടന്നുപോയി. വസന്തകാലമായിരിക്കുന്നു. മഞ്ഞെല്ലാം ഉരുകി ഒലിച്ചുപോയി. അവിടവിടെ പച്ചപ്പുകൾ കാണാമെന്നായി.

ഒരു ദിവസം ഡെർദി വളരെ നേരത്തെ ഉണർന്നു. എന്തോ ഒരു തോന്നൽ. ഇന്ന് താൻ സ്കൂളിലേക്ക് മടങ്ങിപ്പോവുകയാണ്. അവൾ തിടുക്കത്തിൽ പുസ്തകങ്ങളും വസ്ത്രങ്ങളുമെല്ലാമെടുത്ത് സഞ്ചികളിൽ നിറച്ചു, അമ്മ ഉണരാനായി കാത്തിരുന്നു. അമ്മ ഉണർന്നത് ഏതാണ്ട് ഒരു മണിക്കൂർ കഴിഞ്ഞിട്ടായിരുന്നു. അതിനിടയിൽ അവൾ യാടിർക്കയിൽനിന്നുള്ള ആ പെൺകുട്ടിയേയും യെസിം ടീച്ചറേയും കുറിച്ചോർത്തു. നാസെനിൻ കൈവീശി യാത്ര പറഞ്ഞുകൊണ്ടു നിന്നതും അവളുടെ ഓർമ്മയിൽ തെളിഞ്ഞു.

''എവിടേക്കാണ് വെളുപ്പിനേ യാത്ര പുറപ്പെട്ടിരിക്കുന്നത്?'' അമ്മ ദേഷ്യപ്പെട്ടുകൊണ്ടാണ് ചോദിച്ചത്.

അവൾക്കത്ഭുതം തോന്നി. ''ഇന്ന് നമ്മൾ തിരിച്ചുപോവുകയല്ലേ, സ്കൂളിലേക്ക്?''

''ഇല്ല. ഇനി നീ സ്കൂളിലേക്കു പോകുന്നില്ല.'' അമ്മ ഉറപ്പിച്ചു പറഞ്ഞു.

ഇത്രനേരം അവൾ വിചാരിച്ചിരുന്നത് താൻ മരണത്തിൽനിന്നും ജീവിതത്തിലേക്ക് തിരിച്ചുവന്നു എന്നായിരുന്നു. എന്നാൽ ഇപ്പോൾ അമ്മയുടെ വാക്കുകൾ.

അമ്മ എഴുന്നേറ്റ് ഡെർദിയുടെ മുറിയിലേക്ക് ചെന്നു. ''നിന്നെ ഞാൻ നല്ലവണ്ണമൊന്നു കാണട്ടെ.''

അവർ ആദ്യം കണ്ടത് ഒഴിഞ്ഞ സൂപ്പുകിണ്ണമായിരുന്നു. അമ്മയ്ക്കു സന്തോഷമായി. മാകൾ ആഹാരം കഴിച്ചിരിക്കുന്നു. അപ്പോഴാണ് ഭിത്തിയിൽ ഒലിച്ചിറങ്ങുന്ന കറ അവരുടെ കണ്ണിൽപ്പെട്ടത്. ഡെർദി സൂപ്പ് കഴിച്ചിട്ടില്ല. ഭിത്തിയിലേക്ക് എറിഞ്ഞുകളയുകയായിരുന്നു. സാനിയെ മകളുടെ കവിളിൽ പുറംകൈകൊണ്ട് ആഞ്ഞടിച്ചു.

ഡെർദിയെ അവർ ഒരു തടവുകാരിയാക്കി മാറ്റിയിരുന്നു. കാലിൽ ഇരുമ്പുചങ്ങലയിട്ടു. ചങ്ങലയുടെ തുമ്പ് ഭിത്തിയിലെ ഒരു വളയത്തിൽ ബന്ധിച്ചുനിർത്തിയിരിക്കുകയായിരുന്നു.

അവൾ അവിടെനിന്ന് നാലു പ്രാവശ്യം ഓടിരക്ഷപ്പെടാൻ ശ്രമിച്ചു. ഓരോ തവണയും അവർ അവളെ കണ്ടെത്തി തിരിച്ചുകൊണ്ടുവന്നു. അവസാനം അവർ ശല്യം സഹിക്കവയ്യാതെ അവളെ ചങ്ങലയ്ക്കിട്ടു.

ഡെർദിയുടെ വിവാഹം നടക്കാൻ പോകുന്നു. അതറിഞ്ഞതോടെ ഫെമ്മിയുടെ ഉള്ളിലെ അസൂയ കൂടുതൽ ആളിക്കത്താൻ തുടങ്ങി. വിവാഹം കഴിഞ്ഞ് അവൾ എങ്ങോട്ടാണ് പോകുന്നതെന്നും ഫെമ്മി മനസ്സിലാക്കിവെച്ചിരുന്നു. അതെവിടെയാണെന്ന് കൃത്യമായി അറിഞ്ഞുകൂടാ. പക്ഷേ, ദൂരെ ദൂരെ എവിടെയോ ആണെന്ന് തീർച്ച.

മകളെ തല്ലിയതിൽ സാനിയെയ്ക്ക് സങ്കടം തോന്നി. അല്ലാതെന്തു ചെയ്യാൻ? കുട്ടിയെ പറഞ്ഞു പഠിപ്പിക്കാൻ ഒരാഴ്ച സമയമേയുള്ളൂ. ഭർത്താവിന്റെ അടുത്ത് അനുസരണക്കേടു കാട്ടിയാൽ ആ നിമിഷം അവളെ തിരിച്ചയയ്ക്കും. അമ്മ മകളെ കെട്ടിപ്പിടിച്ച് സമാധാനിപ്പിക്കാൻ ശ്രമിച്ചു.

''കരയാതെ മകളേ. പേടിക്കാനൊന്നുമില്ല. ഞാനീ ചെയ്യുന്നതൊക്കെ നിന്റെ നല്ലതിനുവേണ്ടിയാണ്. നമ്മുടെ സ്ഥിതി നിനക്കറിയരുതോ? ഞാനെങ്ങനെയാണ് നിന്നെ സംരക്ഷിക്കേണ്ടത്? ഞാനും നിന്റെ പ്രായത്തിൽത്തന്നെയാണ് വിവാഹം കഴിച്ചത്.''

അത് നുണയായിരുന്നു. പതിമ്മൂന്നാം വയസ്സിലായിരുന്നു സാനിയെയുടെ വിവാഹം.

‘‘അമ്മേ, ഇനി ഒരിക്കലും ഞാൻ നിങ്ങളെ കാണില്ലേ?’’

അമ്മയുടെ കണ്ണുകളിലേക്കു നോക്കി ഡെർദി വിതുമ്പി.

‘‘എന്നാരു പറഞ്ഞു? തീർച്ചയായും ഞാൻ നിന്നെ കാണാൻ വരും. ആദ്യം നീ അവരുടെ കൂടെ പോകും. പിന്നീട് ഞാൻ നിന്നെ കാണാൻ വരും.’’

അവർ പറഞ്ഞത് സത്യമായിരുന്നു. അല്ലെങ്കിൽ സത്യമാകണ മെന്ന് അവർ ആശിച്ചു. മനുഷ്യനെ ബാധിക്കുന്ന രോഗങ്ങളിൽ ഏറ്റവും കുറച്ചുകാലം മാത്രം നിലനിൽക്കുന്നത് അതാണല്ലോ. പ്രതീക്ഷ.

അമ്മയും മകളും കെട്ടിപ്പിടിച്ചിരുന്നു കുറേനേരം കരഞ്ഞു. മന സ്സിലെ ഭാരം കുറേ കുറഞ്ഞതുപോലെ. രണ്ടാമത്തെ കിണ്ണം സൂപ്പ് ഡെർദി തട്ടിക്കളഞ്ഞില്ല. മുഴുവനും കുടിച്ചു. കൂടെ രണ്ടു കഷണം റൊട്ടിയും തിന്നു.

മുബാറക് പറഞ്ഞത് ശരിയാണ്. അവൾ കാര്യങ്ങൾ മനസ്സിലാക്കി വരികയാണ്. ലോകത്തിലെല്ലാവരും അങ്ങനെത്തന്നെയല്ലേ? എന്താ യാലും ഒരുനാൾ മരിച്ചുപോകുമെന്ന് ആർക്കാണറിയാത്തത്? എന്നിട്ടും പ്രതീക്ഷകളുമായി അവർ മുന്നോട്ടു നീങ്ങും.

അടുത്ത ദിവസം അവർ ഡെർദിയുടെ കാലിലെ ചങ്ങല മാറ്റി. എണ്ണ പുരട്ടി ചങ്ങലപ്പാടുകൾ മായ്ക്കാൻ ശ്രമിച്ചു. രണ്ടു ദിവസം കഴിഞ്ഞ് മുബാറക് അവളുടെ അളവുകളെടുത്ത് പുതിയ കുപ്പായ ങ്ങൾ തുന്നാൻ കൊടുത്തു. എബ്സെറ്റ് പട്ടണത്തിലെ കടയിൽ നിന്നും കടുംചുകപ്പു നിറത്തിലുള്ള തുണി വാങ്ങിക്കൊണ്ടുവന്നി രുന്നു. ഫെമ്മി പെട്ടെന്ന് നിശ്ശബ്ദയായി. ഡെർദിയോട് പിന്നീടൊരി ക്കലും അവൾ സംസാരിക്കുകയുണ്ടായില്ല.

മൂന്നു ദിവസം കഴിഞ്ഞപ്പോൾ കഴിഞ്ഞപ്പോൾ ഡെർദിയുടെ മുടി പിന്നൽ അഴിച്ച് നല്ലവണ്ണം കഴുകി വൃത്തിയാക്കി. വീണ്ടും ഭംഗി യായി കോതി ഒതുക്കി.

നാലു ദിവസം കഴിഞ്ഞപ്പോൾ ഡെർദി അവളുടെ പുസ്തകങ്ങ ളെല്ലാം പെറുക്കിക്കൂട്ടി അടുപ്പിലിട്ടു കത്തിച്ചുകളഞ്ഞു.

അഞ്ചാം ദിവസം പൊലീസ് വന്ന് എബ്സെറ്റിനെ തടവിലെ ടുത്തു. കുറ്റം കള്ളക്കടത്ത് സിഗരറ്റുകൾ വിൽക്കുന്നു.

ആറാംദിവസം അവർ അയാളെ വെറുതെ വിട്ടു. ഏഴാംദിവസം ഉച്ചതിരിഞ്ഞ നേരം വാതിലിൽ ഒരു മുട്ടു കേട്ടു.

ഒരു ചെറുപ്പക്കാരനും ഒരു വയസ്സനുമാണ് അകത്തേക്കു കയറി വന്നത്. എബ്സെറ്റ് ആ വയസ്സന്റെ കൈപിടിച്ച് ചുംബിച്ചു. അഭിവാദ്യങ്ങൾ കൈമാറി. ചെറുപ്പക്കാരൻ ഒന്നും മിണ്ടാതെ നിന്നതേയുള്ളൂ.

''അവൻ സംസാരിക്കില്ല.'' വൃദ്ധൻ പറഞ്ഞു.

എബ്സെറ്റ് അതിഥികളെ തളത്തിലെ ഉയരംകുറഞ്ഞ മേശയ്ക്കു ചുറ്റുമായി ഇരുത്തി. മുബാറക്കും സാനിയെയും സൂപ്പ് നിറച്ച കിണ്ണങ്ങൾ മേശപ്പുറത്ത് കൊണ്ടുവെച്ചു.

വൃദ്ധന്റെ പേര് ഉബൈദുള്ള. അയാളുടെ മകൻ ബെസിർ. സ്ത്രീകൾ അകത്തേക്കു പോയതിനുശേഷമാണ് അയാൾ സംസാരിച്ചുതുടങ്ങിയത്. ''അധികം നേരം തങ്ങാനാവില്ല. ദൈവകൃപയാൽ പെൺകുട്ടിയേയുംകൊണ്ട് ഇസ്താംബൂളിലേക്ക് ഉടനെ മടങ്ങണം. വിവാഹം അവിടെ വെച്ചു നടത്താം. അവിടെ കടയിലെ കാര്യങ്ങൾ വേണ്ടതുപോലെ നടത്താൻ ആളില്ല. എല്ലാം ഒന്ന് ഏർപ്പാടാക്കിയതിനുശേഷം ഞങ്ങൾ മടങ്ങിവരാം.'' അയാൾ ഒറ്റയടിക്ക് കാര്യങ്ങൾ പറഞ്ഞു.

പെൺകുട്ടിയെ വിളിക്കാൻ സമയമായോ? അതോ കിട്ടേണ്ടത് കിട്ടിയതിനുശേഷം മതിയോ? എബ്സെറ്റ് ഒരു നിമിഷം ശങ്കിച്ചിരുന്നു. ഏതായാലും ആദ്യം നാട്ടുമര്യാദ പാലിക്കാം.

''വലിയ ഷേക്കിനെ ഈയിടെയെങ്ങാൻ കാണുകയുണ്ടായോ? അദ്ദേഹത്തിന്റെ ആരോഗ്യസ്ഥിതി...''

''ഒരു കുഴപ്പവുമില്ല. സുഖമായിരിക്കുന്നു.'' ഉബൈദുള്ള തിടുക്കത്തിൽ പറഞ്ഞു. ''പെൺകുട്ടിക്ക് തിരിച്ചറിയൽ രേഖ വേണം.''

''അതൊക്കെ ശരിയാക്കിവെച്ചിട്ടുണ്ട്. ഞാൻ പെൺകുട്ടിയെ വിളിക്കാം.'' എബ്സെറ്റിന് സമാധാനമായി. വയസ്സനും ഈ കാര്യത്തിൽ താല്പര്യം മാത്രമല്ല, വേഗം നടന്നുകിട്ടാനുള്ള തിടുക്കവുമുണ്ട്.

''വരട്ടെ. ആദ്യം ഇതു വാങ്ങൂ.'' മേലങ്കിയുടെ ഉൾവശത്തെ കീശയിൽനിന്ന് അയാൾ ഒരു ലക്കോട്ടെടുത്ത് എബ്സെറ്റിന്റെ നേരേ നീട്ടി.

അയാൾ ലക്കോട്ട് കൈയിൽ വാങ്ങി അന്ധാളിച്ചു നിന്നു. എത്രയുണ്ടാകും? എണ്ണിനോക്കുന്നത് മര്യാദയാണോ? ആദ്യമായാണയാൾ ഒരു പെൺകുട്ടിയെ വിൽക്കുന്നത്. അയാളുടെ സ്വന്തം പെൺമക്കൾ രണ്ടുപേരും ആത്മഹത്യ ചെയ്തു. ഏഴുകൊല്ലം മുമ്പായിരുന്നു. ഒരേ ദിവസം രാവിലെ ഒരേ തോക്കുകൊണ്ട്. തൊട്ടുതൊട്ടുനിന്ന്. ഫെമ്മിയുടെ ഊഴം വരാൻ പോകുന്നതേയുള്ളൂ.

എബ്സെറ്റ് പകച്ചിരിക്കുന്നതു കണ്ട് ഉബൈദുള്ള ഉറക്കെ ചിരിച്ചു. ''എന്തിനാണ് മടിക്കുന്നത്? ലക്കോട്ട് തുറന്ന് എണ്ണിനോക്കൂ.''

പിന്നെ സംശയിച്ചില്ല. എബ്സെറ്റ് ലക്കോട്ട് തുറന്നു പണം എണ്ണാൻ തുടങ്ങി. ഇങ്ങനെയുള്ളവരുമായി വേണം കച്ചവടം നടത്താൻ. എല്ലാം എത്ര എളുപ്പത്തിൽ കഴിഞ്ഞു.

വിചാരിച്ച പണമത്രയും കൈയിൽ. കാമറയുടെ വില, പാപത്തിന്റെ കൂലി, സാനിയെയുടെ ഓഹരി, തന്റെ സ്വന്തം പങ്ക്.

''അങ്ങയെ ദൈവം അനുഗ്രഹിക്കട്ടെ.'' എബ്സെറ്റ് ഒരുവിധത്തിൽ പറഞ്ഞു.

അച്ഛൻ എഴുന്നേറ്റു. ഒപ്പം മകനും.

''ഞങ്ങൾക്ക് മടങ്ങാറായി. അറിയാലോ. കുറേ അധികം ദൂരം പോകാനുണ്ട്.''

''കുട്ടിയെ കൊണ്ടുവരൂ.'' അയാൾ പറഞ്ഞുനിർത്തുംമുമ്പേ എബ്സെറ്റ് മുബാറക്കിനെ വിളിച്ചുകഴിഞ്ഞിരുന്നു.

വാതിൽ തുറന്ന് ഡെർദി തളത്തിലേക്കു വന്നു. മുബാറക് അവളെ തോളിൽ പിടിച്ച് മുമ്പിലേക്കു തള്ളി. അവൾ പുരുഷന്മാരെ മാറി മാറി നോക്കി. ഭയംകൊണ്ട് ഉള്ള് വിങ്ങി. സാനിയെ ഒരു നിമിഷം മകളുടെ കൈ പിടിച്ചു നിന്നു. പിന്നെ പിടിവിട്ടു.

ഡെർദിയുടെ കൈയിലെ സഞ്ചിയിൽ അവളുടെ ഏതാനും വസ്ത്രങ്ങളും ഒരു ജോടി ഷൂസും. പുതുതായി തയ്പിച്ച ചുകന്ന ഉടുപ്പ് അതിൽ ഭംഗിയായി മടക്കിവെച്ചിരുന്നു. ബെസിർ കൈനീട്ടി സഞ്ചി വാങ്ങി. ഒരിക്കൽപോലും അയാൾ അവളുടെ മുഖത്തേക്കു നോക്കിയില്ല. മുബാറക് വീണ്ടും അവളെ മുമ്പിലേക്ക് തള്ളി. തിരിഞ്ഞ് സാനിയെയുടെ മുഖത്തേക്കു നോക്കി. അമ്മയുടെയും മകളുടെയും കണ്ണുകൾ നിറഞ്ഞൊഴുകുകയാണ്. ഇനി കരഞ്ഞിട്ടെന്തു ഫലം? ഒന്നും മാറ്റാനാവില്ലല്ലോ.

ബെസിർ കാറിന്റെ പിൻവാതിൽ തുറന്നുപിടിച്ചു നിന്നു. ഡെർദി ഏതാനും ചോട് മുന്നോട്ട് വെച്ച് അവിടെ മറിഞ്ഞുവീണു. ഒരു കട്ടി കട്ടി കറുത്ത പുതപ്പുകൊണ്ട് അവൾ ആകെ പുതച്ചിരുന്നു. അതുകൊണ്ട് ആ കറ ആരും കണ്ടില്ല.

പതിനൊന്നു വയസ്സായ ഡെർദി വയസ്സറിയിക്കുകയായിരുന്നു. കലശലായ രക്തംപോക്ക്. രക്തസമ്മർദ്ദം തീരെ താഴ്ന്നു. അവൾക്ക് ബോധക്ഷയമുണ്ടായി. സാനിയെ അവളെ കുളിപ്പിച്ച് ഉറക്കിക്കിടത്തി.

ഉബൈദുള്ളയും ബെസിറും രണ്ടു ദിവസം ഗിറിൻടിയിലുള്ള ഒരു ബന്ധുവീട്ടിൽ താമസിച്ചു.

''രണ്ടു ദിവസം കഴിഞ്ഞ് വരാം.''

എബ്സെറ്റിന് നന്നേ പേടിയുണ്ടായിരുന്നു. ഈ കാരണം പറഞ്ഞ് ദേഷ്യപ്പെട്ട് വയസ്സൻ പെണ്ണിനെ വേണ്ടെന്നുവെച്ചു പോയാലോ.

എന്തായാലും അതുണ്ടായില്ല. ''നല്ല ശകുനം'' എന്നാണ് ഉബൈദുള്ള പറഞ്ഞത്. അതുകൊണ്ട് തലയിണച്ചുവട്ടിൽ വെച്ച പണം അയാൾക്ക് തിരിച്ചുകൊടുക്കേണ്ടി വന്നില്ല.

പറഞ്ഞതുപോലെ രണ്ടു ദിവസം കഴിഞ്ഞ് അച്ഛനും മകനും വന്നു. പെൺകുട്ടിയേയുംകൊണ്ട് ഉടനെ തിരിച്ചുപോവുകയും ചെയ്തു.

ഇത്തവണ അവസാനമായി അമ്മയെ വിട്ടുപോകുമ്പോൾ ഡെർദിയിൽ കണ്ണിൽനിന്നും ഒരു തുള്ളി കണ്ണീർപോലും പൊടിഞ്ഞില്ല.

പതിനഞ്ചു മണിക്കൂർ യാത്രചെയ്തതിനുശേഷമാണ് അവർ ഇസ്താംബൂളിലെത്തിയത്. അവിടെനിന്ന് സെമെൻഡാഗിലേക്ക് പിന്നേയും ഒരു മണിക്കൂർ. വഴിയിൽ മൂന്നുതവണ അവർ വണ്ടി നിർത്തി. എന്നാൽ ഡെർദി ഒരിക്കൽപോലും ഭക്ഷണം കഴിക്കുകയുണ്ടായില്ല. യാത്രയ്ക്കിടയിൽ ഉറങ്ങിയതുമില്ല. വെറുതെ പുറത്തേക്കു നോക്കിക്കൊണ്ടിരുന്നു. അവളിട്ടിരുന്ന കറുത്ത കൈയുറകൾ അഴിച്ചും ഇട്ടും തിരുപ്പിടിച്ചും സമയം കളഞ്ഞു.

സെമെൻഡാഗിലെത്തിയപ്പോൾ ഒരു കെട്ടിടത്തിന്റെ നാലാം നിലയിലേക്കാണ് അവർ അവളെ കൊണ്ടുപോയത്. ആദ്യമായി ഡെർദി ലിഫ്റ്റിൽ കയറി.

ഏതോ ഒരു സ്ത്രീ വന്ന് അവളെ സ്ത്രീകൾക്കായുള്ള ഭാഗത്തേക്കു കൂട്ടിക്കൊണ്ടുപോയി. ഒരുപാടു സ്ത്രീകൾ ചുറ്റും കൂടിയിരുന്നു. അവർ അവളുടെ കറുത്ത പുതപ്പുമാറ്റി ആകെ ഒന്നു പരിശോധിച്ചു.

''നിന്റെ പേരെന്താ?'' ഒരു സ്ത്രീ ചോദിച്ചു.

''അത് നിങ്ങൾക്കറിയേണ്ട കാര്യം?'' അവളുടെ ഉത്തരം കേട്ട് മറ്റു സ്ത്രീകൾ ചിരിച്ചു. പക്ഷേ, ചോദ്യം ചോദിച്ച സ്ത്രീ പകരം വീട്ടി. അവൾ ശുചിമുറിയിലേക്കു പോയപ്പോൾ പിന്നാലെ ചെന്ന് അവളുടെ കവിളത്ത് നല്ലൊരു അടി കൊടുത്തു.

ഡെർദി ശുചിമുറി അകത്തുനിന്ന് പൂട്ടാൻ ശ്രമിച്ചു. അപ്പോഴാണവർ അറിഞ്ഞത് ഹിക്മെത് താരിക്കത്തിൽ പുറത്തുനിന്നു മാത്രമേ

ഏതു മുറിയും പൂട്ടാനാവൂ. എല്ലാ താക്കോലുകളും എപ്പോഴും ഗൃഹ നാഥന്റെ കൈവശമായിരിക്കും.

സ്ത്രീകൾ അവരെ ഒരു കിടപ്പുമുറിയിലേക്കു കൂട്ടിക്കൊണ്ടു പോയി ഉറങ്ങാൻ നിർബന്ധിച്ചു. ഡെർദിക്ക് തീരെ ഉറങ്ങാനായില്ല. വെറുതെ മുകൾത്തട്ടിലേക്കും നോക്കി ഓരോന്ന് ആലോചിച്ചുകൊണ്ടു കിടന്നു. അമ്മയുടെ ഓർമ്മ വന്നപ്പോൾ അവൾ കണ്ണുകളിറുക്കി അടച്ചു. ആ കട്ടിലിൽ കിടന്നുകൊണ്ട് അവൾ തീരുമാനിച്ചു. വേണ്ട. ഇനിയൊരിക്കലും അമ്മയെക്കുറിച്ചാലോചിക്കണ്ട.

ഇമാമിന്റെ മുമ്പിൽ വെച്ചാണ് കല്യാണച്ചടങ്ങുകൾ നടന്നത്. അവൾക്കു കൂട്ടായുണ്ടായിരുന്നത് അവളോളം പ്രായമുള്ള ഒരു പെൺകുട്ടിയായിരുന്നു. ഉബൈദുള്ള റിഗെയ്പ് എന്നുപേരുള്ള ഒരാളെ അവളുടെ അച്ഛന്റെ സ്ഥാനത്തു നിർത്തി. എത്ര പണം കൊടുത്തി ട്ടാണ് താൻ വധുവിനെ വാങ്ങിയതെന്ന് ഉബൈദുള്ള ഇമാമിനെ അറിയിച്ചു. ഇമാം റിഗെയ്പ്പിന്റെ നേരേ നോക്കി.

''ശരിയാണ്.'' അയാൾ തലകുലുക്കി.

ഖുറാനിലെ വരികൾ ചൊല്ലുന്നതിനിടയിൽ ഇമാം റിഗെയ്പ്പി നോട് ചോദിച്ചു. ''താങ്കളുടെ മകൾ ഡെർദിയെ, ബെസിർ എന്ന ഈ യുവാവിന് ഭാര്യയായി നൽകാൻ സമ്മതമാണോ?''

''ആണ്.''

മൂന്നു തവണ അതേ ചോദ്യവും ഉത്തരവും.

ഇമാം ബെസിറിനോടും ചോദിച്ചു. ''ഇവളെ ഭാര്യയായി സ്വീകരി ക്കാൻ താങ്കൾക്കു സമ്മതമാണോ?''

''സമ്മതമാണ്.'' ബെസിർ മറുപടി പറഞ്ഞു. അന്ന് ആദ്യമായി അവൾ അയാളുടെ സ്വരം കേട്ടു.

''നിങ്ങളെ രണ്ടുപേരെയും ഭാര്യാഭർത്താക്കന്മാരായി ഞാൻ പ്രഖ്യാപിക്കുന്നു.'' തൊണ്ട തെളിച്ചുകൊണ്ട് ഇമാം ഉറക്കെ പറഞ്ഞു. വീണ്ടും ഖുറാനിലെ വരികൾ ഉരുവിട്ടു.

പെട്ടെന്ന് അവളുടെ ചുണ്ടിന്നരികിലേക്ക് ഒരു കൈ നീണ്ടു.

''നിന്റെ അച്ഛന്റെ കൈയിൽ ചുംബിക്കൂ.'' ഉബൈദുള്ളയുടെ നിർദ്ദേശം.

അവൾ ആ കൈയിൽ ചുംബിച്ചു. സ്വന്തം നെറ്റിയോടു ചേർത്തു പിടിച്ചു. ഇത് സത്യമായിരിക്കുമോ? ഇയാൾ യഥാർത്ഥത്തിൽ തന്റെ അച്ഛനാണോ? എങ്ങനെ അറിയാനാണ്? ഒരിക്കലും സ്വന്തം അച്ഛനെ താൻ കണ്ടിട്ടില്ലല്ലോ. അവളുടെ ചുണ്ടുകൾ മന്ത്രിച്ചത് ആരും കേട്ടില്ല.

''അച്ഛാ! ഇവിടെനിന്നും എങ്ങനെയെങ്കിലും എന്നെ രക്ഷപ്പെടുത്തൂ.''

പിന്നേയും പല കൈകൾ അവളുടെ നേരേ നീണ്ടു. അവയും അവൾ ചുംബിച്ചു. നെറ്റിയിൽ ചേർത്തു. അതിനിടയിൽ എപ്പോഴോ അവളുടെ 'അച്ഛൻ' അവിടെനിന്നും എഴുന്നേറ്റു പോയിരുന്നു.

രണ്ടു ദിവസം അവൾ പനിച്ചു കിടന്നു. പൊള്ളുന്ന പനി. പക്ഷേ, ആരും അത് കാര്യമാക്കിയില്ല.

പല ഗവൺമെന്റ് ആപ്പീസുകളിലും അവർ അവളെയുംകൊണ്ട് ഇടയ്ക്കിടെ കയറിയിറങ്ങി. പിന്നേയും പിന്നേയും അവളുടെ ഫോട്ടോകളെടുത്തു.

മൂന്നാംദിവസം. ഒരു സ്ത്രീ വന്ന് അവളെ നേരത്തേ വിളിച്ചുണർത്തി. നീണ്ട ചുകന്ന ട്രെൻപ് കോട്ട് ധരിക്കാൻ പറഞ്ഞു.

''തട്ടിമിട്ട് തല മൂത്രം മൂടിയാൽ മതി.''

ബെസിറാണ് കാറോടിച്ചത്. ഉബൈദുള്ള അരികിലിരുന്നു. വഴിയിൽ ഒരിടത്ത് കാറു നിന്നപ്പോൾ ഒരു നിമിഷം അവൾ ചിന്തിച്ചു. ഇറങ്ങി ഓടിയാലോ? അപ്പോഴേക്കും റിഗെയ്പ് വാതിൽ തുറന്ന് അകത്തേക്കു കയറി അവളുടെ തൊട്ടരികിലായി ഇരുന്നു.

''അച്ഛാ...'' അവൾ വിളിച്ചു.

''മിണ്ടരുത്.'' അയാൾ ചുണ്ടത്ത് വിരൽ വെച്ചു.

അത് കണ്ടില്ലെന്നു നടിച്ച് അവൾ പറഞ്ഞു. ''എന്നെ ഇവിടെനിന്നും കൊണ്ടുപോകൂ.''

''അവിടെ ചെന്നാൽ പറയേണ്ടതെന്താണെന്ന് അറിയാമല്ലോ?'' മുൻവശത്തെ സീറ്റിൽനിന്നും ഉബൈദുള്ളയുടെ സ്വരമുയർന്നു,

''അറിയാം. എല്ലാം അറിയാം.'' റിഗെയ്പ് തല മുന്നോട്ടു നീട്ടിക്കൊണ്ടു പറഞ്ഞു.

''അച്ഛാ... നിങ്ങൾ എന്തുകൊണ്ടാണ് ഇതുവരെ എന്നെ കാണാൻ വരാതിരുന്നത്?''

''ഞാൻ നിന്റെ അച്ഛനല്ല.'' അരികിൽകൂടി വലിയൊരു ട്രക്ക് ഒച്ചവെച്ചു പോകുന്നതിനിടയിൽ അയാൾ തിടുക്കത്തിൽ പറഞ്ഞു.

പിന്നെ ഡെർദി മിണ്ടിയില്ല. എങ്ങനെ രക്ഷപ്പെടാമെന്ന ആലോചനയിൽ അവൾ മുഴുകി.

ഉയർന്ന മേൽത്തട്ടോടുകൂടിയ ഒരു കെട്ടിടത്തിലേക്ക് അവർ കടന്നുചെന്നു. ഉബൈദുള്ള പറഞ്ഞതനുസരിച്ച് അവൾ തലയിൽനിന്നും തട്ടം മാറ്റി. അവരുടെ പേരു വിളിച്ചപ്പോൾ എല്ലാവരും

എഴുന്നേറ്റ് അകത്തെ മുറിയിലേക്ക് ചെന്നു. മൂന്നു പുരുഷന്മാർ, ഒരു ചെറിയ പെൺകുട്ടി. സുരക്ഷാഭടന്മാരുടെ പരിശോധന. അവരിലൊരാൾ വാതിൽ തുറന്നു. വലിയൊരു മുറി. ഒരൂക്കൻ ഡെസ്കിനപ്പുറത്ത് സ്യൂട്ട് ധരിച്ച ഒരു മാന്യൻ. അയാൾ ചിരിച്ചുകൊണ്ട് ഉബൈദുള്ളയുടെ കൈപിടിച്ച് കുലുക്കി.

“വേണ്ട കടലാസുകളെല്ലാം തയ്യാറാണല്ലോ?”

“അതെ.” ഉബൈദുള്ള ഭവ്യമായി മറുപടി പറഞ്ഞു.

ആ ഉദ്യോഗസ്ഥൻ ബ്രിട്ടീഷ് ഗവണ്മെന്റിന്റെ അവിടത്തെ ഉപസ്ഥാനപതിയായിരുന്നു. ഉബൈദുള്ള റിഗെയ്പ്പിനെ ലണ്ടനിലുള്ള തന്റെ ഫർണീച്ചർ കമ്പനിയിലെ ഭാവിജോലിക്കാരനായി പരിചയപ്പെടുത്തി. ഡെർദിയെ അയാളുടെ മകളായും. ചില ഫോമുകൾ പൂരിപ്പിച്ചു. ഏതാനും ചോദ്യങ്ങൾക്കുത്തരം പറഞ്ഞു. അച്ഛനും മകൾക്കും അഞ്ചുകൊല്ലത്തേക്ക് ബ്രിട്ടീഷ് വിസ നൽകാൻ ഉത്തരവായി.

ഉപസ്ഥാനപതി മേശപ്പുറച്ചെ ചില്ലുഭരണിയിൽനിന്നും ഒരു ചോക്ലേറ്റെടുത്ത് അവളുടെ നേരെ നീട്ടി. അവൾ അതു വാങ്ങി ഉബൈദുള്ളയുടെ നേരെ നോക്കി. അയാൾ തലകുലുക്കി. അവൾ ചോക്ലേറ്റിന്റെ പുറംകടലാസ് മാറ്റി അത് വായിലിട്ടു.

“ഞങ്ങളുടെ നാട്ടിൽ ഒന്നാന്തരം സ്കൂളുകളുണ്ട്.” ആ വെള്ളക്കാരൻ ഡെർദിയെ നോക്കി പറഞ്ഞു.

ചോക്ലേറ്റ് വായിലിട്ടതും അവൾക്ക് ഓക്കാനം വന്നു. ഒന്നും ചെയ്യാനായില്ല. അതിനുമുമ്പേ അവൾ അവിടെയാകെ ഛർദ്ദിച്ചു. അപ്പോഴും അവൾക്ക് നല്ലവണ്ണം പനിച്ചിരുന്നു.

മേശപ്പുറത്തു കിടന്നിരുന്ന, എലിസബത്ത് രാജ്ഞിയുടെ മുഖച്ചിത്രത്തോടുകൂടിയ മാസിക. അതിന്മേലാണ് അവളുടെ ഛർദ്ദിൽ ഏറെയും ചെന്നുവീണത്. ഉബൈദുള്ളയ്ക്ക് അത് സഹിക്കാനായില്ല. കഴിഞ്ഞ ഇരുപത്തിയാറു വർഷമായി അയാളൊരു ബ്രിട്ടീഷ് പൗരനാണ്; രാജ്ഞിയുടെ വിനീതവിധേയൻ.

എന്തായാലും ബെസിറും ഉപസ്ഥാനപതിയും തെല്ലും ക്ഷോഭം പ്രകടിപ്പിച്ചില്ല.

റിഗെയ്പ്പ് കുട്ടിയേയും വാരിയെടുത്ത് ഉടനെ പുറത്തേക്കോടി. അവളെ തന്റെ മാറോടു ചേർത്തുപിടിച്ചു. അവളുടെ മുഖത്തു വീണു കിടന്ന നനഞ്ഞ മുടി ഇഴകൾ പതുക്കെ തട്ടിമാറ്റി. ശരിക്കും അവളുടെ

അച്ഛനാണെന്നപോലെത്തന്നെ. കുട്ടിയുടെ മനസ്സിൽ ചെറിയൊരു പ്രതീക്ഷ.

അവൾ വീണ്ടും വിളിച്ചു. ‘‘അച്ഛാ...’’

ഇത്തവണ ‘ഞാൻ നിന്റെ അച്ഛനല്ല’ എന്ന് അയാൾ പറഞ്ഞില്ല. ‘ആണ്’ എന്ന് സമ്മതിക്കുകയും ചെയ്തില്ല.

അവർ നേരെ ഷേക് ഘാസി ക്ലിനിക്കിലേക്കാണ് പോയത്. ഡെർദിയെ അവിടെയുള്ള ഒരു സ്ത്രീഡോക്ടറെ ഏല്പിച്ചതിനുശേഷം പുരുഷന്മാർ മൂന്നുപേരും അവരുടെ ഉച്ചപ്രാർത്ഥനയ്ക്കായി പോയി. ആശുപത്രിമുറ്റത്തുതന്നെ ഒരു ചെറിയ പള്ളി ഉണ്ടായിരുന്നു.

പ്രാർത്ഥന കഴിഞ്ഞ് പുറത്തുവന്നപ്പോൾ ഉബൈദുള്ള റിഗെയ്പ്പിനോട് പറഞ്ഞു: ‘‘ഇനി നിനക്ക് നിന്റെ വഴി, ഞങ്ങൾക്ക് ഞങ്ങളുടേതും.’’

അങ്ങനെ ഒഴിഞ്ഞുപോകാൻ റിഗെയ്പ് തയ്യാറായിരുന്നില്ല.

‘‘എന്നേയും കൂടെ കൊണ്ടുപോകണം.’’

ഉബൈദുള്ള അത് തീരെ പ്രതീക്ഷിച്ചിരുന്നില്ല. വേണ്ടത്ര കൊടുത്തു കഴിഞ്ഞിരിക്കുന്നു എന്നായിരുന്നു അയാളുടെ വിചാരം.

‘‘എങ്ങോട്ട്?’’

‘‘നിങ്ങൾ പോകുന്നിടത്തേക്ക്. എവിടെയായാലും.’’

ബെസിർ രണ്ടടി മുന്നോട്ടുവെച്ചു. ഒരു നിമിഷം മതി അയാളുടെ കൈ ഒടിച്ചുകളയാൻ. ഉബൈദുള്ള മകന്റെ നെഞ്ചിൽ കൈവെച്ച് അവനെ തടഞ്ഞു.

‘‘എല്ലാം നേരത്തേ പറഞ്ഞുറപ്പിച്ചതല്ലേ? ഞങ്ങൾ കുട്ടിയേയും കൊണ്ടുപോകുന്നു. നിങ്ങൾ ഇവിടെത്തന്നെ നിൽക്കുന്നു.’’

‘‘ആട്ടെ. ഞാൻ പൊലീസിൽ പരാതിപ്പെട്ടാൽ...’’ ഒച്ച താഴ്ത്തി എന്നാൽ നല്ല ഉറപ്പോടുകൂടിയ വാക്കുകൾ. പക്ഷേ, അതിൽ ഭീഷണിയുടെ സ്വരമുണ്ടായിരുന്നില്ല.

‘‘പറയൂ, നിങ്ങൾക്കെന്താണ് വേണ്ടത്?’’ ഉബൈദുള്ളയുടെ ഒച്ച അയാളറിയാതെ പൊന്തി.

സ്വതവേ വിലപേശുന്നതിൽ അയാൾ വിരുതനായിരുന്നു. ചെകുത്താനോടായാലും ദൈവത്തിനോടായാലും ഇടപാടു നടത്തി ജയിക്കും. പക്ഷേ, ഇന്നെന്തോ ഒരു വയ്യായ്ക. അയാൾ മകന്റെ ചുമലിൽ കൈ ഊന്നി നിന്നു.

‘‘കൂടുതലൊന്നും വേണ്ട. എന്നെ നിങ്ങളുടെ കൂടെ ഇംഗ്ലണ്ടിലേക്കു

കൊണ്ടുപോകണം. പിന്നെ ഞാൻ എന്റെ വഴിയേ പൊയ്ക്കോളാം. വേറൊരു സഹായവും വേണ്ട.''

''എങ്കിൽ യാത്രാച്ചിലവ് നിങ്ങൾതന്നെ വഹിക്കേണ്ടിവരും.'' വേറൊരു പോംവഴിയും ഉബൈദുള്ളയുടെ ബുദ്ധിയിലുദിച്ചില്ല.

അല്ലെങ്കിലേ ആധിപിടിച്ചിരിക്കുന്ന സമയം. മകനുവേണ്ടി വില യ്ക്കു വാങ്ങിയ പെൺകുട്ടിയുടെ ആരോഗ്യസ്ഥിതി. ലണ്ടനിലെ സ്വന്തം കടകളെക്കുറിച്ചുള്ള ചിന്ത. മകനുവേണ്ടി ഇത്രയൊക്കെ ബുദ്ധിമുട്ടേണ്ട ആവശ്യമുണ്ടായിരുന്നോ?

ഈ പന്നിയെ കൂടെ കൂട്ടിയാലുണ്ടാകുന്ന അപകടം... പിന്നീട യാൾ ഒരു വയ്യാവേലിയായി മാറിയാലോ. ഒരു ജോലി കൊടുത്ത് ഒപ്പം നിർത്തിയാൽ. എപ്പോഴും കൺവെട്ടത്തുണ്ടാകും. എന്തായാലും ടിക്കറ്റിന്റെ പണം അയാൾതന്നെ എടുക്കണം. തന്തയില്ലാത്ത തെണ്ടി.

''കൂടെ കൊണ്ടുപോയാൽ... താൻ എനിക്കൊരു പ്രശ്നമായാലോ. ഞാൻ ജോലി തരാം. എപ്പോഴും എന്റെ ചുറ്റുവട്ടത്തുണ്ടാകണം.''

''നോക്കാം.'' റിഗെയ്പ് സമ്മതിച്ചു.

''എന്തു ജോലിയാണ് പരിചയം?''

''പ്രത്യേകിച്ചൊന്നുമില്ല. സർക്കാരിനുവേണ്ടി ചില ഗുണ്ടാപണി കൾ. ആളുകളെ കൊല്ലാറുണ്ട്. നിങ്ങളുടെ ആളുകൾ സമീപിച്ച പ്പോൾ... ഞാൻ ജയിലിൽനിന്നും ഇറങ്ങിയതേയുള്ളൂ.'' അയാളുടെ വാക്കുകളിൽ ഒരുവിധ സങ്കോചവുമുണ്ടായിരുന്നില്ല.

''എങ്കിൽ തനിക്ക് എന്റെ അംഗരക്ഷകനാകാം.'' ഉബൈദുള്ള കൂടുതൽ ആലോചിച്ചില്ല.

''ആദ്യം അവിടെ എത്തട്ടെ. പിന്നെ എന്തു ചെയ്യണമെന്നു നോക്കാം.'' അവരെ ചൊടിപ്പിക്കാനെന്നോണം അയാൾ ധാർഷ്ട്യ ത്തോടെ പറഞ്ഞു.

ബെസിറിന് ആറടിയിൽ കൂടുതൽ ഉയരമുണ്ടായിരുന്നു. ഇരു ന്നൂറു റാത്തലോളം ഭാരവും. അയാൾ റിഗെയ്പ്പിനെ കഴുത്തിൽ പിടിച്ചു പൊന്തിച്ചു. അയാൾക്ക് ശ്വാസംമുട്ടി.

''ബെസിർ...'' ഉബൈദുള്ള ഒച്ചവെച്ചു. ബെസിർ പിടിവിട്ടു. റിഗെയ്പ് അല്പമൊന്നാടിക്കൊണ്ട് വീണ്ടും താഴെ നിന്നു.

''സ്വന്തം ഭാര്യയുടെ അച്ഛനെ കൊല്ലാനാണോ ഭാവം?''

എല്ലാവരും ഒപ്പം യാത്രചെയ്യണമെന്നത് റിഗെയ്പ്പിന്റെ നിർബന്ധ മായിരുന്നു. നാലുപേർക്കും ഒരേ വിമാനത്തിൽ സഞ്ചരിക്കാനായി

ഉബൈദുള്ളയ്ക്ക് ആദ്യം വാങ്ങിയ ടിക്കറ്റുകൾ അടുത്ത ദിവസത്തേക്കു നീട്ടേണ്ടിവന്നു. പൊലീസ് അവരെ കാര്യമായി നിരീക്ഷിക്കുന്നുണ്ടായിരുന്നു. നഗരത്തിൽ ഒരു ദിവസം കൂടുതൽ കിട്ടിയ സ്ഥിതിക്ക് അവർ യാക്കൂബ് ഹോജാ എഫൻഡിയുടെ ശവകുടീരം സന്ദർശിക്കാൻ തീരുമാനിച്ചു. അദ്ദേഹം ഷേക് ഘാസിയുടെ സഹോദരനായിരുന്നു. അവിടെയിരുന്ന് ഉബൈദുള്ള ഖുറാനിലെ സൂക്തങ്ങൾ ഉരുവിട്ടു. യാക്കൂബ് ഹോജയും തന്റെ സഹോദരനെപ്പോലെ ഒരു നാടോടിയായിരുന്നു. മരണശേഷം ഇവിടെയാണ് കബറടക്കിയത്. ശവകുടീരത്തിനടുത്തായി മരംകൊണ്ടുണ്ടാക്കിയ ഒരു ജലധാരയുണ്ടായിരുന്നു. ആകപ്പാടെ ഒരു സ്മൃതിമണ്ഡപത്തിന്റെ പ്രതീതി.

ശവകുടീരത്തിൽ വളർന്നുനിൽക്കുന്ന പുല്ലു പറിച്ചുകളഞ്ഞ് വെടിപ്പാക്കേണ്ട ജോലി അവർ ഡെർദിയെ ഏല്പിച്ചു. അവർ ആ ശവപ്പറമ്പിലേക്ക് കാറിൽ വരുന്നതു നോക്കി അവിടെ ഒരാൺകുട്ടി നിന്നിരുന്നു. ഏതാണ്ട് ഡെർദിയുടെ പ്രായം കാണും. അവൻ ഓടി അരികിൽ വന്നു ചോദിച്ചു.

‘‘അമ്മാവാ... ഞാൻ കുറച്ചു വെള്ളമൊഴിക്കട്ടെ.’’

ഉബൈദുള്ള കുട്ടിയെ നോക്കി നെറ്റി ചുളിച്ചു. ഖുറാൻ ചൊല്ലുന്നത് തുടർന്നു. അവൻ പോകാതെ നിൽക്കുന്നതു കണ്ടപ്പോൾ അയാൾ കബറിനു നേരെ കണ്ണുനീട്ടി.

കുട്ടി വേഗം മുന്നോട്ടു വന്നു. ഡെർദി പുല്ലു പറിച്ച് വൃത്തിയാക്കിയ ഇടത്തിൽ കുഴിമാടത്തിനു ചുറ്റുമായി അവൻ പതുക്കെ വെള്ളമൊഴിച്ചു. ഡെർദി അരിശത്തോടെ പുല്ലു പറിച്ചു. ആ കുഴികളിലേക്ക് അവൻ കുറേശ്ശെയായി വെള്ളം പകർന്നു. കുഴിമാടത്തിനു ചുറ്റും രണ്ടുപേരും നിശ്ശബ്ദമായി നീങ്ങി. അത് സാമാന്യം വലിയൊരു ശവപ്പറമ്പായിരുന്നു. ഹിക്മത് താരിക്കത്തുകാരായ വേറെയും കുറേപേർ തങ്ങളുടെ ബന്ധുക്കളുടെ കുഴിമാടം സന്ദർശിക്കാൻ അവിടെ എത്തിയിരുന്നു. അവരുടെ സംസാരവും കേട്ട് ബെസിർ അല്പം മാറി മിണ്ടാതെ നിന്നു. എന്തായാലും അയാൾക്കതിൽ വലിയ താല്പര്യം തോന്നിയില്ല. ഇടയ്ക്കിടയ്ക്ക് തോളു തിരിച്ച് അങ്ങോട്ടുമിങ്ങോട്ടും അയാൾ നോക്കിക്കൊണ്ടിരുന്നു.

കുഴിമാടം മുഴുവൻ നനച്ചു കഴിഞ്ഞു. അവൻ വീണ്ടും വെള്ളമെടുക്കാനോടി. കുഴിമാടത്തിനു ചോട്ടിലായി ഒരു ചെറിയ വെള്ളത്തൊട്ടിയുണ്ട്. പക്ഷികൾക്കു കുടിക്കാനായി ആളുകൾ അതിൽ വെള്ളം നിറച്ചുവെക്കുന്ന പതിവുണ്ട്. കിളികൾ അതിൽനിന്നും

വെള്ളം കുടിക്കുന്നത് വളരെ അപൂർവ്വമാണ്. എന്നാലും നിറച്ചിട്ടേക്കാം.

നല്ലൊരു ഇനാം കിട്ടിയാലോ. അവൻ വീണ്ടും വെള്ളം നിറയ്ക്കാൻ തുടങ്ങിയപ്പോഴാണ് ഒരു കൈകുമ്പിൾ അവന്റെ നേരെ നീണ്ടത്. ആകെ ചളിപുരണ്ട രണ്ടു വെളുത്ത കൈകൾ. കുട്ടി മുഖമുയർത്തി നോക്കി. ആദ്യമായി അവരുടെ കണ്ണുകൾ തമ്മിലിടഞ്ഞു. അവൻ മെല്ലെ ഡെർദിയുടെ കൈക്കുമ്പിളിലേക്ക് വെള്ളം പകർന്നു. ഡെർദി അവളുടെ കൈകളിലെ ചെളി കഴുകിക്കളഞ്ഞു. പതുക്കെ അവന്റെ മുഖത്തു നോക്കി പറഞ്ഞു. ‘‘നന്ദി.’’

‘‘ആയിക്കോട്ടെ.’’ അവൻ പറയാൻ നാക്കെടുത്തതാണ്. അതിനു മുമ്പേ എവിടെനിന്നോ ഒരു കൈ അവന്റെ കോളറിൽ കുത്തിപ്പിടിച്ച് പിന്നോക്കം വലിച്ചിട്ടു. ഒരു കല്ലെന്നപോലെയാണ് ബെസിർ അവനെ പുറകോട്ടെറിഞ്ഞത്. ഉബൈദുള്ള ഒരു നിമിഷം തല ഉയർത്തി മകനെ നോക്കി. കുറേക്കൂടി ഉച്ചത്തിൽ ഖുറാൻ ചൊല്ലാൻ തുടങ്ങി.

ബെസിറിന് കാര്യം മനസ്സിലായി. കുപ്പായക്കീശയിൽനിന്നും ഏതാനും നാണയങ്ങളെടുത്ത് ആ പയ്യന്റെ കൈയിൽ വെച്ചുകൊടുത്തു. അവൻ എഴുന്നേറ്റ് കാലുറയിൽ പുരണ്ട മണ്ണു തട്ടിക്കളയുകയായിരുന്നു. കുടവുമെടുത്തു പോകുംമുമ്പേ അവൻ ആദ്യം ബെസിറിനെ ഒന്നു തിരിഞ്ഞുനോക്കി. പിന്നെ ഡെർദിയെയും. ഉബൈദുള്ള കൈയിലിരുന്ന ഖുറാൻ മടക്കിവെച്ചു. എല്ലാവരും കേൾക്കേ കുറച്ച് ഉച്ചത്തിൽ പറഞ്ഞു, ‘‘ആമേൻ...’’

വിമാനത്താവളത്തിലെ സ്റ്റീൽ ബെഞ്ചുകൾക്കിടയിലൂടെ അവർ നടന്നു. ഉബൈദുള്ള കൈയിലെ ജപമാലയിലെ മണികളുരുട്ടി പ്രാർത്ഥനകൾ ഉരുവിട്ടുകൊണ്ടിരുന്നു. ലണ്ടനിലെ സ്വന്തം വീട്ടിലാണെന്ന് സങ്കല്പിക്കാൻ ശ്രമിച്ചു. ബെസിറും റിഗെയ്പും പെട്ടികൾ തൂക്കി മുമ്പിൽ നടന്നു. അവരുടെ പുറകിലായി അവളുടെ സ്കൂൾ സഞ്ചി തോളിൽ തൂക്കി ഡെർദി. അപ്പോഴും അവൾ ആ വൃത്തികെട്ട കറുത്ത പുതപ്പുകൊണ്ട് മേലാകെ മൂടിയിരുന്നു. ആദ്യമായാണ് അവൾ ഒരു വിമാനത്താവളം കാണുന്നത്. അതിന്റെ വലുപ്പവും പരപ്പും. അവൾ വാ പൊളിച്ച് അത്ഭുതത്തോടെ നോക്കിക്കാണുകയായിരുന്നു.

അവളുടെ കൊച്ചു ജീവിതം. അതിൽ അവൾ ഇടപഴകിയ ഏതാനും പേർ. എല്ലാവരോടും അവളുടെ മനസ്സിൽ വെറുപ്പു മാത്രം. ആ ഓർമ്മ കടന്നുവന്നതോടെ അവളുടെ എല്ലാ അമ്പരപ്പും അവസാനിച്ചു.

ഇവിടേയും... എവിടെ നോക്കിയാലും ആൾക്കൂട്ടം. എല്ലാവരും തിരക്കിട്ട് അവളെ കടന്നുപോകുന്നു, ഒരേ ദിക്കിലേക്കുതന്നെ.

അരികിൽ നടക്കുന്ന അവളെ എന്താണ് ആരും കാണാത്തത്? അവർക്കാർക്കും കാഴ്ചയില്ലെന്നു വരുമോ? ഒരുപക്ഷേ, ഈ കറുത്ത പുതപ്പാകും അവളെ അദൃശ്യയാക്കുന്നത്.

മൂന്നു മണിക്കൂർ കഴിഞ്ഞു. വിമാനത്തിലെ ഒരു പരിചാരിക അരികിൽ വന്ന് കുനിഞ്ഞ് അവളുടെ കണ്ണുകളിലേക്ക് നോക്കി. മുഖത്ത് മറയ്ക്കാത്തതായി കണ്ണുകൾ മാത്രം. അവർ ചിരിച്ചുകൊണ്ട് സഹതാപത്തോടെ അവലെ നോക്കി. സീറ്റ്ബെൽറ്റ് കെട്ടാൻ സഹായിച്ചു.

അര മണിക്കൂർ കഴിഞ്ഞു. വിമാനം ഏതോ ഒരു പക്ഷിയെപ്പോലെ ആകാശത്ത് ചിറകുവിരിച്ചു പറക്കാൻ തുടങ്ങി. ഡെർദി പുറത്തേക്കു നോക്കി. താഴെ ഇസ്താംബൂൾ നഗരം.

പെട്ടെന്ന് അവൾ യാടിർക്കയിൽ നിന്നുള്ള ആ പെൺകുട്ടിയേയും യസിം ടീച്ചറേയും ഓർത്തുപോയി. അവർ തൊട്ടുമുമ്പിൽ നിൽക്കുന്നതുപോലെ. ഒരാൾ കരയുന്നു. മറ്റേയാൾ അവളോടെന്തോ പറയുന്നു.

''തുലഞ്ഞു പോ...'' അവൾ മനസ്സിൽ ദേഷ്യപ്പെട്ടു.

നാസെനിൽനിന്നും കേട്ടുപഠിച്ച ശകാരവാക്ക്. വീണ്ടും ആ വാക്ക് അവൾ പലതവണ മനസ്സിൽ പറഞ്ഞു. ഒരു രസം. ആരുംതന്നെ കാണാത്തതുപോലെ ആർക്കും തന്നെ കേൾക്കാനുമാവില്ല. ഇനിയും പറയും ഒരായിരം തവണ. ''തുലഞ്ഞു പോ... തുലഞ്ഞു പോ... തുലഞ്ഞു പോ...''

ഡെർദിയുടെ ചുണ്ടുകൾ അനങ്ങുന്നത് തൊട്ടടുത്തിരുന്ന ഉബൈദുള്ള ശ്രദ്ധിച്ചു. അയാൾക്ക് സന്തോഷമായി. ഒന്നുകിൽ കുട്ടി ഭയന്ന് പ്രാർത്ഥിക്കുകയാണ്. അല്ലെങ്കിൽ ഖുറാനിലെ വരികൾ ഉരുവിടുകയാണ്. അഞ്ചു വയസ്സായപ്പോൾത്തന്നെ അവളെ ഖുറാൻ പഠിപ്പിക്കാൻ ചേർത്തിരുന്നുവെന്ന് എബ്സെറ്റ് പറഞ്ഞിരുന്നു.

ഒരായിരം തവണ 'തുലഞ്ഞുപോ' പറഞ്ഞ അവളുടെ മനസ്സിന്റെ ഭാരം ഇത്തിരി കുറഞ്ഞതുപോലെ. അവൾ വെറുതെ തല ഉയർത്തി മുകളിലേക്കു നോക്കി. ലൈറ്റിനകത്ത് എന്തോ ഒരു കറുത്ത പാട്. അത് ജീവനുള്ള ഒരു ഈച്ചയായിരുന്നു. എങ്ങനെയോ അകത്തുപെട്ടുപോയി. ഇപ്പോൾ പുറത്തുകടക്കാനാവാതെ മുരണ്ട് വട്ടംചുറ്റുകയാണ്. അവൾക്കൊട്ടും സഹതാപം തോന്നിയില്ല. അവൾ സ്വിച്ചിൽ വിരലമർത്തി. വിളക്കണഞ്ഞു.

ഒരു മിനി വാനിലാണ് അവർ ഹീത്രോ വിമാനത്താവളത്തിൽ നിന്നും യാത്ര ചെയ്തത്. അവൾ ജനലയ്ക്കരുകിലിരുന്ന് വഴിയോരക്കാഴ്ചകൾ കൗതുകത്തോടെ നോക്കി. ജനലയ്ക്കരുകിലിരുന്നാൽ പുറത്തെ

കാഴ്ചകൾ ഭംഗിയായി കാണാം. മാത്രമല്ല, ഒരാൾ കുറച്ചേ അരികി ലുണ്ടാവൂ. ആളുകൾ എത്രയും കുറയുന്നുവോ അത്രയും നന്നെന്ന് അവൾ മനസ്സിലാക്കിക്കഴിഞ്ഞിരുന്നു. വഴിനീളെ കണ്ട പച്ചപ്പാടങ്ങൾ. ഇടയ്ക്കിടെ കളപ്പുരകൾ. അവൾക്കാതെ അതിശയം തോന്നി. അവൾ വായിക്കാറുള്ള പുസ്തകങ്ങളിലെ ചിത്രങ്ങൾപോലെത്തന്നെ. വലിയ വലിയ പരസ്യബോർഡുകൾ. അതിവേഗം കടന്നുപോകുന്ന കാറു കൾ. ഊക്കൻ വൈദ്യുതി നിർമ്മാണശാലകൾ. നോക്കിനോക്കി അവളുടെ കണ്ണുകൾ നീറാൻ തുടങ്ങി. തൊണ്ണൂറു മൈൽ വേഗത്തി ലാണ് അവർ പൊയ്ക്കൊണ്ടിരുന്നത്. എന്നാൽ കാഴ്ചകൾ ഒന്നു പോലും വിട്ടുകളയാൻ അവൾക്കു മനസ്സു വന്നില്ല. അവളുടെ കഴുകൻ കണ്ണുകൾ ഓരോന്നും ഒപ്പിയെടുത്തു. അഥവാ ഏതെങ്കിലും ഒരു പാലമോ കെട്ടിടമോ ധൃതിയിൽ മറഞ്ഞുപോയാൽ തന്നേയും അവൾ പുറകിലേക്കു തിരിഞ്ഞുനോക്കി അത് കണ്ടെടുക്കുമായിരുന്നു. ഇടയ്ക്കു ചിലപ്പോൾ അവളുടെ കറുത്ത പുതപ്പ് ഊർന്നുവീഴും. അത് ശരിയാക്കി യഥാസ്ഥാനത്ത് പിൻകുത്തി ഉറപ്പിക്കാൻപോലും അവൾക്കു മടിയായിരുന്നു. അതിനിടയിൽ കാഴ്ചകളെന്തെങ്കിലും കാണാതെ പോയാലോ!

അവൾ ലണ്ടൻ നഗരത്തിലെത്തിയതോടെ വാഹനങ്ങളുടെ തിര ക്കേറി. വഴിയോരത്ത് പിച്ചപ്പാത്രം നീട്ടി നിൽക്കുന്ന ആ മനുഷ്യനെ അവൾ പെട്ടെന്നാണ് കണ്ടത്. ആ ക്ഷണംതന്നെ അവളുടെ തല യുടെ മുകളിൽകൂടി ബെസിറിന്റെ കൈ നീണ്ടു. ജനലയുടെ മുകൾവശ ത്തുണ്ടായിരുന്ന കറുത്ത ട്യൂബ് അയാൾ താഴേക്ക് അമർത്തി. അതൊരു കറുത്ത തിരശ്ശീലയായി താഴേക്ക് വീണു. ജനാലയാകെ മൂടി. എല്ലാ കാഴ്ചകളും അവളുടെ കണ്ണിൽനിന്നും മറഞ്ഞു. അങ്ങനെയൊന്ന് അവിടെ ഉണ്ടായിരുന്നത് അവളുടെ കണ്ണിൽപെട്ടിരുന്നില്ല.

ഡെർദി തല കുമ്പിട്ട് സ്വന്തം കാൽമുട്ടുകളിലേക്കും നോക്കിയി രുന്നു. അവൾ കണ്ണുകളടച്ചു. വിമാനത്താവളത്തിൽനിന്നുള്ള വഴി യിൽ ഇതുവരെ കണ്ട കാഴ്ചകൾ ഓരോന്നായി അവളുടെ ഓർമ്മ യിൽ അതേ മിഴിവിൽ തെളിഞ്ഞുനിന്നു.

ആ പകൽ സ്വപ്നങ്ങളിൽനിന്നും അവരവളെ ഉണർത്തിയപ്പോൾ, അവർ ഫിൻസ്ബറി പാർക്കിൽ എത്തിക്കഴിഞ്ഞിരുന്നു. ഹിക്മത്ത് താരിക്കത്തിന്റെ ലണ്ടൻ ആസ്ഥാനം. സെമെൻഡാഗിന്റെ ഇംഗ്ലീഷ് പതിപ്പെന്നു പറയാം. മുസ്ലീം കുടിയേറ്റക്കാരുടെ എണ്ണം കൂടിയതോടെ അവിടത്തെ ഭൂമി വില കുത്തനെ ഇടിഞ്ഞു. (ബ്രിട്ടീഷുകാർ കൂടു തൽ ദരിദ്രരായി. മുസ്ലീമുകൾ കൂടുതൽ സമ്പന്നരായി. അതോടൊപ്പം

വർഗ്ഗീയ ചിന്താഗതിയും ശക്തമായി. ക്രമേണ പരിസരപ്രദേശങ്ങളിലേക്കും മുസ്ലീം സമൂഹം വ്യാപിച്ചു.

ഉബൈദുള്ളയും ബെസിറും ഡെർദിയും ഒരു പന്ത്രണ്ടു നില കെട്ടിടത്തിനു മുമ്പിൽ ഇറങ്ങി. മിനി വാൻ റിഗെയ്പിനേയുംകൊണ്ട് യാത്ര തുടർന്നു.

ആ കെട്ടിടത്തിലെ ഭൂരിഭാഗവും ഹിക്മത്ത് താരിക്കത്തുകാരുടെ കൈവശമായിരുന്നു. പതിനൊന്നാം നിലയിലുള്ള അവരുടെ സ്വന്തം ഫ്ളാറ്റിൽ ചെന്നുകയറിയതും എവിടെ നിന്നൊക്കെയോ കുറേയധികം പേർ അങ്ങോട്ടു തിക്കിത്തിരക്കി കയറിവന്നു. ഓരോരുത്തരായി ഉബൈദുള്ളയുടെ കൈയിൽ ചുംബിച്ചു.

''നിനക്ക് നിന്റെ ഫ്ളാറ്റിലേക്കു പോകാം. കുട്ടിയെ അവർ അവിടെ എത്തിക്കും.'' അയാൾ തിരിഞ്ഞ് മകന്റെ തോളിൽ കൈവെച്ചു.

ഉബൈദുള്ളയുടെ ഭാര്യ റഹിമെയും വേറെ ഏതാനും സ്ത്രീകളും കൂടി ഡെർദിയെ കുളിമുറിയിലേക്കു കൊണ്ടുവന്നു. ''വിധിയാംവണ്ണം കുളിക്കാൻ നിനക്കറിയാമോ?''

''അറിയാം.''

എന്തോ അവർക്കത് ബോദ്ധ്യമായില്ല. അവൾ എങ്ങനെയാണ് കുളിക്കുന്നതെന്ന് അവർക്ക് നേരിട്ടു കണ്ട് ബോദ്ധ്യപ്പെടണം.

അവൾ ഉടുപ്പുകൾ ഓരോന്നായി അഴിച്ചുവെച്ചു. മുബാറക് പഠിപ്പിച്ചുകൊടുത്ത രീതിയിൽത്തന്നെ വേണ്ടതുപോലെ എല്ലാം ചെയ്തു. ഹിക്മത് താരിക്കത്തിന് വിധിച്ചിട്ടുള്ള അതേ സമ്പ്രദായം. എന്തായാലും സ്ത്രീകൾക്കു തൃപ്തിയായി. അവരിലൊരാൾ അവളെ നോക്കി ചിരിച്ചു.

''നോക്ക്, ഞാൻ റഹിമെതാത്ത. നിന്റെ പ്രായത്തിലാണ് ഞാനും ഇവിടെ വന്നത്. ഒന്നുകൊണ്ടും പേടിക്കണ്ട.''

അവർ ഡെർദിയുടെ കൈപിടിച്ച് പന്ത്രണ്ടാം നിലയിലുള്ള ഫ്ളാറ്റിലേക്ക് കൂട്ടിക്കൊണ്ടുപോയി. അവർ കോണിക്കേറ്റവും അരികിലുള്ള ഫ്ളാറ്റിന്റെ വാതിൽ മണിയടിച്ചു. ഉടനെ അവിടെനിന്നും മാറുകയും ചെയ്തു. കോണിയിറങ്ങവേ, മുകളിൽ വാതിൽ തുറക്കുന്ന ശബ്ദം അവർ കേട്ടു. ഒന്നു തിരിഞ്ഞു നോക്കി. ഡെർദി ഒരു നിമിഷം ശങ്കിച്ചു നിൽക്കുന്നതുകണ്ടു. പിന്നെ അകത്തേക്കു കടന്നു.

ബെസിറിന്റെ ഫ്ളാറ്റിൽ മൂന്നു മുറികളുണ്ടായിരുന്നു. എല്ലായിടത്തും സിംഹങ്ങളുടെ രൂപങ്ങളോടുകൂടിയ പരവതാനികൾ. പൂമുഖത്തളത്തിൽ ഒരു മഞ്ചവും കൈകളോടുകൂടിയ രണ്ടു കസേരകളും.

അതിനുപുറമെ പ്രസംഗവേദിയിൽ കാണുന്നതുപോലെയുള്ള ഉയരം കൂടിയ ഒരു മേശയും അവിടെ ഉണ്ടായിരുന്നു. കാഴ്ചയിൽ ഒരു നൂറു വർഷം പഴക്കം തോന്നും. ഭിത്തിയിൽ കറുത്ത ചട്ടക്കൂടിനുള്ളിൽ കാബയുടെ വലിയൊരു ചിത്രം. മറ്റു രണ്ടു മുറികളിൽ ഒന്ന് തീർത്തും ഒഴിഞ്ഞുകിടന്നു. മറ്റേത് കിടപ്പുമുറിയായിരുന്നു. ചുമരിനോടു ചേർത്തിട്ടിരിക്കുന്ന ഒരു ഇരട്ടക്കട്ടിൽ. ആ മുറിയിൽ വസ്ത്രങ്ങൾ സൂക്ഷിക്കാനുള്ള വലിയൊരു അലമാരയുണ്ടായിരുന്നു. ആ വീട്ടിൽ കുളിമുറിയിൽ മാത്രമേ കണ്ണാടി ഉണ്ടായിരുന്നുള്ളൂ.

ബെസിർ കാബയുടെ പടത്തിനു മുമ്പിൽ ചെന്നുനിന്നു. താഴെ രണ്ട് നിസ്കാര പരവതാനികൾ. ഒന്നിൽ താൻ നിന്ന് മറ്റേതിലേക്ക് ഡെർദിയെ കൈകാട്ടി വിളിച്ചു. അവളും അയാളോടൊപ്പം കാബയ്ക്ക് അഭിമുഖമായി ചെന്നുനിന്നു. രണ്ടുപേരും പ്രാർത്ഥിക്കാൻ തുടങ്ങി. അവൾ കൺകോണിലൂടെ അയാളെ നോക്കി. അവൾ പ്രാർത്ഥിച്ചത്, താൻ ശരിക്കും പ്രാർത്ഥിക്കുകയല്ല എന്ന് അയാൾ മനസ്സിലാക്കരുതേയെന്നായിരുന്നു.

ജനലുകളിലെല്ലാം കട്ടികൂടിയ കർട്ടനുകൾ. അപ്പോൾ ലണ്ടനിൽ പാതിരാവായിരുന്നു.

പരവതാനി ചുരുട്ടിയെടുത്ത് ബെസിർ തളത്തിലെ മഞ്ചത്തിന്മേൽ വെച്ചു. ഡെർദിയുടെ കൈയും പിടിച്ച് അയാൾ കിടപ്പുമുറിയിലേക്കു നടന്നു. താനിട്ടിരുന്ന മേലങ്കി അയാൾ ഊരിമാറ്റി. അവളോടും അവളുടെ കറുത്ത പുതപ്പ് അഴിച്ചുവെക്കാൻ ആംഗ്യം കാട്ടി. അവൾ അയാൾ പറഞ്ഞതുപോലെ ചെയ്തു. കട്ടിലിൽ ഭിത്തിയോടു ചേർന്നു കിടന്നു. അവർ രണ്ടുപേരും വിറച്ചിരുന്നു. അടിവസ്ത്രങ്ങൾ മാത്രമേ അവൾ ധരിച്ചിരുന്നുള്ളൂ. ആ രാത്രി അവസാനമായി അയാൾ പറഞ്ഞു. ''ബിസ്മില്ലാഹിർ റഹിമാൻ...''

ആ രാത്രി ലണ്ടനിൽ നേരം പുലരുവോളം അയാൾ അവളെ ഭോഗിച്ചു.

ലണ്ടന്റെ ചരിത്രത്തിൽ ഏറ്റവും നീണ്ട രാത്രി. സൂര്യൻ പോലും ലജ്ജിച്ചിട്ടുണ്ടാവണം. പിറ്റേദിവസം പതിവിലും വൈകിയാണ് ലണ്ടനിൽ സൂര്യനുദിച്ചത്.

ബെസിർ ലിഫ്റ്റിനകത്തുനിന്ന് തന്റെ കൈത്തണ്ടയിലെ കടിപ്പാടുകൾ പരിശോധിച്ചു.

അകത്ത് ഡെർദി ഒരു കുളിത്തൊട്ടിക്കകത്തു കിടന്നു. അയാളാണവളെ പൊക്കിയെടുത്ത് അതിൽ കൊണ്ടുകിടത്തിയത്. കുഴിമാടത്തിന്

അകത്ത് ശവം കൊണ്ടുവെക്കുംപോലെ. നല്ലവണ്ണം കഴുകി വൃത്തിയാക്ക്.''

തിരിഞ്ഞുനോക്കാതെ അയാൾ പുറത്തേക്കു പോയി.

ഭയംകൊണ്ട് ശ്വാസമെടുക്കാൻപോലുമാകാതെ അവൾ അതിനുള്ളിൽ പരിപൂർണ്ണ നഗ്നയായി കിടന്നു. അപ്പോഴും രക്തപ്രവാഹം നിലച്ചിട്ടില്ല. എവിടെനിന്നാണ് ആ ചോരയത്രയും ഒലിച്ചുവരുന്നത്. അവൾക്ക് മനസ്സിലാക്കാൻ സാധിച്ചില്ല. മേലാസകലം മുറിഞ്ഞിരിക്കുന്നു. ചോരയൊലിക്കുന്ന അവളുടെ ശരീരം കണ്ടാൽ മുറിവേറ്റ ഒരു പെൺപുലിയുടെ മട്ട്. അയാളുടെ ആക്രമണം തടയാൻ അവൾ കഴിയുന്നത്ര ശ്രമിച്ചു. ഉന്തിയും തള്ളിയും മാന്തിയും കടിച്ചും... ഒന്നുകൊണ്ടും ഫലമുണ്ടായില്ല. അവളുടെ നിലവിളി പുറത്തുവരാതിരിക്കാൻ അയാൾ അവളുടെ വായ അമർത്തിപ്പിടിച്ചിരുന്നു. ഒരേ ഒരു രാത്രി. അത് ആ പെൺകുട്ടിയുടെ ജീവിതത്തെ പാടേ മാറ്റി മറിച്ചു. തളർന്ന് അവശയായി ഒന്നു കരയാൻപോലുമാകാതെ അവൾ അവിടെ മരവിച്ചുകിടന്നു.

''ഡെർദി... ഡെർദി...'' ആരോ വാതിൽ തുറന്ന് അകത്തേക്കു വന്നു. റഹിമെയായിരുന്നു. കുളിത്തൊട്ടിലിൽ ചോരവാർന്നു കിടക്കുന്ന ഡെർദിയെ കണ്ട് അവർക്ക് അത്ഭുതം തോന്നിയില്ല.

റഹിമെ പൈപ്പ് തുറന്നു. വിരൽ തൊട്ട് വെള്ളത്തിന്റെ ചൂട് പരിശോധിച്ചു. അവർ ഷവർ തുറന്നു. ഡെർദിയുടെ തലയിലേക്ക് മഴച്ചാറ്റൽപോലെ വെള്ളം വന്നുവീണു.

''കണ്ണടച്ചോളൂ.'' റഹിമെ ചിരിച്ചുകൊണ്ടു പറഞ്ഞു.

അവർ പറഞ്ഞത് അവൾ കേട്ടില്ല. തലയ്ക്കകത്ത് എന്തോ ഒച്ച വെച്ചു മൂളിക്കൊണ്ടിരിക്കുന്നു. മഴത്തുള്ളികൾ വായിൽ വന്നുവീണപ്പോൾ അവൾ താനേ കണ്ണുകളടച്ചു. അവളുടെ മുഖത്തുനിന്ന് ഒരായിരം നീർച്ചാലുകളായി വെള്ളമൊലിച്ചിറങ്ങി. അവൾ നിർത്താതെ കരയുന്നതുപോലെ. എന്നാൽ അവൾ കരയുകായിരുന്നില്ല.

വെള്ളം അവളുടെ ശരീരത്തിലെ ചോരക്കറയെല്ലാം കഴുകിക്കളഞ്ഞു. മുറിപ്പാടുകൾ അവശേഷിച്ചു. അവളുടെ ആ മെലിഞ്ഞ കാലുകൾക്കിടയിലായി കാര്യമായെന്തോ സംഭവിച്ചിരിക്കുന്നു. എന്തോ തകർന്നുപൊടിഞ്ഞതുപോലെ. എന്തോ കീറിപ്പറിഞ്ഞുപോയതുപോലെ. അവൾക്കെന്തൊക്കെയോ നഷ്ടപ്പെട്ടു. ഒപ്പം പുതുതായൊന്നു നേടുകയും ചെയ്തു. പുറകവുശത്തായി ഒരു കണ്ണ്. ഇപ്പോൾ അവൾക്കതിന്റെ പ്രയോജനമറിയില്ല. പോകപ്പോകെ ഡെർദി പഠിക്കും. എങ്ങനെയാണ് ആ കണ്ണ് തുറക്കേണ്ടതെന്ന്.

റഹിമെ മുമ്പിൽ കൊണ്ടുവെച്ച സൂപ്പ് അവൾക്ക് കഴിക്കണമെന്നുണ്ടായിരുന്നു. എന്നിട്ടും അതെടുത്ത് കഴിക്കാനാവാതെ അവൾ മിഴിച്ചിരുന്നു. റഹിമെ സ്പൂണിൽ സൂപ്പ് കോരിയെടുത്തു. ഊതി ചൂടാറ്റി. മെല്ലെ അവളുടെ വായിലേക്ക് ഒഴിച്ചുകൊടുത്തു. ആദ്യം അ... എന്നൊരു ശബ്ദം. പിന്നെ അത് നീണ്ട ഒരു നിലവിളിയായി. നിർത്താതെയുള്ള നിലവിളി. ഒടുവിൽ അവളെ ശാന്തയാക്കാൻ നാലാംനിലയിൽ നിന്നും ഉൾവിയെ ഇറങ്ങിവന്ന്, മയങ്ങാനുള്ള മരുന്ന് കുത്തിവെക്കുകയായിരുന്നു. അവൾ നിലവിളിക്കുന്നത് അവൾ അറിയുന്നുണ്ടായിരുന്നില്ല. പതിനൊന്നു വർഷം മാത്രം നീണ്ട അവളുടെ കൊച്ചു ജീവിതം... ഒരു നിലവിളിക്കകത്ത് ഒതുക്കിനിർത്തുകയായിരുന്നു. പതുക്കെ അവൾ ഉറക്കമായി.

അവൾ ഉറക്കമുണർന്നപ്പോൾ പ്രായം പതിനാറായിരുന്നു. പൂമുഖത്തെ മഞ്ചത്തിൽ കിടന്നുകൊണ്ട് അവൾ തട്ടിലേക്കു നോക്കി. കുറേശ്ശെ ചൂടുള്ള നിശ്ശബ്ദമായൊരു മദ്ധ്യാഹ്നം.

വാതിലിനു വെളിയിൽ ചില ഒച്ചയനക്കങ്ങൾ. വാതിൽപാളി ലേശം തുറന്ന് അവൾ പുറത്തേക്കെത്തിനോക്കി. ആദ്യം കണ്ടത് ഒരു വലിയ ചെടിച്ചട്ടിയും അതിനകത്തെ വലിയ ചെടിയും അതിലെ വലിയ ഇലകളുമായിരുന്നു. പിന്നെ അവൾ സ്റ്റാൻലിയെ കണ്ടു. ഇടനാഴിയിൽകൂടി ഒരു ചില്ലു ടീപ്പോയിയും ഉന്തിക്കൊണ്ടുവരുന്നു. മെലിഞ്ഞ് നല്ല ഉയരമുള്ള ഒരാൾ. പുറകിൽ നീല മേൽകുപ്പായമിട്ട ഒരാൾ വേറെയും ചില വീട്ടുസാമാനങ്ങളുമായി വരുന്നുണ്ടായിരുന്നു.

വാതിലിനു പുറകിൽനിന്നും എത്തിനോക്കുന്ന ഡെർദിയെ അയാൾ കണ്ടു. തലയും തോളും മാത്രം. തന്റെ അയൽക്കാരിയെ നോക്കി അയാൾ ചിരിച്ചില്ല, ഹലോ പറഞ്ഞില്ല. അവളുടെ കറുത്ത കണ്ണുകളിലേക്കും അതിലും ഇരുണ്ട പുതപ്പിലേക്കും വെറുതെ ഉറ്റുനോക്കി. ക്ഷണത്തിൽ ഡെർദി വാതിലടച്ച് അകത്തേക്കു നീങ്ങി. അതിനു പുറകിലാണ് തന്റെ രക്ഷ എന്ന ഭാവം.

അതാണ് കാര്യം. അഞ്ചു വർഷമായി ഒഴിഞ്ഞുകിടന്നിരുന്ന എതിർവശത്തെ ഫ്ളാറ്റിലേക്ക് പുതിയ താമസക്കാരൻ എത്തിയിരിക്കുന്നു. ഇനി ഡെർദി കൂടുതൽ സൂക്ഷിക്കണം. ഉമ്മറത്തെ ബാൽക്കണി തൂത്തുവാരുമ്പോഴും രാവിലെ ലിഫ്റ്റിനരികിൽ നിന്ന് ബെസിറിനെ യാത്രയയ്ക്കുമ്പോഴും പുതപ്പുകൊണ്ട് ആകെ മൂടാൻ പ്രത്യേകിച്ച് ഓർമ്മവെക്കണം. സ്വയം മറച്ചുപിടിക്കുക. അന്യരുടെ കണ്ണിൽ അദൃശ്യയായി കഴിയുക. അവൾ മുട്ടുകുത്തിയിരുന്ന്, കാത് വാതിലിൽ അമർത്തിവെച്ച് അപ്പുറത്തെ ശബ്ദങ്ങൾ കേൾക്കാൻ ശ്രമിച്ചു.

ഉച്ചത്തിലുള്ള ശബ്ദങ്ങൾ... പെട്ടെന്നുള്ള ഒച്ചകൾ. മൃദുവായ അനക്കങ്ങൾ. അങ്ങനെ വാതിലിനോടു ചേർന്നിരുന്ന് കുറേ നേരം കഴിഞ്ഞപ്പോൾ അപ്പുറത്തെ വാതിലടയുന്ന ശബ്ദം കേട്ടു. ഇടനാഴി പഴയതുപോലെ നിശ്ശബ്ദമായി. അതിലവൾക്ക് വിഷമം തോന്നിയില്ല. വേറൊന്നും ചെയ്യാനില്ലാത്തതുകൊണ്ട് അവിടെ അങ്ങനെ ഇരുന്നുവെന്നു മാത്രം. അഞ്ചുകൊല്ലമായി, പന്ത്രണ്ടാം നിലയിലുള്ള ആ ഫ്ളാറ്റിൽ അവൾ താമസിച്ചുവരികയാണ്. ഈ ഫ്ളാറ്റിനകത്തെ ജീവിതവും. കുറുഡേറിലെ ആ കുടുസ്സുവീട്ടിലെ ജീവിതവും. ഒരേയൊരു വ്യത്യാസം മാത്രം. അവിടെ അവളുടെ പാദങ്ങൾക്കു ചുറ്റും ഇരുമ്പുചങ്ങലയുണ്ടായിരുന്നു. ഇവിടെ ആ ചങ്ങല അവളുടെ ശരീരത്തെയാകെ ആ ബന്ധിച്ചിരിക്കുകയാണ്.

വെള്ളിയാഴ്ചകളിൽ മാത്രമാണ് അവൾ ആ ഫ്ളാറ്റ് വിട്ട് പുറത്തുപോയത്. പന്ത്രണ്ടാംനിലയിൽ നിന്നും പതിനൊന്നാം നിലയിലുള്ള ഫ്ളാറ്റിലേക്ക്. കൃത്യം പതിനാറു പടികൾ. റഹിമെ വാതിൽ തുറന്ന് അവളെ അകത്തേക്കാനയിക്കും. അവിടെ വേറെയും കുറേ സ്ത്രീകൾ കൂടിയിരിക്കും. ഒക്കെ ഹിക്മത് താരിക്കത്തുകാർ.

എല്ലാവരും വന്നുകൂടിയിരിക്കുന്നത് 'സോബെത്ത്' കേൾക്കാനാണ്. മതത്തെ സംബന്ധിച്ച സംഭാഷണം എന്നർത്ഥം. സംഭാഷണം രണ്ടുപേർ തമ്മിലല്ലേ. ഡെർദിക്ക് അത്ഭുതം തോന്നി. ഇവിടെ ഒരു വയസ്സൻ വെഡീർ മാത്രം മൂന്നു മണിക്കൂർ ദൈവത്തേയും മതവിശ്വാസത്തേയും പുണ്യപാപങ്ങളെയുംകുറിച്ച് സംസാരിച്ചുകൊണ്ടിരിക്കും. വാക്കുകളേക്കാൾ അധികം തുപ്പലാണ് പുറത്തേക്കു വരിക.

സോബെത്ത് തുടങ്ങുന്നതിന് ഏതാനും മിനിറ്റുമുമ്പേ അവളവിടെയെത്തും. വെസീറിൽനിന്നും അകലെ മാറി ഒരു വലിഞ്ഞ സോഫയ്ക്കും ചുമരിനും ഇടയിലായി അവൾ സ്ഥലം പിടിച്ചു. ആരുടെയും കണ്ണിൽപ്പെടാതെ ഒരിടം.. അതായിരുന്നു അവൾക്കു വേണ്ടിയിരുന്നത്. ആകെ മൂടുന്ന കുപ്പായമല്ല, അയഞ്ഞ കാലുറകളും കമ്മീസും ധരിച്ചാണ് അവൾ താഴേക്കു പോയിരുന്നത്. മറ്റു സ്ത്രീകൾ തിങ്ങിക്കൂടിയിരുന്ന് വെസീറിന്റെ പ്രഭാഷണം കേട്ട് വിതുമ്പുകയും കണ്ണീർ വാർക്കുകയും ചിലപ്പോൾ ബാധ കയറിയതുപോലെ പെരുമാറുകയും ചെയ്തപ്പോൾ ഡെർദി അവളുടെ മുക്കിലിരുന്ന് ആരും കാണാതെ സ്വയംഭോഗത്തിലേർപ്പെട്ടു. അവളുടെ ഇടത്തേ കൈയിലെ നടുവിരൽ എപ്പോഴും ആ അയഞ്ഞ കാലുറകൾക്കുള്ളിലായിരുന്നു. ഒരുപാട് അജ്ഞാത പുരുഷന്മാർ മാറിമാറി വന്ന് തന്നെ ഭോഗിക്കുന്നതായി അവൾ സങ്കല്പിച്ചു. രതിമൂർച്ഛയിൽ അവൾ അറിയാതെ പലവിധ ശബ്ദങ്ങളുണ്ടാക്കി. ആരും അത് ശ്രദ്ധിച്ചില്ല. അവൾ ആ കൂട്ടത്തിൽ ഒരാൾ മാത്രമായിരുന്നു.

അവളുടെ മറ്റൊരു സങ്കല്പം... ആനന്ദത്തിന്റെ അവസാന നിമിഷങ്ങളിൽ ബെസിർ നിശ്ചലനായിത്തീരുന്നു. സ്വന്തം ഭാര്യയുടെ മുഖം രതിമൂർച്ഛയിൽ കോടുന്നത് ദ്വേഷ്യം കടിച്ചമർത്തി കണ്ടുനിൽക്കാൻ അയാൾ നിർബന്ധിതനാവുന്നു. ബെസിറിന്റെ നിസ്സഹായാവസ്ഥയ്ക്ക് ഓരോ തവണ ഓരോ കാരണം അവൾ സങ്കല്പിച്ചു. ചിലപ്പോൾ രോഗബാധയാൽ കൈകാലുകൾ അനക്കാനാവാത്ത അവസ്ഥ. മറ്റു ചിലപ്പോൾ അയാൾ കൈയും കാലും കെട്ടിയിട്ട നിലയിൽ, മൂന്നു പുരുഷന്മാർ അയാളെ ബലമായി പിടിച്ചുനിർത്തിയിരിക്കുന്നതായും അവൾ ഇടയ്ക്കു സങ്കല്പിച്ചു. താൻ ആനന്ദമനുഭവിക്കവേ, അയാൾ ദൈന്യതയോടെ കണ്ടുനിൽക്കുന്ന രംഗം അവൾ നന്നായി ആസ്വദിച്ചിരുന്നു.

സോബെത്ത് കഴിഞ്ഞ് ഡെർദി സ്വന്തം ഫ്ളാറ്റിലേക്കു മടങ്ങും. പിന്നെയും രണ്ടു മണിക്കൂർ കഴിഞ്ഞേ ബസിർ വീട്ടിലെത്തൂ. വന്നാലുടനെ അയാൾ ആഹാരം കഴിക്കും. അയാൾ ഭക്ഷണം ചവയ്ക്കാറില്ല. ആ പല്ലുകൾ ഡെർദിയെ മുറിവേല്പിക്കാനുള്ളതായിരുന്നു.

സാധാരണ പെൺകുട്ടികൾ അവർ അനുഭവിക്കുന്ന മാനസികമായ പിരിമുറുക്കം പലവിധത്തിൽ പ്രകടമാക്കിയേനെ. പുരികത്തിലെ രോമങ്ങൾ പറിച്ചുകളഞ്ഞു. വരണ്ട ചുണ്ടുകളിലെ ചർമ്മം പൊളിച്ചെടുത്തു. സ്വന്തം കവിളിനകത്തെ ഭാഗം കരണ്ടു. ഡെർദി അതിനൊന്നിനും തയ്യാറല്ല. വേദനകളുടെ ലോകത്തിലിരുന്ന് അവൾ അവളെത്തന്നെ സുഖിപ്പിച്ചു. താൻ ഒരു ഇരയാണെന്ന വസ്തുത സ്വയം നിഷേധിക്കാൻ ഇതേ ഒരു വഴിയുണ്ടായിരുന്നുള്ളൂ.

ബെസിർ ഡെർദിയെ ദ്രോഹിക്കുന്നുണ്ടെന്ന് ഉബൈദുള്ള മനസ്സിലാക്കിയിരുന്നില്ല. ആദ്യത്തെ ദിവസം താൻ കുളിത്തൊട്ടിയിൽ കണ്ട കാഴ്ച റഹിമെ ഭർത്താവിനെ അറിയിച്ചിരുന്നില്ല. എന്തോ അയാൾക്ക് ആ പെൺകുട്ടിയോടെ വല്ലാത്തൊരു അനുകമ്പയുണ്ടായിരുന്നു. തമ്മിൽ കാണുന്ന അപൂർവ്വാവസരങ്ങളിൽ അയാൾ അവളെ 'എന്റെ മോളേ...' എന്നാണ് വിളിച്ചിരുന്നത്. അവളുടെ ശരീരത്തിലെ മുറിപ്പാടുകളും ചതവുകളും അയാൾ കണ്ടിരുന്നില്ലല്ലൊ.

ബെസിറിന് സംസാരിക്കാൻ പ്രയാസമായിരുന്നു. അടിക്കലും തൊഴിക്കലുമായിരുന്നു എളുപ്പം. കുറച്ചുകാലം സ്കൂളിൽ പഠിച്ചിരുന്നപ്പോൾ അയാൾ 'കിക് ബോക്സിംഗ്' പരിശീലിച്ചിരുന്നു. അനിയന്ത്രിതമായ ക്രോധത്തിന് പുറത്തുചാടാൻ ഒരു വഴി. കൊല്ലം പതിനാറു കഴിഞ്ഞു, ആ പരിശീലനംകൊണ്ടൊന്നും അയാളുടെ ഉള്ളിലെ മൃഗത്തിന് ഒരു മെരുക്കവും വന്നിട്ടില്ലായിരുന്നു.

അയാൾ ഡെർദിയെ മുറയ്ക്ക് മർദ്ദിച്ചുകൊണ്ടിരുന്നു. ഇത്ര വർഷം കഴിഞ്ഞിട്ടും അവൾ ഗർഭിണിയായിട്ടില്ല.

ഇടനാഴിയിൽ എതിർവശത്ത് വാതിൽ തുറക്കുന്ന ശബ്ദം. അവൾ ചാടി എഴുന്നേറ്റു. കണ്ണുകളടച്ച് വാതിലിൽ കാതമർത്തി നിന്നു. മെലിഞ്ഞ് ഉയരമുള്ള ഒരാൾ അവളുടെ മനക്കണ്ണിൽ തെളിഞ്ഞു. നീളം കുറച്ച് വെട്ടിയ മുടി. അയാളുടെ കണ്ണുകൾക്ക് നീലനിറമായിരിക്കുമോ? പറയാൻ വയ്യ. അടുത്ത ദിവസം സോബെത്ത് കേൾക്കാനിരിക്കുമ്പോൾ അവളുടെ സങ്കല്പ കാമുകന്മാരിൽ ഒരാൾ അങ്ങനെയുള്ള ഒരാളായിരിക്കും. തീർച്ച.

ബെസിറിന് നാലു ദിവസത്തേക്ക് ഇസ്താംബൂളിൽ പോകേണ്ട കാര്യമുണ്ടായിരുന്നു. ഡെർദിക്ക് വലിയ സന്തോഷമായി. നാലു ദിവസമെങ്കിൽ നാലു ദിവസം. തനിക്ക് സ്വൈര്യമായി കഴിയാമല്ലോ. പക്ഷേ, അതു നടന്നില്ല. ആ നാലു ദിവസം അവൾ റഹിമെയുടെ കൂടെയാണ് കഴിഞ്ഞത്.

റഹിമെയുടെ മുഖത്ത് എപ്പോഴും ഒരു ചിരിയുണ്ടായിരുന്നു. ഉണ്ണുമ്പോഴും പ്രാർത്ഥിക്കുമ്പോഴും വെറുതെയിരിക്കുമ്പോഴുമൊക്കെ ഒരു ചിരി അവരുടെ മുഖത്ത് സ്ഥിരമായി ഒട്ടിച്ചുവെച്ചിരിക്കുന്നതുപോലെ. അവർക്ക് ഡെർദിയോട് എന്തോ പറയാനുണ്ടായിരുന്നു.

''ബെസിർ ഇസ്താംബൂളിലേക്ക് പോയിരിക്കുന്നത് എന്തിനാണെന്നറിയാമോ?''

''ബിസിനസ്സിന്റെ കാര്യങ്ങൾക്ക്.''

''അങ്ങനെയാണോ അവൻ നിന്നോട് പറഞ്ഞിട്ടുള്ളത്?'' അവരുടെ ചുണ്ടുകൾ ഒന്നിറുകി.

''അതെ.''

റഹിമെയുടെ ചിരി കൂടുതൽ വിടർന്നു. ''എന്റെ കുട്ടീ, അവൻ പോയിട്ടുള്ളത് വേറൊരു പെണ്ണിനെ കെട്ടാനാണ്. ഞാനാണിത് പറഞ്ഞതെന്ന് ആരോടും പറയരുതേ.''

''അങ്ങനെയാണെങ്കിൽ അയാളെന്നെ ഉപേക്ഷിക്കില്ലേ?''

വളരെ പെട്ടെന്നായിരുന്നു അവളുടെ പ്രതികരണം.

''എന്താ, അതാണോ നിന്റെ ആഗ്രഹം?''

മറുപടി നാക്കിൻതുമ്പിലുണ്ടായിരുന്നു. അതിന്റെ പ്രത്യാഘാതം

മനസ്സിലും. ഉള്ളതു പറഞ്ഞാൽ അതിനുള്ള ശിക്ഷ നാലു ദിവസം കഴിഞ്ഞ് കണക്കിനു കിട്ടും.

''അല്ല... അല്ല.'' അവൾ തിടുക്കത്തിൽ പറഞ്ഞു.

ഇത്തവണ റഹിമെ ചുണ്ടു മുഴുവൻ വിടർത്തി ചിരിച്ചു.

''വിഡ്ഢി! നിന്നെപ്പോലെ ഒരു ഭാര്യ വീട്ടിലുള്ളപ്പോൾ അവൻ എന്തിന് വേറെ പെണ്ണിനെ തേടി പോകണം. നീ ഒരു മണ്ടിയാണ്.''

ഡെർദി കണ്ണിറുക്കി റഹിമെയെ ഉറ്റുനോക്കി. അവർ വായ പൊത്തിപ്പിടിച്ച് ചിരി നിയന്ത്രിക്കാൻ ശ്രമിക്കുകയായിരുന്നു. പെട്ടെന്ന് ഡെർദിക്കു തോന്നി, ഇവർക്കെന്തോ പന്തികേടുണ്ട്. ബുദ്ധിസ്ഥിരതയില്ലാത്തതുപോലെ. മുപ്പത്തിരണ്ടു വയസ്സായ റഹിമെയ്ക്ക് വട്ടുണ്ടെന്ന് ആദ്യം കണ്ടെത്തിയത് ഡെർദിയായിരുന്നു.

ഉബൈദുള്ളയിൽ റഹിമെയ്ക്ക് ഒരു മകളുണ്ടായിരുന്നു. അവരുടെ ഒരേയൊരു കുഞ്ഞ്. പതിന്നാലു വയസ്സിൽ അവളെ അടുത്ത കെട്ടിടത്തിൽ താമസിക്കുന്ന അസമെറ്റിന്റെ മൂന്നാം ഭാര്യയായി വിവാഹം കഴിച്ചുകൊടുത്തു. അയാളായിരുന്നു ആ കൂട്ടത്തിലെ ഏറ്റവും മുതിർന്നയാൾ. ഇനിയൊരിക്കലും തനിക്കു തന്റെ മകളെ കാണാനാവില്ലെന്ന് റഹിമെയ്ക്ക് തീർച്ചയുണ്ടായിരുന്നു. അഥവാ കണ്ടാൽതന്നെ തിരിച്ചറിയാനാവില്ല. ലോകത്തെക്കുറിച്ച് എന്തെങ്കിലും മനസ്സിലാക്കാനുള്ള താല്പര്യം അവർ എന്നോ ഉപേക്ഷിച്ചുകഴിഞ്ഞിരുന്നു.

വൈകുന്നേരത്തെ പ്രാർത്ഥനയ്ക്ക് സമയമാകുന്നതുവരെ റഹിമെയും ദൈവവും തമ്മിൽ നടക്കുന്ന സ്വകാര്യ സംഭാഷണവും കേട്ട് ഡെർദി അവിടെയിരുന്നു. അവർ നിർത്താതെ പുലമ്പിക്കൊണ്ടിരുന്നു. അപ്പോഴും മുഖത്ത് അതേ ചിരി.

''വേറെ ആർക്കും കേൾക്കാനാവില്ല. ദൈവം എന്നോടുമാത്രമാണ് സംസാരിക്കുന്നത്. എന്നെ സ്വർഗത്തിലേക്കു കൊണ്ടുപോകാമെന്നു പറയുന്നുണ്ട്.''

ഇടയ്ക്കിടയ്ക്ക് അവർ സംസാരം നിർത്തും. മുഖത്തെ ചിരി വിറങ്ങലിച്ചു നിൽക്കും. ഏതാനും നിമിഷം കഴിഞ്ഞ് എന്തോ ഓർത്തെടുക്കുന്നതുപോലെ വീണ്ടും സംസാരം തുടങ്ങും.

''ദൈവം പറയുന്നു, റഹിമെ, നീ മാത്രമാണ് എന്റെ യഥാർത്ഥ ദാസി എന്ന്. നിന്റെ പ്രാർത്ഥന ആത്മാർത്ഥമാണ്. അതിലെനിക്കു വിശ്വാസമുണ്ട്. മറ്റുള്ളവരെല്ലാം വഞ്ചകരാണ്.

അവർ അവളെക്കൊണ്ട് പിന്നെയും പിന്നെയും സത്യം ചെയ്യിച്ചു, താൻ എപ്പോഴും ദൈവവുമായി സംസാരിച്ചുകൊണ്ടിരിക്കുന്ന കാര്യം

മറ്റാരോടും പറയരുതെന്ന്. അവർ ഡെർദിയെടു മുമ്പിലേക്ക് കൊറാൻ നീട്ടി. ''ഇതിൽ തൊട്ട് സത്യം ചെയ്യൂ. ആരോടും പറയില്ലെന്ന്.''

രാത്രി അത്താഴം കഴിഞ്ഞ് ഡെർദി ഉറങ്ങാനായി അവളുടെ ഫ്ളാറ്റിലേക്കു മടങ്ങി. കോണിപ്പടികൾ കയറി ഫ്ളാറ്റിന്റെ വാതിൽ തുറക്കാൻ തുടങ്ങവേ അപ്പുറത്ത് ലിഫ്റ്റിൽനിന്നും ആരോ പുറത്തേക്കു വന്നു. അവൾക്ക് തിരിഞ്ഞുനോക്കാതിരിക്കാനായില്ല. അത് സ്റ്റാൻലി ആയിരുന്നു. കറുത്ത തുകൽകോട്ട് ധരിച്ച്... കണ്ണുകൾക്കു ചുറ്റും കറുത്ത മഷിയെഴുതി... അയാൾ അവളുടെ നേരെ നോക്കി. അയാളുടെ നീലക്കണ്ണുകൾ ഇരുണ്ട മേഘങ്ങൾക്കപ്പുറത്തുള്ള ആകാശം പോലെ എന്നവൾക്കു തോന്നി.

അതിനിടെ ഏതാനും നിമിഷം ഇടനാഴിയിൽ ലൈറ്റണഞ്ഞു. കൂരിരുട്ടിൽ അവർ രണ്ടുപേരും മാത്രം തമ്മിൽ തമ്മിൽ കാണാനാകാതെ.

അവൾ വെറുതെ സങ്കല്പിച്ചു. താൻ ഓടിച്ചെന്ന് അയാളെ കെട്ടിപ്പിടിക്കുന്നു. അയാളും തന്നെ ചേർത്തുപിടിക്കുന്നു. രണ്ടുപേരും കൂടി ലിഫ്റ്റിൽ കയറി അവിടെനിന്നും പോകുന്നു. ഏതോ വിദൂരതയിലേക്ക് രക്ഷപ്പെടണം.

വീണ്ടും ലൈറ്റ് തെളിഞ്ഞു. ഡെർദി അവളുടെ ഫ്ളാറ്റിനുനേരെ തിരിഞ്ഞു. ഇത്തവണ അയാൾ അവളെ ശ്രദ്ധിച്ചു. അവളേക്കാൾ ഏറെ പ്രായമുള്ളയാൾ. അയാൾ അവളെ നോക്കി ചെറുതായൊന്നും തലകുനിച്ചു. മദ്യപിച്ച് അല്പം ലക്കുകെട്ടിരുന്നു. എന്നാലും വേഗം താക്കോലെടുത്ത് വാതിൽ തുറന്ന് അകത്തുകടന്നു.

അന്നുരാത്രി ഡെർദി വാതിലിനു തൊട്ട് തറയിലാണ് കിടന്നത്. ഇടനാഴിയിൽ ശബ്ദം കേൾക്കാൻ കാതോർത്തുകൊണ്ട്. രാവിലെ എഴുന്നേറ്റു പുറത്തുവന്നപ്പോൾ അവൾ ആദ്യം നോക്കിയത് സ്റ്റാൻലിയുടെ വാതിലിനു നേരെയാണ്. അതൊരു ചുമരു മാത്രമായാണ് അവൾക്കു തോന്നിയത്. അതിനപ്പുറത്ത് ശൂന്യത മാത്രം.

ഡെർദി കോണിയിറങ്ങി താഴേക്കു ചെന്നു. അവൾ വാതിൽ മണി അടിക്കുന്നതിനു മുമ്പുതന്നെ റഹിമെ വാതിൽ തുറന്നു.

'നിനക്ക് ഉൾവിയെ അറിയില്ലേ?''

'അറിയാം.'' അവൾ തലയാട്ടി.

''അവളും ദൈവത്തോടു സംസാരിക്കാറുണ്ടത്രേ. അവളെന്നോട് പറഞ്ഞു. ശുദ്ധ നുണ. അവളൊരു നുണച്ചിപ്പട്ടിയാണ്.''

ശകാരിക്കാൻ കിട്ടിയ അവസരം ഡെർദിയും പാഴാക്കിയില്ല.

''അതെ നുണച്ചിപ്പട്ടി.'' അവളും ഉറപ്പിച്ച് നീട്ടി പറഞ്ഞു. റഹിമെയ്ക്കും അതു കേട്ടപ്പോൾ സന്തോഷമായി. അവരുടെ ചുണ്ടുകൾ ഒന്നുകൂടി നീണ്ടു. ഏതാണ്ട് കവിളെല്ലോളം.

ഏതാണ്ട് പന്ത്രണ്ടു മണിക്കൂർ ഡെർദി റഹിമെയോടൊപ്പം കഴിഞ്ഞു. കുളി, പ്രാർത്ഥന, പാചകം, ആഹാരം കഴിക്കൽ... അവരുടെ വാതോരാത്ത സംസാരം കേട്ടിരിക്കുന്നതായി നടിക്കൽ... അതിനുശേഷം അവൾ ഉറങ്ങാൻ സ്വന്തം ഫ്ളാറ്റിലേക്കു പോയി. ഓരോ പടി കയറുമ്പോഴും അവൾ കാതോർത്തു. ആരെങ്കിലും ലിഫ്റ്റിന്റെ വാതിൽ തുറന്ന് ഇടനാഴിയിലേക്ക് കാൽവെക്കുന്നുണ്ടോ?

വീട്ടിലെത്തിയാൽ ആദ്യം കുറേനേരം അവൾ കസേര ജനലരികിലേക്ക് വലിച്ചിട്ട് ഇരുട്ടിലെ ലണ്ടൻ നഗരത്തെ നോക്കിയിരിക്കും. പിന്നെ എഴുന്നേറ്റ് സാവധാനം വസ്ത്രങ്ങൾ അഴിച്ചുമാറ്റും. പൂർണ്ണ നഗ്നയായി മുലഞെട്ടുകൾ ജാലകചില്ലിലമർത്തി നിൽക്കും. പന്ത്രണ്ടാം നിലയിലുള്ള ഇരുട്ടുനിറഞ്ഞ ഫ്ളാറ്റിൽ കൈകൾ ഇരുവശത്തേക്കും മലർക്കെ നിവർത്തി നഗ്നയായ ഒരു പെൺകിടാവ്. അകലെയുള്ള വിളക്കുകൾ നോക്കിനിൽക്കേ അവളുടെ പുരികങ്ങൾ ഉയരും. ആരെങ്കിലും കണ്ടാലോ എന്ന് ആദ്യം പേടി തോന്നി. പിന്നെ അത് ആരെങ്കിലും കണ്ടെങ്കിൽ എന്ന മോഹമായി.

അന്നു രാത്രി കിടപ്പുമുറിയുടെ ജനലരികിലാണ് അവൾ നിന്നത്. കൂരിരുട്ടിൽ നിശ്ശബ്ദമായൊരു കരച്ചിൽപോലെ... ജനലയ്ക്കുള്ളിൽ ഒരു വെളുത്ത കൊടികണക്കേ. ശബ്ദം കടക്കാത്ത ചില്ലുജനലുകൾ. ആരും അവളുടെ കരച്ചിൽ കേട്ടില്ല. ശരീരമാസകലമുള്ള ക്രൂരമായ മർദ്ദനങ്ങളുടെ പാടുകൾ കണ്ടില്ല. ആരും പൊലീസിലറിയിച്ചില്ല. അവളുടെ സ്വയംപ്രദർശനവും ആരുടെയും കണ്ണിൽപ്പെട്ടില്ല. പരിപൂർണ്ണനഗ്നയായി അവൾ കിടന്നുറങ്ങി.

കൺമുമ്പിൽ ഒരു നിഴലനക്കം. അവൾ പെട്ടെന്ന് കണ്ണുകൾ തുറന്നെഴുന്നേറ്റു. ഒരു തലയിണ എടുത്ത് മാറു മറച്ചു. മെത്തയിൽ അവളുടെ നഗ്നമായ ചുമലുകളിലേക്ക് നോക്കി ഇരിക്കുന്നു... റഹിമെ. ഇവരെങ്ങനെ അകത്തു കയറി? അവരുടെ കൈയിലും ഒരു താക്കോലുണ്ടെന്ന് പിന്നീടാണോർത്തത്. അവൾക്ക് ദേഷ്യവും വെറുപ്പും തോന്നി. അവർ വന്നിരിക്കാൻ തുടങ്ങിയിട്ട് എത്രനേരമായിക്കാണാം. നേരെ പുലർന്നുകഴിഞ്ഞു. ഇരുണ്ട കർട്ടനുകളിൽ ഒരുതരി വെളിച്ചം.

''ഒരുകാലത്ത് ഞാനും നിന്നെപ്പോലെ സുന്ദരിയായിരുന്നു.''

ഡെർദി നെടുവീർപ്പിട്ടു. റഹിമെ അവളുടെ തോളുകൾ ഉള്ളം കൈകൊണ്ട് മൃദുവായി തലോടി.

“ഇപ്പോ നോക്കൂ. ഞാനെങ്ങനെയായിരിക്കുന്നു.”

റഹിമെ ഡെർദിയുടെ നെഞ്ചിലേക്ക് തല ചായ്ച്ച് കരയാൻ തുടങ്ങി. അവരുടെ തട്ടംകൊണ്ട് മറച്ച തല അവൾ പതുക്കെ തലോടി. അവരെ ആശ്വസിപ്പിക്കാൻ അത്രയേ അവൾക്ക് ചെയ്യാനാകുമായിരുന്നുള്ളൂ.

തികച്ചും ശാന്തമായൊരു ദിവസം. ആരും പ്രാർത്ഥിച്ചില്ല. വൈകുന്നേരമായപ്പോൾ റഹിമെ ഡെർദിയെ കാണാൻ വന്നു. കൈയിൽ ഷൂസിന്റെ ഒരു പെട്ടി.

“ഇതിന്റെ അകത്തെന്താണെന്നറിയാമോ?” അവർ ഒച്ച താഴ്ത്തി ചോദിച്ചു. ഡെർദിയുടെ മറുപടിക്കു കാത്തുനിൽക്കാതെ തുണിയിൽ പൊതിഞ്ഞുകെട്ടിയ ഒരു സാധനം പുറത്തെടുത്ത് അവർ അത് ഡെർദിക്ക് സമ്മാനിച്ചു. ചെറിയൊരു റേഡിയോ.

“ഒരാളും അറിയരുത്. ആരോടും പറയരുത്.”

അവർ റേഡിയോ ഓൺ ചെയ്തു. സുവോക്സിയും ബാൻഷീയും പാടുകയായിരുന്നു. “പീക്ക് എ ബൂ...”

“എനിക്ക് ഒരു വാക്ക് മനസ്സിലാകുന്നില്ല. എന്നാലും എന്ത് രസം.” അവർ സന്തോഷത്തോടെ ചിരിച്ചു. ഡെർദിയും കൂടെ ചിരിച്ചു.

പാതിരാവോളം അവർ രണ്ടുപേരും പാട്ടുകേട്ടു. ഒപ്പം അറിയാവുന്ന മാതിരി ചോടുവെച്ച് നൃത്തവും ചെയ്തു. രണ്ടുപേരും കൈകൾ കോർത്തുപിടിച്ച് ചാടിത്തുള്ളി. വട്ടംചുറ്റി. തമ്മിൽ തമ്മിൽ കൂട്ടിമുട്ടി.

അവർ ചെയ്തിരുന്നത് പോഗോ നൃത്തമാണെന്ന് രണ്ടുപേർക്കും അറിയില്ലായിരുന്നു. ഒരു കാര്യത്തിൽ മാത്രമേ ഡെർദിക്ക് വിഷമം തോന്നിയുള്ളൂ. അതവളെ വല്ലാതെ മുഷിപ്പിക്കുകയും ചെയ്തു. ഓരോ മണിക്കൂറിലും കൊറാനിൽ തൊട്ട് സത്യം ചെയ്യണം. “ഈ റേഡിയോവിന്റെ കാര്യം ആരോടും ഞാൻ പറയില്ല.”

രാവിലെ ഉണർന്നത് തൊണ്ടയിൽ എന്തോ ഉരുണ്ടുകൂടി നിൽക്കുന്നു എന്ന തോന്നലോടെയാണ്. ശ്വാസം കഴിക്കാൻപോലും വിഷമം. എന്തു ചെയ്തിട്ടും മാറാതെ... ഒരു ഇരുമ്പുണ്ട അവിടെ കുടുങ്ങിക്കിടക്കുന്നതുപോലെ. ഈയൊരു ദിവസം കഴിഞ്ഞാൽ ബെസിർ മടങ്ങിയെത്തുകയായി. ഓരോ നിമിഷവും അതിനോടടുത്തുവരുന്നു.

അതുകൊണ്ടുള്ള ഭയം. അതായിരിക്കുമോ ഈ തൊണ്ടകെട്ടലിനുള്ള കാരണം.

അവൾ എതിർവീട്ടിലെ താമസക്കാരന്റെ കണ്ണുകളെപ്പറ്റി ആലോചിച്ചു. വിളർത്ത മുഖത്ത് നീലക്കണ്ണുകൾ. ആ മുഖം തന്റെ മുഖത്തേക്കു കുനിയുന്നതുപോലെ. മനസ്സിൽ ആ ചിത്രം തെളിഞ്ഞുവന്നപ്പോൾ, ബെസിറിന്റെ ഇരുണ്ട മുഖം താനേ മറഞ്ഞുപോയി. തൊണ്ടയിലെ മുഴയും എങ്ങോ തെന്നിപ്പോയതുപോലെ.

അവൾ വെറുതെ വിചാരിച്ചു. ആ വാതിലിൽ ചെന്നു മുട്ടിയാലോ. തന്നെ ഇവിടെനിന്ന് എങ്ങനെയെങ്കിലും രക്ഷിക്കണമെന്ന് അഭ്യർത്ഥിച്ചാലോ. തന്റെ ദുരവസ്ഥ എങ്ങനെയാണ് അയാളെ പറഞ്ഞു മനസ്സിലാക്കുക? ഏതു ഭാഷയിലാണ്? വേണ്ട, എല്ലാ വിവരം കാണിച്ച് ചിത്രം വരയ്ക്കാം. അഞ്ചുവർഷം മുമ്പ് ഇവിടെ വന്നതു മുതൽ താൻ അനുഭവിച്ചുകൊണ്ടിരിക്കുന്ന പീഡനങ്ങൾ... ചിത്രങ്ങളായി... അയാളുടെ കൈപിടിച്ച് ഇവിടെനിന്നിറങ്ങണം. ഒരിക്കലും തിരിച്ചുവരാത്ത ഒരു യാത്ര. കടലാസിൽ വലിയൊരു ഹൃദയവും വരച്ചുവെക്കണം. സംഗതി അയാൾക്ക് മനസ്സിലാകാതിരിക്കില്ല.

ഡെർദി കട്ടിലിൽനിന്നും ചാടി നേരേ പൂമുഖത്തളത്തിലേക്കോടി. അവിടെ ബെസിറിന്റെ നോട്ടുപുസ്തകവും ഫൗണ്ടൻ പേനയും മേശപ്പുറത്തിരിക്കുന്നുണ്ട്. അയാൾ അറബിഭാഷ പഠിക്കുന്നുണ്ടായിരുന്നു. അവൾ താഴെയിരുന്നു. പുസ്തകത്തിലെ ഒരു ഒഴിഞ്ഞ പേജ് തുറന്നുവെച്ചു. തിടുക്കത്തിൽ വര തുടങ്ങി. ഒന്ന് തന്റെ രൂപം. എളുപ്പമായിരുന്നു. കണ്ണും മൂക്കുമൊന്നുമില്ല. വെറുതെ ഒരാൾ. അപ്പുറത്തും അതേപോലെ. എന്നാൽ താടിയുണ്ട്. അതിനുതൊട്ട് അവർ താമസിക്കുന്ന കെട്ടിടം. താഴെ അവൾ അവിടെ വന്നുചേർന്ന വർഷം കുറിച്ചിട്ടു. അതോടെ ആദ്യരംഗം കഴിഞ്ഞു. അവൾ അടിവരയിട്ടു. തന്റെ ചിത്രകഥയുടെ രണ്ടാംരംഗം വരച്ചുതുടങ്ങി. പുരുഷൻ ഒരു ഗദപോലെ എന്തോ കൈയിൽ പിടിച്ചു നിൽക്കുന്നു. സ്ത്രീ താഴെ വീണുകിടക്കുകയാണ്. അവളുടെ ശരീരത്തിൽ ചോര ഒലിക്കുന്നതായി കാണിക്കണം. അവൾ നേരെ അടുക്കളയിൽ ചെന്ന് കത്തിയെടുത്ത് വിരൽത്തുമ്പിൽ ആഞ്ഞുകുത്തി. അങ്ങനെ സ്വന്തം ചോര തന്നെ അവൾ ആ സ്ത്രീരൂപത്തിനുമേൽ പുരട്ടി. മൂന്നാമതായി അവൾ വരച്ചത് ആ നീലക്കണ്ണുള്ള മനുഷ്യൻ, അവളുടെ കൈപിടിച്ച് ആ കെട്ടിടത്തിൽനിന്നും പുറത്തേക്കു കൊണ്ടുപോകുന്നതായിരുന്നു. അവസാനം അവൾ ഒരു ഹൃദയം വരച്ചു. വിരൽത്തുമ്പിൽനിന്ന് ഒടുവിലത്തെ തുള്ളി ചോരയും ഞെക്കിയെടുത്ത് അവൾ ആ ഹൃദയത്തിന് ചുകന്ന നിറം കൊടുത്തു.

നോട്ടുപുസ്തകത്തിൽനിന്നും ആ പേജ് അവൾ കീറിയെടുത്തു. വസ്ത്രം മാറ്റി താഴത്തെ വീട്ടിൽ ചെന്നു. റഹിമെ വാതിൽ തുറന്നു. കൈയിൽ വിശുദ്ധ കൊറാൻ.

"എന്തുവേണം?" ബെസിർ സ്ഥലത്തില്ലെന്നും പകൽസമയം ഡെർദി താഴെയാണ് കഴിയുന്നതെന്നും അവർ മറന്നിരുന്നു. കഴിഞ്ഞ രാത്രി ഏറെ നേരം പാട്ടുകേട്ടും നൃത്തംവെച്ചും ചിരിച്ചുല്ലസിച്ചതും അവർക്ക് ഓർമ്മയുണ്ടായിരുന്നില്ല. ഒന്നും സംഭവിച്ചിട്ടില്ല എന്ന മട്ടിൽ ഡെർദി പറഞ്ഞു,

"കുറച്ചു റൊട്ടി കിട്ടിയാൽ കൊള്ളാമായിരുന്നു."

മുഖത്തടിക്കുമ്പോലെയായിരുന്നു റഹിമെയുടെ മറുപടി. "ഇവിടെ റൊട്ടിയൊന്നും ഇരിപ്പില്ല. നിന്നെപ്പോലെയുള്ള നുണച്ചിപ്പട്ടികൾക്ക്, ഉണ്ടെങ്കിലും ഞാൻ തരില്ല."

അവർ വാതിൽ ഒച്ചയോടെ അടച്ചു.

ഡെർദി ആലോചിച്ചു നിന്നില്ല. ഉടനെ കോണികയറി. മനസ്സിൽ ആ പദ്ധതി തിളച്ചുമറിയുകയാണ്. വൈകിച്ചാൽ അതാറിത്തണു ത്താലോ. തിടുക്കത്തിൽ എതിർവീട്ടിലെ വാതിൽമണിയിൽ അവൾ വിരലമർത്തി.

വാതിൽക്കലേക്കടുക്കുന്ന കാലടിശബ്ദം അവൾ കേട്ടു. സ്റ്റാൻലി വന്ന് വാതിൽ തുറന്നു. അയാൾ എഴുന്നേറ്റിട്ടേ ഉണ്ടായിരുന്നുള്ളൂ. തലേരാത്രി കുറേയധികം കുടിച്ചിരുന്നു. അപ്പോഴും മുഴുവനായും കെട്ടുവിട്ടിരുന്നില്ല. കാലുറകൾ മാത്രമേ അയാൾ ധരിച്ചിരുന്നുള്ളൂ. മേലാകെ പച്ചകുത്തിയിരുന്നു. ഒരു നിമിഷം അവൾ ശങ്കിച്ചുനിന്നു. നാളെ ബെസിർ എത്തും. പിന്നെ ഇതുപോലെ ഒരവസരം കിട്ടില്ല. അവൾ തിടുക്കത്തിൽ ആ കടലാസ് അയാളുടെ നേരെ നീട്ടി. അയാൾ ഒന്നും മിണ്ടാതെ അത് വാങ്ങി വാതിലടച്ചു.

എന്തു ചെയ്യണമെന്നറിയാതെ അവൾ ഏതാനും നിമിഷം നിശ്ശബ്ദമായി നിന്നു. പിന്നെ ഫ്ളാറ്റിലേക്ക് തിരിച്ചുനടന്നു. വാതിലടയ്ക്കും മുമ്പേ അവസാനമായി അവൾ സ്റ്റാൻലിയുടെ വാതിലിലേക്ക് ഒരിക്കൽകൂടി നോക്കി.

ലണ്ടനിൽ രാത്രിയായി. തെരുവിൽകൂടി തിരക്കിട്ടോടുന്ന വിളക്കുകൾ ഡെർദി കിടപ്പുമുറിയുടെ ജനലിലൂടെ നോക്കിയിരുന്നു. പക്ഷേ, അവൾ ഒന്നും കാണുന്നുണ്ടായിരുന്നില്ല. കസേര ജനലരികിലേക്ക് വലിച്ചിട്ട് കാലുകൾ മടക്കി താടിയോടു ചേർത്തുവെച്ചാണവൾ ഇരുന്നിരുന്നത്. സ്റ്റാൻലി ആ ചിത്രങ്ങൾ ബെസിറിനെ കാണിച്ചാലോ.

മരിക്കുകയാണ് ഭേദം. ഈ ജനാല തുറന്ന് താഴേക്ക് ചാടിയാൽ മതി. ജാലകച്ചില്ലിൽ സ്വന്തം മുഖം പ്രതിഫലിക്കുന്നതും നോക്കി, ഉൾക്കവിൾ കരഞ്ഞുകൊണ്ട് അവൾ അതേ ഇരിപ്പിൽ മണിക്കൂറുകൾ ഇരുന്നു.

കൈയിലെ ഉറകൾ ഊരിവെച്ചിട്ടില്ല. ആ കറുത്ത പുതപ്പും അഴിച്ചുമാറ്റിയിട്ടില്ല. അത് അവളെ സംബന്ധിച്ചിടത്തോളം മറ്റൊരു ത്വക്ക് ആയിക്കഴിഞ്ഞിരുന്നു. അവൾ മെല്ലെ ജനാല തുറന്നു. നാലഞ്ചു മഴത്തുള്ളികൾ മുഖത്തു വന്നു വീണു. അവൾ താഴേക്കു നോക്കി. പന്ത്രണ്ടു നില താഴെ... പിന്നെ കണ്ണെടുത്ത് വിദൂരതയിലേക്കു നോക്കി.

പുറത്തെ വാതിൽ ആരോ ശക്തിയായി മുട്ടുന്നു. വാതിൽമണി കേടുവന്നിട്ട് കുറച്ചുനാളായി. അവൾ ഉദാസീനയായി നടന്നുചെന്ന് വാതിൽ തുറന്നു. ആരാണെന്നറിയാൻ തല ഉയർത്തി നോക്കിയതുപോലുമില്ല.

ആദ്യം കണ്ണിൽപെട്ടത് ഒരു ജോടി കറുത്ത ഷൂസായിരുന്നു. പിന്നെ കറുത്ത കാലുറകളും കറുത്ത ടീഷർട്ടും. അവസാനം സ്റ്റാൻലിയുടെ മുഖം. ആ നീലക്കണ്ണുകൾ ഡെർദിയെയും കടന്ന് വീട്ടിനകത്തെ ഇരുട്ടിലേക്കു നീണ്ടു. വാതിൽപാളികൾ കൈ അമർത്തി നിന്ന് അയാൾ അകത്തേക്ക് എത്തിച്ചുനോക്കി. വേറെ ആരെങ്കിലും അകത്തുണ്ടോ എന്നറിയാൻ.

തിരക്കി.

ഡെർദിയും അറിയാതെ തിരിഞ്ഞ് അകത്തേക്കു നോക്കി.

‘‘ഇല്ല, ഇവിടെ വേറെ ആരുമില്ല.’’

ടർക്കിഷിൽ അവൾ മറുപടി പറഞ്ഞു. അയാൾക്ക് കാര്യം മനസ്സിലായില്ലെങ്കിലോ? അവൾ കൈകൾ മലർത്തിക്കാണിച്ചു.

വീട്ടിൽ ആരുമില്ലെന്ന് അയാൾക്ക് മനസ്സിലായി. അതേസമയം അത്ഭുതവും തോന്നി.

അയാൾ അവളുടെ കൈയിൽ കടന്നുപിടിച്ചു പുറത്തേക്കു വലിച്ചു. കൈ എത്തിച്ച് വാതിലടയ്ക്കാൻ അവൾക്ക് കഷ്ടിച്ച് സമയം കിട്ടി.

‘‘അവസാനം ഞാൻ രക്ഷപ്പെടുകയായി.’’ അവൾ ആശ്വാസത്തോടെ വിചാരിച്ചു. പക്ഷേ അവർ എങ്ങും പോവുകയുണ്ടായില്ല. അയാൾ സ്വന്തം ഫ്ളാറ്റിലേക്കാണ് അവളെ കൂട്ടിക്കൊണ്ടുപോയത്.

അയാളുടെ ഫ്ളാറ്റ്. അവളുടെ ഫ്ളാറ്റിന്റെ തനിപതിപ്പ്. അവൾക്കൊട്ടും അപരിചിതത്വം തോന്നിയില്ല. അയാൾ നേരെ കിടപ്പുമുറിയിലേക്കാണവളെ കൊണ്ടുപോയത്. ജനലകളിൽ കറുത്ത കർട്ടനുകൾ. താഴെ വലിയൊരു ഇരട്ടമെത്ത. അതിനരികെ കറുത്ത

കുഷ്യനുകളോടുകൂടിയ ഒരു കസേര. ഭിത്തിയിൽ ഒട്ടിച്ചിരുന്ന വലിയ ചിത്രങ്ങൾ കണ്ട് അവൾ അമ്പരന്നു. പുരുഷന്മാരും സ്ത്രീകളും പരസ്പരം ചെയ്യുന്നത്. അവൾ അയാളുടെ കൈ വിടുവിച്ച് രണ്ടടി പുറകോട്ടു വെച്ചു.

“പുറത്തേക്കോടിക്കോളൂ” മനസ്സ് പറഞ്ഞു.

അപ്പോഴേക്കും സ്റ്റാൻലി ചിരിച്ചുകൊണ്ട് അവളുടെ തോളിൽ കൈവെച്ചു. അയാൾ അവളുടെ തലയിൽ മൃദുവായി തലോടി. തന്റെ മുഖം മറയ്ക്കുന്ന തുണി മാറ്റാൻ അവൾ കൈ ഉയർത്തിയതാണ്. അയാൾ വേണ്ടെന്നു പറഞ്ഞു. അയാൾക്കവളുടെ മുഖം കാണേണ്ട. പിന്നെ എന്താണ് വേണ്ടത്?

സ്റ്റാൻലി അയാളുടെ ടീഷർട്ട് ഊരിമാറ്റി. കിടക്കയ്ക്കു കീഴിൽ നിന്നും ഒരു റബ്ബർ ബാറ്റ് പുറത്തെടുത്ത് അവളുടെ കൈയിൽ കൊടുത്തു. മെത്തയിൽ മുട്ടുകുത്തി തല കുമ്പിട്ടിരുന്നു. അയാൾ ഡെർദിയുടെ നേരെ നോക്കി. വിശ്വസ്തനായൊരു നായയുടെ ഭാവമാണ് അവൾ ആ കണ്ണുകളിൽ കണ്ടത്. അയാളുടെ പുറത്താകെ ചോര കെട്ടി നീരു വന്ന മുറിപ്പാടുകൾ. ജനനേന്ദ്രിയം കനത്ത് പുറത്തേക്കുന്തി നിൽക്കുന്നത് അവൾ വ്യക്തമായി കണ്ടു.

അയാൾ അതിനെ അരുമയായി താലോലിച്ചുകൊണ്ട് അവളുടെ നേരെ ദൈന്യതയോടെ കണ്ണുകളുയർത്തി. അവൾക്കു മനസ്സിലായി, അയാൾ കാത്തിരിക്കുകയാണ്. പൊടുന്നനെ അവളുടെ കൈ ഉയർന്നു താഴ്ന്നു. ആ റബ്ബർബാറ്റ് അയാളുടെ മുതുകിൽ ആഞ്ഞുപതിച്ചു.

അവൾക്ക് വല്ലാത്ത ഭയം തോന്നി. ക്ഷണത്തിൽ അവൾ അവിടെ നിന്നും ഓടിപ്പോയി. പക്ഷേ, ഒരു മൂന്നുമണിക്കൂർ കഴിഞ്ഞ് വീണ്ടും വന്നു. റബ്ബർ ബാറ്റെടുത്ത് അയാളുടെ പുറത്ത് ഊക്കിൽ അടിക്കാൻ തുടങ്ങി. ബാറ്റിന്റെ ചായം ഇളകിവരുന്നത് അവൾ കണ്ടില്ല.

‘സ്റ്റിക്’ ഒരു പബ്ബ് ആയിരുന്നു. കാംഡെൺ ടൗണിന്റെ ഉൾത്തെരുവുകളിലൊന്നിൽ ഒരു മൂലയിൽ പ്രവർത്തിക്കുന്ന ഒരു മദ്യശാല. എല്ലാ തരത്തിലുമുള്ള സാമൂഹികവിരുദ്ധരുടെ സങ്കേതം. തീർത്തും വൃത്തിഹീനമായ പരിസരം. തന്റെ കൈയിലിരിക്കുന്ന വൃത്തികെട്ട മഗ്ഗിൽ നുരഞ്ഞുപൊന്തുന്ന ബിയർ മോന്തിക്കൊണ്ട് സ്റ്റാൻലി മിച്ചിനോടു പറഞ്ഞു. തന്റെതന്നെ തരക്കാരൻ. അമേരിക്കയിൽനിന്നും സുഖം തേടി വന്നിരിക്കയാണ്.

“അവളെ കാണുകതന്നെ വേണം. അത്രയ്ക്കും സുന്ദരി. കണ്ണുകൾ മാത്രമേ വെളിയിൽ കാണൂ. ടർക്കിഷ് ആണെന്നു തോന്നുന്നു.

തൊട്ടുമുമ്പിലെ ഫ്ളാറ്റിലാണ് താമസം. കൂടെ ഒരു താടിക്കാരനുമുണ്ട്. സഹോദരനോ? ഭർത്താവോ? ആ കെട്ടിടം മുഴുവൻ ഇവരുടെ കൂട്ടരാണ്. ഇന്നലെ പെട്ടെന്ന് അവൾ എന്റെ വാതിലിൽ വന്നുമുട്ടി.''

''എന്തു പ്രായമുണ്ടാവും?''

''എങ്ങനെ അറിയാൻ. എന്തായാലും നന്നേ ചെറുപ്പമാണെന്നു തോന്നി.''

ഇത്രയും കേട്ടപ്പോൾതന്നെ മിച്ചിന് ലഹരി കയറി. സ്വയംഭോഗത്തിനുള്ള തരിപ്പ്. സ്റ്റാൻലിയെ പേടിച്ച് കൈ പിടിച്ചുവെച്ചു. ഒരു മഗ്ഗ് ബിയർകൂടി ആവശ്യപ്പെട്ടു.

രാവിലെ പത്തുമണിയായിട്ടേയുള്ളൂ. പബ്ബിൽ വേറെ പറ്റുകാരാരുമുണ്ടായിരുന്നില്ല. സ്റ്റാൻലിയും മിച്ചും അവരുടെ സംഭാഷണം തുടർന്നു.

''അവളുടെ കൈയിലെ ആ പടങ്ങൾ. തന്നത്താൻ വരച്ചതാവണം.''

മിച്ചിന് കുറേശ്ശെ വെളിവുകെടാൻ തുടങ്ങിയിരുന്നു.

''അവളെ അകത്തേക്കു വിളിച്ചില്ലേ?''

''മുഴുവൻ കേൾക്കൂ. ആ ചിത്രത്തിൽ ഒരു പുരുഷൻ ഒരു സ്ത്രീയെ പ്രഹരിക്കുന്നു. അതിലേറെ അതിശയം അതിൽ ഒരു ഹൃദയത്തിന്റെ ചിത്രം. ചുകന്ന നിറത്തിൽ. ആ ചുകപ്പ് ശരിയായ ചോരയുടേതായിരുന്നു.''

മിച്ച് അയാളുടെ പഴയ കാമുകിയെ ഓർത്തു. ഒരു തെറി ഉറക്കെ പറഞ്ഞു. ചോര കണ്ടാൽ അവൾക്ക് ഓക്കാനം വരുമായിരുന്നു.

''രാത്രിയാകുംവരെ ഞാൻ കാത്തിരുന്നു.'' സ്റ്റാൻലി തുടർന്നു. ''വീട്ടിൽ വേറെ ആരും ഇല്ലെന്ന് ഉറപ്പായപ്പോൾ... ഇടയ്ക്കിടയ്ക്ക് വാതിൽ തുറന്ന് ഇടനാഴിയിൽ പരിശോധിച്ചിരുന്നു. ഞാൻ അവളുടെ വാതിലിൽ ചെന്നുമുട്ടി. അവൾ വന്നു വാതിൽ തുറന്നു. ഞാൻ അകത്തേക്ക് എത്തിച്ചുനോക്കി.

''അവൾ ഒന്നും പറഞ്ഞില്ലേ? നിങ്ങൾ പരസ്പരം ഒന്നും സംസാരിച്ചില്ലേ?'' മിച്ചിന് അറിയാൻ തിടുക്കം.

''എന്തു സംസാരിക്കാൻ? അവൾക്ക് ഇംഗ്ലീഷ് അറിയില്ലല്ലോ. ഞാൻ അവളെ നേരെ എന്റെ വീട്ടിലേക്ക് കൊണ്ടുവന്നു.''

''അവളുടെ മുഖം കണ്ടുവോ?''

''ഇല്ല. അല്ലെങ്കിലും മുഖം കണ്ടതുകൊണ്ടെന്തു ഗുണം? കൈകൾ പോലും കണ്ടില്ല. കറുത്ത കൈയുറകൾ ധരിച്ചിരുന്നു.''

‘‘അതെ അതെ.’’ മിച്ച് തലയാട്ടി. ‘‘ഞാൻ സൂപ്പർമാർക്കറ്റിൽ കണ്ടിട്ടുണ്ട്. ഒരിക്കൽ അഞ്ചുപേർ ഒരുമിച്ച്. ആകെ കറുപ്പുകൊണ്ട് മൂടി.. കൈയിലും കറുത്ത കൈയുറകൾ.’’

‘‘അതൊരു സൂചനയാണെന്നെനിക്കു തോന്നുന്നു. പറയാതെ പറയുന്നു. ഞങ്ങളെ കണ്ടാൽ നിങ്ങളുടെ നിയന്ത്രണം വിട്ടു പോകും. അല്ലാതെ എന്തിനാ അവർ ഇങ്ങനെ അടിമുടി പൊതിഞ്ഞു നടക്കുന്നത്? പേടിച്ചിട്ടുതന്നെ. പുരുഷന്മാർ കടന്നുപിടിച്ചാലോ? ന്യൂക്ലിയർ ബോംബുപോലെ...’’

മിച്ചിന്റെ വിലയിരുത്തൽ. രണ്ടുപേരും പൊട്ടിച്ചിരിച്ചു.

‘‘കറുപ്പിൽ പൊതിഞ്ഞ ആ രൂപങ്ങൾ. കണ്ടാൽത്തന്നെ മത്തു പിടിക്കും.’’ സ്റ്റാൻലി ഗൗരവത്തോടെ പറഞ്ഞു. ‘‘ഇവിടെ കാണുന്ന പെണ്ണുങ്ങളെപ്പോലെയല്ല. ഈ കൂട്ടർക്ക് അവരുടെ കറുത്ത കുപ്പായ ത്തിൽ വലിയ അഭിമാനമാണ്. അവർ തെരുവിലൂടെ നടക്കുകയല്ല, ഒഴുകിനീങ്ങുകയാണെന്നേ തോന്നൂ.’’

‘‘പിന്നെ എന്തുണ്ടായി? പറയൂ.’’ മിച്ച് സ്റ്റാൻലിയുടെ തോളിൽ ത്തട്ടി.

സ്റ്റാൻലി അയാളുടെ ടീഷർട്ടഴിച്ച് മിച്ചിനുനേരെ തിരിഞ്ഞുനിന്നു. പുറം നിറയെ തിണർത്ത പാടുകൾ കരിവാളിച്ചു കിടക്കുന്നു. ഡെർദി യുടെ പുറത്തുള്ളതുപോലെത്തന്നെ. മിച്ച് പതുക്കെ ആ പാടുകളിൽ വിരലോടിച്ചു. സ്റ്റാൻലി തിരിഞ്ഞുനിന്നു. കൂട്ടുകാരന്റെ മുഖത്തു കണ്ട അത്ഭുതം. അയാൾക്ക് സന്തോഷമായി.

സമയമായി. സ്റ്റാൻലി പബ്ബിന്റെ മുൻവാതിൽ പൂട്ടി. തന്റെ അമേരിക്കൻ സുഹൃത്തുമായി ഉള്ളിലേക്കു വലിഞ്ഞു. ഇനി കുറച്ചു നേരം അതിനകത്താകാം അവരുടെ രഹസ്യകേളികൾ.

വീണ്ടും പബ്ബിന്റെ വാതിൽ തുറന്നപ്പോൾ സ്റ്റാൻലി ആദ്യം കണ്ടത്, റിഗെയ്പിനെ ആയിരുന്നു. കസേരകൾ തട്ടിമാറ്റി പബ്ബിന്റെ പുറകു വശത്തേക്ക് രക്ഷപ്പെടാൻ ഒരു ശ്രമം നടത്തി. അതിനിടെ റിഗെയ്പ് സ്റ്റാൻലിയുടെ കഴുത്തിൽ കയറിപ്പിടിച്ചു. ശുചിമുറിയിലേക്കു തള്ളി ക്കൊണ്ടുവന്നു. തല ടോയ്‌ലറ്റിനകത്തേക്കു താഴ്ത്തി. ഫ്ളഷ് വലിച്ചു. അയാൾ കൈയും കാലും ഇട്ടടിച്ചു. പിന്നെ സ്റ്റാൻലിയുടെ തല പുറത്തേക്കെടുത്ത് റിഗെയ്പ് ഭിത്തിയിലിടിച്ചു.

‘‘തരാം... തരാം.. കൊല്ലല്ലേ.’’ സ്റ്റാൻലി വേദനയോടെ പുലമ്പി.

റിഗെയ്പ് പിടിവിട്ടു. രണ്ടടി പിന്നോക്കം മാറി കാത്തുനിന്നു. സ്റ്റാൻലി പോക്കറ്റിൽനിന്നും ഇരുന്നൂറു പൗണ്ടെടുത്ത് അയാളുടെ

കൈയിൽ വെച്ചു. ആ മാസം അയാൾ റിഗെയ്പിന്റെ കൈയിൽ നിന്നും വാങ്ങിയ മയക്കുമരുന്നിന്റെ പാതിവില.

''ബാക്കി തുക... ഞാൻ അടുത്ത ആഴ്ച വരും.'' റിഗെയ്പ് ഇംഗ്ലീഷിലാണ് താക്കീത് നൽകിയത്.

പബ്ബിൽനിന്നും പുറത്തുകടക്കാൻ തിരിഞ്ഞപ്പോഴാണ് മിച്ച് റിഗെയ്പിന്റെ കണ്ണിൽപ്പെട്ടത്. ആവശ്യം വന്നാൽ പ്രയോഗിക്കുമെന്ന മട്ടിൽ അയാൾ ഒരു ഒഴിഞ്ഞ വിസ്കി കുപ്പിയും ഉയർത്തിപ്പിടിച്ചു നിൽക്കുകയായിരുന്നു. അതേസമയം ശത്രുവിനെ നേരിടാൻ പേടി യുമുണ്ടായിരുന്നു.

''തന്തയ്ക്കു പിറക്കാത്ത തെണ്ടി...'' ടർക്കിഷിൽ ഉറക്കെ ചീത്ത വിളിച്ചുകൊണ്ട് റിഗെയ്പ് പബ്ബിൽനിന്നും ഇറങ്ങിനടന്നു. എന്നാൽ നടപ്പാതയിലെത്തിയതും അയാൾ ഒന്നാലോചിച്ചു നിന്നു. വീണ്ടും പബ്ബിൽ വന്നുകയറി. കുറേക്കൂടി ഉറക്കെ ടർക്കിഷിൽ അയാൾ വെല്ലു വിളിച്ചു.

''ആ കുപ്പികൊണ്ട് നീ എന്നെ തല്ലും അല്ലേ തെണ്ടീ?''

റിഗെയ്പ് തനിക്കായി തിരിച്ചുവന്നിരിക്കുന്നു എന്നു കണ്ടപ്പോൾ മിച്ചിന്റെ മുഖം വിളർത്ത്.. കണ്ണുകൾ തുറിച്ചു. കണ്ണട കാതിന്റെ പുറകിൽനിന്നും ഊരി വീണു. പാതി തൂങ്ങിക്കിടന്നു.

ബെസിർ വീണ്ടും അവളോടു ചോദിച്ചു.

''നീ എന്താണ് പറഞ്ഞത്?''

''റഹിമെതാത്തയുടെ കൂടെ ഞാനും കടയിലേക്കു പോകട്ടെ? നമുക്കാവശ്യമുള്ള സാധനങ്ങൾ അവരോടു പറഞ്ഞാൽ.. എപ്പോഴും എന്തെങ്കിലും ചിലത് മറക്കും.''

അയാൾ വീണ്ടും ചോദിച്ചു. ഇത്തവണ ചോദ്യം കൃത്യമായ മൂന്നു ഭാഗങ്ങളായിട്ടായിരുന്നു. ''നിനക്ക്... പുറത്തു പോകണാ.... റഹിമെതാത്തയുടെ കൂടെ?''

''വേണ്ട. പോകണ്ട.'' അവൾ ഉറപ്പിച്ചു പറഞ്ഞു. ''വേണ്ടതെന്താ ണെന്ന് അവരോട് പറയാം.'' അയാളുടെ തീരുമാനമെന്താണെന്ന് അവൾ മനസ്സിലാക്കിക്കഴിഞ്ഞിരുന്നു.

അയാൾ തളത്തിലെ മഞ്ചത്തിൽ കാലുകൾ മടക്കിവെച്ച് ഇരി ക്കുകയായിരുന്നു.

''എന്നാൽ ഇനി ആ കസേരയെക്കുറിച്ചു പറഞ്ഞോളൂ.''

അയാൾ സ്ഥലത്തില്ലാതിരുന്ന നാലു രാത്രിയും നാലു പകലും അവൾ അത് ജനലരികിലേക്ക് വലിച്ചിട്ടിരുന്നു. ഇപ്പോൾ അത് അതിന്റെ പഴയ സ്ഥാനത്തുതന്നെയുണ്ട്. മഞ്ചത്തിനു നേരെ മുമ്പിൽ.

അവൾ ഒരു നിമിഷം എന്തു പറയണമെന്നറിയാതെ പരുങ്ങി. ''തറ വൃത്തിയാക്കുമ്പോൾ ഞാനത് അങ്ങോട്ട് നിരക്കിയിട്ടതാവാം.''

ബെസിർ ചെറുതായൊന്നു ചുണ്ടു വിടർത്തി.

''അങ്ങനെയാണോ?'' അയാൾ മഞ്ചത്തിൽനിന്നും എഴുന്നേറ്റ് അവളുടെ കഴുത്ത് പിടിച്ചു ഞെക്കി. അധികം ബലം പ്രയോഗിച്ചില്ല.

അയാൾ അവളെ ജനലരുകിലേക്കു കൊണ്ടുവന്നു. കർട്ടനുകൾ നീക്കിയിട്ടിരുന്നു. അയാൾ എന്തു ചെയ്യാനാണ് ഭാവം! അവളുടെ ഉള്ളൊന്നു കാളി.

അയാൾ അവളുടെ പുറത്ത് ബലമായി അമർത്തി. അവൾ താനേ കുമ്പിട്ടു. തല കുനിഞ്ഞു.

പരവതാനിയിലേക്കു ചൂണ്ടി ബെസിർ ചോദിച്ചു.

''ഈ കാണുന്നതെന്താണ്?''

പ്രത്യേകിച്ചൊന്നും അവളുടെ കണ്ണിൽ പെട്ടില്ല. ഒച്ചയിട്ടുകൊണ്ട് അയാൾ വീണ്ടും വീണ്ടും വിരൽ ചൂണ്ടി. ജനലരുകിൽ പരവതാനിയിൽ നാലിടത്തായി കസേരയുടെ കാലുകൾ പതിഞ്ഞതിന്റെ കുഴിഞ്ഞ പാടുകൾ.

''ഇതെങ്ങനെ ഇവിടെ വന്നു?'' അയാൾ അലറി.

''എനിക്കറിയില്ല. സത്യമായും എനിക്കറിയില്ല.'' അവൾ തേങ്ങി. അവളുടെ കരച്ചിൽ അയാൾ കൂടുതൽ കുപിതനാക്കി.

'നീയല്ലെങ്കിൽപിന്നെ ആരാണ് കസേര ജനലയുടെ അരികിലേക്കു നീക്കിയത്? വേറെ ആരാണിവിടെ വന്നത്? പുറത്തെ കാഴ്ചകൾ കാണാൻ ആരാണ് ജനൽകർട്ടൻ നീക്കിയത്? ആരെയാണ് നീ അകത്ത് വിളിച്ചുകയറ്റിയത്? അയാളെ കാണാനാണോ സാമാനം വാങ്ങാനെന്ന പേരിൽ നീ കടയിൽ പോകുന്നത്?''

ബെസിർ ഒച്ച ഒതുക്കിക്കൊണ്ടാണിപ്പോൾ സംസാരിച്ചിരുന്നത്. അയാൾ വല്ലാതെ ബഹളം വെക്കുന്നുണ്ടെന്ന് ഉബൈദുള്ള സൂചിപ്പിച്ചിരുന്നു. ആ പെൺകുട്ടിയെ ഉപദ്രവിക്കുന്നുണ്ടോ എന്ന് അന്വേഷിച്ചിരുന്നു.

ബെസിർ ഡെർദിയുടെ കഴുത്തിൽനിന്നും കൈയെടുത്തു. ആപ്പീസിൽ പോകാൻ നേരം വൈകി. അയാൾ ധൃതിയിൽ തളത്തിൽ ചെന്ന് ഷൂസുകളെടുത്തിട്ടു. അവൾ കുറേനേരംകൂടി അവിടെത്തന്നെ കിടന്നു. എഴുന്നേറ്റപ്പോൾ ആദ്യം നോക്കിയത് ബെസിറിന്റെ

മേശപ്പുറത്തേക്കാണ്. അവൾ ചിത്രം വരയ്ക്കാനെടുത്ത നോട്ടു പുസ്തകം അവിടെ ഉണ്ടായിരുന്നില്ല. അതും അയാൾ കണ്ടിരിക്കുമോ? വൈകീട്ട് തിരിച്ചുവരുമ്പോൾ അറിയാം. അവളുടെ ഹൃദയം പിടഞ്ഞു കൊണ്ടിരുന്നു.

ഉച്ചയാകുംവരെ അവൾ ആ ഉമ്മറത്തളത്തിൽ വെറുതെ അങ്ങോട്ടു മിങ്ങോട്ടും നടന്നു.

ഉച്ചയ്ക്കുശേഷം അവൾ സ്റ്റാൻലിയുടെ വാതിലിൽ മുട്ടി. അയാൾ വീട്ടിലുണ്ടായിരുന്നു. അവൾ ഒന്നും മിണ്ടാതെ നേരേ അയാളുടെ കിടപ്പറയിലേക്കു ചെന്നു. മെത്തയുടെ ചുവട്ടിൽനിന്നും റബ്ബർ ബാറ്റ് വലിച്ചെടുത്തു.

''നിൽക്കൂ.'' അയാൾ ചൂണ്ടുവിരൽ ഉയർത്തി.

അയാൾ വസ്ത്രങ്ങൾ ഊരിമാറ്റി അവളുടെ മുമ്പിൽ വന്നു നിന്നു. കാലുകൾ അകത്തിവെച്ച്... കൈകൾ രണ്ടും ഉയർത്തി. കണ്ണു കളടച്ച്.... ''അത്'' സംഭവിക്കുന്നതുവരെ അവൾ അയാളുടെ പുറത്ത് അടിച്ചുകൊണ്ടേയിരുന്നു. അവസാനം അയാൾ അവളുടെ നേരേ കൈമലർത്തി കാണിച്ചു. ''മതി.''

ഡെർദി കൈയിലെ റബ്ബർബാറ്റ് താഴെയിട്ടു. തന്റെ ജോലി തൽക്കാലം അവസാനിച്ചു. അവൾ ആ വീട്ടിലെ എന്തോ തിരയാൻ തുടങ്ങി. അയാൾ നോക്കിനിന്നു. താമസിയാതെ അവൾ അന്വേഷിച്ച സാധനം കണ്ടെത്തി. ഒരു മാസിക. അതിന്റെ പുറംചട്ടയിലെ ഹാൻഡ് ബാഗിന്റെ പരസ്യം. ഒരു സ്ത്രീ ഹാൻഡ്ബാഗെടുക്കാനായി കുനി ഞ്ഞുനിൽക്കുന്നു. അവൾ ഒരു പേനയെടുത്ത് ആ ചിത്രത്തിനു ചുറ്റും ഒരു വട്ടം വരച്ചു. അയാളുടെ നേരെ നോക്കി പറഞ്ഞു. ഇംഗ്ലീഷ്... അയാൾക്ക് കാര്യം മനസ്സിലായില്ല. അവൾ അല്പമൊന്നാലോചിച്ചു. എന്തോ ഒന്നിന്റെ കുറവ്. അവൾ അതിനോടുതൊട്ട് ഒരു ചോദ്യചിഹ്നം വരച്ചു. വീണ്ടും പറഞ്ഞു. ''ഇംഗ്ലീഷ്?''

സ്റ്റാൻലിക്കു കാര്യം മനസ്സിലായി. വുമൺ.... അയാൾ പലതവണ ആവർത്തിച്ചു പറഞ്ഞു. ''വുമൺ'' ഡെർദി പിന്നേയും പിന്നേയും പറഞ്ഞു പഠിച്ചു. ''വുമൺ'' അന്ന് അവൾ രണ്ടുതവണകൂടി അയാ ളുടെ ആവശ്യം നിറവേറ്റിക്കൊടുത്തു. ഡെർദി മുപ്പത്തിയാറു വാക്കു കൾ പഠിക്കുകയും ചെയ്തു.

''ഇവിടെയാണ് ലോകപ്രശസ്തമായ ബിഗ് ബെൻ.''

ഹൈദർ ആരീഫ് പറഞ്ഞത് ഗിഡോ ആഗ ശ്രദ്ധിച്ചില്ല. അയാ ളുടെ മനസ്സു മുഴുവൻ തന്റെ കച്ചവടത്തിലായിരുന്നു. ഹെറോയിൻ

കടത്താനുള്ള ഏർപ്പാടുകൾ പൂർത്തിയാക്കിയതേയുള്ളൂ. മറ്റൊന്നിനെക്കുറിച്ചും ചിന്തിക്കാനുള്ള സാവകാശമുണ്ടായിരുന്നില്ല. ഡീസൽ എണ്ണ കടത്തിക്കൊണ്ടുവരുന്നതിനേക്കാൾ എട്ടിരട്ടി ലാഭകരമാണ് ഹെറോയിന്റെ കള്ളക്കടത്ത്.

വളരെ കാലമായി ലണ്ടനിൽ താമസിക്കുന്ന തന്റെ നാട്ടുകാരായ കച്ചവടക്കാരുമായി ഇടപാടുകൾ നടത്താനായാണ് അയാൾ ലണ്ടനിൽ വന്നിരിക്കുന്നത്. ഇതുവരെ പേരുപോലും കേട്ടിട്ടില്ലാത്തവർ. എന്നാലും എല്ലാവരും വേണ്ടപ്പെട്ടവരെന്ന തോന്നൽ. അവരും വളർന്നത് കുർദ്ദിഷ് അമ്മമാരുടെ മുലപ്പാൽ കുടിച്ചിട്ടാണല്ലോ. എന്നാലും അയാൾ ഒരിക്കലും സ്ത്രീകളുമായി കച്ചവടക്കാര്യങ്ങൾ സംസാരിക്കില്ലെന്ന് അയാൾ നേരത്തെ അവരോട് പറഞ്ഞിരുന്നു.

ഹെറോയിൻ ബൾഗേറിയൻ അതിർത്തിക്കിപ്പുറം കടന്നാൽ അയാൾ തയ്യാറല്ലായിരുന്നു. അവിടെനിന്നുള്ള ചരക്കുനീക്കത്തിന്റെ ചുമതല അവർ ഏറ്റെടുക്കണം. അവർ ഉടനെ സമ്മതിച്ചു. പക്ഷേ, അയാൾക്കുള്ള ലാഭത്തിന്റെ വിഹിതം അതനുസരിച്ച് കുറയും. അതിൽ അയാൾക്കൊട്ടും സന്തോഷം തോന്നിയില്ല. അയാൾ വെറുതെ തേംസ് നദിക്കരയിലെ കെട്ടിടങ്ങൾ നോക്കിയിരുന്നു. അയാളും ഹൈദർ ആരിഫും ചെറിയൊരു തോണി ഒരു ദിവസത്തേക്ക് വാടകയ്ക്കെടുത്ത് ഒരു വിനോദയാത്ര നടത്തുകയായിരുന്നു.

രണ്ടുപേരും സ്വന്തം നാട്ടിൽനിന്നും ആയിരമായിരം കിലോമീറ്ററുകൾ അകലെയായിരുന്നു. എന്നാലും ചർച്ച ചെയ്യാൻ ഒരു നൂറു കാര്യങ്ങൾ പൊതുവായി ഉണ്ടായിരുന്നു.

ഗിഡോ ആഗയുടെ കാര്യങ്ങളിൽഇടപെടാതിരിക്കുകയാണ് ബുദ്ധി എന്ന് ഹൈദർ ആരിഫ് നേരത്തെതന്നെ അയാളുടെ അച്ഛനിൽനിന്നും മനസ്സിലാക്കിയിരുന്നു. ആഗയുടെ പുറപ്പാട് ഏതുവഴിക്കാണെന്ന് അയാൾക്കറിയാമായിരുന്നു. എന്നാലും അതിനെക്കുറിച്ചൊന്നും നേരിട്ട് അയാൾ ചോദിക്കാൻ തുനിഞ്ഞില്ല. അതുപോലെത്തന്നെ ഗിഡോയും ഹൈദറിന്റെ കാര്യങ്ങളിൽ പ്രത്യേകിച്ചൊരു താല്പര്യം കാണിച്ചില്ല. അതായത് ഹിക്മത് താരിക്കത്തുമായി ബന്ധപ്പെട്ട കാര്യങ്ങൾ. രണ്ടുപേരും ഒരേ സമുദായക്കാർ. അലൈസാം ഗോത്രത്തിന്റെ രക്തവും മാംസവും പങ്കുവെക്കുന്നവർ. അവരുടെ ആത്മാവ് ഹിക്മത് താരിക്കത്തിന് അവകാശപ്പെട്ടതായിരുന്നു. ഏതാണ്ട് ഒരു നൂറു വർഷം പഴക്കമുള്ള ഒരുടമ്പടി. ഗിഡോ ആ പ്രസ്ഥാനത്തിന്റെ കച്ചവടകാര്യങ്ങളുടെ മേൽനോട്ടം വഹിച്ചു. ഹൈദർ ആരിഫ് മലകളിലേക്കു ചേക്കേറിയ വിപ്ലവ പോരാളികളുടെ പട്ടിക സൂക്ഷിച്ചു.

ടർക്കിയിൽ ഏതു കൊടി പാറുന്നു എന്നതിനെക്കുറിച്ച് ഹൈദർ ആരിഫിന് ഉത്ക്കണ്ഠയുണ്ടായിരുന്നില്ല. ജനങ്ങൾ ജീവിക്കുന്നത് മതവിശ്വാസത്തിലാണ്. അതില്ലെങ്കിൽ അവർ ജീവിക്കുന്ന ശവങ്ങളായി മാറുമെന്ന് അയാൾക്കറിയാമായിരുന്നു. ചൈന ടർക്കിയെ കീഴടക്കിയാൽത്തന്നെയും ഹിക്മത് താരിക്കിന്റെ ഭരണം തുടർന്നുകൊണ്ടുപോകും. ''കുർദിസ്ഥാൻ, ടർക്കിഷ് റിപ്പബ്ലിക്, പീപ്പിൾസ് റിപ്പബ്ലിക് ഓഫ് ചൈന.. എന്തായാലെന്ത്? ഒരു വ്യത്യാസവുമില്ല.'' അയാൾ അയാളുടെ അച്ഛനോടു പറയുമായിരുന്നു. അന്ന് അദ്ദേഹത്തിന് കുറച്ചുകൂടി കേൾക്കാൻ പറ്റിയിരുന്നു. ഷേക് ഘാസിയുടെ ആരോഗ്യം ഇത്രയ്ക്കു മോശമായിരുന്നില്ല. ഹൈദർ ആരിഫ് ഒരു പ്രിൻസ്റ്റൺ ബിരുദധാരിയായിരുന്നു. ലോകപൗരൻ. മതത്തിന്റെ അതിർത്തികൾക്കപ്പുറത്തുള്ള ഒരതിർത്തിയും അയാൾ കാര്യമാക്കിയിരുന്നില്ല. അതിർത്തികളും അയാളുടെ അഭിപ്രായത്തിൽ നേതാക്കന്മാർക്കനുസരിച്ച് രൂപപ്പെടുന്നതായിരുന്നു. അതിർത്തികളില്ലാത്ത ഒരു മുസ്ലീം രാഷ്ട്രം എപ്പോഴെങ്കിലുമുണ്ടായാൽ താനായിരിക്കും അതിന്റെ നേതാവ് എന്ന് സ്വയം അയാൾ വിശ്വസിച്ചു. എന്നാലും ചില ദേശീയ സ്വഭാവങ്ങളോട് അയാൾക്ക് പ്രത്യേകിച്ചൊരു ഇഷ്ടമുണ്ടായിരുന്നു. ഉദാഹരണത്തിന് അറബികളുടെ പ്രദർശനതാല്പര്യം.

അവർ കാബ സ്വർണ്ണംകൊണ്ട് പൊതിയണമെന്നു തീരുമാനിച്ചാൽ അയാളായിരിക്കും ആദ്യം ആ പദ്ധതിയെ പിന്താങ്ങുക. ആഡംബരങ്ങളിൽ അയാൾക്കും താല്പര്യമുണ്ടായിരുന്നു. ഒരിക്കൽ അമ്പതു ലക്ഷം ഡോളർ ചിലവാക്കി അഞ്ഞൂറു ഗ്രാം വരുന്ന ഒരു അമൂല്യമായ കല്ല് അയാൾ സ്വന്തമാക്കി. അതിന്റെ പവിത്രതയേയും പൗരാണികതയേയുംകുറിച്ച് അയാൾക്ക് വലിയ ഉറപ്പുണ്ടായിരുന്നില്ല. ആ കറുത്ത കല്ല് വളരെ കരുതലോടെ അയാൾ സൂക്ഷിച്ചു.

വീട്ടിൽ വരുന്നവരെയൊക്കെ നിർബന്ധമായും കാട്ടിക്കൊടുത്തു. അത് ഒരു സ്ഫടികസ്തൂപത്തിലാണ് തൂങ്ങിക്കിടന്നിരുന്നത്. ഒത്ത നടുവിലായി ലോകത്തിന്റെ ഭൂപടം അടയാളപ്പെടുത്തിയിരുന്നു. സ്ഫടികസ്തൂപം ഒരു ഉരുക്കുപീഠത്തിലാണ് സ്ഥാപിച്ചിരുന്നത്. മുറിയിലേക്കു കടന്നുവരുന്നവർ ആദ്യം കാണുന്നത് പ്രകാശത്തിൽ മുങ്ങി നിൽക്കുന്ന ആ സ്തൂപമാണ്. അതിന്റെ വർണ്ണം ഹൈദർ ആരിഫ് റിമോട്ട് കൺട്രോൾ ഉപയോഗിച്ച് മാറ്റിക്കൊണ്ടിരിക്കും. അധികവും പച്ചനിറമായിരിക്കും. അയാൾക്കേറ്റവും ഇഷ്ടമുള്ള നിറം. മുസ്ലീം സമ്പ്രദായത്തിലും പച്ചയ്ക്കൊരു പ്രത്യേകതയുണ്ടല്ലോ.

അവർ വാട്ടർലു പാലത്തിനടുത്തെത്തി. ''ലണ്ടനിൽ ഒരാളുണ്ട്. ബെഡിർ എന്നോ ബെസിർ എന്നോ മറ്റോ ആണ് പേര്. പരിചയമുണ്ടോ?''

ഗിഡോ ആഗ ഹൈദർ ആരിഫിനോട് ചോദിച്ചു.

''അയാൾ ഇവിടെ എവിടെയോ ആണ്? എന്താണ് ചെയ്യുന്ന തെന്ന് അറിയാമോ?''

എങ്ങും ടൂറിസ്റ്റുകളുടെ തിരക്ക്. എല്ലാവരും ക്യാമറകളിൽ ചുറ്റും കാണുന്നതൊക്കെ പകർത്തുന്ന തിരക്കിലാണ്. പാലത്തിൽ നിന്നൊ രാൾ ആ ആഡംബരവഞ്ചി ശ്രദ്ധിച്ചു. താടിവെച്ച പ്രായമായ ഒരാൾ. ഇസ്ലാമിക് വേഷമാണ് ധരിച്ചിരിക്കുന്നത്. ഏതെങ്കിലും അറബി നാട്ടിലെ പ്രമുഖനായ ഒരു രാഷ്ട്രീയ നേതാവാകാം. വഞ്ചി പാല ത്തിനു ചോട്ടിലേക്കു മറയുംമുമ്പേ അയാൾ ക്യാമറ ക്ലിക്ക് ചെയ്തു. പാലത്തിനു മുകളിൽ അയാളോടൊപ്പം നിന്നിരുന്ന ആൾ പറഞ്ഞു.

''അയാളെ വിട്ടേക്കൂ. അയാൾ ആരാണെന്ന് എനിക്കറിയാം. നമ്മൾ അന്വേഷിക്കുന്ന ആളുടെ ഫോട്ടോ എടുക്കാൻ നോക്കൂ.''

ട്രെഞ്ച് കോട്ട് ധരിച്ചിരുന്നു ആ രണ്ടുപേർ. ബ്രിട്ടീഷ് രഹസ്യ പ്പൊലീസിൽ ജോലി ചെയ്യുന്നവരായിരുന്നു. എം.15 ഓഫീസർമാർ. ഗിഡോ ആഗയെപ്പറ്റിയുള്ള വിവരങ്ങൾ ശേഖരിക്കലായിരുന്നു അവ രുടെ ദൗത്യം. അയാൾ താമസിച്ചിരുന്നത് വാൾഡോർഫ് ഹോട്ടലി ലായിരുന്നു. ലണ്ടനിലെ ഏറ്റവും വിലകൂടിയ ഹോട്ടലുകളിലൊന്ന്. ഗിഡോയ്ക്ക് ഒരു സാധാരണ സന്ദർശകന്റെ മട്ടിൽ ലണ്ടനിൽ വന്നു പോകാമായിരുന്നു. പക്ഷേ, അയാൾ എം.15 നിരീക്ഷിച്ചിരുന്ന പല രേയും സന്ദർശിച്ചു. അതാണ് അയാളെ അവരുടെ സംശയത്തിന്റെ നിഴലിൽ കൊണ്ടുവന്നത്. ഇപ്പോൾ അയാൾ അവരുടെ കർശനമായ നിരീക്ഷണത്തിനു കീഴിലായിരുന്നു.

അതിനിടയിൽ ചുകന്ന താടിയുള്ള ഒരു സ്കോട്ട്ലാൻഡുകാരൻ അവരുടെ നേരേ വന്ന് പിറുപിറുത്തുകൊണ്ട് കടന്നുപോയി. ''മുമ്പിൽ നിന്നു മാറൂ.. ഇന്ന് ഞാൻ ഈ ഭാഗത്താണ് പണിയെടുക്കുന്നതെന്നു കാണുന്നില്ലേ?'' അയാൾ തന്റെ നാട്ടിലെ ദേശീയ വസ്ത്രങ്ങളാണ് ധരിച്ചിരുന്നത്. അയാൾ കൈയിലിരുന്ന ബാഗ് പൈപ്പ് ഉച്ചത്തിലൂതി. രഹസ്യപ്പൊലീസുകാർക്ക് വഴിമാറുകയല്ലാതെ നിവൃത്തിയില്ലായി രുന്നു.

ഏജന്റുമാർ രണ്ടുപേരും തെരുവിലേക്കിറങ്ങി. നഗരത്തിൽ പ്രദർശി പ്പിച്ചുകൊണ്ടിരുന്ന ഏതോ ജെയിംസ്ബോണ്ട് സിനിമയുടെ പരസ്യ വുമായി ഒരു ഡബിൾ ഡെക്കർ ബസ്സ് അവരെ കടന്നുപോയി. അവർ പരസ്പരം നോക്കി. പരിധിക്കപ്പുറം ജോലി ചെയ്ത് രണ്ടുപേരും നന്നേ തളർന്നിരുന്നു. അത്രയുംതന്നെ മുഷിഞ്ഞ വേഷവും ഭാവവും. കാലിൽ വിലകുറഞ്ഞ ചൈനീസ് ഷൂസുകൾ. നടപ്പാതയിൽ അപ്പോ ഴേക്കും ആ സ്കോട്ട്ലാൻഡുകാരൻ ഒരു നാടൻ ഈണം വായി ക്കാൻ തുടങ്ങിയിരുന്നു. അയാൾ തങ്ങളുടെ നേരെ പന്തിയല്ലാതെ

നോക്കുന്നു എന്നൊരു തോന്നൽ. അവർ തിരിഞ്ഞുനിന്ന് അയാളെ നോക്കി എന്തോ ചീത്ത പറഞ്ഞു. നടത്തം തുടർന്നു.

ബെഡിർ അഥവാ ബെസിർ... ആ പേര് എവിടെയാണ് മുമ്പ് എവിടെയാണ് മുമ്പ് കേട്ടിട്ടുള്ളത് എന്ന് ഓർത്തെടുക്കാൻ ശ്രമിക്കുകയായിരുന്നു ഹൈദർ ആരിഫ്. കൂടുതലെന്തെങ്കിലും അറിയാനായാൽ...

''ഏതു സംഘവുമായാണ് അയാൾ ബന്ധപ്പെട്ടിരിക്കുന്നത്?''

ഏതു കൂട്ടരുമായാണ് അയാൾ കൂറു പുലർത്തുന്നത് എന്നറിയുകയായിരുന്നു അയാളുടെ ഉദ്ദേശ്യം.

'നിങ്ങളുടെ കൂട്ടത്തിൽപെട്ട ആളു തന്നെയാണ്.'' ഗിഡോ സംശയം കൂടാതെ പറഞ്ഞു.

''ദൈവത്തിനു സ്തുതി. മനസ്സിലായി. ആ പേര് എവിടെയോ കേട്ടിട്ടുണ്ട്.'' ഹൈദർ ആരിഫ് തലകുലുക്കി.

''ആട്ടെ, നിങ്ങൾക്കെന്താണ് അയാളുടെ കാര്യത്തിൽ ഇത്ര താല്പര്യം?''

''അതൊന്നും ചോദിക്കരുത്.'' തേംസിലെ കലക്കവെള്ളത്തിലേക്ക് ഗിഡോ കണ്ണുകൾ താഴ്ത്തി. ''ഞങ്ങൾക്ക് തമ്മിൽ ചില ഇടപാടുകളുണ്ട്.''

ഹൈദർ ആരിഫ് കൂടുതലൊന്നും അന്വേഷിച്ചില്ല. അതുകൊണ്ടു തന്നെ ബെസിറിനെക്കുറിച്ച് കൂടുതലൊന്നും അറിയാനും കഴിഞ്ഞില്ല.

യഥാർത്ഥത്തിൽ അയാൾ ലണ്ടനിൽത്തന്നെ മുസ്ലീം കിക്ബോക്സർമാരുടെ ഒരു ചെറിയ സംഘടന നടത്തുന്നുണ്ടായിരുന്നു. ഇടിച്ചും തൊഴിച്ചുമുള്ള പോരടിക്കൽ, അതിനു പുറമെ മുസ്ലീങ്ങളല്ലാത്ത നൂറുകണക്കിനാളുകളെ അയാൾ ഹെറോയിന് അടിമകളാക്കിയിരുന്നു. ''എല്ലാം ദൈവത്തിനുവേണ്ടി'' എന്നായിരുന്നു ന്യായീകരണം. ജിഹാദിൽ എല്ലാ മാർഗ്ഗങ്ങളും സ്വീകാര്യമാണുപോലും. ഹെറോയിൻ കച്ചവടത്തിൽനിന്നു കിട്ടുന്ന പണം അയാൾ തൊടാറില്ലായിരുന്നു. അത് ഹറാമായിരുന്നു. ആ പണം അയാൾ നിക്ഷേപിച്ചത് കിക്ബോക്സർമാരെ വളർത്തിക്കൊണ്ടുവരാനായിരുന്നു. മുസ്ലീങ്ങൾക്ക് ഹെറോയിൻ വിറ്റിരുന്നവരെ കണ്ടെത്തി ഒറ്റ തൊഴിക്കു വശംകെടുത്തുകയായിരുന്നു അവരുടെ ദൗത്യം. ഹൈദർ ആരിഫ് കൂടുതൽ അന്വേഷിച്ചിരുന്നെങ്കിൽ തന്നെയും ഈ വക കാര്യങ്ങൾ അയാൾ ഗിഡോയിൽനിന്നും മനസ്സിലാക്കാൻ സാധിക്കുമായിരുന്നില്ല. കാരണം, ബെസിറിന്റെ ഈ മാതിരി 'സ്വകാര്യങ്ങളെ'ക്കുറിച്ച് അയാൾക്കും അറിവുണ്ടായിരുന്നില്ല.

ഗിഡോയുടെ ആളുകൾ ഒന്നു മാത്രമേ അയാളോടു പറഞ്ഞിരുന്നുള്ളൂ. ഹിക്മത് താരിക്കത്തിൽനിന്നുള്ള ഒരാൾ... കൂട്ടംതെറ്റിയിരിക്കുന്നു. പന്തിയല്ലാത്ത ശീലങ്ങളും പെരുമാറ്റവും. അയാളെ ഒന്നു ശ്രദ്ധിക്കണമെന്ന് അവർ താക്കീത് ചെയ്തു. അവർക്ക് ആ വിവരം കിട്ടിയത് ഡള്ളുഹനിൽനിന്നാണ്.

ഇംഗ്ലണ്ടിൽ എത്തുന്ന ഹെറോയിന്റെ എഴുപത്തിയഞ്ചു ശതമാനവും നിയന്ത്രിച്ചിരുന്നത് നാലു സഹോദരന്മാരായിരുന്നു. അതിലൊരാളായിരുന്നു ഡള്ളുഹൻ. അവർക്കു കിട്ടാതെപോയ ഇരുപത്തിയഞ്ചു ശതമാനം. അത് കൈകാര്യം ചെയ്തിരുന്നത് ബെസിർ ആയിരുന്നു. അയാൾ റഷ്യക്കാരിൽനിന്നാണ് ഹെറോയിൻ വാങ്ങിയിരുന്നത്.

''ശരി. ഞാനൊന്നു നോക്കട്ടെ.'' ഗിഡോ അവരോട് പറഞ്ഞു.

ആ നിമിഷമാണ് എം. 15 അയാളുടെ ആദ്യത്തെ ഫോട്ടോ എടുത്തത്. വെസ്റ്റ് മിൻസ്റ്ററിലെ ഡാൽട്ടൺ ആസ്ഥാനത്തിന് എതിരെയുള്ള ഒരു കെട്ടിടത്തിന്റെ നാലാംനിലയിൽനിന്നാണ് അവർ ആ ഫോട്ടോ എടുത്തത്.

ഗിഡോയും ഹൈദർ ആരിഫും തോണിയുടെ അമരത്തു ചെന്നിരുന്ന് ഭക്ഷണം കഴിക്കാൻ തുടങ്ങി.

''ഇപ്പോൾ ഓർമ്മവരുന്നു. ബെസിർ... ഉബൈദുള്ളയുടെ മകൻ. നല്ല പയ്യനാണ്. അവനാണ് ബാപ്പയുടെ ഫർണീച്ചർ ഫാക്ടറി നോക്കി നടത്തുന്നത്.''

അഞ്ചുകൊല്ലം മുമ്പ് അയാളുടെ വിവാഹം നടത്താൻ ഇടനിലക്കാരനായി നിന്നത് താനാണെന്ന് ഹൈദർ ആരിഫ് പറഞ്ഞില്ല. വധുവിന് പതിനൊന്നു വയസ്സേ ആയിരുന്നുള്ളൂ. വളരെ കരുതലോടെയാണ് അയാൾ സംഭാഷണം തുടർന്നത്.

അയാൾ കുറുഡേറിൽനിന്നുള്ള ഒരു പെൺകുട്ടിയെയാണ് വിവാഹം കഴിച്ചത്. ആട്ടെ അയാളെക്കൊണ്ട് നിങ്ങൾക്കെന്താണ് കാര്യം?''

ഭക്ഷണത്തോടൊപ്പം കുടിക്കാൻ റാക്കി ഉണ്ടായിരുന്നില്ല. അതിന്റെ നീരസമായിരുന്നു ഗിഡോയുടെ മുഖത്ത്. അയാൾ ഹൈദർ ആരിഫിനെ നോക്കി പറഞ്ഞു. ''അയാളുടെ മേൽവിലാസം വേണമായിരുന്നു. അയാളെക്കൊണ്ട് എന്തെങ്കിലും പ്രയോജനമുണ്ടാകുമോ?''

ഇങ്ങനെ എന്തോ അയാൾ പ്രതീക്ഷിച്ചിരുന്നു. ഈ നായിന്റെ മോൻ ഗിഡോ... എന്തോ ഗൂഢഉദ്ദേശ്യമുണ്ട്. ഇയാൾ ബെസിറിന് ദോഷം ചെയ്യുമോ? അയാൾ പെട്ടെന്നൊരു കണക്കുകൂട്ടൽ നടത്തി.

അതിന്റെ ഫലം ബെസിറിന് ദോഷകരമായിരുന്നു. ദൈവം പൊറുക്കട്ടെ. അയാൾ മനസ്സിൽ പറഞ്ഞു.

''ഇല്ല, അയാളെക്കൊണ്ട് ഗുണമൊന്നുമില്ല.''

''നന്നായി.'' ഗിഡോ തലകുലുക്കി. അയാൾക്കല്പം സമാധാനമായി. ''ഈ പരിസരത്ത് പ്രസിദ്ധമായ എന്തോ ഒന്ന് കാണാനുണ്ടെന്ന് കുറച്ചു മുമ്പേ പറഞ്ഞില്ലേ. അതെവിടെയാണ്?''

''ഓ... അത് ബിഗ്ബെൻ ആയിരുന്നു. ക്ലോക് ടവ്വർ... അത് നമ്മൾ എപ്പോഴേ കടന്നുപോയി.'' ദേഷ്യം പുറത്തുചാടാതിരിക്കാൻ അയാൾ ചുണ്ടുകൾ കടിച്ചമർത്തി.

അവർ ഭക്ഷണം കഴിക്കാൻ തുടങ്ങിയതേയുള്ളൂ. ആ നീണ്ട മരമേശയ്ക്കു മുകളിലേക്ക് ഒരു സ്ത്രീ വന്നുവീണു. അവർ മുകളിലേക്കു നോക്കി. അവരുടെ ബോട്ട് ടവ്വർ ബ്രിഡ്ജിനു താഴെ നിന്ന് പുറത്തേക്ക് വരികയായിരുന്നു. അപ്പോഴാണ് ആ സ്ത്രീ പാലത്തിൽ നിന്നും ചാടിയത്. നേരെ അവരുടെ ബോട്ടിൽ വന്നു വീഴുകയും ചെയ്തു.

ആ സ്ത്രീ തീരുമാനിച്ചതു പ്രകാരമാണെങ്കിൽ ഇതോടെ അവർ മരിച്ചിരിക്കും. മേശ രണ്ടായി പിളർന്നു. റഹിമെ താഴെ ചോരയിൽ കുളിച്ച് മലർന്നു കിടക്കുന്നു. കൈയിൽ ഒരു ചെറിയ റേഡിയോ മുറുകെ പിടിച്ചിരുന്നു. അതപ്പോഴും ശബ്ദിച്ചുകൊണ്ടിരുന്നു. അതിന് മനുഷ്യശരീരത്തേക്കാൾ കരുത്തുണ്ടായിരുന്നു. ''അതാണ് നിന്റെ ആഗ്രഹമെങ്കിൽ...'' റേഡിയോയിലെ പാട്ട് തുടർന്നു. റഹിമെ അപ്പോൾ അവളുടെ കറുത്ത കുപ്പായം ധരിച്ചിരുന്നില്ല. തന്റെ ജീവിതത്തിലെ ആ അവസാനദിവസം മുഖംപോലും അവർ മറച്ചിരുന്നില്ല. ഒരു പക്ഷേ മറയ്ക്കാൻ ഒന്നുമില്ലെന്ന് അവർക്ക് തോന്നിയിട്ടുണ്ടാവാം.

അടുത്ത ദിവസം രാവിലെ പത്രമെടുത്തു നിവർത്തിയപ്പോൾ ആ എം.15 ഓഫീസർമാരിലൊരാൾ അത്ഭുതംകൊണ്ട് വായ പൊളിച്ചു.

ഗിഡോവിന്റെ ഭയചകിതമായ മുഖം. പല കോണുകളിൽ നിന്നെടുത്തത്. ഒരു ബോട്ടിലാണ് അയാൾ ഇരിക്കുന്നത്. ഒരാത്മഹത്യാശ്രമമാണ് രംഗം. തറയിൽ നിറയെ ചോര. മറ്റൊരു പത്രമെടുത്തപ്പോൾ കണ്ടത് ഹൈദർ ആരിഫുമായുള്ള ഒരു അഭിമുഖമായിരുന്നു.

''ഈ രാജ്യത്ത് നമ്മളാരും സുരക്ഷിതരല്ല. ആ സ്ത്രീ നേരേ ഞങ്ങളുടെ മേലെയാണ് വന്നുവീണിരുന്നതെങ്കിൽ! ഉത്തരവാദപ്പെട്ടവരുടെ നേരെ കേസു കൊടുക്കാനാണ് എന്റെ തീരുമാനം. എന്തുകൊണ്ട് അവർ പാലത്തിനു ചുവട്ടിൽ സുരക്ഷിത വല കെട്ടി ഉറപ്പിക്കുന്നില്ല. വേണ്ടതിലധികം നികുതി ഊറ്റിയെടുക്കുന്നുണ്ടല്ലോ.

ദൈവം തുണച്ചു. ഞങ്ങൾ ഇപ്പോൾ ജീവിച്ചിരിക്കുന്നു. എന്റെ മുസ്ലീം സഹോദരന്മാരെ ഒരു കാര്യം അറിയിക്കാനാഗ്രഹിക്കുന്നു. പരിഭ്രമിക്കേണ്ട. ഞാൻ സുഖമായിരിക്കുന്നു.''

1842ൽ കാസികാട്ലി സെയ്ത് മുഹറെം എഴുതിയ കവിത. 'ഹിക്മത് ഉൽ അർസ്' ഹിക്മത് താരിക്കത്തിന്റെ അടിസ്ഥാന പ്രമാണം അതാണ്.

നിന്റെ എല്ലാ പരീക്ഷണങ്ങളും നിന്റെ
സുനിശ്ചിതമായ മരണത്തോടെ അവസാനിക്കും.
നിന്റെ പരീക്ഷണമായ അവസ്ഥകളും തീർത്തും
നിന്ദ്യമായ വിധികളും അവഗണിക്കുക.
ആത്മരക്ഷയ്ക്കായി നീ മറ്റുള്ളവരുടെ
ജീവനെടുത്തേക്കാം
എന്നാൽ ഒരിക്കലും സ്വന്തം ജീവൻ എടുക്കരുത്

നീ ജീവിച്ചിരിക്കുന്നിടത്തോളംകാലം
മനശ്ശാന്തിയോടെ ജീവിച്ചിരിക്കുക
ക്രൂരതയോ ദൈവനിന്ദയോ ഭാര്യയെ/ഭർത്താവിനെ
പരസ്ത്രീ/പുരുഷബന്ധമോ അരുത്.
എന്നാൽ ഏറ്റവും കൊടിയ പാപം
ആത്മഹത്യയാണ്.

നിന്റെ ശ്വാസത്തിന്റെ ഉടമ
ആരാണെന്ന് നിനക്കറിയില്ലേ?
മണ്ണിനടിയിൽ കിടക്കുവോളം നീ ആരുടെ മുമ്പിലും
നമസ്കരിക്കില്ല എന്നാണോ?
നുണയോ കാപട്യമോ ലൈംഗികാസക്തിയോ അല്ല
ദൈവത്തിനോടു ചെയ്യുന്ന
ഏറ്റവും വലിയ വഞ്ചന ആത്മഹത്യയാണ്.

നീ ഇവിടെ വന്നിരിക്കുന്നത്
ഇവിടേക്കു വിളിക്കപ്പെട്ടപ്പോഴാണ്
അതുപോലെ ഇവിടെനിന്നു പോകുന്നതും
വിളിക്കപ്പെടുമ്പോൾ മാത്രമായിരിക്കും.

എന്നാൽ പ്രതിഷേധിച്ച് നീ നിന്റേതായ വഴി
നോക്കുകയാണെങ്കിൽ
കരിയേക്കാൾ കറുത്ത ശൂന്യതയിലേക്ക്
നീ മറഞ്ഞുപോകും

അതുകൊണ്ട് ഓർക്കുക. നിന്റെ
പരീക്ഷണങ്ങളിലെ ആദ്യവിജയം
സുനിശ്ചിതമായ മരണത്തിന് നേരമാകുന്നതുവരെ
കാത്തിരിക്കുക എന്നതാണ്.

എല്ലാ പ്രസ്ഥാനങ്ങളും ശക്തിയാർജ്ജിക്കുന്നത് സാമാന്യജനങ്ങളിൽ നിന്നാണ്. അതിനുശേഷം അവരെ ഭരിക്കാൻ തക്കവണ്ണമുള്ള നിയമങ്ങൾ ഉത്തരവാദപ്പെട്ടവർ രൂപീകരിക്കുന്നു. ഹിക്മത് താരിക്കത്തിനെ സംബന്ധിച്ചിടത്തോളം ആത്മഹത്യ നിത്യമായ നരകത്തിലേക്കുള്ള വഴിയായിരുന്നു. താരിക്കത്തിന്റെ നിലനില്പും ഭദ്രതയും അതിന്റെ അംഗങ്ങളെ ആശ്രയിച്ചായിരുന്നു. സമുദായത്തിനു വേണ്ടിയല്ലാതെ അവനവനുവേണ്ടി മരിച്ചവർ ഒന്നിനും കൊള്ളരുതാത്തവരായാണ് കരുതപ്പെട്ടിരുന്നത്. അതുകൊണ്ടുതന്നെ അവർ റഹിമെയുടെ ജഡം ഏറ്റുവാങ്ങാൻ തയ്യാറായില്ല. ആത്മഹത്യ ചെയ്തു എന്നു മാത്രമല്ല അവസാന നിമിഷം മൂടുപടമണിയാതെ സ്വന്തം മുഖം ലോകത്തിനു മുമ്പിൽ തുറന്നുകാട്ടുകയും ചെയ്തു. അതും പോരാഞ്ഞിട്ട്, തീർത്തും സ്വാർത്ഥപരമായ തന്റെ പ്രവൃത്തിയിലൂടെ വലിയൊരാളുടെ മരണത്തിന് അവർ കാരണക്കാരിയാകുമായിരുന്നു. എന്തോ ഭാഗ്യംകൊണ്ടാണ് ആ മഹാൻ... ഹൈദർ ആരിഫ് രക്ഷപ്പെട്ടത്. ഇതൊന്നുംതന്നെ താരിക്കത്തിന്റെ കണ്ണിൽ നിസ്സാരമായ സംഭവങ്ങളായിരുന്നില്ല. എല്ലാവിധത്തിലും റഹിമെയെ തള്ളിക്കളയാൻ ഹിക്മത് താരിക്കത്തിന് ഏറെനേരം വേണ്ടിവന്നില്ല.

എന്നാൽ ഉബൈദുള്ള ഉറപ്പിച്ചു പറഞ്ഞു, തന്റെ ഭാര്യയുടെ പേരിൽ മരണാനന്തര പ്രാർത്ഥനകൾ നടത്തുമെന്ന്. "ആരും സഹകരിച്ചില്ലെങ്കിൽ ഞാൻതന്നെ വേണ്ടതെല്ലാം ചെയ്യും." വാർത്ത പുറത്തുവന്നതോടെ അയാളുടെ സഹായികളും സ്നേഹിതന്മാരുമെല്ലാം അയാളെ കൈയൊഴിഞ്ഞിരുന്നു. വളരെ സജീവമായിരുന്ന അയാളുടെ സാമൂഹികജീവിതം നിമിഷങ്ങൾകൊണ്ട് ആറിത്തണുത്തു.

ആശുപത്രിയിലെ ശവപ്പുരയിൽനിന്നും റഹിമെയുടെ ശവം ഏറ്റുവാങ്ങാൻ ഉബൈദുള്ളയോടൊപ്പം ബെസിറും പോയിരുന്നു. ഉത്തര ലണ്ടനിലുള്ള ഒരു മുസ്ലിം സെമിത്തേരിയിലാണ് ശവം അടക്കം

ചെയ്തത്. ബാപ്പയെ സന്തോഷിപ്പിക്കാൻ വേണ്ടതെല്ലാം ബെസിർ ചെയ്തു. ആചാരപ്രകാരമുള്ള എല്ലാ കാര്യങ്ങൾക്കും ഏർപ്പാടു ചെയ്തു. ശവക്കച്ച മുതൽ ശവം കുളിപ്പിച്ച് ശുദ്ധി വരുത്തുന്നതു വരെ എല്ലാം അയാളുടെ മേൽനോട്ടത്തിലാണ് നടന്നത്. ശവമടക്കലിനുശേഷം സ്വന്തം വീട്ടിൽ ഉബൈദുള്ള വളരെയധികം അസ്വസ്ഥനായിരുന്നു. നെഞ്ചിൽ വല്ലാത്തൊരു വേദന... കിതപ്പ്. ശ്വാസമെടുക്കാൻ പ്രയാസം

തന്നെക്കൂടി കബറടക്കത്തിനു കൊണ്ടുപോകണമെന്ന് ഡെർദി കെഞ്ചി. അയാൾ ദേഷ്യം വന്ന് അവളുടെ കരണത്ത് ആഞ്ഞടിച്ചു. അടിയുടെ ഊക്കിൽ അവൾ താഴെ വീണുപോയി. അന്നവൾ പൊട്ടിക്കരഞ്ഞു. ഒരിക്കലും കരയാത്തതുപോലെ കരഞ്ഞു. പരവതാനിയിൽ കൈയിട്ടടിച്ചുകൊണ്ട് അവൾ നിലവിളിച്ചു. ഇനിയും ഇങ്ങനെയുള്ള പീഡനം സഹിക്ക വയ്യ. അവൾ ജനലരികിലേക്കോടി. ജനല തുറന്നു പിടിച്ചുകൊണ്ട് ഉച്ചത്തിൽ പറഞ്ഞു, ‘‘ഞാൻ താഴേക്കു ചാടും. സത്യമായും ചാടും.’’

ഏതാനും നിമിഷം മിണ്ടാതെ നോക്കിനിന്നതിനുശേഷം അയാൾ ഉമ്മറവാതിൽക്കലേക്കു നടന്നു. വീണ്ടും തളത്തിൽ വന്ന് അവളെ നോക്കി നിന്നു. അവളുടെ ഒരു കാൽ ജനലയ്ക്കു പുറത്ത് തൂങ്ങിക്കിടക്കുകയായിരുന്നു. അയാൾ ഒന്നും മിണ്ടാതെ, അവൾ താഴേക്കു ചാടി ചാവാൻ കാത്തുനിൽക്കുകയാണെന്ന മട്ടിൽ വെറുതെ നിന്നു. പൊടുന്നനെ അയാളുടെ ശരീരം മുന്നോട്ടാഞ്ഞു. പുറകിൽ ഉബൈദുള്ള. ആ വൃദ്ധൻ സർവ്വശക്തിയുമെടുത്ത് തന്റെ മകന്റെ മുതുകിൽ ആഞ്ഞടിച്ചതായിരുന്നു. ബെസിർ തിരിഞ്ഞുനിന്നു. താഴെ വീണു. ഓർക്കാപ്പുറത്തുള്ള ഇടിയുടെ ഊക്കുകൊണ്ടോ വേദനകൊണ്ടോ ആയിരുന്നില്ല. സ്വന്തം ബാപ്പയാണ് തന്നെ തല്ലിയിരിക്കുന്നത്. ഇരുന്നൂറു റാത്തലിലേറെ തൂക്കം വരുന്ന ബെസിർ. ചെറിയൊരു കളിപ്പന്തുപോലെ ഉബൈദുള്ളയുടെ കാൽക്കൽ കിടന്നു.

ഉബൈദുള്ളയും ഒരു കുഞ്ഞിനെപ്പോലെ കരയുകയായിരുന്നു. റഹിമെയെ അയാൾ ഏറെ സ്നേഹിച്ചിരുന്നു. അയാളുടെ ആദ്യഭാര്യ മാർവിടത്തിൽ കാൻസർ ബാധിച്ചാണ് മരിച്ചത്. ബെസിർ അയാളുടെ ഒരേയൊരു മകനായിരുന്നു. റഹിമെയേക്കാൾ മുപ്പത്തിയാറു വയസ്സ് പ്രായക്കൂടുതലുണ്ടായിരുന്നു ഉബൈദുള്ളയ്ക്ക്. അയാൾ അവളെ ഭാര്യയായും മകളായും സ്നേഹിച്ചിരുന്നു. അയാൾക്ക് സ്വതവേ എല്ലാവരോടും സ്നേഹവും അനുകമ്പയുമായിരുന്നു. താൻ കാരണമായിരിക്കുമോ റഹിമെ സ്വന്തം ജീവനെടുത്തത്. അയാൾക്ക് സങ്കടം സഹിക്കാനായില്ല. ഒരിക്കലും അവളോട് എന്നല്ല ഒരു സ്ത്രീയോടും

താൻ മോശമായി പെരുമാറിയിട്ടില്ലല്ലോ. ഇങ്ങനെയല്ലാതെ മറ്റൊരു രീതി അയാൾക്കറിയില്ലായിരുന്നു. ഇനി കരയുകയല്ലാതെ എന്തു ചെയ്യാൻ. അയാൾ വിറയ്ക്കുന്ന കൈകൾകൊണ്ട് ബെസിറിനെ ആഞ്ഞടിച്ചു. അയാൾ കാരണമാണ് റഹിമെ ആത്മഹത്യ ചെയ്തതെന്നമട്ടിൽ. ബെസിറാണ് റഹിമെയെ പാലത്തിൽനിന്നും താഴേക്കു വലിച്ചെറിഞ്ഞതെന്ന മട്ടിൽ. വാസ്തവത്തിൽ ഉബൈദുള്ളയുടെ ദേഷ്യം മുഴുവൻ തന്നോടുതന്നെയായിരുന്നു. എന്നിട്ടും പകരം വീട്ടിയത് ബെസിറിനോടായിരുന്നു.

''ഇനിയൊരിക്കലും ഈ പെൺകുട്ടിയെ തൊട്ടുപോകരുത്.'' അയാൾ മകന്റെ നേരേ ഗർജിച്ചു. ''കേൾക്കുന്നുണ്ടോ. ദൈവം സാക്ഷിയായി ഞാൻ പറയുന്നു. അവളെ നീ ഉപദ്രവിച്ചാൽ അന്ന് നിന്നെ ഞാൻ കൊല്ലും. നീ എന്റെ മകനായിരിക്കും. എന്നാലും നിന്നെ കൊല്ലാൻ ഞാൻ മടിക്കില്ല.''

തന്നത്താൻ അവശനായി താഴെ വീഴുന്നതുവരെ അയാൾ മകനെ ഇടിച്ചുകൊണ്ടിരുന്നു.

താഴെ വീണുകിടക്കുന്ന അച്ഛനെ വാരിയെടുത്ത് മകൻ പുറത്തേക്കോടി. പുറകെ ഡെർദിയും. ലിഫ്റ്റിന്റെ കാര്യം മറന്ന് അയാൾ കോണിപ്പടികൾ ചാടി ഇറങ്ങുകയായിരുന്നു. ഒരു മകന്റെ മനസ്സോടെ അയാൾ തിരിച്ചറിഞ്ഞു, ബാപ്പ മരിക്കാറായിരിക്കുന്നു. അത്രയും ക്ലേശിച്ചാണ് അയാൾ ഓരോ ശ്വാസവും എടുത്തിരുന്നത്.

''ദൈവമേ.. ദൈവമേ...'' ബെസിർ ഉറക്കെ വിളിച്ചുകൊണ്ടിരുന്നു.

അയാളുടെ ഇടുങ്ങിയ കണ്ണുകൾ നിറഞ്ഞൊഴുകി. വായുടെ കോണുകളിൽനിന്നും ഉമിനീർ ഒലിച്ചിറങ്ങി. അയാൾ ഒന്നുംതന്നെ കാണുന്നുണ്ടായിരുന്നില്ല. തൊട്ടുപുറകിൽ വരുന്ന ഡെർദിയെ പോലും. കെട്ടിടത്തിന്റെ മുൻവശത്തുള്ള ഇരട്ടവാതിൽ ചവിട്ടിത്തുറന്ന് അയാൾ നേരേ കാർ പാർക്കിങ്ങിലേക്കു നടന്നു.

അഞ്ചു വർഷം മുമ്പ് ഇതേ ഇരട്ടവാതിൽ കടന്നാണ് താൻ ആദ്യമായി ഈ കെട്ടിടത്തിലേക്ക് പ്രവേശിച്ചതെന്നോർക്കാൻ അവൾക്കു സാവകാശമുണ്ടായില്ല. അതിൽ പിന്നീട് ഒരിക്കലും അവൾ ആ വാതിൽ കടന്ന് പുറത്തുപോയിട്ടുമില്ലായിരുന്നു. അഞ്ചു കൊല്ലത്തിനുള്ളിൽ അവൾ ആദ്യമായി പറത്തിറങ്ങുകയാണ്. ഡെർദി കരഞ്ഞുകൊണ്ടിരുന്നു. എന്തിനെന്ന് അവൾക്കുതന്നെ അറിഞ്ഞുകൂടായിരുന്നു. കഴിഞ്ഞ അഞ്ചു വർഷങ്ങൾക്കു വേണ്ടിയോ.... ഉബൈദുള്ളയ്ക്കു വേണ്ടിയോ... റഹിമെയ്ക്കു വേണ്ടിയോ... അതോ അവൾക്കു വേണ്ടിത്തന്നെയോ?

ഏതാനും നിമിഷം. തുറസ്സായ ആ സ്ഥലത്ത് അവൾക്ക് ദിശാബോധം നഷ്ടപ്പെട്ടു. വിശാലമായ ആകാശം. അവൾക്ക് തല ചുറ്റുന്നതുപോലെ. പുറത്തെ വെളിച്ചത്തിൽ കാഴ്ച മങ്ങി. ഒരുവിധം അവൾ സ്വന്തം നില വീണ്ടെടുത്തു. അവൾ ബെസിറിനു പുറകിൽ കാറിനരികിലേക്കോടി. അയാൾ പിൻവശത്തെ വാതിൽ തുറന്ന് ബാപ്പയെ സീറ്റിൽ ചാരിയിരുത്തി, സീറ്റ്ബെൽറ്റ് ബന്ധിച്ചു. തല ഉയർത്തിയപ്പോൾ മുന്നിൽ ഡെർദി. അവരുടെ കണ്ണുകളിടഞ്ഞു. രണ്ടുപേരും കരയുകയായിരുന്നു. തന്റെ ഭർത്താവ് കരയുന്നത് അവൾ അന്ന് ആദ്യമായി കണ്ടു.

ബെസിർ പുറകുവശത്തെ വാതിലടച്ച് മുൻവശത്തേക്ക് വന്നു. അയാൾ ഡെർദിയുടെ നേരേ നോക്കി. സ്വയം രക്ഷയ്ക്കെന്നോണം അവൾ കൈകളുയർത്തി കണ്ണുകൾ പൊത്തി.

''കയറിയിരിക്ക്.'' ബെസിർ പറഞ്ഞു.

അവൾ കണ്ണുകൾ തുറന്നു. അയാൾ അവൾക്കുവേണ്ടി വാതിൽ തുറന്നുപിടിച്ചിരുന്നു. അവൾ കാറിൽ കയറി അയാളുടെ അരികിൽ മുൻവശത്തിരുന്നു. അയാൾ ഡ്രൈവറുടെ സീറ്റിലിരുന്ന് എൻജിൻ പ്രവർത്തിപ്പിച്ചു. കാർ പതുക്കെ നിരത്തിലേക്കിറങ്ങി. പുറകുവശത്ത് ഉബൈദുള്ളയുടെ ഞരുക്കങ്ങളിൽ... അയാൾക്ക് മെല്ലെ ബോധം വീണ്ടുകിട്ടുകയായിരുന്നു.

''ബെസിർ എനിക്കു വാക്കുതരൂ.'' ഉബൈദുള്ളയുടെ സ്വരം.

''ബാപ്പ, ദൈവത്തെയോർത്ത്...''

ഇനിയൊരിക്കലും ഡെർദിയെ ദ്രോഹിക്കില്ലെന്ന് ഉറപ്പു നൽകാൻ അയാളുടെ മനസ്സ് തയ്യാറായിരുന്നില്ല. തഴമ്പുവീണ കൈത്തലങ്ങൾ അയാൾ കാറിന്റെ വലയത്തിൽ ബലമായി അമർത്തി.

ഉബൈദുള്ള വിട്ടുകൊടുക്കാൻ വിചാരിച്ചില്ല. അയാൾ വീണ്ടും വീണ്ടും ശാഠ്യം പിടിച്ചു. മകൻ വീണ്ടും വീണ്ടും അപേക്ഷിച്ചു. ''ബാപ്പാ ദൈവത്തെ ഓർത്ത്... ആണയിടാൻ എനിക്കാവില്ല.''

ഉബൈദുള്ള മകൻ പറഞ്ഞത് ശ്രദ്ധിക്കാതെ പിന്നേയും പറഞ്ഞു. ''അവളെ ഇനിയൊരിക്കലും തല്ലില്ലെന്ന് ഇപ്പോൾ ആണയിടണം.'' അയാൾ വാക്കുകൾ പൊടുന്നനെ നിലച്ചു. വാക്കുകൾ മാത്രമല്ല ജീവിതവും. ഇനിയും സ്പന്ദിക്കാനുള്ള ആയാസം സഹിക്കവയ്യാതെ അയാളുടെ ഹൃദയം നിന്നുപോവുകയായിരുന്നു.

ആശുപത്രിയിലെത്താൻ അധികദൂരം ബാക്കിയുണ്ടായിരുന്നില്ല. ഡെർദിക്ക് മനസ്സിലായി - ഉബൈദുള്ളയുടെ ജീവൻ പോയിക്കഴിഞ്ഞു.

“അദ്ദേഹം അനങ്ങുന്നില്ല.” അവൾ ഉറക്കെ നിലവിളിച്ചു.

ബെസിർ പെട്ടെന്ന് ബ്രേക്കിട്ടു. ഡെർദിയുടെ നെറ്റി ഡാഷ് ബോർഡിൽ ശക്തിയായി വന്നിടിച്ചു.

ബെസിർ കാറിൽനിന്നും ചാടിയിറങ്ങി. പുറകുവശത്തെ വാതിൽ തുറന്ന് ബാപ്പയെ പുറത്തേക്കു വലിച്ചെടുത്തു. ഉബൈദുള്ള ഒരു പഴകിയ പുതപ്പെന്നോണം താഴേക്ക് ഊർന്നുവീണു. ബെസിർ മുട്ടു കുത്തി കാറിനരികിലിരുന്നു. ഉബൈദുള്ളയുടെ കൈകൾ സാവധാനം കൈയിലെടുത്തു. “അള്ളാ!” അയാളുടെ നിലവിളി ആ കവലയി ലെങ്ങും മാറ്റൊലികൊണ്ടു.

അയാളുടെ അച്ഛന് മരിച്ച് നാല്പതു ദിവസം കഴിയുംവരെ ബെസിർ ഡെർദിയെ തൊട്ടില്ല. അങ്ങനെയൊരാൾ വീട്ടിലുണ്ടെന്ന ഭാവമേ കാണിച്ചില്ല. അത്രയും ദിവസം അയാളും വീട്ടിൽനിന്നും പുറത്തിറങ്ങിയില്ല. സ്വയം മറന്നുകൊണ്ടുള്ള ഇരിപ്പ്. വെള്ളമല്ലാതെ ഒന്നും കഴിച്ചതുമില്ല. ഇടയ്ക്ക് അയാളുടെ കിക്ബോക്സർ ചങ്ങാതി മാർ കാണാൻ വന്നു. അയാൾ ഡെർദിയെ കിടപ്പുമുറിയിൽ പൂട്ടിയിട്ട് പുറത്തെ തളത്തിലിരുന്ന് അവരുമായി ചർച്ചകൾ നടത്തി. രാത്രി മുഴുവൻ മുറിയുടെ ഒരു മൂലയിലിരുന്ന് അയാൾ മുഖം പൊത്തി കരഞ്ഞു.

അതിനിടയിൽ, താനതുവരെ പഠിച്ച ഇംഗ്ലീഷ് വാക്കുകളുപയോ ഗിച്ച് ഡെർദി ഒരു കുറിപ്പെഴുതി. ‘വരരുത്’ എന്നായിരുന്നു അതിലെ അവസാനവാക്ക്. കത്ത് ഏഴായി മടക്കി അവൾ സ്റ്റാൻലിയുടെ വാതി ലിനു ചുവട്ടിൽകൂടി അകത്തേക്കു തള്ളി.

അയാളോട് സഹതാപമാണോ അതോ വെറുപ്പാണോ തന്റെ മനസ്സിലുള്ളത്. അവൾക്കുതന്നെ മനസ്സിലാക്കാനായില്ല. ഒരു ദിവസം രാവിലെ അയാൾ മെത്തയിലിരുന്നു കരയുകയായിരുന്നു. അവൾ അരികെ ചെന്നു. മെല്ലെ ആ തോളിൽ കൈവെച്ചു. അവളുടെ കറുത്ത കുപ്പായത്തിന്റെ കൈകൾ അവൾ മേലോട്ട് ചുരുട്ടിവെച്ചിരുന്നു. തന്റെ കൈയിൽ തിണർത്തുകിടക്കുന്ന മുറിപ്പാടുകൾ അവളുടെ കണ്ണിൽ പ്പെട്ടു. ഒക്കെ ബെസിറിന്റെ കൈവേലകൾ. എല്ലാം അവൾക്ക് പൊടുന്നനെ ഓർമ്മവന്നു. അവൾ ക്ഷണത്തിൽ കൈ പിൻവലിച്ചു. അയാൾ അപ്പോഴും വിതുമ്പുകയായിരുന്നു. എന്നാൽ അവളുടെ സഹതാപം പാടേ വറ്റിപ്പോയിരുന്നു.

നാല്പത്തിയൊന്നാം ദിവസം രാവിലെ അയാൾ വസ്ത്രം മാറി വീട്ടിൽനിന്നിറങ്ങി. ബെസിറിന്റെ ദുഃഖാചരണത്തിന്റെ നാളുകൾ അവസാനിച്ചിരുന്നു. ഇനി ക്രോധം പ്രകടിപ്പിക്കാനുള്ള സമയമാണ്.

ഹെറോയിൻ കച്ചവടത്തിൽനിന്നും കിട്ടിയ ലാഭമുപയോഗിച്ച് അഫ്ഗാൻ കാരെക്കൊണ്ട് ബോംബുകളുണ്ടാക്കിക്കും. ഏറ്റവും തിരക്കുള്ള സമയം നോക്കി ഭൂഗർഭ റെയിൽവേ സ്റ്റേഷനുകളിൽ അവ നിക്ഷേ പിക്കും. ഇംഗ്ലണ്ടിനെ.... ഈ അവിശ്വാസികളുടെ നാടിനെ മുഴുവനും നശിപ്പിക്കും. കഴിഞ്ഞ നാല്പതു ദിവസമായി അയാളുടെ മനസ്സ് ഈ പദ്ധതിക്കു രൂപം നൽകുകയായിരുന്നു. പുറമേ അയാൾ മരിച്ചു പോയ ബാപ്പയ്ക്കുവേണ്ടി ദുഃഖം ആചരിച്ചു. ഉള്ളിൽ ഇംഗ്ലണ്ടിനെ മുച്ചൂടും നശിപ്പിക്കാനുള്ള ആലോചനകളും. ബാപ്പയുടെ മരണത്തിനു പകരം വീട്ടണം. തന്നോടുതന്നെ പകവീട്ടാൻ അയാൾ പ്രാപ്തനാ യിരുന്നില്ല. രോഷം മുഴുവൻ ലോകത്തിനു നേരെയായിരുന്നു. എന്നാൽ സത്യം, അയാളുടെ ബാപ്പയുടെ മരണത്തിനുത്തരവാദി അയാൾ മാത്രമാണ് എന്നതായിരുന്നു. ഒരു നിലയ്ക്കു നോക്കിയാൽ ബെസിർ അയാളുടെ പിതാവായ ഉബൈദുള്ളയെപ്പോലെത്തന്നെയായിരുന്നു. തനിക്കുതന്നെ തല്ലാൻ കഴിയാത്തതുകൊണ്ട് അയാൾ തന്റെ മകനെ തല്ലി.

സ്റ്റാൻലി വാതിൽ തുറന്നു. ചിരിച്ചുകൊണ്ട് ഡെർദിയെ സ്വാഗതം ചെയ്തു. അവൾ തളത്തിൽ കടന്നതും അയാളുടെ നേരേ തിരിഞ്ഞ് ചോദിച്ചു. ‘‘പണം.’’

അയാളുടെ ഭാവം മാറി. തികഞ്ഞ നീരസത്തോടെ ‘‘എന്റെ കൈയിൽ പണമില്ല.’’

അവൾ തലകുലുക്കിക്കൊണ്ട് ജനലരികിൽ ചെന്നുനിന്നു. നഗര ത്തിനു നേരേ. തെരുവിൽകൂടി കടന്നുപോകുന്ന ജനങ്ങൾക്കു നേരെ വിരൽ ചൂണ്ടി. കൈ വിശാലമായി വീശിക്കൊണ്ട് അവൾ ആവർത്തിച്ചു. ‘‘ഞാൻ... അവർ...’’ അന്തരീക്ഷത്തിൽനിന്ന് എന്തോ വലിച്ചെടുക്കു ന്നതുപോലെ കാണിച്ചു. ‘‘പണം’’

അവസാനം സ്റ്റാൻലിക്ക് കാര്യം മനസ്സിലായി. ഡെർദിക്ക് താൻ ആദ്യമായി നൽകിയ സമ്മാനം ഓർമ്മ വന്നു. അവളെ ഇപ്പോൾ തന്റെ യജമാനത്തിയായാണ് അയാൾ കണ്ടിരുന്നത്.

‘‘നിൽക്കൂ.’’ അയാൾ അകത്തേക്കോടി. ഒരു ഡിക്ഷ്ണറിയു മായി വന്നു. ഇംഗ്ലീഷ്-ടർക്കിഷ്. ടർക്കിഷ്-ഇംഗ്ലീഷ് ഡിക്ഷ്ണറി. ആ കൊച്ചു പുസ്തകം എന്താണെന്ന് കണ്ട ഉടനെത്തന്നെ ഡെർദിക്കു മനസ്സിലായി. ഒരു ഡോൾഫിനെന്നോണം അവൾ കുതിച്ചുചാടി അത് എത്തിപ്പിടിച്ചു. താൻ മനസ്സിൽ ഉദ്ദേശിച്ചത് ഏതാണ്ട് അവൾ പറഞ്ഞൊപ്പിച്ചു:

‘‘ഞാൻ പുരുഷനെ അടിക്കുന്നു. പണം വേണം. കാരണം...’’ വിചാരിച്ച വാക്ക് കൃത്യമായി അവൾക്ക് കണ്ടെത്താനായില്ല. എന്നാലും ഏതാണ്ടതുപോലെയുള്ള ഒരു വാക്ക്... ‘‘റാണി..’’ അവൾ പെട്ടെന്ന് പറഞ്ഞു.

അയാൾ അവളെ നോക്കി പുഞ്ചിരിച്ചു. ‘‘ശരിതന്നെ. നീ എന്റെ റാണിയാണ്.’’

അവളുടെ ഒറ്റപ്പെട്ട ജീവിതം ഡെർദിയുടെ ബുദ്ധിയെ ബാധിച്ചിരുന്നില്ല. അവൾ സ്റ്റാൻലിയുടെ കവിളിൽ ആഞ്ഞടിച്ചു. ബെസിർ അവളോട് ചെയ്യാറുള്ളതുപോലെ. തുടർന്ന് അയാളുടെ കവിളിൽ തഴുകി. തോളിൽ കൈവെച്ചു. അയാൾക്ക് അവളേക്കാൾ ഒരടിയിലേറെ ഉയരമുണ്ടായിരുന്നു. അയാളുടെ പാതി മുഖം ചുകന്ന് വീർത്തിരുന്നു. അയാൾക്ക് സ്വയം നിയന്ത്രിക്കാനായില്ല. മുട്ടുകുത്തിയിരുന്ന് അവളുടെ നേരെ ദൈന്യതയോടെ നോക്കി. അവൾ അയാളുടെ തലയിൽ ബലമായി അമർത്തി. നെറ്റി നിലത്ത് മുട്ടിച്ചു. സ്റ്റാൻലിയുടെ ഫ്ളാറ്റിലെവിടെയും പരവതാനി വിരിച്ചിരുന്നില്ല. ഇടതുപാദം അവൾ അയാളുടെ കഴുത്തിലമർത്തി അയാളെ തീർത്തും തന്റെ കാൽക്കീഴിലാക്കി. ആ വെറും തറയിൽ അവൾക്കു വിധേയനായി അയാൾ മുഖമമർത്തി കിടന്നു. വളരെ പ്രയാസപ്പെട്ട്. ഇടയ്ക്കിടയ്ക്ക് നിഘണ്ടുവിലെ താളുകൾ മറിച്ചുനോക്കി ഒരു വിധത്തിൽ അവൾ അയാളെ കാര്യം ധരിപ്പിച്ചു.

‘‘വേണ്ടതുപോലെ ചെയ്യാം. ആവശ്യത്തിന് പണം തരണം.’’ അയാൾക്ക് സമ്മതമായി.

കഴിഞ്ഞ അഞ്ചു വർഷമായി അവൾ പണം കണ്ടിട്ടുണ്ടായിരുന്നില്ല. ബെസിർ വീട്ടിൽ പണം വെച്ചിരുന്നില്ല. പണമിടപാടുകളെല്ലാം ക്രെഡിറ്റ് കാർഡുകൾ വഴിയായിരുന്നു. ഒരു കാര്യം ഡെർദിക്കുറപ്പായിരുന്നു. തനിക്കേറ്റവും ആവശ്യം പണവും ഇംഗ്ലീഷുമാണ്. സ്റ്റാൻലിയെപ്പോലെ ചിലരെകൂടി കിട്ടിയാൽ അവൾക്ക് വേണ്ടത്ര പണമുണ്ടാക്കാം. ഈ വക കാര്യങ്ങൾ അവൾക്കു നല്ല വശമായിരുന്നു. വർഷങ്ങളായി ബെസിർ അവളെ ക്രൂരമായി പീഡിപ്പിച്ചുകൊണ്ടിരിക്കുകയല്ലേ? ആ പണി ചെയ്യാൻ അവൾക്ക് തന്റെ കറുത്ത പുതപ്പ് ശരീരത്തിൽനിന്നും മാറ്റുകപോലും വേണ്ട. സ്റ്റാൻലിയെപോലെ ഈ വലിയ നഗരത്തിൽ ആയിരക്കണക്കിനാളുകളുണ്ടാവാം. തപാൽ ശിപായി മുതൽ പ്രഭുക്കന്മാർ വരെ. അരമണിക്കൂർ സുഖത്തിനുവേണ്ടി എത്ര പണം ചിലവാക്കാനും തയ്യാറുള്ളവർ. പതിനാറു വയസ്സായ... കറുത്ത കുപ്പായമിട്ട ഒരു പെൺകിടാവിന്റെ കാൽച്ചുവട്ടിൽ പട്ടിയെപ്പോലെ മോങ്ങിക്കിടക്കാൻ തയ്യാറുള്ളവർ. അവരുടെ

മനസ്സിലെ വികൃതസങ്കല്പങ്ങൾ തൊട്ടടുത്തിരിക്കുന്നവർക്കുപോലും ഊഹിക്കാനാവില്ല.

ഡെർദിയുടെ ആദ്യത്തെ പറ്റുകാരൻ മിച്ച് ആയിരുന്നു. സ്റ്റാൻലിയുടെ സ്വീകരണമുറിയിൽ വെച്ചാണ് അവർ ആദ്യം തമ്മിൽ കണ്ടത്. അടിമുടി കറുപ്പണിഞ്ഞ ഒരു പെൺകുട്ടി. മിച്ച് കരുതിയതിനേക്കാൾ ചെറിയ രൂപം. പതിനാറു വയസ്സായെന്നു തോന്നുകയില്ല. അയാളാണെങ്കിൽ ബെസിറിനെപ്പോലെ വലിയൊരാൾ. ദേഹം മുഴുവൻ കൊഴുപ്പുമാത്രം.

അവർ ആവശ്യപ്പെട്ടതൊക്കെ അവൾ ചെയ്തു. തന്റെ മുഖത്തെ ഭാവപ്പകർച്ചകൾ അവർ കാണില്ലല്ലോ എന്നായിരുന്നു അവൾക്കാശ്വാസം. ഭിത്തിയിൽ തൂക്കിയിട്ടിരുന്ന ചാട്ടവാറെടുത്ത് അവൾ അയാളെ പൊതിരെ തല്ലി. ഏതാണ്ടൊരു മണിക്കൂറോളം. സ്റ്റാൻലിക്ക് ഏറെ നേരം വെറുതെ നോക്കിനിൽക്കാനായില്ല. അയാളും മിച്ചിനോടൊപ്പം ചെന്നുകിടന്നു.

സ്റ്റാൻലിയുടെ കിടപ്പുമുറിയുടെ ചുവരുകളിൽ വേദനയുടെയും സന്തോഷത്തിന്റെയും നിലവിളികൾ പ്രതിധ്വനിച്ചു, എന്നാൽ അവിടെയുള്ള തുകൽ, സ്റ്റീലിന്റെ സാധനങ്ങൾ ജീവനറ്റു കിടന്നു. അല്ലെങ്കിലും ഇരകളുടെ മാനസികാവസ്ഥ മനസ്സിലാക്കാൻ സഹായിക്കുന്നതൊന്നും ഈ ലോകത്തിലില്ലല്ലോ. ആ മുറിയിൽ, ടെലിഫോൺ കാർഡുകൾ, ബ്രീഫ്കേസുകൾ, നെക്റ്റികൾ, സൗജന്യ പെർഫ്യൂം സാമ്പിളുകളുള്ള ഹാൻഡ്ബാഗുകൾ, സ്റ്റാൻലി ധരിച്ചിരുന്ന ഗ്ലാസുകൾ, കളർ കോൺടാക്റ്റുകൾ, ഹെയർ ഡൈകൾ, ബ്രോഷറുകൾ, കായിക ഉപകരണങ്ങൾ എന്നിവ ഉണ്ടായിരുന്നു. വീടിന്റെ സ്വകാര്യത കിടപ്പുമുറിയിൽ മാത്രമാണ്.

എസ് & എമ്മിന്റെ (Sadists & Masochists Group) രാത്രികളിൽ പങ്കെടുക്കുന്ന രോഗികളോട് ഡോക്ടർമാർ പറയാറുള്ളത് ഇത് എന്താണെന്ന് മനസ്സിലാക്കിക്കൊടുക്കുക മാത്രമാണ് ഉദ്ദേശ്യമെന്നാണ്. ഈ പ്രവണതകൾ ഒരുപക്ഷേ കുട്ടിക്കാലത്ത് അവർ അനുഭവിച്ച പീഡനത്തിന്റെയോ വിഷമതകളുടെയോ ആഘാതത്തിന്റെ അനന്തരഫലങ്ങൾ മാത്രമായിരിക്കില്ല. ജീവിതം തന്നെ ആഘാതകരമായി തീരുന്നതാവാം കാരണം. മുഴുവൻ നശിച്ച കാര്യം, പ്രത്യേകിച്ച് ഉപരിതലത്തിൽ ശരിക്കും ആഘാതകരമെന്ന് തോന്നാത്ത പല കാര്യങ്ങളും ജനിച്ചതുപോലെ. മറ്റൊരു വിധത്തിൽ പറഞ്ഞാൽ, പ്രസവാനന്തര വിഷാദം, പുതിയ അമ്മമാർക്ക് പ്രത്യേകിച്ച് ഒരു മാനസികരോഗമല്ല, വിഷാദത്തിന്റെ അവസ്ഥ ആ ജീവിതം തന്നെയായിരുന്നു. ജീവിതം, ജീവിച്ചുതീർക്കാനുള്ള നിർബന്ധിതാവസ്ഥ.

സ്റ്റാൻലി, മിച്ചിനെയും ഡെർദിയെയും നോക്കി, സഹിക്കാൻ വയ്യാതെ. അവൻ എഴുന്നേറ്റു, തന്റെ വസ്ത്രങ്ങൾ അഴിച്ചുമാറ്റി. എന്നിട്ട് മിച്ചിന്റെ വഴുവഴുപ്പിൽ കുനിഞ്ഞ്, പിന്നിലേക്ക് കൈകൾ കുത്തി, തന്നെ സ്വയം അവന്റെ ഉള്ളിലേക്ക് തള്ളി. ഡെർദി ഒരേ സമയം ഇരുവരെയും അടിക്കാൻ തുടങ്ങി. അവൾ മിച്ചിനെ വളരെ ക്രൂരമായി അടിച്ചു. എല്ലാം കഴിഞ്ഞപ്പോൾ അയാൾക്ക് നടക്കാൻ കഴിഞ്ഞില്ല. അവൻ തന്റെ വസ്ത്രങ്ങൾ ധരിച്ച് ലെതർ ജാക്കറ്റിൽ നിന്ന് ഇരുപത് പൗണ്ടിന്റെ ഒരു നോട്ട് എടുത്ത് സ്റ്റാൻലിയുടെ കിടക്കയിലേക്ക് എറിഞ്ഞു. ഡെർദിക്ക് അത് അത്ര രസിച്ചില്ല. അവൾക്ക് ആ ആംഗ്യം അരോചകമായി തോന്നി. രാജ്ഞിയുടെ പടമുള്ള പണം വലിച്ചെറിയുന്നത് മാന്യതയാണെന്ന് അവൾ കരുതിയില്ല. ഇനി മുതൽ അത് ഇങ്ങനെയായിരിക്കില്ല. അവൾ ചിന്തിച്ചു, ഒടുവിൽ അവന് ബോധം വന്നപ്പോൾ, അവൾ സ്റ്റാൻലിയുടെ നേരെ തിരിഞ്ഞു.

''താങ്കളുടെ പേര്?''

''സ്റ്റാൻലി.''

അങ്ങനെ ബെസിറിൽ നിന്ന് തന്നെ രക്ഷിക്കുമെന്ന് അവൾ സ്വപ്നം കണ്ട, നീലക്കണ്ണുള്ള മനുഷ്യന്റെ പേര് അവൾക്ക് ആദ്യമായി മനസ്സിലായി. അവൾ ആദ്യം സങ്കൽപ്പിച്ച രീതിയിലല്ലെങ്കിലും സ്റ്റാൻലി അവളെ രക്ഷിക്കും. സ്റ്റാൻലി ഇനി മുതൽ പണം ശേഖരിക്കും. ഞാൻ പക്ഷേ തൊടില്ല. അവൾ കരുതി. ശക്തമായ ഭാവനകളുള്ള മിക്ക ആളുകളെയും പോലെ, ഡെർദിക്കും പണത്തെക്കുറിച്ച് യാതൊരു ധാരണയുമില്ലായിരുന്നു.

ചുവന്ന തലയുള്ള വാൽറസ് അപ്പാർട്ട്മെന്റിൽ നിന്ന് പോയതിനു ശേഷം, അവൾ വാഗ്ദാനം ചെയ്തതുപോലെ രണ്ട് പത്ത് പൗണ്ട് നോട്ടുകളിൽ ഒന്ന് സ്റ്റാൻലിക്ക് നൽകി. ഡെർദി വീട്ടിലെത്തി ബാങ്ക് നോട്ട് പരിശോധിച്ചു, അതിലെ കിരീടം ധരിച്ച സ്ത്രീയെക്കുറിച്ച് അവൾക്ക് ജിജ്ഞാസ തോന്നി. അവളെ മുമ്പ് എവിടെയോ കണ്ടിട്ടുണ്ടുള്ളതുപോലെ ഒരിക്കൽകൂടി അവൾ ആ മുഖത്തേക്ക് നോക്കി. ഒരിക്കൽ അവൾ ആ മുഖത്തേക്ക് ഛർദ്ദിച്ചിട്ടുണ്ട്.

ആറ് ദിവസത്തിന് ശേഷം മിച്ച് വീണ്ടും വന്നു, ഇത്തവണ ക്യാമറയുമായി. അവൾ മതപ്രഭാഷണം കേൾക്കുന്നതുപോലെ മുട്ടുകുത്തിയിരുന്നു. അപ്പോൾ സ്റ്റാൻലി ഫുൾ ലാറ്റക്സ് സ്യൂട്ടിൽ സ്വീകരണമുറിയിലേക്ക് വന്നു. അപ്പോഴാണ് സിനിമ തുടങ്ങുന്നത്. അവർ എല്ലാം പ്ലാൻ ചെയ്തിരുന്നു.

ഡെർദി സ്റ്റൂളിന് മുന്നിൽ മുട്ടുകുത്തി ഏതാനും മിനിറ്റുകൾ അനങ്ങാതെ നിന്നു. അവളുടെ വാക്കുകൾ അവ്യക്തമാണെങ്കിലും പാരായണം ചെയ്യുന്നതായി നടിച്ച് ചുണ്ടുകൾ ചലിപ്പിക്കുമ്പോൾ, അവൾ മെല്ലെ അങ്ങോട്ടുമിങ്ങോട്ടും ആടാൻ തുടങ്ങി. അപ്പോൾ സ്റ്റാൻലി മുറിയിൽ കയറി. കൈകൾ പുറകിൽ കൈയാമം ഇട്ടിരുന്ന അവൻ രണ്ടടി അകലെ നിന്നു. ഡെർദി അവനെ നോക്കി. അവൾ എഴുന്നേറ്റ് അരികിലുണ്ടായിരുന്ന നാൽപ്പത് സെന്റീമീറ്റർ നീളമുള്ള കുതിര ചമ്മട്ടിയെടുത്തു. അവൾ സ്റ്റാൻലിയെ സമീപിച്ചു, എന്നിട്ട് അവന്റെ ലാറ്റക്സ് സ്യൂട്ടിനു മുന്നിൽ കുറുകെ വെച്ചിരുന്ന നിരവധി സിപ്പറുകളിൽ ഒന്ന് അഴിച്ചു. പരിച്ഛേദനം ചെയ്യാത്ത മാംസത്തിന്റെ ആകർഷണം അവൾ ഉരുട്ടി. നിഷ്കളങ്കനായിരിക്കാൻ സ്റ്റാൻലി തന്റെ കഴിവിന്റെ പരമാവധി ശ്രമിച്ചു. ഡെർദി തന്റെ ചാട്ടകൊണ്ട് നിർജീവമായ മാംസത്തിന്റെ അഗ്രം ചെറുതായി ഉയർത്തി, മിച്ച് ഡെർദിയുടെ കണ്ണുകൾ സൂംഅപ്പ് ചെയ്തു. ഡെർദി തല കുലുക്കി ശാന്തമായി പറഞ്ഞു: ''ഇല്ല, ഇല്ല, ഇല്ല.' എന്നിട്ട് അവൾ വിരലുകൊണ്ട് വായുവിൽ കത്രികയായി മുറിക്കുന്നപോലെ അവൾ മൂന്നു പ്രാവശ്യം തുറന്ന് അടച്ചു.

സ്റ്റാൻലിയുടെ മാംസം രക്തം വന്ന് വീർക്കുന്നുണ്ടായിരുന്നു, ഡെർദി അവളുടെ ചാട്ട ശബ്ദത്തോടെ പൊട്ടിച്ചു. എന്നിട്ട് അവൾ മിച്ചിന് പിന്നിലെ ചാരുകസേരയിൽ എഴുതിവെച്ചിരുന്ന ഡയലോഗ് നോക്കി പറഞ്ഞു. അവളുടെ കട്ടികൂടിയ ടർക്കിഷ് ഉച്ചാരണത്തിലൂടെ അത് കഷ്ടിച്ച് മനസ്സിലാക്കാനേ സാധിക്കുമായിരുന്നുള്ളൂ.

''ഞാൻ നിന്നെ പരിച്ഛേദനം ചെയ്യും.'' അവൾ പറഞ്ഞു. ഡെർദിയുടെ കട്ടിയുള്ള വിദേശ ഉച്ചാരണത്തിൽ, വാക്കുകളിൽ കൂടുതൽ മാദകത്വമുണ്ടായിരുന്നു.

അതിനുശേഷം, യാടിർക്കയിലെ ഡെർദിയോ ലണ്ടനിലെ സ്റ്റാൻലിയോ ഒന്നും സംസാരിച്ചില്ല. അവർ മുരളുകയും ഞെരങ്ങുകയും മാത്രം ചെയ്തു. ഒരാൾ ഭീഷണിപ്പെടുത്തുകയും മറ്റൊരാൾ ഭയന്ന് നിലവിളിക്കുകയും ചെയ്തു. കിഴക്കിനും പടിഞ്ഞാറിനും ഇടയിൽ സംഭവിക്കുന്നത് ഡെർദിക്കും സ്റ്റാൻലിക്കും ഇടയിൽ സംഭവിച്ചു. ഭീഷണിയും അപേക്ഷയും. ശിക്ഷയും പ്രതിഫലവും. നിസ്സംഗതയും അക്രമവും. സാഡിസവും മാസോക്കിസവും.

തന്റെ ഇടുങ്ങിയ ഫ്ളാറ്റിൽ സിഡി കണ്ടുനോക്കിയപ്പോഴാണ് താൻ ഒരു മാസ്റ്റർപീസാണ് കൈവശം വച്ചിരിക്കുന്നതെന്ന് മിച്ച് അറിഞ്ഞത്. അവൻ വിചാരിച്ചത് ശരിയായിരുന്നു. ഒരാഴ്ചയ്ക്കുള്ളിൽ, ഒരു മുസ്ലിം സ്ത്രീ, പുരുഷന്റെ പരിച്ഛേദനത്തിന്റെ നാൽപ്പത്തിനാല് മിനിറ്റ് സിനിമ ലണ്ടനിലെ എല്ലാ ഇരുണ്ട ക്ലബ്ബുകളിലെയും ഇരുണ്ട

വീടുകളിലെയും ആളുകളെ പ്രകമ്പനം കൊള്ളിച്ചു. അവർ ഡെർദിയെ ആരാധിച്ചു. ഒരിക്കൽ സ്റ്റാൻലിയോട് പറഞ്ഞത് ഓർത്തുകൊണ്ട് മിച്ച് സിഡിയിൽ എഴുതി: "ഒരു മുസ്ലീം സ്ത്രീ ഒരു ആണവ ബോംബാണ്."

മിച്ചിനും സ്റ്റാൻലിക്കും 4,300 പൗണ്ട് സ്റ്റെർലിംഗ് നേടിക്കൊടുത്തെങ്കിലും അവളുടെ ആദ്യ സിനിമയിൽ നിന്ന് ഡെർദി എടുത്തത് അഞ്ഞൂറ് പൗണ്ട് മാത്രമായിരുന്നു. ലോകത്ത് അഭിനയം ആദ്യമായാണ് അവളെ സാമ്പത്തികമായി ചതിക്കുന്നത്. യഥാർത്ഥ ലോകത്ത്, അവൾ എല്ലായ്പ്പോഴും വഞ്ചിക്കപ്പെട്ടു, പക്ഷേ അക്കാര്യം അവൾ ഒരിക്കലും അറിഞ്ഞില്ല. എന്നാൽ 500 പൗണ്ട് കൊണ്ട് ലോകത്തിലെ ഏറ്റവും ധനികയായ സ്ത്രീയായി താൻ മാറിയിരിക്കുന്നു എന്ന് അവൾക്ക് തോന്നി. എന്നാൽ കൂടുതൽ മെത്ത് (ഒരുതരം മയക്കുമരുന്ന്) വാങ്ങാൻ തന്റെ യജമാനത്തിയെ വഞ്ചിച്ചത് സ്റ്റാൻലിയിൽ കുറ്റബോധം ഉണ്ടാക്കി, അവന്റെ മനസ്സാക്ഷിയുടെ വേദന നിശ്ശബ്ദമാക്കാൻ അയാൾക്ക് ശക്തമായ എന്തെങ്കിലും ആവശ്യമാണ് അയാൾക്ക് ഹെറോയിൻ വേണം.

മൂന്ന് ആഴ്ചയ്ക്കുള്ളിൽ, മിച്ചിന്റെ നാല് സിനിമകളിൽ കൂടി ഡെർദി പ്രത്യക്ഷപ്പെട്ടു, കൂടാതെ സ്റ്റാൻലി ക്രമീകരിച്ച പതിനാറ് പുതിയ ഉപഭോക്താക്കളുമായി. ജീവിതത്തിലെ മറക്കാനാവാത്ത മുപ്പത് മിനിറ്റ് അവൾ അവർക്ക് നൽകി. അവളെ എല്ലായിടത്തും തിരഞ്ഞ കണ്ണുകൾ ലണ്ടന്റെ ഇരുണ്ട മുഖത്ത് പ്രകാശം പരത്തുന്ന ഒരു നക്ഷത്രമായി മാറുമെന്ന് അവൾക്ക് ഒരു സൂചനയും ഇല്ലായിരുന്നു. അവൾ നിഗൂഢയായ ഒരു സ്ത്രീയായിരുന്നു. അവളെ കണ്ടെത്തുമെന്ന പ്രതീക്ഷയിൽ, അവർ തെരുവിൽ മറഞ്ഞിരിക്കുന്ന എല്ലാ സ്ത്രീകളുടെയും പുറകെ നടന്നു. അവളെ കണ്ടെത്താൻ അവർ പദ്ധതികൾ തയ്യാറാക്കി. പക്ഷേ ഡെർദി അത് കാര്യമാക്കിയില്ല. അവൾ ആകെ ആഗ്രഹിച്ചത് ലണ്ടനിലേക്ക് അപ്രത്യക്ഷമാകുക എന്നതും കിച്ചൻ ഹുഡ്ഡിനു മുകളിൽ ഒളിപ്പിച്ചുവെച്ചിരുന്ന 3,600 പൗണ്ടുകളും അവളുടെ ഇംഗ്ലീഷ് പദാവലിയും ഇപ്പോൾ നാനൂറിനടുത്ത് വാക്കുകൾ അവൾ ഓർമ്മയിൽ സൂക്ഷിച്ചതുമാണ്.

അവൾക്ക് അപ്പാർട്ട്മെന്റ് കെട്ടിടത്തിൽ നിന്ന് രക്ഷപ്പെടേണ്ടിയിരുന്നു. അവൾ തയ്യാറായിരുന്നു. അവൾക്ക് പോകണമായിരുന്നു. അവൾ ഭയപ്പെട്ടതേയില്ല. അവളുടെ സ്വന്തം അപ്പാർട്ട്മെന്റിൽ സംഭവിച്ചതിനേക്കാൾ അപകടകരമായ എന്തെങ്കിലും പുറത്ത് സംഭവിക്കുമോ?

അതിന് ശ്രദ്ധാപൂർവ്വം പദ്ധതി ആസൂത്രണം ചെയ്യേണ്ടതുണ്ട്. അതിന് ആദ്യം വേണ്ടത് സ്റ്റാൻലിയുമായുള്ള ബന്ധം അവസാനിപ്പിക്കണം. ബെസിർ തന്റെ അയൽക്കാരനെ കാണാൻ പോയി അവനെ സംസാരിക്കാൻ പ്രേരിപ്പിച്ചേക്കാം. അവൾ എവിടെയാണെന്ന് സ്റ്റാൻലി അറിഞ്ഞാൽ എല്ലാം അവസാനിക്കും. സ്റ്റാൻലിയോട് സംസാരിക്കാൻ പ്രയാസമില്ല. അതുകൊണ്ട് അവൾ സ്റ്റാൻലിയോടോ മിച്ചിനോടോ ഒന്നും പറഞ്ഞില്ല. ഒരു കാര്യത്തിന് മാത്രമാണ് അവൾ അവരോട് സഹായം ചോദിച്ചത്. രണ്ടാഴ്ച മുമ്പ് അവൾ കുറച്ച് പുതിയ വസ്ത്രങ്ങളും ഒരു ജോടി ഷൂസും വാങ്ങാൻ അവരോട് ആവശ്യപ്പെട്ടിരുന്നു. അതായിരുന്നു എല്ലാം.

ഡെർദി അപ്രത്യക്ഷമാകും. താമസസ്ഥലം എവിടെയെങ്കിലും കണ്ടെത്തേണ്ടി വരാൻ ബുദ്ധിമുട്ടുണ്ടാകുമെന്ന് അവൾ കരുതിയില്ല. അവൾക്കും ജോലി കിട്ടും. ഒരുപക്ഷേ അവൾ ഇംഗ്ലണ്ടിലെ മറ്റൊരു നഗരത്തിലേക്കോ അല്ലെങ്കിൽ ബെസിറിൽ നിന്ന് അകലെയുള്ള മറ്റൊരു രാജ്യത്തേക്കോ മാറിയേക്കാം. ഇതിനിടയിൽ, ബെസിർ പൂർണ്ണമായും മാറിയിരുന്നു. അവൻ കൂടുതൽ നിശ്ശബ്ദനായി. അവൻ ഡെർദിയെ അടിച്ചില്ല. പിന്നെ അവൻ ഒരിക്കലും അവളുടെ മേൽ കൈ വെച്ചിട്ടില്ല. ചിലപ്പോൾ ദിവസങ്ങളോളം വീട്ടിൽ വരാറുമില്ല. ഇതെല്ലാം ഡെർദിയെ അവളുടെ രക്ഷപ്പെടൽ സമയത്തെക്കുറിച്ച് വിഷമിപ്പിച്ചു. എത്രയും വേഗം അപ്രത്യക്ഷമാകുന്നതാണ് നല്ലത്.

ആ രാത്രി അവൾക്ക് ഉറങ്ങാൻ കഴിഞ്ഞില്ല. പ്രഭാത പ്രാർത്ഥനയ്ക്ക് രണ്ട് മണിക്കൂർ മുമ്പ് അവൾ ഒരു പാമ്പിനെപ്പോലെ നിശ്ശബ്ദമായി കിടക്കയിൽ നിന്ന് വഴുതിയിറങ്ങി. അവൾ മൗനമായി മുറിയിൽ നിന്ന് പിൻവാങ്ങുമ്പോൾ എന്തെങ്കിലും ചലനത്തിന്റെ സൂചനകൾക്കായി അവൾ ബെസിറിനെ നോക്കി. അവൾ മറ്റൊരു കിടപ്പുമുറിയിൽ നൈറ്റ് ഗൗണിന് മുകളിൽ, അവളുടെ കറുത്ത ചാദർ (തല മുതൽ പാദംവരെ മൂടുന്ന വസ്ത്രം) ധരിച്ചു. എന്നിട്ട് അടുക്കളയിലേക്ക് പോയി. അവൾ അവളുടെ പണവും ഡിക്ഷ്ണറിയും സ്റ്റൗ ഹുഡിൽ നിന്ന് പുറത്തെടുത്തു. എന്നിട്ട്, അവളുടെ ഇരുണ്ട അപ്പാർട്ട്മെന്റിലേക്ക് അവസാനമായി നോക്കി.

അവൾ വാതിൽ തുറന്ന് പുറത്തേക്ക് നടന്നു. വാതിൽ പകുതിയോളം അടച്ചു. അവൾക്ക് ചെറിയ ശബ്ദം പോലും ഉണ്ടാക്കാൻ കഴിയില്ല, അവൾ ലിഫ്റ്റ് ഉപയോഗിച്ചില്ല. സ്റ്റാൻലിയുടെ വാതിലിൽ അവസാനമായി നോക്കി അവൾ പടികളിലൂടെ താഴേക്ക് ഇറങ്ങാൻ തുടങ്ങി. അപ്പോഴാണ് അവൾ ഒരു കാര്യം ഓർത്തത്. അവൾ വീണ്ടും പന്ത്രണ്ടാം നിലയിലേക്ക് കയറി ലിഫ്റ്റിന് എതിർവശത്തുള്ള ഫയർ ഹോസ് ബോക്സ് തുറന്നു. കട്ടിയുള്ള ചുവപ്പ് ഹോസിന് മുകളിൽ നിന്ന്

അവൾ ഒരു ബാഗ് പുറത്തെടുത്തു. അവളുടെ പുതിയ വസ്ത്രങ്ങൾ അവിടെ വെച്ചിരുന്നു. പിന്നെ തിരിഞ്ഞുനോക്കാതെ നടന്നു.

പന്ത്രണ്ട് നിലകൾക്ക് ശേഷം അവൾ കെട്ടിടത്തിന്റെ പ്രധാന വാതിലിനടുത്ത് അവളെത്തി. ബെസിർ ഉബൈദുള്ളയെ അവന്റെ കൈകളിൽ വഹിച്ചുകൊണ്ട് പോകുന്ന സമയത്ത് വാതിൽ എങ്ങനെ തുറക്കുമെന്ന് അവൾ മനസ്സിലാക്കിയിരുന്നു. ഓട്ടോമാറ്റിക്കായി വാതിൽ തുറക്കണമെങ്കിൽ ഭിത്തിയിലെ വെള്ള ബട്ടൺ അമർത്തണം. പൂട്ടിന്റെ ഭാരമേറിയ ഞരക്കത്തിനുശേഷം കനമുള്ള വാതിൽ തള്ളിത്തുറന്ന് അവൾ പുറത്തേക്കിറങ്ങി.

ഇരുണ്ട പൂന്തോട്ടത്തിലൂടെ നടന്ന് അവൾ നടപ്പാതയിലേക്ക് കാലെടുത്തുവച്ചു. ഏതു വഴി? അവൾ ആലോചിച്ചു. തെരുവ് വളരെ നീണ്ടതായി തോന്നി. അവൾ വലത്തോട്ടും ഇടത്തോട്ടും നോക്കി. ദൂരെ അവ്യക്തമായ ഒരു രൂപം കണ്ടു. ജാക്കറ്റിന്റെ പോക്കറ്റിൽ കൈകൾ തിരുകി ഒരു മനുഷ്യൻ തന്റെ നേരെ വരുന്നത്. ഡെർദിക്ക് ഭയം തോന്നി. അവൾ തിരിഞ്ഞ് മറ്റൊരു വഴിക്ക് ഓടാൻ തുടങ്ങി.

പൂന്തോട്ടത്തിലെ നടപ്പാത ചേരുന്നിടത്ത് അവ്യക്തമായ ഒരു രൂപം നിന്നു. തിരികെ വരാൻ അവൻ ഡെർദിയെ കൈ വീശിക്കാണിച്ച് കെട്ടിടത്തിലേക്ക് നോക്കി. എന്നിട്ട് അയാൾ പൂന്തോട്ടത്തിന്റെ നടപ്പാതയിലൂടെ ഇറങ്ങി. പ്രവേശന കവാടത്തിൽ എത്തിയപ്പോൾ പോക്കറ്റിൽ നിന്ന് ഒരു കടലാസ് എടുത്ത് ലൈറ്റർ ഉപയോഗിച്ച് വിലാസവും കെട്ടിടനമ്പറും പരിശോധിച്ചു. അയാൾ വാതിലിനടുത്തുള്ള സുരക്ഷാപാനലിൽ നാലക്ക പാസ്‌വേഡ് നൽകി. ഒരു ലോഹച്ചങ്ങല ഉണ്ടായിരുന്നു, അവൻ വാതിൽ വലിച്ചു തുറന്നു.

അവൻ അകത്തേക്ക് കയറി പന്ത്രണ്ടാം നിലയുടെ ബട്ടൺ അമർത്തി. ലിഫ്റ്റിന്റെ വാതിൽ മെല്ലെ തുറന്നു, സീലിംഗ് ലൈറ്റ് ഓട്ടോമാറ്റിക്കായി ഓണായി. ഹാളിലെ രണ്ട് വാതിലുകളിലെയും നമ്പറുകൾ പരിശോധിച്ചു. അയാൾ പടിക്കെട്ടിനടുത്തുള്ള വാതിലിനടുത്തെത്തി ജാക്കറ്റിന്റെ ഉള്ളിലെ പോക്കറ്റിൽ നിന്ന് ഒരു സ്ക്രൂഡ്രൈവർ പുറത്തെടുത്തു. പൂട്ടിലേക്ക് താഴ്ത്തിയപ്പോൾ വാതിൽ തുറന്നിട്ടിരിക്കുന്നതായി അയാൾക്ക് മനസ്സിലായി. അവൻ പതുക്കെ അത് തുറന്ന് ഇരുണ്ട അപ്പാർട്ട്മെന്റിലേക്ക് നോക്കി. അവൻ അപ്പാർട്ട്മെന്റിൽ കയറുന്നതിന് മുമ്പ് സ്ക്രൂഡ്രൈവർ വീണ്ടും പോക്കറ്റിൽ ഇട്ട് തോക്ക് പുറത്തെടുത്തു. സ്വീകരണമുറിയും അടുക്കളയും കടന്ന് അയാൾ ഇടനാഴിയിലൂടെ ഇറങ്ങി. രണ്ടും ശൂന്യമായിരുന്നു. കുളിമുറിയും ശൂന്യമായിരുന്നു. ഇടനാഴിയുടെ അറ്റത്ത് ഒരു അടഞ്ഞ വാതിൽ ഉണ്ടായിരുന്നു. അവൻ ഹാൻഡിലിനായി കൈനീട്ടിയെങ്കിലും

അവിടെ എത്തുന്നതിന് മുമ്പ് വാതിൽ തുറന്നു. ബെസിറുമായി അയാൾ മുഖാമുഖം കണ്ടു.

മിന്നലിന്റെ വേഗതയിൽ റിഗെയ്പ് ട്രിഗർ വലിച്ചു, ബെസിറിനെ തൽക്ഷണം കൊന്നു. വർഷങ്ങൾക്കുമുമ്പ് ശ്വാസംമുട്ടി മരിച്ചപ്പോൾ ഒരു വഴക്കിന്റെ ഓർമ്മയിൽ നിന്നാണ് അദ്ദേഹം അത് ചെയ്തത്. എന്നാൽ ഡെർദിയെ ഫ്ളാറ്റിൽ കണ്ടെത്താനാകാതെയായപ്പോൾ അതിന്റെ ഏക വിവരസ്രോതസ്സിനെ കൊന്നതിന് അവൻ സ്വയം ശപിച്ചു. അവൾ എവിടെയാണെന്ന് അറിയണമായിരുന്നു. അത് ഗിഡോയെ തൃപ്തിപ്പെടുത്തുമായിരുന്നു, അവന് തന്റെ മകളെയും കണ്ടെത്താമായിരുന്നു. ഞാൻ അവളെ ഉടൻ കണ്ടെത്തും. ഈ രീതിയിൽ അക്കാര്യം അവസാനിപ്പിക്കുന്നത് ശരിയല്ലെന്ന് അയാൾ കരുതി.

ഇനിയുള്ള ദിവസങ്ങളിൽ മറ്റുള്ളവരും ഇതുതന്നെ പറയുമെന്ന് റിഗെയ്പ് വിചാരിച്ചില്ല. ഈ രീതിയിൽ അവസാനിപ്പിക്കാൻ വിധിയില്ല. പത്തുപേർ കിക്ക്ബോക്സ് ക്ലബ്ബിൽ ഒത്തുകൂടി തങ്ങളുടെ പദ്ധതികൾ ഉപേക്ഷിക്കാൻ തീരുമാനിക്കുമെന്ന് അവനറിയില്ല. ''ബെസിർ പോയി, ബിസിനസ്സ് തീർന്നു.' അവർ പറയും. തിരക്കേറിയ നാല് ട്യൂബ് സ്റ്റേഷനുകളിൽ ബോംബ് സ്ഥാപിക്കാനായിരുന്നു പദ്ധതി. പദ്ധതി ഉപേക്ഷിച്ച് ബോംബുകൾ തേംസിൽ എറിഞ്ഞു. ഇതൊന്നും റിഗെയ്പ് അറിഞ്ഞിരുന്നില്ല. വർഷങ്ങൾക്ക് ശേഷം ഒരു ലണ്ടൻ ഭൂഗർഭ സ്റ്റേഷനും ഒരു ഡബിൾ ഡെക്കർ ബസും നാല് അൽഖയ്ദ തീവ്രവാദികൾ ആകാശത്ത് തകർക്കുമെന്ന് ആ കിക്ക് ബോക്സർമാർ അറിഞ്ഞിരുന്നില്ല. 2005 ജൂലൈ 7ന് നടന്ന ആ ചാവേർ ആക്രമണങ്ങളിൽ അമ്പത്തിരണ്ട് പേർ മരിക്കുമെന്നും എഴുനൂറ് പേർക്ക് പരിക്കേൽക്കുമെന്നും അവർ അറിഞ്ഞിരുന്നില്ല.

അവസാനം, ആത്മരോഷത്തോടെ ലണ്ടൻ പൊട്ടിത്തെറിപ്പിക്കാൻ നടന്ന ബെസിറിനല്ല അവിടത്തെ ജനങ്ങൾ തന്നെയാണ് ഇംഗ്ലണ്ടിനെ നശിപ്പിക്കാൻ കാരണമായത്.

ഡെർദി കഴിയുന്നത്ര വേഗത്തിൽ ഓടുന്നുണ്ടായിരുന്നു, പക്ഷേ അവൾ എവിടേക്കാണ് പോകുന്നതെന്ന് അവൾക്ക് അറിയില്ലായിരുന്നു. ജീവിതകാലം മുഴുവൻ ബെസിറിൽ നിന്ന് ഓടിപ്പോകുന്നതുപോലെ അവൾ ഓടി. അവൻ മരിച്ചത് അവൾ അറിഞ്ഞിരുന്നില്ല. അഞ്ച് വർഷമായി ഓടാത്തതിനാൽ അവൾ ഓടി. വേഗത്തിൽ,

വേഗത്തിൽ ഓടി, അവളുടെ കാലുകൾക്ക് ഭാരം കുറഞ്ഞതായി തോന്നി. തെരുവുവിളക്കുകൾക്കരികിലെ നടപ്പാതകളിലെ വെളിച്ചത്തിലൂടെ, തീർത്തും വിജനമായ പിന്നാമ്പുറങ്ങളിലൂടെ, വെങ്കല പ്രതിമകൾക്കിടയിലൂടെ അവൾ കുതിച്ചു പാഞ്ഞു, ലണ്ടനിലെ എല്ലാ ജീവജാലങ്ങളും അവളെ കാണാൻ നിശ്ചലമായിരിക്കുകയാണെന്ന് അവൾ ചിന്തിച്ചു. മുമ്പൊരിക്കലും തോന്നിയിട്ടില്ല: ഈ സ്വാതന്ത്ര്യം.

രാത്രിയിലെ തണുത്ത കാറ്റ്. അവളുടെ കണ്ണുകൾ നിറഞ്ഞു. പക്ഷേ ഡെർദി വേഗത കുറച്ചില്ല. അവളുടെ പതിനാറ് വയസ്സിന്റെ ഹൃദയം ഒരു സൈനിക ബാൻഡ് പോലെ മുഴങ്ങി, ഒരു സൈനിക ബാൻഡ് യുദ്ധത്തിൽ വിജയം ആഘോഷിക്കുന്നു. അവളുടെ ചുണ്ടിൽ കണ്ണുനീർ ഒഴുകുമ്പോഴും അവൾ ചിരിച്ചു. എന്നാൽ അവളുടെ സന്തോഷത്തിൽ പങ്കുചേരാൻ മറ്റാരും ഉണ്ടായിരുന്നില്ല. സ്റ്റാൻലി മുമ്പ് പറഞ്ഞതുപോലെ, അവൾ നടക്കുകയോ ഓടുകയോ ചെയ്തില്ല. അവൾ തെന്നിമാറി. നഗരവിളക്കുകൾക്ക് കീഴിലെ വർണ്ണാഭമായ ചിത്രശലഭത്തിന്റെ ഇരുണ്ട നിഴൽപോലെ, അവൾ പറന്നു.

ക്രൗച്ച് ഹിൽ കവലയിൽ എത്തിയപ്പോൾ അവൾ നിന്നു. അഞ്ച് വഴികളിൽ ഏത് തിരഞ്ഞെടുക്കണമെന്ന് അറിയാതെയല്ല, അവളുടെ ഹൃദയമിടിപ്പിന്റെ ശബ്ദം കേൾക്കാനാണ്. അവളുടെ വായിൽ നിന്ന് ശബ്ദം ഒഴുകുന്നതുപോലെ ഉച്ചത്തിൽ. അവൾ എവിടെ നിന്നാണ് വരുന്നതെന്ന് തിരിഞ്ഞു നോക്കി. അവളുടെ ഭൂതകാലം മുഴുവൻ ഇപ്പോൾ ചരിത്രമായിരിക്കുന്നു. അവൾ കൈകൾ വിടർത്തി മുട്ടിൽ നിന്നു. മേഘങ്ങൾക്ക് പിന്നിൽ നക്ഷത്രങ്ങൾ താമസിക്കുന്ന ആകാശത്തേക്ക് അവൾ നോക്കി, അഞ്ച് വർഷം മുമ്പ് ചെയ്തതുപോലെ അവൾ കരഞ്ഞു. 'അഅഅഅഅഅഅ!'' ഇത്തവണ സന്തോഷത്തിന്റെ നിലവിളിയായിരുന്നു. 'അ'യുടെ സന്തോഷം. അടുത്തുള്ള അപ്പാർട്ടുമെന്റുകളിൽ വിളക്കുകൾ തെളിയുന്നത് അവൾ കണ്ടു. അവൾക്ക് കഴിയുമെങ്കിൽ, അവൾ ഇതുവരെ പോയിട്ടില്ലാത്ത എല്ലാ തെരുവുകളിലൂടെയും അവൾ പോകുമായിരുന്നു. പക്ഷേ അവൾക്ക് ഏതെങ്കിലും ഒരെണ്ണം തിരഞ്ഞെടുക്കേണ്ടിയിരുന്നു. തിരഞ്ഞെടുപ്പ് അവളുടേതായിരുന്നു. സ്വയമെന്നപോലെ പറഞ്ഞു, ''ഇതിലെ പോകാം. ഇത് തിരഞ്ഞെടുക്കാം.'' അവൾ ആഗ്രഹിച്ച ഇടതുവശത്തുള്ള മൂന്നാമത്തെ തെരുവിലൂടെ അവൾ ഓടി.

തെരുവിൽ വീടുകളും പൂന്തോട്ടങ്ങളും കുറവാണെന്ന് അവൾക്ക് മനസ്സിലായപ്പോൾ അവൾ വേഗത കുറച്ചു, അവളുടെ മുഖത്തെ പുഞ്ചിരി കണ്ണാടിയിൽനിന്ന് നീരാവി പോലെ പതിയെ ചിതറി. അവൾ തളർന്നിരുന്നു. രാവിലെ വരെ വിശ്രമിക്കാൻ കഴിയുന്ന ഒരു

സ്ഥലം അവൾക്ക് കണ്ടെത്തേണ്ടതുണ്ട്, സുരക്ഷിതവും ചൂടുള്ളതുമായ സ്ഥലം. മൂലയ്ക്ക് ചുറ്റും ഗ്ലാസ് പാളികളാൽ ചുറ്റപ്പെട്ട ഒരു ചുവന്ന ഫോൺ ബൂത്ത്. ഡെർദി തന്റെ ആദ്യരാത്രി ലണ്ടനിലെ ഒരു ടെലിഫോൺ ബൂത്തിൽ ചെലവഴിച്ചു. ആ ഇടം കഴിയുന്നിടത്തോളം ഉപയോഗിച്ചു.

രാവിലെ അവളുടെ തോളിൽ ഒരു സ്പർശം അനുഭവപ്പെട്ടു, അവൾ തിടുക്കത്തിൽ കണ്ണുതുറന്നു, കൈകൾകൊണ്ട് മുഖം പൊത്തി. ബെസിർ ദൂരെ അസ്പഷ്ടമായി കണ്ടു. അവൻ തന്റെ മേൽ തിരിഞ്ഞ്, കൈ ഉയർത്തി. അത് ഒരു പ്രതികരണത്തിന് കാരണമായി. ചിലപ്പോൾ അവൻ അലമാരയിൽ ഒരു ഗ്ലാസിനായി കൈ നീട്ടും. ഡെർദി ചിണുങ്ങിക്കൊണ്ട് അവന്റെ വഴിയിൽനിന്ന് പിന്നിലേക്ക് ചാടും. അവളുടെ കൈ അവളുടെ മുഖത്തുതന്നെ പരതി. എന്നാൽ ഇത്തവണ ഒരു അടിയും ഉണ്ടായില്ല. അതൊരു സ്വപ്നമായിരുന്നോ? അവൾ മെല്ലെ വിരലുകൾ വിടർത്തി പുറത്തേക്ക് നോക്കി. അഞ്ച് വയസ്സിലധികമുള്ള ഒരു ആൺകുട്ടിയെ അവൾ കണ്ടു. അവൻ പുഞ്ചിരിക്കുന്നുണ്ടായിരുന്നു. അവന്റെ രണ്ട് മുൻ പല്ലുകൾ നഷ്ടപ്പെട്ടിട്ടുണ്ട്. പെട്ടെന്ന് അവന്റെ അമ്മ അവനെ കൈത്തണ്ടയിൽ പിടിച്ച് ഫോൺ ബൂത്തിൽ നിന്ന് വലിച്ചിഴച്ചുകൊണ്ടുപോയി. അവർ തിരക്കിലായിരുന്നു. ആ കുട്ടി കരയുന്നുണ്ടായിരുന്നു. പരിചയമില്ലാത്തവരോട് വർത്തമാനം പറഞ്ഞതിന് അമ്മ അവനെ ശകാരിച്ചു.

ഡെർദി എഴുന്നേറ്റു നിൽക്കാൻ ശ്രമിച്ചു, പക്ഷേ അവളുടെ കാലുകൾ അനക്കാൻ കഴിയാത്തവിധം മരവിച്ചതിനാൽ സാധിച്ചില്ല. അവൾ ഒരു നിമിഷം കാലുകൾ തടവി. ടെലിഫോൺ ബൂത്തിൽ നിന്നുള്ള അവളുടെ ആദ്യ ചുവടുവെപ്പിൽ, അവളുടെ ചാദർ കാറ്റിൽ വീശിയടിക്കുന്നതോടെ, 'സൂപ്പർ ഡെർദി' ധൈര്യത്തോടെ നിന്നു. അവളുടെ ഏറ്റവും മോശം ശത്രുവിനെ - അതായത് - അവളുടെ ഭാവിയെ നേരിടാൻ തയ്യാറെടുക്കുകയായിരുന്നു അവൾ.

ഉപഗ്രഹ അയൽപക്കങ്ങളിൽ ഒന്നായിരുന്നു ക്രൗച്ച് എൻഡ്. ഏതാനും ബസ് ലൈനുകൾ മാത്രമേ നഗരകേന്ദ്രവുമായി അതിനെ ബന്ധിപ്പിച്ചിട്ടുള്ളൂ. ഇവിടെ തെരുവുകളിൽ പഴയതും പരിപാലിക്കപ്പെടുന്നതുമായ വീടുകളും അവയുടെ പൂന്തോട്ടങ്ങളും നിരന്നിരുന്നു. നടപ്പാതകളിൽ ഒരിക്കലും തിരക്കുണ്ടായിരുന്നില്ല. തെരുവിലെ ചുവരുകളിൽ പായൽ മൂടിയിരുന്നു. ബോബ് ഡിലൻ (അമേരിക്കൻ സംഗീതജ്ഞൻ) ഒരിക്കൽ ക്രൗച്ച് എൻഡിൽ താമസിച്ചിരുന്നു. പകൽ മുഴുവൻ ബെഞ്ചുകളിൽ ഇരുന്ന്, പരസ്പരം കടിച്ചുകീറി സംസാരിച്ച്,

തെരുവിന്റെ മറുവശത്തേക്ക് നോക്കാതെ സമയം കൊല്ലുന്ന, സ്വന്ത മായി ഒരു ജീവിതം കെട്ടിപ്പടുക്കാൻ കഴിയാത്തവരായ തൊഴിലാളി കളും അവരുടെ കുട്ടികളും താമസിച്ചിരുന്ന, അയൽപക്കമായിരുന്നു അത്. എന്നാൽ അന്ന്, ക്രൗച്ച് എൻഡിൽ, ഡെർദിക്ക്, ഒരു റെസ്റ്റോ റന്റ് കണ്ടെത്താനുള്ള സ്ഥലമായിരുന്നു അത്. അവൾക്ക് വസ്ത്രം മാറാനും ഭക്ഷണം കഴിക്കാനും കഴിയുന്ന ഒരു സ്ഥലം. അവൾ ബെഞ്ചിൽ ഇരിക്കുന്ന ഒരു വൃദ്ധനെ സമീപിച്ചു. അവന്റെ മുടി നരച്ചു തുടങ്ങിയിട്ടേയുള്ളൂ. അവൻ തിരിഞ്ഞ് ഡെർദിയെ നോക്കി. അത് അവളാണെന്ന് കണ്ടപ്പോൾ അവന്റെ ശരീരം ഒന്ന് വിറച്ചു. അയാൾക്ക് തന്റെ കണ്ണുകളെ വിശ്വസിക്കാനായില്ല. ഡെർദി കുറച്ചുകൂടി അടു ത്തേക്ക് വരാൻ അയാൾ കാത്തിരുന്നു. അവൾ തൊട്ടു മുന്നിലായി വന്നപ്പോൾ, അയാൾ അവളുടെ കണ്ണുകൾ ശ്രദ്ധാപൂർവ്വം നോക്കി. ഒരു വീഡിയോ താൽക്കാലികമായി നിർത്തിയപ്പോൾ, ആ രംഗത്തിൽ അഭിനയിച്ച ആ കണ്ണുകളെ അയാൾക്ക് തിരിച്ചറിയാമായിരുന്നു. ആ കറുത്ത കണ്ണുകളെയാണ് അയാൾ ഉറ്റുനോക്കിയത്.

ഡെർദി ഇപ്പോൾ അയാളുടെ തൊട്ടു മുന്നിലായതിനാൽ, അയാൾക്ക് കൈ നീട്ടി പെൺകുട്ടിയുടെ കൈയിൽ പിടിക്കാതിരിക്കാൻ കഴിഞ്ഞില്ല. ഡെർദി അവളുടെ കൈ പിന്നിലേക്ക് വലിച്ചു മാറിനിന്നു. പിന്നി ലേക്ക് തിരിഞ്ഞ് നരച്ച പൊന്നിൻ നിറമുടിയുള്ള ആ മനുഷ്യനെ നോക്കി. ആ മനുഷ്യൻ എഴുന്നേറ്റു നിന്ന് കൈകൾ വായുവിലേക്ക് ഉയർത്തി, 'ഞാൻ കീഴടങ്ങുന്നു' എന്ന മട്ടിൽ ഡെർദിക്ക് അഭിമുഖ മായി തുറന്ന കൈപ്പത്തികൾ നീട്ടി പറഞ്ഞു. "എന്നോട് ക്ഷമിക്കണം. ഞാൻ നിങ്ങളുടെ ഒന്നാം നമ്പർ ആരാധകനാണെന്ന് മാത്രം ധരി ക്കുക. സത്യത്തിൽ, ഞാൻ വളരെ ഖേദിക്കുന്നു."

അവളുടെ സ്വന്തം വീട്ടിൽ വെച്ച് ആരും ഡെർദിയോട് ക്ഷമാ പണം നടത്തിയിട്ടില്ല, അവൾ ആ വൃദ്ധനെ ശ്രദ്ധിച്ചു. അവളിൽ നിന്ന് ഒരു കൈ അകലത്തിൽ അയാൾ എഴുന്നേറ്റു നിന്നു ഹസ്ത ദാനത്തിനായി അയാൾ കാത്തു.

"എന്റെ പേര് സ്റ്റീവൻ. നിങ്ങളെ കണ്ടുമുട്ടിയതിൽ ശരിക്കും സന്തോഷമുണ്ട്."

നേർത്ത, ചുളിവുകളുള്ള അയാളുടെ കൈയിലേക്ക് ഡെർദി നോക്കി, പിന്നെ അയാളുടെ മുഖത്തേക്കും. എന്നാൽ അവൾ അയാൾക്ക് കൈ കൊടുത്തില്ല.

"എനിക്ക് നിന്നോട് ഒരു നിമിഷം സംസാരിക്കാമോ?" അയാൾ ചോദിച്ചു. "നിങ്ങൾക്ക് സമയമുണ്ടെങ്കിൽ എവിടെയെങ്കിലും ചെന്ന് ഒരു കാപ്പി കുടിക്കാം."

''നിങ്ങളുടെ സിനിമകളിൽ നിന്ന് എനിക്ക് നിങ്ങളെ അറിയാം.'' ആ മനുഷ്യൻ പറഞ്ഞു. ''ആകർഷകമായിരുന്ന അത്.''

ഡെർദി ആ വാക്ക് തിരിച്ചറിഞ്ഞു: സിനിമ. അവൾ ചിരിച്ചു.

''ദയവായി...'' അയാൾ അപേക്ഷിച്ചു. ''വെറും അഞ്ച് മിനിറ്റ്, ഞാൻ നിങ്ങളുടെ സമയം അധികം അപഹരിക്കില്ലെന്ന് വാഗ്ദാനം ചെയ്യുന്നു.''

ഡെർദിയുടെ ശബ്ദം ഇടറി. അവളുടെ പുനർജന്മത്തിനുശേഷം അവൾ ആദ്യമായി സംസാരിക്കുകയായിരുന്നു.

''ശരി.'' അവൾ പറഞ്ഞു.

അയാൾ ഒരു യഥാർത്ഥ മാന്യനെപ്പോലെ കുനിഞ്ഞ് ഡെർദിയെ വഴി കാണിക്കാൻ കൈ നീട്ടി. ''ഈ വഴി, ദയവായി.''

ഡെർദി അയാളേക്കാൾ മൂന്നടി മുന്നിൽ നടന്നു.

ക്രൗച്ച് എൻഡിലെ ഏറ്റവും പഴയ പബ്ബുകളിലൊന്നിലേക്കാണ് അവർ പോയത്. മറ്റൊരു ഗ്രഹത്തിൽ നിന്ന് വന്നതുപോലെ, കറുത്ത ചാദർ ധരിച്ച ഡെർദിയെ, അവിടെയുണ്ടായിരുന്ന ഒരു കൂട്ടം വൃദ്ധർ നോക്കി. അധികം വൈകാതെ ഒരു പരിചാരിക അവിടെയെത്തി. ഡെർദി, ബാത്റൂം എവിടെയാണെന്ന് അവളോട് തിടുക്കത്തിൽ തിരക്കി. അവൾ, പബ്ബിന്റെ പിൻഭാഗത്താണെന്ന് ആംഗ്യം കാണിച്ചു. ഡെർദി ബാഗുമെടുത്ത് അവിടേക്ക് നടന്നു.

ബാത്റൂമിലെത്തിയ അവൾ, അവിടെയുള്ള കണ്ണാടിയിലെ തന്റെ പ്രതിബിംബത്തെ നോക്കി കുറച്ചു നേരം നിന്നു. അവൾ ചാദറും അതിനടിയിലുള്ള നൈറ്റ്ഗൗണും അഴിച്ചു. അവ മടക്കി ബാഗിലിട്ടു. അതിനുശേഷം ഒരു ജോടി കറുത്ത ജീൻസും. പ്രാചീന ഗോഥിക് ചിഹ്നമുള്ള കറുത്ത ടിഷർട്ടും കറുത്ത ലെതർ ജാക്കറ്റും ധരിച്ചു. മലിനമായ ടോയ്‌ലറ്റ് പേപ്പർ നിറഞ്ഞ ഒരു ക്യാനിനുള്ളിൽ ഇടുന്നതിന് മുമ്പ് അവൾ തന്റെ കട്ടിയുള്ള കറുത്ത പ്ലാസ്റ്റിക് ഷൂസ് അഴിച്ച് വെറുപ്പോടെ അവയെ നോക്കി. എന്നിട്ട് അവൾ തന്റെ പുതിയ ചുവന്ന ഡോക്ടർ മാർട്ടൻസ് (ഷൂ) അണിഞ്ഞു.

അവൾ വേറൊരു രൂപത്തിലായി. ഒരു പുതിയ സ്ത്രീയായി മാറി. മുടി പിന്നിലേക്ക് സ്വതന്ത്രമായി ഒഴുകി. ബാഗ് മുതുകിലും ലെതർ ജാക്കറ്റ് കൈയിലും തൂക്കി ഒരു ദീർഘനിശ്വാസത്തോടെ അവൾ കുളിമുറിയുടെ വാതിൽ തുറന്നു.

ഡെർദിയുടെ ഒന്നാം നമ്പർ ആരാധകന് തന്റെ കണ്ണുകളെ വിശ്വസിക്കാനായില്ല. അയാളുടെ മനസ്സിൽ എന്തൊക്കെയോ തെളിഞ്ഞു നിന്നു. ഇവൾ, താൻ സങ്കൽപ്പിച്ചതിലും വളരെ സുന്ദരിയാണല്ലോ.

എന്നാൽ അവളുടെ മുലകൾ അയാൾ സങ്കൽപ്പിച്ചതിലും ചെറുതായിരുന്നു, പക്ഷേ അവളുടെ മുഖം തനിക്ക് മുമ്പും പരിചിതമാണല്ലോ എന്നും അയാൾ ഓർത്തു.

അയാൾ കോഫി ഓർഡർ ചെയ്തു. ഡെർദി മെനു ചോദിച്ചപ്പോൾ അയാൾക്ക് സന്തോഷം തോന്നി. അവൾ അയാളോടൊപ്പം അഞ്ച് മിനിറ്റിൽ കൂടുതൽ ചെലഴിക്കും. മെനു നോക്കി അവൾക്ക് അറിയാത്ത വാക്കുകളിൽ അൽപ്പം സംശയിച്ചു നോക്കിയതിനുശേഷം, മെനുവിലെ ഒരു വിഭവത്തിലേക്ക് വിരൽ ചൂണ്ടി. മഷ്റൂം സോസും ഫ്രെഞ്ച് ഫ്രൈയും ഉള്ള സ്റ്റീക്ക് ആയിരുന്നു അവൾ തിരഞ്ഞെടുത്തത്. അവളുടെ ഭാഗ്യദിനമായിരുന്നു അന്ന്. അത് എന്തുകൊണ്ടാണെന്ന് അവൾക്കുപോലും അറിയില്ലായിരുന്നു.

''ഇത് പറയുന്നതിൽ എനിക്ക് ഖേദമുണ്ട്, പക്ഷേ നമുക്ക് പരസ്പരം മനസ്സിലാക്കാൻ കഴിയില്ലെന്ന് തോന്നുന്നു?''

ഡെർദി അവളുടെ നഖങ്ങൾക്കിടയിലുള്ള അഴുക്ക് പരിശോധിക്കുകയും അവളുടെ ശരീരഭാഗങ്ങൾ അപ്പോൾ പൂർണ്ണമായി തുറന്നു കാട്ടുകയും ചെയ്തു. അവൾ തലയുയർത്തി പറഞ്ഞു: ''ആകാം.'' അവൾക്ക് ആ മനുഷ്യനെക്കുറിച്ച് മങ്ങിയ ഒരു ഓർമ്മയുണ്ടെന്ന് തോന്നി.

''എങ്കിൽ ഞാൻ ചോദിക്കട്ടെ, നമ്മൾ മുമ്പ് കണ്ടുമുട്ടിയിട്ടുണ്ടോ?''

ഡെർദിക്ക് അയാൾ പറഞ്ഞത് മനസ്സിലായില്ല.

''നിങ്ങൾ എവിടെ നിന്നാണ്? ഏത് രാജ്യത്താണ്?''

അയാൾ പറഞ്ഞത് അവൾക്ക് അപ്പോഴും മനസ്സിലായില്ല.

''സ്പെയിൻ? ഇറ്റലി? റൊമാനിയ? മറ്റെവിടെയെങ്കിലും?''

ഡെർദി മനോഹരമായി പുഞ്ചിരിച്ചു, അവൾക്ക് ഒരു വാക്കുപോലും മനസ്സിലായില്ല. അപ്പോൾ തന്നെ വിളമ്പുകാരൻ സ്റ്റീവനു വേണ്ടി കാപ്പിയും പബ്ബിന്റെ ചരിത്രമുള്ള ഒരു പേപ്പർ പ്ലേസ്മാറ്റും ഒരു നാപ്കിൻ, ഒരു ഫോർക്ക്, സ്റ്റീക്ക് കത്തി എന്നിവ ഡെർദിക്കായി കൊണ്ടുവന്നു.

''ഗ്രീസ്? തുർക്കി?''

പെട്ടെന്ന് ഡെർദി ആലോചിച്ചു. ആ മനുഷ്യൻ എന്താണ് പറയാൻ ശ്രമിക്കുന്നതെന്ന് അവൾക്ക് കൃത്യമായി മനസ്സിലായില്ല, പക്ഷേ 'തുർക്ക്' എന്ന വാക്ക് താൻ കേട്ടിട്ടുണ്ടെന്ന് അവൾക്ക് ഉറപ്പായിരുന്നു. ഇപ്പോൾ അയാൾക്ക് എന്തോ മനസ്സിലായതായി അവൾക്ക് തോന്നി. അവൻ പറഞ്ഞു, ''തുർക്കിയെ?''

ഡെർദി തലയാട്ടി.

അപ്പോൾ, അദ്ദേഹം തുർക്കി ഭാഷയിൽ പറയാൻ തുടങ്ങി.

“ശരി, ശരി, ഇപ്പോൾ ഞാൻ നിന്നെ ഓർക്കുന്നു. നീ അന്ന് വെറുമൊരു കുട്ടിയായിരുന്നു. നീ നിന്റെ അച്ഛന്റെ കൂടെ ഇസ്താംബൂളിൽ വിസയ്ക്ക് അപേക്ഷിച്ചിരുന്നില്ലേ?”

ഡെർദി അവളുടെ സ്റ്റീക്ക് കത്തിയുടെ പിടയിൽ കൈമുറുക്കി. ആ നിമിഷം താൻ എടുക്കുന്ന തീരുമാനം നിർണായകമാണെന്ന് അവൾക്കറിയാമായിരുന്നു. കഴിഞ്ഞ അഞ്ച് വർഷത്തെ നരകജീവിതത്തിന്റെ വാതിൽ തുറന്നുതന്ന ഒരു വൃത്തികെട്ടവന്റെ മുന്നിലാണ് താൻ ഇരിക്കുന്നത്. ഇപ്പോൾ അവൾ സ്റ്റീവനെ തിരിച്ചറിഞ്ഞു. അന്ന് അയാൾ അവൾക്ക് നൽകിയ വൃത്തികെട്ട ആ ചോക്ലേറ്റിന്റെ രുചി അവളുടെ ഓർമ്മയിൽ ഇപ്പോഴും മായാതെ കിടക്കുന്നുണ്ട്. തന്റെ സ്റ്റീക്ക് കത്തി അവന്റെ നെഞ്ചിലേക്ക് ആഴത്തിൽ കുത്തിയിറക്കുന്നതായി അവൾ സങ്കൽപ്പിച്ചു. പക്ഷേ അവൾ ചെയ്തില്ല. അയാൾ പറയുന്നത് അവൾ കേട്ടുകൊണ്ടേയിരുന്നു.

“എത്ര വർഷമായി? അഞ്ച്, ആറ്? എന്തൊരു അവിശ്വസനീയമായ യാദൃച്ഛികത അല്ലേ? നിങ്ങൾക്കും അങ്ങനെ തോന്നുന്നില്ലേ?”

അൽപ്പം പുഞ്ചിരിക്കാൻ നിർബന്ധിതയായി ഡെർദി, തല കുലുക്കി.

“നിങ്ങൾ എന്നെ ഓർക്കുന്നുണ്ടല്ലേ?”

ഡെർദി വീണ്ടും തലയാട്ടി.

“നീയെന്താ ഇത്രയും കാലം എന്നെ കാണാൻ വരാഞ്ഞത്?”

സ്റ്റീക്ക് മുറിക്കുന്നതിന് മുമ്പ് ഡെർദി ഒരിക്കൽക്കൂടി തലയാട്ടി.

ഇയാളോടുള്ള പ്രതികാരം മറ്റൊരിക്കലാവാം. കാരണം ഇപ്പോൾ ലണ്ടനിലെ ജീവിതവുമായി പൊരുത്തപ്പെടാൻ, സഹായിക്കാൻ കഴിയുന്ന ഒരാളെ ആവശ്യമുണ്ട്. ടർക്കിഷ് സംസാരിക്കുന്ന, അവൾക്ക് അറിയാവുന്ന ഒരേയൊരു ഇംഗ്ലീഷ് വ്യക്തി അയാളായിരുന്നു. അതിനാൽ അവൾക്ക് അവനെ കൊല്ലാനാവില്ല. കാത്തിരിക്കുകതന്നെ.

ഒരു ഭിത്തിക്കു ചേർന്ന് മറ്റൊരു വീടു കൂടിയുള്ള സ്റ്റീവന്റെ വീട്ടിൽ ചുവപ്പും വെള്ളയും റോസാപ്പൂക്കളുള്ള അതിശയിപ്പിക്കുന്ന ഒരു പൂന്തോട്ടം ഉണ്ടായിരുന്നു. വഴിയിലൂടെ കടന്നുപോകുന്ന ഓരോരുത്തരും അവളുടെ മുടിയിലേക്ക് നോക്കുന്നതുപോലെ ഡെർദിക്ക് തോന്നി. അവരുടെ കണ്ണുകൾ അതിൽനിന്നെങ്ങനെയാണ് പിഴുതെറിയേണ്ടതെന്ന് അവൾ സങ്കൽപ്പിക്കാൻ ശ്രമിച്ചു. ആ ആലോചന, സ്റ്റീവനോടുള്ള വെറുപ്പ് അൽപ്പനേരത്തേക്കെങ്കിലും അവളിൽനിന്നും

ഒഴിഞ്ഞുനിന്നു. സ്റ്റീവൻ തന്റെ അപ്പാർട്ട്മെന്റിന്റെ പച്ചനിറമുള്ള മരവാതിൽ തുറന്നു. അവർ രണ്ടുപേരും അകത്തേക്ക് കയറി.

ആ വീട് സൗകര്യപ്രദവും നന്നായി അലങ്കരിച്ചതുമായിരുന്നു. സന്തുഷ്ടമായ ഒരു കുടുംബം അവിടെ താമസിക്കുന്നതായി തോന്നി. വളരെ വൃത്തിയും വെടിപ്പുമുള്ളതായിരുന്നു അത്. സ്റ്റീവൻ ഡെർദിയോട് സോഫയിൽ ഇരിക്കാൻ ആംഗ്യം കാണിച്ചു. അയാളുടെ പൂന്തോട്ടത്തിൽ പൂത്തുനിൽക്കുന്ന റോസാപ്പൂക്കൾ പോലെ വെള്ളയും ചുവപ്പും നിറഞ്ഞ റോസാപ്പൂ രൂപകൽപന ചെയ്ത സോഫ. ഡെർദി സോഫയുടെ അരികിലുള്ള ചാരുകസേരയിൽ ഇരുന്നു. സോഫയിൽ ഇരുന്നാൽ സ്റ്റീവൻ തന്റെ അടുത്തുന്നെ ഇരിക്കുമെന്ന് അവൾക്കറിയാമായിരുന്നു. എന്നാൽ അത് സംഭവിച്ചാൽ, അയാൾക്ക് മറ്റ് ചില പദ്ധതികളുണ്ടാവാമെന്ന് ഡെർദിക്ക് തോന്നി. അവൾ അഭിനയിച്ച സിനിമകളിലൊന്ന് ഡെർദിയെ കാണിക്കാൻ അയാൾ ആഗ്രഹിച്ചു.

അയാൾ റിമോട്ട് എടുത്ത് ഡിവിഡി പ്ലെയർ ഓൺ ചെയ്തു. എന്നിട്ട് ചാരുകസേരയുടെ അരികിലിരുന്ന് ഡെർദിയെ തിരിഞ്ഞ് നോക്കി പറഞ്ഞു.

''ദയവായി ഇരിക്കൂ. നിങ്ങളുടെ ബാഗ് താഴെ വയ്ക്കാൻ നിങ്ങൾ ആഗ്രഹിക്കുന്നുണ്ടോ?''

ഡെർദി അപ്പോഴും അവളുടെ ബാഗിൽ മുറുകെ പിടിച്ചിരിക്കുകയായിരുന്നു. അവൾ അത് മെല്ലെ തറയിൽ വച്ചു. ടിവി സ്ക്രീനിൽ അവളുടെ ചിത്രം കണ്ട് ഞെട്ടി. എന്നാലും പ്രത്യേകിച്ച് അവൾക്ക് ഒന്നുംതന്നെ തോന്നിയില്ല.

കണ്ടുകൊണ്ടിരിക്കെ, സിനിമയിലെ കഥാരംഗം പെട്ടെന്ന് അക്രമാസക്തമായി, ഡെർദി തന്റെ അടുത്ത് നിൽക്കുന്ന സ്റ്റീവനെ നോക്കി. അയാൾ എല്ലാം വിലയിരുത്തുന്നുണ്ടെന്ന് അവന്റെ ഭാവഭേദത്തിൽ നിന്നും അവൾ മനസ്സിലാക്കി. അയാൾ എല്ലാം ശ്രദ്ധയോടെ കാണുകയായിരുന്നു. അവന്റെ മുഖത്ത് പലതരം വികാരങ്ങൾ മിന്നിമറയുന്നുണ്ടായിരുന്നു. ആദ്യം ജാള്യതയും പിന്നെ സന്തോഷവും അതിനുശേഷം നിരാശയും നിറഞ്ഞ മുഖഭാവങ്ങൾ. ഇടയ്ക്കിടയ്ക്ക് അയാൾ ചിരിച്ചു. സ്റ്റാൻലിയെപ്പോലെയോ മിച്ചിനെപ്പോലെയോ ഒന്നുമല്ല ഈ വൃദ്ധൻ എന്ന് ഡെർദി കണക്കുകൂട്ടി. എന്നാൽ റഹിമെയെപ്പോലെ സ്റ്റീവനും ഭ്രാന്താണെന്ന് ഡെർദിക്ക് തോന്നി. സ്ക്രീനിലേക്ക് തിരിഞ്ഞുനോക്കിയ ഡെർദി ഞെട്ടിപ്പോയി. അവളുടെ കണ്ണുകളുടെ ഒരു ക്ലോസ് അപ്പ് ഷോട്ടിൽ താൽക്കാലികമായി സ്റ്റീവൻ സിനിമ നിർത്തി. റിമോട്ട് കൺട്രോൾ അയാൾ കട്ടിലിൽ വെച്ചു. മുഖത്ത് വിചിത്രമായ ഒരു പുഞ്ചിരിയോടെ അയാൾ പറഞ്ഞു:

''നിങ്ങൾ ഈ സിനിമയിൽ എന്താണ് ധരിച്ചിരിക്കുന്നത്? എനിക്കായി ഒരെണ്ണം കണ്ടെത്താൻ കഴിയുമോ? നിങ്ങൾ ഇതിനെ എന്താണ് വിളിക്കുന്നത്?''

''ചാദോർ.'' ഡെർഡ പറഞ്ഞു.

അവൻ വിരലുകൾ പൊട്ടിച്ചു, കാൽ മുന്നോട്ട് നീട്ടി. എന്നിട്ട് പിന്നിലേക്ക് ചാഞ്ഞിരുന്നു.

''അത്രയേയുള്ളൂ.'' അയാൾ പറഞ്ഞു. ''എനിക്ക് ഒരു ചാദർ, ഒരെണ്ണം എവിടെനിന്ന് കണ്ടെത്താനാകും?''

ഡെർദി വസ്ത്രത്തിലും തറയിൽ വെച്ച ബാഗിലും പതുക്കെ തട്ടിക്കൊണ്ടിരുന്നു.

''ഒരെണ്ണം എന്റെ കൈയിലുണ്ട്.''

സ്റ്റീവന് ഏകദേശം അറുപത് വയസ്സായിരുന്നു. പക്ഷേ യൗവനത്തിൽ, ഗുരുതരമായ ഏതോ അസുഖം ബാധിച്ച് വളർച്ച മുരടിച്ച ഒരു കുട്ടിയെപോലെയായിരുന്നു അയാൾ.

''ശരിക്കും?''

അയാൾ ചോദിച്ചു. അയാൾ ഡെർദിയുടെ ബാഗിന് നേരെ നോക്കി. അയാളുടെ മുഖം കൗതുകത്താൽ വിടർന്നു.

''എനിക്ക് ഒന്ന് നോക്കാമോ?''

സ്റ്റീവൻ കുനിഞ്ഞ് ബാഗ് തുറന്ന് അവളുടെ കറുത്ത ചാദർ ബാഗിൽ നിന്ന് പുറത്തെടുത്തപ്പോൾ ഡെർദി നിശ്ശബ്ദയായി. രാജകുടുംബത്തിന്റെ പവിത്രമായ സ്വത്ത് കൈകാര്യം ചെയ്യുന്നതുപോലെ, അമിതമായ മര്യാദയുള്ള ഭാവമായിരുന്നു അയാൾക്ക്. ജനലിലൂടെ പതിക്കുന്ന സൂര്യപ്രകാശത്തിലേക്ക് അയാൾ അത് ഉയർത്തിപ്പിടിച്ചു.

''തികച്ചും നല്ലത്.'' അയാൾ ഇംഗ്ലീഷിൽ പറഞ്ഞു. പിന്നെ തുർക്കി ഭാഷയിൽ തുടർന്നു.

''നിങ്ങൾ അത് എങ്ങനെയാണ് ധരിക്കുക?''

നാല് മണിക്കൂറിനുശേഷം, സ്റ്റീവനും ഡെർദിയും സോഫയ്ക്ക് തൊട്ടുപിന്നിലെ മേശയിലിരുന്ന് പാസ്ത കഴിക്കുകയായിരുന്നു. അയാൾ ഡെർദിയുടെ കറുത്ത ചാദർ ധരിച്ചിരുന്നു. അവൾ സംസാരിക്കുന്നതിനിടയിലും ഭക്ഷണം കഴിച്ചു. അവൾ മുമ്പത്തേക്കാൾ വളരെ സ്വസ്ഥയായിരുന്നു.

''ഇപ്പോൾ നിങ്ങളുടെ മുഖം തെളിഞ്ഞിരിക്കന്നു. നിങ്ങൾ

കഴിക്കുന്നു. എന്നാൽ വൈകാതെ അതും മറയ്ക്കും. ഇനി നിങ്ങ ളുടെ കണ്ണുകൾ മാത്രമേ പുറമേ കാണിക്കാനാവൂ.''

''അതെ.'' ഏതാണ്ട് മന്ത്രിക്കുന്നതുപോലെ സ്റ്റീവൻ പറഞ്ഞു,

''നിങ്ങൾക്ക് സംസാരിക്കാൻ അനുവാദമില്ല.''

ഡെർദി അലറി. ഇതായിരുന്നു അവളുടെ ഏറ്റവും പുതിയ ചിത്ര ത്തിലെ വാചകം. സ്റ്റീവൻ ഏതാണ്ട് സമ്മതിക്കാൻ പോകുകയായി രുന്നു, പക്ഷേ അയാൾ നിറുത്തി, കൈകൊണ്ട് വായ പൊത്തി കണ്ണുകൾക്ക് താഴെ ആംഗ്യങ്ങൾ കാണിക്കുകയും പ്രേമലോലുപ യായ ഒരു ഓട്ടോമൻ സ്ത്രീയെപോലെ മനോഹരമായി പുഞ്ചിരി ക്കുകയും ചെയ്തു.

''ഇന്ന് രാത്രി ഞാൻ ഇവിടെ താമസിക്കും.'' ഡെർദി പറഞ്ഞു.

സ്റ്റീവൻ സമ്മതമാണെന്ന മട്ടിൽ തലയാട്ടി, അയാൾ വീണ്ടും വീണ്ടും തലയാട്ടി.

''ഒരുപക്ഷേ നാളെയും താമസിച്ചേക്കാം.'' അവൾ തുടർന്നു.

സ്റ്റീവൻ പൂർണ്ണമായും കീഴടങ്ങുന്നത് കണ്ടപ്പോൾ, ഡെർദിക്ക് കൂടുതൽ ധൈര്യം തോന്നി.

''ഒരുപക്ഷേ ഞാൻ ഒരിക്കലും പോകില്ല. നിങ്ങൾ എന്നെ ഇംഗ്ലീഷ് പഠിപ്പിക്കും. അതെ, നമുക്ക് നാളെ തുടങ്ങാം.''

എന്നിട്ട് സ്റ്റീവന്റെ ഒഴിഞ്ഞ പ്ലേറ്റിലേക്ക് ഒരു നോട്ടംകൊണ്ട് അവൾ പൊട്ടിത്തെറിച്ചു. ''മതി. നിങ്ങളുടെ വിഹിതത്തേക്കാൾ കൂടുതൽ നിങ്ങൾക്ക് ലഭിച്ചു. എഴുന്നേറ്റ് മേശ വൃത്തിയാക്കുക.''

സ്റ്റീവൻ തിടുക്കത്തിൽ മേശ വൃത്തിയാക്കാൻ പോയപ്പോൾ, ഡെർദി വീടിനു ചുറ്റും കണ്ണോടിച്ചു. ചന്ദ്രക്കലയും നക്ഷത്രചിഹ്നവും ഉള്ള ഒരു വാൽനട്ട് കാബിനറ്റിന് മുന്നിൽ അവൾ നിന്നു. തീർച്ച യായും അത് തുർക്കിയിൽ നിന്നാണ്. വിവിധ രാജ്യങ്ങളിൽനിന്നുള്ള ഒരു കൂട്ടം ക്രിസ്റ്റൽ വിസ്കി ഗ്ലാസുകളുടെയും സുവനീർ പ്ലേറ്റുകളു ടെയും ഇടയിൽ ഒളിപ്പിച്ചുവെച്ച ഒരു സിഗരറ്റ് പാക്കറ്റ് അവൾ കണ്ടു. സ്റ്റീവൻ കുറച്ചുകാലമായി പുകവലി നിർത്താനുള്ള ശ്രമത്തിലായി രുന്നു. അയാൾ വലിച്ചിരുന്നില്ലെങ്കിലും ചൈന കാബിനറ്റിൽ ഒരു പായ്ക്ക് സിഗരറ്റ് ഒളിച്ച് സൂക്ഷിച്ചിരുന്നു. ഡെർദി കാബിനറ്റ് വാതിൽ തുറന്ന് പായ്ക്ക് പുറത്തെടുത്തു. അവൾ സിഗരറ്റ് എടുത്ത് 'റഹിമേ' എന്ന് വിളിച്ചു.

സ്റ്റീവൻ ഇപ്പോൾ അവൾക്ക് റഹിമെ ആയിരുന്നു. ആ പേര് കേട്ട പ്പോൾ തന്നെ അയാളോട് അവൾക്ക് പ്രണയം തോന്നി. മിച്ചിന്റെ

തിരക്കഥകളിൽ നിന്ന് ഡെർദി ഒരുപാട് കാര്യങ്ങൾ പഠിച്ചിരുന്നു. അതിലൊന്ന്, ഒരു വ്യക്തിയുടെ ആത്മബോധം തകർക്കാനുള്ള ആദ്യമാർഗം അവന്റെ പേര് നിഷേധിക്കുക എന്നതാണ്. അത് അയാളെ വടിയോ ബാറ്റോ ഉപയോഗിച്ച് അടിക്കുന്നതിനേക്കാൾ ഫലപ്രദമാണ്. തുടർന്ന് അടിമയുടെ പേര് മാറ്റി യജമാനനാണ് പേരിടുക. തന്റെ വളർത്തുമൃഗത്തിന് പേരിടുന്ന ഒരു കുട്ടിയെപ്പോലെ, അല്ലെങ്കിൽ അമേരിക്കക്കാരോ യൂറോപ്യന്മാരോ വന്ന് ഒരു വിശാല മായ ഭൂമിശാസ്ത്രത്തിന് 'കിഴക്ക്' എന്ന് ഏകപക്ഷീയമായി മുദ്ര കുത്തുന്നത് പോലെ ഭൂമി അവരുടെ അതിർത്തികൾക്ക് കിഴക്കായി കിടക്കുന്നതിനാൽ ആ ഭൂമിശാസ്ത്രത്തിലെ ആളുകളെ ആ പേര് സ്വീകരിക്കാൻ നിർബന്ധിച്ചവർ.

തെന്നിവീഴാതിരിക്കാൻ ചാദർ ഉയർത്തിപ്പിടിച്ചുകൊണ്ട്, സ്റ്റീവൻ ഡെർദിയുടെ അടുത്തേക്ക് പാഞ്ഞു. അവൾ ഒരു ലൈറ്റർ കൊണ്ടു വരാൻ പറഞ്ഞു. സ്റ്റീവൻ അടുക്കളയിലേക്ക് ഓടി ഒരു പെട്ടി തീപ്പെട്ടി യുമായി വന്നു. ഡെർദി ചുണ്ടുകൾക്കിടയിൽ സിഗരറ്റ് വെച്ചു. സ്റ്റീവൻ അവളുടെ സിഗരറ്റ് കത്തിക്കുന്നത് നോക്കി. കൈകൾ വിറയ് ക്കുന്ന തരത്തിൽ സ്റ്റീവൻ ആവേശഭരിതനായി. ആദ്യത്തെ രണ്ട് ശ്രമങ്ങളും പരാജയപ്പെട്ടെങ്കിലും ഒടുവിൽ അവളുടെ സിഗരറ്റ് കത്തി ക്കാൻ അയാൾക്ക് കഴിഞ്ഞു. ഏറ്റവും അസാധാരണമായ ഒരു സാഹചര്യത്തിലാണ് ഡെർദി ജീവിതത്തിൽ ആദ്യമായി പുകവലി ക്കാൻ തുടങ്ങിയത്.

അവൾ ആദ്യത്തെ പുക വലിച്ചെടുത്തു. അപ്പോൾ രണ്ടുതവണ ചുമച്ചു, അടുത്ത വലിക്കു ശേഷം ഒരിക്കൽ മാത്രമേ ചുമച്ചുള്ളൂ. അതിനുശേഷം അവൾ ചുമച്ചില്ല. ചൈന കാബിനറ്റിന്റെ കണ്ണാടി യിൽ കണ്ട കടൽച്ചീര പോലെ നീണ്ടുകിടക്കുന്ന അവളുടെ തലമുടി യുടെ പ്രതിഫലനത്തിൽ ഡെർദിയുടെ കണ്ണുകൾ പതിഞ്ഞു. അവൾക്ക് അവളുടെ മുടിയിൽ നിന്ന് കണ്ണെടുക്കാൻ കഴിഞ്ഞില്ല. അവൾ വീണ്ടും വീണ്ടും ഉറ്റു നോക്കി. ആംസ്റ്റർഡാമിൽ നിന്നുള്ള കാറ്റാടിയന്ത്രങ്ങളുടെ ചിത്രമുള്ള ഒരു സുവനീർ പ്ലേറ്റിൽ അവൾ സിഗരറ്റ് കുത്തിക്കെടുത്തി.

അവൾ ബാത്ത്റൂമിലെ കണ്ണാടിയിയിലൂടെ സ്റ്റീവനെ നോക്കി. അവൾ അയാളുടെ കൈകളിലേക്ക്, പിന്നെ കൈകളിലെ കത്രിക യിലേക്ക് നോക്കി. ആദ്യം അവളുടെ പിന്നിയ മുടി തറയിൽ വീണു. എന്നിട്ട് അവളുടെ മുടിയുടെ ബാക്കി ഭാഗം അയാൾ വെട്ടിക്കളഞ്ഞു. സ്റ്റീവൻ കണ്ണാടിയിലൂടെ അവളുടെ കണ്ണുകൾ നോക്കി മതിയോ എന്ന് ചോദിച്ചു. എന്നാൽ അവളുടെ തലമുടി അപ്പോഴും അവളെ

അലട്ടിക്കൊണ്ടിരുന്നു. തലയിൽ മുടിയുള്ളിടത്തോളം അവൾ പൊതുസ്ഥലത്ത് നഗ്നയായതായി അനുഭവപ്പെടും. ‘‘അതു മുഴുവനും.’’

അവൾ ആജ്ഞാപിച്ചു.

‘‘എല്ലാം വെട്ടിക്കളയൂ. എന്നിട്ട് നീ എന്റെ തല മൊട്ടയടിക്കൂ.’’

സ്റ്റീവൻ കത്രിക താഴെയിട്ട് റേസർ ഉപയോഗിച്ച് തന്റെ ജോലി പൂർത്തിയാക്കി. ഡെർദയുടെ മൊട്ടത്തലയിൽനിന്നും ഒരു തൂവാല കൊണ്ട് ഷേവിംഗ് ക്രീമിന്റെ അവശിഷ്ടങ്ങൾ തുടച്ചുകളഞ്ഞു. ഡെർദി കരഞ്ഞുകൊണ്ടിരുന്നു. എന്നാൽ തന്റെ കരച്ചിൽ സ്റ്റീവൻ കാണരുതെന്ന് അവൾ തീരുമാനിച്ചു. എല്ലാത്തിനുമുപരി, അവൾ അയാളുടെ യജമാനനായിരുന്നു. അവൾക്ക് അയാളുടെ മുന്നിൽവെച്ച് കരയാനാവില്ല. അവൾ തലയോട്ടിയിൽ മൃദുവായി തലോടി. തികച്ചും വ്യത്യസ്തനായ ഒരാൾ കണ്ണാടിക്കുള്ളിൽ നിന്ന് അവളെ നോക്കുന്നതുപോലെ തോന്നി. അമ്മ തന്നെ ഇങ്ങനെ കണ്ടാൽ, എന്താവും പറയുക എന്ന് ഒരു നിമിഷം അവൾ ചിന്തിച്ചു. എന്നാൽ പെട്ടെന്നു തന്നെ ആ ഓർമ്മയിൽനിന്നും അവൾ തെന്നി മാറി. എന്നിട്ട് മറ്റൊരു സിഗരറ്റ് കത്തിച്ചു. കണ്ണാടിയിലേക്ക് നോക്കുന്നത് നിർത്തി. എന്നാലും അവളുടെ മൊട്ടത്തലയുടെ മുകൾഭാഗത്തെക്കുറിച്ചുള്ള വേദന അവൾക്ക് മറക്കാനും കഴിഞ്ഞില്ല.

അന്ന് രാത്രി അവൾ ആ സിഗരറ്റുകൾ മുഴുവനും പുകച്ചു തീർത്തു. ഓരോ ശ്വാസത്തിലും അവൾക്ക് അൽപ്പമെങ്കിലും സുഖം തോന്നി, അവൾ വീണ്ടും ജനിച്ചതുപോലെ. നവജാത ശിശുവിന്റെ മൊട്ടത്തല അവളുടെ ചുമലിൽ വഹിക്കുന്നതുപോലെ. അവൾക്ക് ഇപ്പോൾ മുടി ഇല്ലല്ലോ അതിനാൽ അവൾക്ക് ഇനി തല മറയ്ക്കണമെന്ന് തോന്നുകയില്ല. വർഷങ്ങൾക്ക് മുമ്പ് തല മൊട്ടയടിച്ചിരുന്നെങ്കിൽ എത്ര നന്നായേനേ എന്നുപോലും അവൾ ആഗ്രഹിച്ചു.

അടുത്ത ഏതാനും ആഴ്ചകളിൽ സ്റ്റീവൻ റഹിമെയുടെയും ഡെർദി ബെസിറിന്റെയും വേഷം സ്വീകരിച്ചു. പ്രധാനമായും കൈകൾ കൊണ്ട് മാത്രം ആശയവിനിമയം നടത്തി. അവർ വല്ലപ്പോഴും മാത്രമേ വീട് വിട്ടിറങ്ങിയുള്ളൂ. അതിനെക്കുറിച്ച് സംസാരിച്ചില്ലെങ്കിലും ഉള്ളിൽ ഇരുവർക്കും ലജ്ജ തോന്നിയിരുന്നു. തങ്ങളുടെ പുതിയ റോളുകളിൽ കൂടുതൽ സ്വതന്ത്രരായിരിക്കാൻ പരോക്ഷമായി പ്രോത്സാഹിപ്പിച്ചുകൊണ്ട്, മനസ്സില്ലാമനസ്സോടെ പുറത്തേക്ക് കടക്കാൻ അവർക്ക് കഴിഞ്ഞു. അവർ അടുത്തുള്ള സൂപ്പർമാർക്കറ്റിലേക്ക് പോയി. താൻ വിചാരിച്ചതിലും വളരെ എളുപ്പത്തിൽ സ്റ്റീവൻ തന്റെ പുതിയ

വേഷത്തിൽ സുഖമായി ആൾക്കാരുമായി ഇടപഴകി. എല്ലാത്തിനു മുപരി, അയാളുടെ നീലക്കണ്ണുകൾ മാത്രമേ പുറമേക്ക് കാണാനാകൂ.

അയാൾ സംസാരിച്ചപ്പോഴാണ് ഒരു പുരുഷനാണെന്ന് മറ്റാളുകൾക്ക് മനസ്സിലായത്. സൂപ്പർമാർക്കറ്റിൽനിന്ന് ഒരു ബാഗ്കൂടി ആവശ്യപ്പെട്ടപ്പോൾ, അല്ലെങ്കിൽ ഒരു ഉൽപ്പന്നത്തിന്റെ കാലഹരണ തീയതി കണ്ടെത്താൻ കഴിയാതെ വന്നപ്പോൾ, ഒരു സൂപ്പർമാർക്കറ്റ് ജീവനക്കാരനോട് സഹായം ചോദിക്കേണ്ടി വന്നപ്പോൾ ഒക്കെ. ആളുകൾ സ്റ്റീവനെ തുറിച്ചുനോക്കാൻ മറ്റൊരു കാരണവും ഉണ്ടായിരുന്നു. അത് വിമാനങ്ങളുമായി ബന്ധപ്പെട്ട കാര്യമായിരുന്നു. കൃത്യമായി പറഞ്ഞാൽ, യു എസ് മണ്ണിലെ കെട്ടിടങ്ങളിലേക്ക് പറന്ന വിമാനങ്ങൾ ന്യൂയോർക്ക് സിറ്റിയിൽ മാത്രം ആയിരക്കണക്കിന് ആളുകളുടെ മരണത്തിന് കാരണമായ, സെപ്റ്റംബർ 11ലെ ആക്രമണം. അതുകൊണ്ടാണ് അയാൾ അവരുടെ ശ്രദ്ധ ആകർഷിച്ചത്, പ്രത്യേകിച്ച് അയൽക്കാരുടെ ശ്രദ്ധ.

ആ അയൽപക്കത്തേക്ക് താമസം മാറിയത് മുതൽ, സ്റ്റീവന് അവരുമായി വലിയ ബന്ധമൊന്നും ഉണ്ടായിരുന്നില്ല. അവർ ആദ്യം തൊട്ടേ റഹിമെയെ പുച്ഛിച്ചു. പക്ഷേ അവരുടെ ജീവിതപശ്ചാത്തലവും അഭിമാനവും അവരുടെ വികാരങ്ങളെ പ്രകടിപ്പിക്കാൻ അവരെ അനുവദിച്ചില്ല. എല്ലാത്തിനുമുപരി, ക്രൗച്ച് എൻഡ് ആളുകൾ സ്വവർഗാനുരാഗികൾക്കും പുരുഷവേഷം ധരിക്കുന്നവർക്കും എതിരായി ഒന്നും പറയാറുണ്ടായിരുന്നില്ല. ജീവിതത്തിന്റെ എല്ലാ മേഖലകളോടും ജീവിതരീതികളോടും ഉള്ള അവരുടെ ഉദാരമായ കാഴ്ചപ്പാടുകളും സഹിഷ്ണുതയും അഭിമാനത്തിന്റെ സൂചനകളായിരുന്നു. തങ്ങൾ എല്ലാ മനുഷ്യർക്കും മാതൃകയാണെന്ന് അവർ കരുതി. ഒരു കൊച്ചു പെൺകുട്ടിയെപ്പോലെ വസ്ത്രം ധരിച്ചിരുന്നെങ്കിൽപ്പോലും അവർ സ്റ്റീവനെ ബഹിഷ്കരിക്കില്ലായിരുന്നു. പക്ഷേ, എല്ലാ മനുഷ്യരെയും പോലെ, അവർക്കും പുറത്താക്കാൻ ഒരാൾ ഉണ്ടായിരിക്കണം. സമൂഹത്തിൽ ബഹുമാനവും സഹിഷ്ണുതയും അതിരുകടന്ന സമയത്താണ്, അടിസ്ഥാനപരമായ ഈ ആവശ്യം നിറവേറ്റാനുള്ള ഉപാധിയായി ആ വിമാനങ്ങൾ വന്നത്.

റഹിമെയെ കണ്ട നിമിഷം തന്നെ അവർ വെറുത്തു. അവരുടെ മുഖത്ത് അവരുടെ യഥാർത്ഥ വികാരങ്ങൾ കാണാമായിരുന്നു. 9/11ന് മുമ്പ് തന്നെ, ഇംഗ്ലണ്ടിൽ മുസ്ലീങ്ങളെ പരിഹസിക്കുന്നത് ക്രിക്കറ്റിനേക്കാൾ പ്രചാരമുള്ള ഒരു കായികവിനോദമായി മാറിയിരുന്നു. എല്ലാവരും ആ കളിയുടെ ഒരു ഭാഗമാകാൻ ആഗ്രഹിച്ചു. അവർ

ഒരേ സമയം വർഗീയവാദികളും പുരോഗമനവാദികളുമായിരുന്നു. ആരാണ് അത് ആഗ്രഹിക്കാത്തത്?

അതുകൊണ്ട് സ്റ്റീവൻ തന്റെ കറുത്ത ചാദർ ധരിക്കാൻ തീരുമാനിച്ചത്, ചരിത്രത്തിലെ ഏറ്റവും അനുയോജ്യമായ ഘട്ടത്തിലായിരുന്നു. എന്നാലും അതിലൊന്നും ശ്രദ്ധിക്കേണ്ടതില്ലെന്ന് അവൻ പെട്ടെന്ന് പഠിച്ചു. ഡെർദിക്ക് അവളുടെ മൊട്ടത്തലയും പുകവലിയും ശീലമായി. പകൽ സമയത്ത്, അവൾ ഇംഗ്ലീഷ് പഠിച്ചു, രാത്രിയിൽ അവർ ഡെർദിയുടെ സിനിമകളോ അതേ വിഭാഗത്തിലുള്ള മറ്റ് സിനിമകളോ കണ്ടു. അതിലുപരി അവർ അപരിചിതരായിതന്നെ തുടർന്നു. സ്റ്റീവൻ തന്റെ ലൈംഗികാഗ്രഹങ്ങൾ വളരെക്കാലമായി ഉപേക്ഷിച്ചിരുന്നു. വർഷങ്ങളായി, തന്റെ കട്ടിലിൽ ഒറ്റയ്ക്ക് കിടക്കുമ്പോൾ, ഒഴിഞ്ഞുകിടക്കുന്ന സീലിംഗിലേക്ക് നോക്കുമ്പോൾ മാത്രമാണ് അവന്റെ ലൈംഗികത പ്രകടമാകുന്നത് എന്ന് അയാൾ അറിഞ്ഞു. ലണ്ടനിൽ എല്ലായിടത്തും ഒരുപക്ഷേ ഗ്രേറ്റ് ബ്രിട്ടനിൽ എല്ലായിടത്തും ഉള്ളതിൽ ഏറ്റവും മികച്ച ജീവിതസാഹചര്യം എന്തായിരുന്നിരിക്കാം എന്ന് ഡെർദിയെ ചിന്തിപ്പിച്ചു. അവൾ ഭക്ഷണം കഴിച്ചു. അവൾ ഉറങ്ങി. അവൾ ഇംഗ്ലീഷ് പഠിച്ചു. അവൾ അവളുടെ അടിമയെ കൈകാര്യം ചെയ്തു. അധികം താമസിയാതെ അവളുടെ പ്രതികാരാഭിലാഷം വായുവിൽ അപ്രത്യക്ഷമാകും. മറ്റൊരു വിധത്തിൽ പറഞ്ഞാൽ, സത്യത്തിൽ എല്ലാം ശരിയായി വന്നുകൊണ്ടിരിക്കുകയായിരുന്നു. അങ്ങനെയിരിക്കെയാണ് ഒരു ദിവസം വാതിലിൽ ഒരു മുട്ട് കേട്ടത്.

ഡെർദി വാതിൽ തുറന്നപ്പോൾ, സ്റ്റാൻലി അവിടെ നിൽക്കുന്നത് കണ്ടു. ഒരു ഞെട്ടലോടെ അവളുടെ കണ്ണുകൾ വിടർന്നു. അവൾക്ക് തളർച്ച തോന്നി. തന്റെ വീട്ടിൽ മറ്റൊരു പെൺകുട്ടിയുടെ രൂപം കണ്ട് ആശയക്കുഴപ്പത്തിലായ സ്റ്റാൻലി ഡെർദിയോട് ചോദിച്ചു:

‘‘നിങ്ങൾ ആരാണ്? അച്ഛൻ എവിടെ?’’

‘‘അയാൾ അകത്തുണ്ട്.’’ ഡെർദി മന്ത്രിച്ചു. അവൾക്ക് സംസാരിക്കാൻ പ്രയാസമായിരുന്നു. സ്റ്റാൻലിയുടെ പുറകിൽ നീലനിറത്തിലുള്ള പുറംകുപ്പായം ധരിച്ച ഒരു മനുഷ്യൻ കടലാസു പെട്ടികളുടെ ഒരു കൂട്ടം പിടിച്ച് അകത്തേക്ക് വരാൻ കാത്തു നിൽക്കുന്നുണ്ടായിരുന്നു.

‘‘എല്ലാം മുകളിലേക്ക് കൊണ്ടുപോകൂ.’’ സ്റ്റാൻലി പറഞ്ഞു. പിന്നെ അവൻ ഡെർദിയെ സൂക്ഷ്മമായി നോക്കി. അയാൾ അവളുടെ ദി ക്രാമ്പ്സ് ടിഷർട്ടിലേക്ക് നോക്കി. കണ്ണുകൾ ചെറുതാക്കി ഒരു നിമിഷം ആലോചിച്ചെങ്കിലും തലയാട്ടി അയാൾ അകത്തേക്ക് കയറി.

''അച്ഛാ, അച്ഛാ, നിങ്ങൾ എവിടെയാണ്?''

സ്റ്റീവൻ ഗോവണിപ്പടിയുടെ മുകളിൽ പ്രത്യക്ഷപ്പെട്ടപ്പോൾ സ്റ്റാൻലി തിരിഞ്ഞ് കടുത്ത ഞെട്ടലോടെ ഡെർദിയെ നോക്കി. എന്ത് പറയണമെന്നോ ചിന്തിക്കണമെന്നോ അയാൾക്ക് മനസ്സിലായില്ല. ഒരു മാസം മുമ്പ് വരെയുണ്ടായിരുന്ന അവന്റെ അടുത്ത വീട്ടിലെ അയൽക്കാരൻ ആരാണ്? ഒരേ കണ്ണുകളും ശരിയായ ശരീരവുമുള്ള മുടി വടിച്ചവളോ അതോ കറുത്ത ചാദറിൽ ഉള്ളവളോ? സ്റ്റീവൻ സംസാരിച്ചപ്പോഴാണ് അയാൾക്ക് മനസ്സിലായത് അത് ഒരു പുരുഷ നാണെന്ന്.

''എന്തുകൊണ്ട് എന്നോട് പറഞ്ഞില്ല?''

സ്റ്റാൻലി കുറച്ച് ചുവടുകൾ മുന്നോട്ട് വച്ചിട്ട് പറഞ്ഞു. ''അച്ഛാ? അത് ശരിക്കും നിങ്ങളാണോ?''

അയാൾ ഡെർദിയിലേക്ക് തിരിഞ്ഞു:

''താങ്കളും... അത് നീയാണോ...''

ഡെർദിയുടെ ശരീരത്തിന്റെ കാർബൺ കോപ്പി എന്ന പോലെ സ്റ്റീവൻ താഴേക്ക് വന്ന് അവരുടെ ഇടയിൽ നിന്നു.

''അവൾ നമ്മുടെ എല്ലാവരുടെയും നിഗൂഢ യജമാനത്തിയാണ്.''

ഡെർദി തന്റെ ആദ്യ സിനിമയിൽ ആദ്യമായി പ്രത്യക്ഷപ്പെട്ട പ്പോൾ 'മിസ്റ്റീരിയസ് മിസ്ട്രസ്' എന്ന വാക്ക് സ്ക്രീനിൽ മിന്നി മറഞ്ഞു. സ്റ്റാൻലിയുടെ ആശയമായിരുന്നു അത്. ഇപ്പോൾ അയാൾ തല താഴ്ത്തി തന്റെ മുന്നിൽ നിൽക്കുന്ന പെൺകുട്ടിയെ നോക്കി. ജീവിതം യാദൃച്ഛികതകളുടെ ഒരു നരകവലയാണ്. അയാൾ ചിന്തിച്ചു.

അത് നിഷേധിക്കാൻ ഡെർദിക്ക് കഴിഞ്ഞില്ല. അവൾ ആ വിളി പ്പേര് തലയാട്ടി സ്വീകരിച്ചു. സ്റ്റാൻലി ചിരിക്കാൻ തുടങ്ങി. പെട്ടെന്നയാൾ അലറിച്ചിരിച്ചു.

സ്റ്റാൻലി തന്റെ പിതാവിന്റെ വീടിന്റെ രണ്ടാം നിലയിലെ പഴയ മുറിയിലേക്ക് മാറി, ക്രൗച്ച് എൻഡിലെ, മന്ദബുദ്ധിയുള്ള കുട്ടികളിൽ ഒരാൾകൂടിയായി.

തന്റെ പിതാവ് ഡെർദി ആയി വേഷം മാറിയതിന്റെ ആദ്യത്തെ ആഘാതത്തിൽ നിന്ന് കരകയറിയ ശേഷം സ്റ്റാൻലിക്കുണ്ടായ പരി വർത്തനം വ്യത്യസ്തമായിരുന്നു. അയാൾ ചിരിക്കുക മാത്രമാണ് ചെയ്തത്. ഫിൻസ്ബറി പാർക്കിലെ ബെസിറിന്റെ കൊലപാതക ത്തെക്കുറിച്ചും അതിനുശേഷം നടന്ന എല്ലാ കാര്യങ്ങളെക്കുറിച്ചും അയാൾ അവരോട് പറഞ്ഞു. എന്നാൽ തന്നെ സ്റ്റിക്കിൽ നിന്ന്

പുറത്താക്കിയെന്നും തന്റെ പണം മുഴുവൻ മയക്കുമരുന്നിനുവേണ്ടി ചെലവാക്കിയതിനാൽ അപ്പാർട്ട്മെന്റ് വിടേണ്ടി വന്നെന്നും ഉള്ള കാര്യം മാത്രം അവൻ പരാമർശിച്ചില്ല.

“എനിക്ക് പേടിയായിരുന്നു അച്ഛാ.” അവൻ പറഞ്ഞു. “ആ സ്ഥലം ജീവനുള്ള നരകമായി മാറിയിരുന്നു. ആലോചിച്ചുനോക്കൂ, അവർ എന്റെ അയൽക്കാരനെ വെടിവച്ചുകൊന്നു.”

സ്റ്റീവൻ തലയാട്ടി പറഞ്ഞു, “എങ്കിൽ നിന്നെ ഇവിടെ നിർത്തേണ്ടി വരും. ഞങ്ങൾക്ക് വേറെ വഴിയില്ല.”

ഡെർദി തന്റെ മകനെ ചൂണ്ടിക്കാണിച്ചുകൊണ്ട് പറഞ്ഞു, “നിങ്ങൾ രണ്ടുപേരും കണ്ടുമുട്ടിയിട്ടുണ്ട് അല്ലേ?”

“അത് ശരിയാണ്.” സ്റ്റാൻലി ചിരിച്ചുകൊണ്ട് പറഞ്ഞു. പിന്നെ ഡെർദിയെ തിരിഞ്ഞ് നോക്കി അയാൾ പറഞ്ഞു.

“ഞങ്ങൾ അതിനുമുമ്പ് കണ്ടുമുട്ടിയിട്ടുണ്ട്.”

തന്റെ മുൻ യജമാനനോടുള്ള ആദരവും ബഹുമാനവും എല്ലാം പോയി. അവൾ ശരീരം മൂടിയില്ല. ആ വികാരങ്ങൾ കാറ്റിൽ ഒരു പൊടി പൊടിപോലെ പറന്നു പോയി. ലണ്ടനിൽ നിന്നുള്ള മറ്റേതൊരു പെൺകുട്ടിയെപ്പോലെയാണ് അവളെ ഇപ്പോൾ അയാൾക്ക് തോന്നിയത്. തെരുവിൽ സമയം കൊല്ലുന്ന ആ വിഡ്ഢികളിൽ ഒരാളെപ്പോലെ അവൾ കാണപ്പെട്ടു. അവൻ അച്ഛന്റെ പ്രണയകഥ കേട്ടു. ഇസ്താംബുൾ കോൺസുലേറ്റിൽ വെച്ച് അദ്ദേഹം ആദ്യമായി ഡെർദിയെ കണ്ടുമുട്ടിയതെങ്ങനെ, തുടർന്ന് ക്രൗച്ച് എൻഡിലെ ഒരു നടപ്പാത ബെഞ്ചിൽ വെച്ച് അവരുടെ നാടകീയമായ ഒത്തുചേരൽ. അതെല്ലാം നിർഭാഗ്യകരമാണെന്ന് അയാൾക്ക് ബോധ്യപ്പെട്ടു. എന്തുകൊണ്ടാണ് ഡെർദി വീട്ടിൽ താമസിക്കാൻ ഇഷ്ടപ്പെടുന്നതെന്ന് സ്റ്റാൻലിക്ക് മനസ്സിലായി. അടുക്കളയിൽ വെച്ച്, പൊലീസ് അവളെ അന്വേഷിക്കുകയാണെന്ന് അവൻ ഡെർദിയോട് പറഞ്ഞു. അച്ഛനെ അറിയിക്കാനും അവൻ പറഞ്ഞു. ഇത് അവളെ ഒഴിവാക്കാനുള്ള കാരണമായേക്കുമെന്ന് അവൻ പ്രതീക്ഷിച്ചു. എന്നാൽ അവന്റെ പിതാവ് ഇപ്പോൾ റഹിമെ ആയിരുന്നു, അവൻ സ്കോട്ട്ലൻഡ് യാർഡിനെക്കുറിച്ച് ഒന്നും പറഞ്ഞില്ല.

തന്റെ പിതാവ് ഇപ്പോൾ ഒരു ചാദർ ധരിച്ചിട്ടുണ്ടെന്നോ ഡെർദി അടിമയാക്കി അയാളോട് കൽപ്പിക്കുന്നതോ സ്റ്റാൻലി കാര്യമാക്കിയില്ല. എന്നാലും അപ്പോഴും എങ്ങനെയൊക്കെയോ അത് അവനെ പഴയ കാര്യങ്ങൾ ഓർമ്മിപ്പിച്ചു. അപൂർവ്വമാണെങ്കിൽ മാത്രം കഴിഞ്ഞ കാലത്തെ സന്തോഷകരമായ ദിനങ്ങളും അവന്റെ അമ്മയും. എന്നാൽ

ആ ദിവസങ്ങൾ ശരിക്കും സന്തോഷകരമായിരുന്നോ? ഒന്നാമതായി, അവന്റെ അമ്മ ശരിക്കും അടുത്തുണ്ടായിരുന്നില്ല. സ്റ്റാൻലിക്ക് എട്ട് വയസ്സുള്ളപ്പോൾ അവൾ വീടുവിട്ടിറങ്ങി. സ്റ്റീവൻ ഒരു സ്വവർഗ്ഗാനുരാഗിയാണെന്ന തിരിച്ചറിവോടെ അവൾ അയാളെ ഉപേക്ഷിച്ചു. തുടർന്ന്, സ്റ്റാൻലിയെ കസ്റ്റഡിയിലെടുക്കാൻ തന്നാൽ കഴിയുന്നതെല്ലാം അവൾ ചെയ്തു. എന്നാൽ അവരുടെ വിവാഹമോചന നടപടികളുടെ ചുമതലയുള്ള ജഡ്ജി സ്റ്റീവന്റെ സുഹൃത്തായിരുന്നു. വാരാന്ത്യങ്ങളിൽ സ്റ്റീവൻ സ്വയം ചാട്ടവാറടിച്ച് രമിച്ചിരുന്ന ലണ്ടൻ തടവറകളിൽ നിന്നുതന്നെ അവർ പരസ്പരം അറിയാമായിരുന്നു. ഒടുവിൽ വിധി വളരെ വേഗത്തിലെത്തി. അത് സ്റ്റീവന് അനുകൂലമായിട്ടായിരുന്നു. എട്ട് വയസ്സുള്ള സ്റ്റാൻലി സ്റ്റീവന്റെ ചുമതലയിലായി.

അതിനുശേഷം സ്റ്റാൻലിക്ക് എന്തോ സംഭവിച്ചു, ഒരുതരം വിചിത്രമായ രാസപ്രവർത്തനം അവന്റെ വളർച്ച മുരടിപ്പിച്ചു. അതിനോടൊപ്പം കഠിനമായ ശാരീരികവേദന അനുഭവിക്കുകയും ചെയ്തു. അത്തരമൊരു ജീവിതാനുഭവമുള്ള എല്ലാ ആളുകളെപോലെ, സ്റ്റാൻലിയും സ്വന്തം വിഭ്രാന്തികളിൽ ജീവിച്ചു. പക്ഷേ, യാഥാർത്ഥ്യവുമായി പൊരുത്തപ്പെടാൻ തുടങ്ങിയപ്പോൾ അയാൾ ശരിക്കും കഷ്ടപ്പെടാൻ തുടങ്ങി. അവൻ ശരിക്കും വളരാതെ തന്നെ പ്രായമുള്ളവനായി. അയാൾക്ക് വേദന കൂടുതൽ കൂടുതൽ അനുഭവപ്പെട്ടു. അങ്ങനെ അവൻ ബ്ലാക്ക് ടി എന്ന പതിന്നാലു വയസ്സുള്ള മയക്കുമരുന്നു വില്പനക്കാരനിൽനിന്നും വാങ്ങിയ മയക്കുമരുന്നിലൂടെ ആ ശൂന്യതയെയും വിഭ്രാന്തിയേയും മറികടക്കാൻ തുടങ്ങി. ആ കുട്ടിയുടെ യഥാർത്ഥ പേര് തിമൂർ എന്നായിരുന്നു. ഫിൻസ്ബറി ട്യൂബ് സ്റ്റേഷന്റെ പ്രവേശന കവാടത്തിൽ അവൻ എപ്പോഴും നിൽക്കാറുണ്ടായിരുന്നു. യാഥാർത്ഥ്യവുമായി ഇടപെടാതിരിക്കാനും ശരീരത്തിന്റെ ചില ഭാഗങ്ങൾ ഹൃദയംപോലെ തകർക്കാനും സ്റ്റാൻലിക്ക് അത് ഉപയോഗപ്രദമായി.

പതിന്നാല് വയസ്സ്. കൗമാരം എന്ന് വിളിക്കുന്ന മനുഷ്യജീവിതത്തിലെ ആ കാലഘട്ടം. ക്രമരഹിതമായ, ഇടയ്ക്കിടെയുള്ള രോഷം, അനുചിതമായ പ്രതികരണങ്ങൾ, അതിശയോക്തിപരം എന്നിങ്ങനെ ലക്ഷണങ്ങൾ പ്രകടിപ്പിക്കുന്ന സാധാരണ കൗമാരം. പ്രൊഫസർമാർ വിവരിക്കുന്ന മനുഷ്യജീവിതത്തിന്റെ ആ കാലഘട്ടം. കൗമാരത്തെക്കുറിച്ചുള്ള ആ പുസ്തകങ്ങളെല്ലാം തന്നെയും തന്റെ ചുറ്റുപാടുകളോടും പരിചിതമാകുന്നതിനെക്കുറിച്ചും സമൂഹവുമായി പൊരുത്തപ്പെടുന്നതിലെ ബുദ്ധിമുട്ടുകളെക്കുറിച്ചും സംസാരിക്കുന്നു. ആ ശാസ്ത്രീയ ലേഖനങ്ങളുടെ രചയിതാക്കൾക്ക് ഒരിക്കലും ബ്ലാക്ക്

ടിയെ അറിയില്ലായിരുന്നു. പതിന്നാലു വയസ്സുള്ളപ്പോൾ അവൻ എന്താണ് ചെയ്യുന്നതെന്ന് അവർക്ക് ചിന്തിക്കാൻപോലും കഴിഞ്ഞില്ല. എന്നാൽ അതെല്ലാം വളരെ നേരാണ് എന്നതാണ് വസ്തുത.

നിങ്ങൾ ജനിച്ച്, പതിനഞ്ച് വർഷം തികയുന്നതിനുമുമ്പ്, ലോകം എങ്ങനെയുള്ള സ്ഥലമാണെന്ന് നിങ്ങൾ മനസ്സിലാക്കുന്നു, ജനനത്തിനും മരണത്തിനുമിടയിൽ നിങ്ങൾ എവിടെയോ കുടുങ്ങിക്കിടക്കുന്നുവെന്ന് നിങ്ങൾക്കറിയാം. അത് അതിന്റെ യഥാർത്ഥ അറിവിനേക്കാൾ ഒരു വികാരമാണ്. പിന്നെയാണ് ആദ്യത്തെ കലാപം. നിങ്ങൾ കഴിയുന്നത്ര ഉച്ചത്തിൽ നിലവിളിക്കുക. എന്നാൽ തന്റെ പേഴ്സ് മോഷ്ടിക്കപ്പെട്ടതായി മനസ്സിലാക്കുന്ന ആൾക്കൂട്ടത്തിലെ ഒരാളുടെ നിരാശാജനകമായ നിലവിളികളിൽ നിന്ന് വ്യത്യസ്തമല്ല ഇത്. ആദ്യം, ആൾക്കൂട്ടത്തിൽ ആളുകൾ അവനെ അവജ്ഞയോടെയോ നിസ്സംഗതയോടെയോ നോക്കുന്നു, പിന്നീട് അവർ ബഹളം കേട്ട് മടുത്തു, അവർ അവനോട് സംസാരിക്കാൻ ഒരാളെ നിയമിക്കുന്നു. പ്രതിനിധി വന്നു പറയുന്നു: ‘‘അപ്പോൾ, നിങ്ങളുടെ വാലറ്റ് മോഷ്ടിക്കപ്പെട്ടു അല്ലേ? ഞങ്ങളുടെ വാലറ്റുകളും മോഷ്ടിക്കപ്പെട്ടു. പക്ഷേ ഞങ്ങൾ അങ്ങനെ ബഹളമുണ്ടാക്കുന്നില്ല. അങ്ങനെ ആൾക്കൂട്ടത്തിന്റെ നിസ്സംഗതയെ അഭിമുഖീകരിച്ച്, സാവധാനം അവന്റെ പ്രതികരണം കുറയുന്നു.

അവൻ യാഥാർത്ഥ്യത്തെ അംഗീകരിക്കാൻ തുടങ്ങുകയും തനിക്കു ചുറ്റുമുള്ള ശൂന്യത ആളുകളെ കൊണ്ട് നിറയ്ക്കാൻ തുടങ്ങുകയും ചെയ്യുന്നു. ആ അവസ്ഥയെ വളരുക അല്ലെങ്കിൽ പ്രായപൂർത്തിയാകുക എന്ന് പേരിടുന്നു. എന്നാൽ കൂടുതൽ കൃത്യമായി പറഞ്ഞാൽ, ഇത് മുതിർന്നവരുടെ കണ്ണിൽ അനുസരണയാണ്. ഇത് ഒരു കൃത്രിമ രീതിയാണ്. കെട്ടിച്ചമച്ചതാണ്. അതിന്റെ നിർദ്ദിഷ്ട പ്രവർത്തനത്തെക്കുറിച്ചുള്ള കണക്കുകൂട്ടലുകൾ നടത്തി, അതിനനുസരിച്ച് അത് രൂപപ്പെടുത്തുകയും രൂപകൽപ്പന ചെയ്യുകയും ചെയ്യുന്നു. ഒരു സമൂഹത്തിലെ ഓരോ വ്യക്തിയും ഏതെങ്കിലും വിധത്തിൽ ഉപയോഗമുള്ളതായിരിക്കണം, അങ്ങനെ സമൂഹത്തിന്റെ നിലനിൽപ്പ് എങ്ങനെയെങ്കിലും ഉറപ്പുനൽകുന്നു എന്ന വിശ്വാസമാണ് മുതിർന്നവർക്കുള്ള അനുസരണയുടെ അടിസ്ഥാന തത്ത്വം. അതിലും പ്രധാനം, തികച്ചും അരാജകത്വമുള്ള ഒരു ലോകത്ത്, മുതിർന്നവരുടെ അനുസരണ മാരകമായ കൃത്യതയോടെയാണ് അളക്കുന്നത്. ചെറുമരം കുനിഞ്ഞ് സ്വന്തം വേരുകളെ ചുംബിക്കുന്നതിനെക്കുറിച്ചാണ് അത്.

പതിന്നാലു വയസ്സുള്ള ഒരു കുട്ടിയുടെ അതിരുകടന്ന പെരുമാറ്റം

സ്വാഭാവികമാണ്. അതിനെപ്പറ്റി നെറ്റി ചുളിക്കുകയും കൗമാരക്കാരുടെ രോഷമായി തരംതിരിക്കുകയും ചെയ്യുന്നുവെങ്കിലും. ലോകത്തിന്റെ ഭീകരതകളിലേക്ക് അവൻ കണ്ണുകൾ തുറന്നിരിക്കുന്നു, ലോകത്തിലെ എല്ലാ മോശം വസ്തുതകളും തന്റെ മേലാണെന്ന് അവൻ മനസ്സിലാക്കുന്നു. അവൻ തന്റെ മുറിയിൽ പൂട്ടിയിടപ്പെടുന്നു. പുറംലോകത്തിൽ നിന്ന് തന്നെത്തന്നെ അകറ്റി നിർത്താൻ അവൻ ശ്രമിക്കുന്നു. അല്ലെങ്കിൽ കഴിയുന്നത്ര ഉറക്കെ നിലവിളിച്ചുകൊണ്ട് എല്ലാ വാതിലുകളും മതിലുകളും തടസ്സങ്ങളും തകർക്കാൻ അവൻ ശ്രമിക്കുന്നു. തീ ശ്വസിക്കുന്ന ഡ്രാഗണിനോട് നിങ്ങൾ കാണിക്കുന്ന അതേ തരത്തിലുള്ള പ്രതികരണമാണിത്. നിങ്ങൾ ജീവിച്ചിരിക്കുന്നിടത്തോളം ഈ പ്രതികരണങ്ങൾ അപ്രത്യക്ഷമാകില്ല. അതായത് മഹാസർപ്പം നിലനിൽക്കുന്നിടത്തോളം. എന്നാൽ തീർച്ചയായും കൗമാരക്കാരുടെ ഒരു കൂട്ടം അവരുടെ സ്വാഭാവിക അവസ്ഥയിൽ തുടരാൻ അനുവദിക്കുന്നത് ഏതെങ്കിലും സാമൂഹിക ഘടനയുടെ ശിഥിലീകരണത്തിലേക്ക് നേരിട്ട് നയിക്കുമെന്നതിനാൽ, മുതിർന്നവരുടെ അനുസരണത്തിലേക്കുള്ള മാറ്റം മനുഷ്യരാശിയുടെ അനിവാര്യതയായി കാണുന്നു. ഒരു സാമൂഹിക ആവശ്യം. എന്നാൽ ചിലർ മൂഢരാണ്, അവർ മരിക്കുന്നത് വരെ നിലവിളിച്ചുകൊണ്ടേയിരിക്കും.

ജീവിതം ഒരു അക്രമാസക്തമായ പ്രക്രിയയും ലോകം അക്രമാസക്തമായ സ്ഥലവും ആയതിനാൽ, ജീവിതത്തിനും ലോകത്തിനും അർഹമായത് അങ്ങേയറ്റം അക്രമാസക്തമായ പ്രഹരങ്ങളാണ്. അതുകൊണ്ടാണ് ഒരു കൗമാര കലാപം ഒരാളെ കൊല്ലാൻ അറുപത് തവണ കത്തി കയറ്റുന്നത്. വായിൽ നിന്ന് പുക ഉയരുന്ന അറുപത് ഡ്രാഗണുകളെങ്കിലും തനിക്കു ചുറ്റുമുണ്ടെന്ന് ഒരു പതിന്നാലു വയസ്സുള്ള കുട്ടി മനസ്സിലാക്കുന്നു. കൗമാരം, അതിന്റെ എല്ലാ മണ്ടത്തരങ്ങൾക്കിടയിലും ഒരു മനുഷ്യന്റെ ഏറ്റവും സ്വതന്ത്രമായ കാലഘട്ടമാണ്.

അവരുടെ ജീവിതവും അവർ ജീവിക്കുന്ന ലോകവും ശാന്തമാകുമ്പോൾ, കൗമാരക്കാർ ശാന്തമാകുമെന്ന് നിങ്ങൾക്ക് പ്രതീക്ഷിക്കാം. പതിന്നാലാം വയസ്സിൽ കുടുങ്ങിപ്പോയ അത്തരം മിണ്ടാപ്രാണികളിൽ ഒരാളായിരുന്നു സ്റ്റാൻലി. മറ്റേതൊരു പതിന്നാല് വയസ്സുകാരനെയും പോലെ ലോകത്തെക്കുറിച്ച് ഒന്നും അറിയാതെ സ്റ്റാൻലി താൻ ചെയ്യുന്നതെല്ലാം ചെയ്തുകൊണ്ടിരുന്നു.

അയാൾ മയക്കുമരുന്ന് കഴിക്കുന്നത് അയാൾക്ക് മനസ്സിലാക്കാൻ കഴിയാത്ത ഒരു നിരാശയിലാണ്. അതിന്റെ ഉത്ഭവം കൃത്യമായി ചൂണ്ടിക്കാണിക്കാൻ അവന് കഴിഞ്ഞില്ല. മറ്റേതൊരു പതിന്നാലു

കാരനെയും പോലെ അവനും തന്റെ വേദന പറഞ്ഞറിയിക്കാനായില്ല. അവന് എന്തൊക്കെയോ തോന്നി, പക്ഷേ ഒന്നും അറിഞ്ഞില്ല. അതിന ാലാവണം അവന് തന്റെ ചുറ്റുമുള്ള മാലിന്യങ്ങൾ കാണാൻ കഴി ഞ്ഞില്ല. പക്ഷേ അത് എപ്പോഴും അവനിൽ എരിഞ്ഞു. മിക്ക കൗ മാരക്കാരെയും പോലെ, അവനും ഭ്രാന്തനാണെന്ന് മറ്റുള്ളവർ കരു തി. തന്നെപ്പോലെ ഭ്രാന്ത് പിടിച്ച ഒരാളെ അവൻ നിരന്തരം തിരയുകയായിരുന്നു.

ഒരിക്കൽ അവന്റെ മലദ്വാരത്തിലെ നാഡീവ്യൂഹങ്ങളെ ഉത്തേ ജിപ്പിക്കാനായി അവളുടെ കറുത്ത കയ്യുറകൾ മലിനമാക്കിയ ഡെർദി യേക്കാൾ മികച്ച ഒരു ഇരയെ അവന് കണ്ടെത്താനായില്ല. അവളുടെ കയ്യുറകൾക്ക് വിസർജ്ജ്യത്തിന്റെ മണമായിരുന്നു. അങ്ങനെ ഡെർ ദിക്ക് അവളുടെ ആദ്യ മയക്കുമരുന്ന് കുത്തിവയ്പ്പ് നൽകിയ വ്യക്തി യായി സ്റ്റാൻലി മാറി. അത് അവരെ തുല്യരാക്കി. ആളുകൾ പരസ്പരം വേദനയും സന്തോഷവും നൽകുന്നുവെന്ന് ഡെർദി മനസ്സിലാക്കി. ആദ്യം ഡെർദി സ്റ്റാൻലിയിലേക്ക്, പിന്നെ സ്റ്റാൻലി ഡെർദിയിലേക്ക്. ആദ്യം കുട്ടികൾ മാതാപിതാക്കളോട്, പിന്നെ മാതാപിതാക്കൾ മക്ക ളോട്; ആദ്യം ഭൂതകാലം ഭാവിയിലേക്ക്, പിന്നെ ഭാവി ഭൂതകാല ത്തിലേക്ക്, ആദ്യം പ്രകൃതി മനുഷ്യരോട്, പിന്നെ മനുഷ്യർ പ്രകൃതി യോട് ആദ്യം മരിച്ചവർ ജീവിച്ചിരിക്കുന്നവരോട്, പിന്നെ ജീവിച്ചിരി ക്കുന്നവർ... മാറിമാറി, അങ്ങോട്ടും ഇങ്ങോട്ടും, വേദനയും സന്തോ ഷവും, നിതൃത വരെ, സന്തോഷത്തോടെ... നിരുത്തവാദപരമായ ആനന്ദത്തിന്റെയും ആഡംബരത്തിന്റെയും ജീവിതം. നശിച്ചു പോകട്ടെ.

ബെസിർ കൊല്ലപ്പെട്ടുവെന്ന് കേട്ടപ്പോൾ ഡെർദിക്ക് ഒന്നും തോന്നി യില്ല. എന്നാൽ ഒരു മണിക്കൂറിന് ശേഷം അവൾ ബാത്റൂമിലെ കണ്ണാടിയിൽ നോക്കി കരയാൻ തുടങ്ങി. പിന്നെ അവൾക്ക് കണ്ണീര ടക്കാൻ കഴിഞ്ഞില്ല. അവളുടെ ഉള്ളിലെവിടെയോ നിന്ന് കണ്ണു നീർ ഒഴുകി. അവൾ കണ്ണുനീർ പൊഴിക്കുന്നുണ്ടായിരുന്നു.

‘‘എന്തുകൊണ്ട്?’’

വിറയ്ക്കുന്ന ചുണ്ടിലൂടെ അവൾ തന്നോടുതന്നെ ചോദിച്ചു. ‘‘എന്തിന്, എന്തിന്, എന്തിന്...’’

എന്നിട്ട് പതുക്കെ അവൾ സ്വയം പിൻവലിഞ്ഞു. അവൾ വികാര ങ്ങളടക്കി. അവളുടെ കവിളിലെ കണ്ണുനീർ വറ്റി. അവളുടെ ചോദ്യ ത്തിന് അവൾതന്നെ മറുപടി പറഞ്ഞു:

"എന്തുകൊണ്ട് ഞാൻതന്നെ അവനെ കൊന്നില്ല?"

അവൾ കണ്ണാടിയിൽ നോക്കി ചിരിച്ചു. അവളെ ഇപ്പോൾ കാണാൻ കഴിഞ്ഞാൽ ബെസിർ തന്നെ എന്ത് ചെയ്യുമെന്ന് അവൾ ആലോചിച്ചു. അയാൾ എന്ത് പറയും? അയാൾ അവളെ അടിക്കുമോ? അവളെ കൊല്ലുമോ? അവളെ ജനലിലൂടെ പുറത്തേക്ക് എറിയുമോ? ഡെർദി കണ്ണാടിയിൽ നോക്കി വിളിച്ചു പറഞ്ഞു:

'നിനക്ക് എന്നെ ഒന്നും ചെയ്യാൻ കഴിഞ്ഞില്ല! ഒന്നുംതന്നെ. ഞാൻ ഇവിടെ തന്നെയുണ്ട്. തെണ്ടിയുടെ മകനേ, വരൂ! ഇതാ ഞാൻ. നീ പരിശോധിക്കൂ. തെണ്ടി! നീ ഇവിടെ നിന്ന് രക്ഷപ്പെട്ടു."

നാസെനിനിൽ നിന്ന് അവൾ പഠിച്ച എല്ലാ അസഭ്യഭാഷകളിലൂടെയും അവൾ കടന്നുപോയി. പുതിയതൊന്നും പഠിക്കാൻ അവൾക്ക് അവസരം ലഭിച്ചില്ല. കണ്ണാടിയിലെ ബെസിറിന്റെ ചിത്രം മങ്ങിയപ്പോൾ, ഡെർദിയുടെ സ്വന്തം പ്രതിബിംബം മാത്രം അവശേഷിപ്പിച്ചപ്പോൾ, ബാത്റൂം നിശ്ചലമായി. സ്റ്റീവൻ നിശ്ശബ്ദമായി വാതിലിൽ നിന്ന് മാറി ഇടനാഴിയിലൂടെ താഴേക്ക് പോയി.

കഴിഞ്ഞ അഞ്ച് വർഷമായി താൻ പറയാത്തത് കണ്ണാടിയോട് പറഞ്ഞ് ഡെർദിക്ക് ആ കുളിമുറിയിൽ അഞ്ച് വർഷം കൂടി കഴിയാമായിരുന്നു. പകരം അവൾ കണ്ണാടിയിൽ അവസാനമായി ഒന്നു നോക്കി പറഞ്ഞു, 'നാശം' എന്നിട്ട് അവൾ പോയി. ബെസിറുമായുള്ള അവളുടെ അവസാന സംഭാഷണമായിരുന്നു അത്: ബെസിറിനോടല്ലാത്ത ഒരു സംഭാഷണം.

എല്ലാ ലഹരിഅടിമകളെയുംപോലെ, സ്റ്റാൻലിക്കും ഒരു കാൽക്കുലേറ്ററിനേക്കാൾ വേഗത്തിൽ കണക്കുകൾ കൂട്ടാൻ കഴിയും. ഡെർദിയുടെ കൈയിൽ ഏകദേശം മൂവായിരം പൗണ്ട് ഉണ്ടെന്ന് അയാൾക്ക് ഉറപ്പായിരുന്നു. അവൾ എപ്പോഴും അതേ ടിഷർട്ട് തന്നെയാണ് ധരിച്ചിരുന്നത്, അതിനർത്ഥം അവൾ സ്വരൂപിച്ച പണത്തിന്റെ വലിയൊരു ഭാഗം ചെലവഴിച്ചിട്ടില്ല എന്നാണല്ലോ.

അവളെ എങ്ങനെ സമീപിക്കണമെന്ന് സ്റ്റാൻലിക്ക് ഉറപ്പില്ലായിരുന്നു. അങ്ങനെ തന്റെ അവസാനത്തെ ഏതാനും ഗ്രാം മയക്കുമരുന്ന് തീരുന്നതുവരെ കാത്തിരിക്കാൻ അവൻ തീരുമാനിച്ചു. ഒരു രാത്രി സ്റ്റാൻലി, അവൻ കാത്തിരുന്ന ഭാഗ്യനിമിഷം ലഭിച്ചു ഡെർദി ഒരു സിഗരറ്റ് വലിക്കാൻ അവന്റെ മുറിയിലേക്ക് വന്നു.

സ്റ്റാൻലി പറഞ്ഞു. "എന്റെ എല്ലാം കഴിഞ്ഞു, പക്ഷേ എനിക്ക് ഇത് ഉണ്ട്." കിടക്കയ്ക്കരികിലെ ലോഹപ്പെട്ടിയിൽ നിന്ന് മയക്കുമരുന്നിന്റെ ഒരു ബാഗ് എടുത്ത് ഒരു ചെറിയ മണി പോലെ വായുവിൽ കുലുക്കി. നിശ്ശബ്ദമായ മണിയുടെ അടുത്തേക്ക് ഒരു ചുവടു

വെച്ച്, ഡെർദി അവനോട് അതെന്താണെന്ന് ചോദിച്ചു. പത്തു മിനിറ്റിനു ശേഷം പൂർണ്ണശക്തിയോടെ അവൾക്കു മറുപടി ലഭിച്ചു. അന്നുമുതൽ, അതേ ഉത്തരം ആവർത്തിച്ച് മയക്കുമരുന്ന് ലഭിക്കാൻ അവളുടെ പണം ചെലവഴിക്കുന്നതിനെക്കുറിച്ച് ഡെർദിക്ക് യാതൊരു മടിയും ഉണ്ടായിരുന്നില്ല. അവൾ എല്ലാ ദിവസവും സ്റ്റാൻലിയുടെ മുറിയിൽ പോയിരുന്നു. അവന്റെ കൈയിലെ സൂചി കണ്ടിട്ടും അവൾ ഞെട്ടിയില്ല, കാരണം സ്റ്റാൻലിയുടെ ഏകദേശം രണ്ട് മണിക്കൂർ നീണ്ട പ്രസംഗം കൊണ്ടുതന്നെ കാര്യങ്ങളെല്ലാം അവൾക്ക് ബോധ്യപ്പെട്ടു.

ഡെർദി അഞ്ച് വർഷമായി, ആകെ അറുപത് മാസങ്ങൾ, ഏകദേശം രണ്ടായിരം ദിവസങ്ങൾ, ഏതാണ്ട് നാൽപ്പത്തി അയ്യായിരം മണിക്കൂർ തടവറയിലായിരുന്നു. ഇത് അവൾക്ക് നാൽപ്പത്തയ്യായിരം കാരണങ്ങൾ നൽകി. നാൽപ്പത്തി അയ്യായിരം കാരണങ്ങളാൽ കൗതുകകരമായ കണ്ണുകളോടെ അവളുടെ ചർമ്മത്തിൽ സൂചി തുളച്ചുകയറുന്നത് നോക്കി. ആത്മഹത്യ ഒഴികെ എന്തും ചെയ്യാൻ അവൾക്ക് നാൽപ്പത്തയ്യായിരം കാരണങ്ങളുണ്ടായിരുന്നു. ഇല്ല. അവൾ മരിക്കാൻ പോകുന്നില്ല. ആ അഞ്ച് വർഷത്തിന് നഷ്ടപരിഹാരം നൽകാൻ, അവൾ മറ്റൊരു അമ്പത്, ഇല്ല, മറ്റൊരു അഞ്ഞൂറ് വർഷം ജീവിക്കാൻ പോകുകയാണ്. എന്നാൽ അവൾ സ്റ്റാൻലിയുടെ മുറി സന്ദർശിക്കുന്നത് തുടരുകയാണെങ്കിൽ, അവൾക്ക് അധികം ജീവിക്കേണ്ടിവരികയില്ലതന്നെ!

അതിനിടയിൽ അവൾ ഇംഗ്ലീഷ് പഠനം തുടർന്നു. ഇനിയൊരിക്കലും ടർക്കിഷ് സംസാരിക്കരുതെന്ന് അവൾ സ്റ്റീവനോട് ആജ്ഞാപിച്ചിരുന്നു. അവളുടെ പുസ്തകങ്ങളിൽ നിന്ന് പഠിച്ച വ്യാകരണം അവൾ ഓർത്തു. ഇപ്പോൾ അവൾക്ക് പരിശീലനം മാത്രമേ ആവശ്യമുള്ളൂ. അവൾ ടെസ്റ്റ് ഡ്രൈവ് ഘട്ടത്തിലായിരുന്നു. എന്നാൽ മയക്കുമരുന്നിന്റെ കാര്യത്തിൽ ടെസ്റ്റ് ഡ്രൈവ് ഘട്ടം വ്യത്യസ്തമായിരുന്നു. നിങ്ങൾക്ക് ടെസ്റ്റ് ഡ്രൈവ് ചെയ്യാനും പിന്നീട് അത് വാങ്ങാതെ നടക്കാനും കഴിയുന്ന പഴയ പുതിയ കാർ പോലെയായിരുന്നില്ല ഇത്. മയക്കുമരുന്നുമൊത്തുള്ള ഒരു ടെസ്റ്റ് ഡ്രൈവ് ഒരു അപകടത്തിൽ മാത്രമാണ് അവസാനിക്കുക. ഡ്രൈവർ ജീവിച്ചിരിപ്പുണ്ടെങ്കിൽ അതിന്റെ ബാക്കി വാങ്ങാം. അപകടത്തിൽ നിന്ന് രക്ഷപ്പെട്ടതിന്റെ വില നൽകേണ്ടി വരും. ഇനി ഒരിക്കലും തകരാതിരിക്കാനുള്ള ആജീവനാന്ത പോരാട്ടമായിരുന്നു അതിന്റെ വില. എന്നാൽ ഇപ്പോൾ, ഡെർദി അതിന്റെ ആദ്യ ദിവസങ്ങളിൽ ആയിരുന്നു. അവൾ ജനാലയിലൂടെ പുറത്തേക്ക് നോക്കി, കാഴ്ച ആസ്വദിക്കുകയായിരുന്നു.

ചക്രവാളത്തിൽ തടസ്സങ്ങളൊന്നും ഉണ്ടായിരുന്നില്ല, അതിനാൽ അവൾ ഒടുവിൽ തകരുമെന്ന് ഒരിക്കലും വിചാരിച്ചില്ല. പക്ഷേ അവളുടെ പണം തീർന്നുവന്നു. ഒരു തരത്തിൽ പറഞ്ഞാൽ, അതൊരു പ്രശ്നമായിരുന്നില്ല, കാരണം ഫിൻസ്ബറി ട്യൂബ് സ്റ്റേഷനിലെ ബ്ലാക്ക് ടി എപ്പോഴും അവളെ സഹായിക്കാനുണ്ടായിരുന്നു. അവളും സ്റ്റാൻലിയും ഒരു പരിഹാരം കണ്ടുപിടിക്കാൻ അവനെ കാണാൻ പോയപ്പോൾ അവൻ എപ്പോഴും ഒരു കിഴിവ് നൽകി. അവർ അയൽക്കാരായിരുന്നു.

പിന്നെയും സമയം കടന്നുപൊയ്ക്കൊണ്ടിരുന്നു. ശിഥിലമായതായി തോന്നിയ സമയങ്ങൾ. ദിവസങ്ങൾ, ആഴ്ചകൾ രണ്ടുപേരും അറിയാതെ കടന്നുപോയി, താമസിയാതെ ചക്രവാളത്തിൽ എല്ലായിടത്തും തടസ്സങ്ങൾ മാത്രമായി.

എല്ലാവരും അത്താഴത്തിന് ഇരുന്നു. പുഞ്ചിരിയോടെ, സ്റ്റീവൻ മകനെയും ഡെർദിയേയും നോക്കി. യഥാർത്ഥത്തിൽ ഡെർദി ആരാണെന്ന് അയാൾക്ക് ഒരു ധാരണയുമില്ലായിരുന്നു. ഇരുവരുടെയും മുഖങ്ങൾ വടക്കൻ യൂറോപ്യന്മാരെപ്പോലെ വിളറിയിരുന്നു. ഒരു കാലത്ത് പെൺകുട്ടിയുടെ മുതുകിൽ ഉണ്ടായിരുന്ന പർപ്പിൾ കണ്ണുകൾ ഇപ്പോൾ അവളുടെ മൂക്കിലാണ്, അത് ശ്വാസമെടുക്കാൻ ബുദ്ധിമുട്ടിയിരുന്നു. സ്റ്റീവൻ പാസ്ത വിളമ്പുകയായിരുന്നു. ഇരുന്നുകൊണ്ട് അയാൾ വിജയഭാവത്തോടെ പറഞ്ഞു:

''എനിക്ക് ഒരു പുതിയ ആശയമുണ്ട്.''

അയാളുടെ ശബ്ദത്തിലെ ഉത്സാഹത്താൽ അവർ ആശങ്കാകുലരായി, സ്റ്റാൻലിയും ഡെർദിയും പരസ്പരം നോക്കി.

''നമ്മൾ, ചാദറുകൾ നിർമ്മിച്ച് ഒരു പ്രാദേശിക ബ്രാൻഡ് നെയിം നൽകുകയും ചെയ്താലോ. തീർച്ചയായും നല്ല വില്പന ലഭിക്കും. ഇപ്പോൾ ഉള്ളതുപോലെ തന്നെ അവ കറുത്തതായിരിക്കും, പക്ഷേ നമുക്ക് ഇവിടെ നെഞ്ചിൽ എവിടെയെങ്കിലും ഒരു ബ്രാൻഡ് നെയിം വെക്കാം, 'സ്റ്റീവൻസ്' പോലെ... അല്ലെങ്കിൽ...''

സ്റ്റീവൻ സീലിംഗിലേക്ക് കണ്ണുനട്ട് ചിന്തിച്ചുകൊണ്ടിരുന്നു. ഈ വിഷയത്തെക്കുറിച്ചുള്ള അവരുടെ ചിന്തകളിൽ അദ്ദേഹത്തിന് താൽപ്പര്യമില്ലെന്ന് സ്റ്റാൻലിയും ഡെർദിയും മനസ്സിലാക്കി, ഇരുവരും തങ്ങളുടെ ഭക്ഷണത്തിലേക്ക് നോക്കി. അവർ അവരുടെ ഫോർക്കിൽ പാസ്ത ചുഴറ്റി. രണ്ടുപേർക്കും വിശക്കുന്നുണ്ടായിരുന്നില്ല.

''ഒരു ലോഗോ ഉണ്ടാക്കാം. ലാക്കോസ്റ്റയെപ്പോലെ ഇവിടെ ഒരു മുതലയുണ്ടെങ്കിൽ അത് നല്ലതല്ലേ? അല്ലെങ്കിൽ ഒരുപക്ഷേ 'ഫ്രെഡ് പെറി' ചാദോർ...''

അയാൾ ഒരു മിനിറ്റ് മിണ്ടാതെ വീണ്ടും തുടർന്നു:

''ഇപ്പോൾ എനിക്ക് നിങ്ങളോട് രണ്ടുപേരോടും പ്രധാനപ്പെട്ട ഒരു കാര്യം പറയാനുണ്ട്. നിങ്ങൾ രണ്ടുപേർക്കും എന്നെ ഒന്ന് നോക്കാമോ?''

അവർ മനസ്സില്ലാമനസ്സോടെ തല ഉയർത്തി:

''ഞാൻ ഒരു ഓപ്പറേഷൻ ചെയ്യാൻ പോകുന്നു.''

''നിങ്ങൾക്ക് വല്ല അസുഖവുമുണ്ടോ?'' ഡെർദി ചോദിച്ചു.

''ഇല്ല.'' സ്റ്റീവൻ കരഞ്ഞു, എന്നിട്ട് ചിരിച്ചു. ''തീർച്ചയായും ഇല്ല. എന്നാൽ ഒരു തരത്തിൽ, അതെ എനിക്ക് സുഖമില്ല. ഞാൻ പുരുഷ നാണ്. എനിക്ക് ഇതിൽ നിന്ന് മോചനം വേണം. അതിനാൽ ഞാൻ ഒരു സ്ത്രീയാകാൻ തീരുമാനിച്ചു.''

സ്റ്റാൻലി ഇടപെട്ടു:

''പക്ഷേ നിങ്ങളുടെ പക്കൽ അത്തരത്തിലുള്ള പണമില്ല.''

''കൂടുതൽ പാസ്ത?'' സ്റ്റീവൻ ചോദിച്ചു.

അവരുടെ പ്ലേറ്റുകളിൽ ഇതിനകം പാസ്ത നിറഞ്ഞിരുന്നു. അവർ പക്ഷേ അത് കാര്യമാക്കിയില്ല. സ്റ്റീവൻ പറയുന്നത് സത്യമാണോ അല്ലയോ എന്നതായിരുന്നു പ്രധാനം. അയാളുടെ പക്കൽ ശരിക്കും പണമുണ്ടായിരുന്നോ?

സ്റ്റാൻലി ചാടിയെഴുന്നേറ്റ് വായുവിൽ മുഷ്ടി വീശി. ''നിങ്ങൾ ആ പണം എനിക്ക് തരാൻ പോകുന്നു.'' അയാൾ അലറി.

''ഇല്ല, ഞാൻ നിങ്ങൾക്ക് ഒരു പൈസയും തരുന്നില്ല.''

സ്റ്റാൻലി അച്ഛന്റെ കഴുത്തിൽ പിടിച്ചു. സ്റ്റീവൻ തറയിൽ വീണു. അവന്റെ കാലുകൾ പുറത്തേക്ക് പറന്ന് മേശപ്പുറത്ത് ചവിട്ടി. രണ്ട് പ്ലേറ്റ് പാസ്ത മുറിയിൽ പരന്നു. പെട്ടെന്നുള്ള ബഹളത്തിൽ ഞെട്ടിപ്പോയ ഡെർദി, പ്ലേറ്റുകൾ തറയിൽ വീണപ്പോൾ ചാടിയെഴുന്നേറ്റു. ഹൃദയാഘാതം മൂലമോ സെറിബ്രൽ രക്തസ്രാവം മൂലമോ സ്റ്റീവൻ മരിച്ചിരിക്കാം. അവന്റെ തല തറയിൽ ആഞ്ഞടിച്ചു. പക്ഷേ, ഭയങ്കരമായ ചുമ പിടിപെടുന്നതിന് മുമ്പ് അയാൾ ചിരിച്ചുകൊണ്ട് അലറിക്കൊണ്ടിരുന്നു. അയാളുടെ മകൻ പിതാവിനരികിൽ മുട്ടുകുത്തി, തൊണ്ടയിൽ കൈകൾ വെച്ച് അലറി:

''ഞാൻ നിന്നെ കൊല്ലും. നിങ്ങൾ ആ പണം എനിക്ക് തരാൻ പോകുന്നു. ഞാൻ നിന്നെ കൊല്ലും, ഞാൻ നിന്നോട് പറയുന്നു...

നോക്കൂ അച്ഛാ, ഞാൻ നിന്നോട് യാചിക്കുന്നു. ദയവായി ആ പണം തന്നാൽ മതി.''

ഡെർദി സ്റ്റീവനെ നോക്കി, സ്റ്റീവനോട് അവസാനമായി ഉത്തരവിട്ടു:

''കരച്ചിൽ നിർത്തൂ, റഹീമേ...''

ആ വൃദ്ധന്റെ കണ്ണുകൾ നിറഞ്ഞിരുന്നു. അയാളുടെ യജമാനൻ അയാളെ വിട്ടുപോകുകയായിരുന്നു. അയാളുടെ ഭീഷണികൾക്കും അഭ്യർത്ഥനകൾക്കും അവളെ അവിടെ തുടരാൻ പ്രേരിപ്പിക്കാൻ കഴിഞ്ഞില്ല. മകന്റെ ക്ഷണികമായ ഉന്മാദാവസ്ഥ സ്റ്റീവൻ സ്റ്റാൻലിയെ വീട്ടിൽ നിന്ന് പുറത്താക്കുന്നതിൽ കലാശിച്ചു. സ്റ്റാൻലി പ്രതീക്ഷിച്ചതിലും വളരെ കഠിനമായ രീതിയിൽ സ്റ്റീവൻ അവനെ ഭീഷണിപ്പെടുത്തി.

''ഞാൻ പൊലീസിനെ വിളിച്ച് നിന്നെക്കുറിച്ച് പരാതി കൊടുക്കും. അവർ നിന്നെ അറസ്റ്റ് ചെയ്താൽ എന്തു ചെയ്യും?''

സ്റ്റീവൻ അവനോട് ചോദിച്ചു. പൊലീസ് കസ്റ്റഡിയിൽ ഒരു രാത്രി പോലും സ്റ്റാൻലിക്ക് കൈകാര്യം ചെയ്യാൻ കഴിയില്ല, അതിനാൽ അവൻ തന്റെ സാധനങ്ങൾ പായ്ക്ക് ചെയ്തു, അവൾ വരുന്നുണ്ടോ എന്ന് ഡെർദിയോട് ചോദിച്ചു. ഡെർദി അവളുടെ വിലപ്പെട്ട സ്വത്ത് - അവളുടെ നിഘണ്ടു - എടുത്ത് അവനെ പിന്തുടർന്നു.

സ്റ്റീവൻ ഡെർദിയെ അന്ന് ആദ്യമായി കണ്ടപ്പോൾ ചെയ്ത അതേ രീതിയിൽതന്നെ അവളുടെ കൈയിൽ പിടിച്ചു. പക്ഷേ അവൾ കൈ വലിച്ചു.

അവൾ ഗാർഡൻ ഗേറ്റിൽ എത്തിയപ്പോൾ, ഡെർദി ഒന്നുകൂടി തിരിഞ്ഞു സ്റ്റീവനെ നോക്കി.

''നീ എപ്പോഴെങ്കിലും തിരിച്ചുവരുമോ?''

ചാദറിന്റെ ഉള്ളിലെ മനുഷ്യൻ യാചിച്ചു. അദ്ദേഹത്തിന്റെ വാക്കുകൾ ഡെർദിയെ, നാസെനിനെ ഓർമ്മിപ്പിച്ചു. ഇത്തവണ അവൾക്ക് വിട പറയാൻ ഭയം തോന്നിയില്ല.

അവർ സ്റ്റിക്കിലേക്ക് നീങ്ങി. അവർ കാംഡൻഹെഡ് പബ്ബ് കടന്നുപോകുമ്പോൾ, വാതിലിൽ തൂങ്ങിക്കിടക്കുന്ന 'സ്കിൻഹെഡുകൾ,' അവളുടെ ഷേവ് ചെയ്ത തലയും ഡോക്ടർ മാർട്ടൻസും കണ്ടിട്ട് വിചാരിച്ചു അവരിൽ ഒരാളാണ് അവളുമെന്ന്. അവർ അവളെ വിളിച്ചു:

“ആ പ്രാകൃതനുമായി നിങ്ങൾ എന്താണ് ചെയ്യുന്നത്? ഇങ്ങോട്ട് വരൂ.”

ഡെർദി ഒരു നിമിഷം ശങ്കിച്ചു, പക്ഷേ സ്റ്റാൻലി അവളുടെ കൈയിൽ പിടിച്ച് ദേഷ്യത്തോടെ അവളെ വലിച്ചുകൊണ്ടു നടന്നു. എൺപതുകളിലെ ‘ഫാസിസ്റ്റ് അവശിഷ്ടങ്ങളെ’ കാണാൻ അവന് ക്ഷമയില്ലായിരുന്നു. അവരെ നോക്കാൻ പോലും അവൻ തല ഉയർത്തിയില്ല. താമസിയാതെ അവർ സ്റ്റിക്കിൽ എത്തി. ഒരു ഭീമാകാരമായ പച്ചമുടിയുള്ള റഷ്യൻ പ്രവേശന കവാടത്തിൽ നിൽക്കുന്നുണ്ടായിരുന്നു. അവർ അകത്ത് പോയി ബ്ലാക്ക് ടിയിൽ നിന്ന് കിട്ടിയ മയക്കുമരുന്ന് കുത്തിവയ്ക്കാൻ നേരെ ബാത്റൂമിലേക്ക് പോയി. ഡെർദിയുടെ കൈയിൽ ബാക്കിയുണ്ടായിരുന്ന പണത്തിന്റെ നല്ലൊരു പകുതിയും അവർ ചെലവഴിച്ചു. സ്റ്റാൻലി ഒന്നാമതായി ഫിനിഷ് ചെയ്തു. പുറത്തിറങ്ങിയപ്പോൾ മിച്ചിനെ കണ്ടെത്തി:

“ഞാൻ എന്താണ് ചെയ്യാൻ പോകുന്നതെന്ന് എനിക്കറിയില്ല.” കുറച്ച് വാക്കുകളിലൂടെ എന്താണ് സംഭവിച്ചതെന്ന് സ്റ്റാൻലി പറഞ്ഞു. ഡെർദി അവരോടൊപ്പം ചേർന്നു. മിച്ച് ഡെർദിയെ തിരിച്ചറിഞ്ഞില്ല. സ്റ്റാൻലി അവളെ പരിചയപ്പെടുത്തി.

“ഇതാ നിങ്ങളുടെ സിനിമാ താരം. നമ്മൾ ജീവിക്കുന്ന ഇപ്പോഴത്തെ നരകം അവൾക്ക് ഇഷ്ടമാണോ എന്ന് അവളോട് ചോദിക്കുക.”

മിച്ച് കുനിഞ്ഞ് മങ്ങിയ പബ്ബ് ലൈറ്റുകൾക്ക് കീഴിലൂടെ ഡെർദിയെ നോക്കി. അവന് തന്റെ കണ്ണുകളെ വിശ്വസിക്കാനായില്ല.

“ഒരു വഴിയുമില്ല.” അവൻ പറഞ്ഞു. “അസാധ്യം.”

അവൻ സ്റ്റാൻലിയെ നോക്കി.

“ഓ, അതെ.” അവൻ ശാന്തമായി തലയാട്ടി പറഞ്ഞു.

അവൻ ഡെർദിയെ ചൂണ്ടി, “അവൾക്ക് ഇപ്പോഴും നമ്മൾ പറയുന്നത് മനസ്സിലാകില്ല അല്ലേ?”

ഡെർദിക്ക് ഇപ്പോൾ നല്ല ഇംഗ്ലീഷ് കച്ചവടപരമായ ഉച്ചാരണത്തിൽ സംസാരിക്കാൻ കഴിയും:

“എനിക്ക് എപ്പോഴും നിങ്ങൾ പറയുന്നത് മനസ്സിലാകുമായിരുന്നു.”

മിച്ച് ചിരിച്ചുകൊണ്ട് അലറുകയും ഡെർദിക്ക് വേണ്ടി ഒരു ഗ്ലാസ് ബിയർ നീട്ടുകയും ചെയ്തു. അവൾ ഗ്ലാസ് വാങ്ങി പബ്ബിന് ചുറ്റും നോക്കി. ആ രാത്രി സ്റ്റിക്ക് തികഞ്ഞ ഒരു ഭ്രാന്താലയമായിരുന്നു. പുരുഷവേഷം ധരിച്ചവർ, ഗോഥുകൾ, ഏത് വർഷമാണെന്ന് ശ്രദ്ധിക്കാത്ത പങ്കുകൾ, കഴിഞ്ഞ അൻപത് വർഷമായി അതേ രീതിയിൽ തോളിൽ ജാക്കറ്റ് വലിച്ചുകെട്ടിയ എഴുപത് വയസ്സുള്ള റോക്കബില്ലി,

ഓരോ അഞ്ച് മിനിറ്റിലും ഒന്നല്ല, രണ്ട് വ്യത്യസ്ത ചീപ്പുകളാൽ മുടി ക്രമീകരിക്കുന്ന ആൺകുട്ടികൾ ഭാരമുള്ള ജാക്കറ്റുകളുള്ള മോഡുകൾ, ഏകാന്തമായി മദ്യപിക്കുന്ന, ബാറിൽ നൃത്തം ചെയ്യുന്ന ജാപ്പനീസ് പെൺകുട്ടി. ഡ്രെസ്ഡൻ ഡിജെ കളിക്കുകയായിരുന്ന ഡോൾസിന്റെ 'ഗേൾ അനാക്രോണിസം', അമാൻഡ പാമറിന്റെ ശബ്ദം ആളുകളുടെ കാതുകളിലേക്ക് ഒഴുകിയപ്പോൾ, അത് അവരെ താൽക്കാലികമായി അന്ധരാക്കി. അതുകൊണ്ടായിരിക്കാം മിക്കവാറും എല്ലാവരും കണ്ണടച്ച് ഒരിടത്ത് അങ്ങോട്ടും ഇങ്ങോട്ടും ആടിയത്. അല്ലെങ്കിൽ, ആ രാത്രിയിൽ സ്റ്റിക്കിൽ കുടുങ്ങിയതിനാൽ ആർക്കും ശരിക്കും അനങ്ങാൻ കഴിഞ്ഞില്ല.

ഇവരെല്ലാം പകൽ സമയത്ത് എന്താണ് ചെയ്തതെന്ന് പറയാൻ ബുദ്ധിമുട്ടായിരുന്നു. എന്നാൽ രാത്രിയിൽ അവർക്ക് പരസ്പരം അഭയം പ്രാപിക്കാൻ കഴിയുന്ന സ്ഥലമായിരുന്നു സ്റ്റിക്ക്. മുൻകാല ങ്ങളിൽ അവർ കത്തികളുമായി പരസ്പരം ഓടിച്ചിരുന്നെങ്കിലും തികച്ചും വ്യത്യസ്തമായ ശൈലികൾ സ്വപ്നം കാണുന്ന എല്ലാ സ്വപ്നാടനക്കാരും ഒത്തുചേർന്ന സ്ഥലമായിരുന്നു ഇത്. കാരണം അവർക്ക് വംശനാശം സംഭവിച്ചു. ഇപ്പോൾ അവർക്ക് പോകാൻ മറ്റൊരിടമില്ലായിരുന്നു. എല്ലാം അതിവേഗം മാറിക്കൊണ്ടിരിക്കുന്ന ഒരു ലോകത്ത്, മാറ്റമില്ലാത്ത ഗുണകങ്ങൾ പോലെ അവർ ചിതറി ക്കിടക്കുകയായിരുന്നു. ഒരു കാലത്ത് അവർക്ക് രണ്ടാം വീട് പോലെ യായിരുന്ന തെരുവുകളിൽ, അപരിചിതരാണെന്ന് തോന്നിയതി നാൽ അവർ ഇവിടെ അഭയം കണ്ടെത്തി. ഇടുങ്ങിയ തെരുവിന്റെ പത്തിലൊന്ന് മാത്രം വലിപ്പമുള്ള സ്റ്റിക്ക് മാത്രമായിരുന്നു ഇപ്പോൾ അവരുടെ വീട്.

മിച്ച് ഡെർദിയെ നോക്കി. ''അവിശ്വസനീയം... നിങ്ങളുടെ രൂപം ഇപ്പോൾ ഇങ്ങനെയാണ് ഇരിക്കുന്നത് അല്ലേ. നിങ്ങൾക്ക് സിനിമാ രംഗത്തേക്ക് തിരിച്ചുവരാൻ ആഗ്രഹമുണ്ടോ?''

''ഒരിക്കലുമില്ല.'' ഡെർദി മുറുമുറുത്തു.

സ്റ്റാൻലിക്ക് കൗതുകമായി.

''നമുക്ക് അവളെ തിരികെ കൊണ്ടുവരാൻ കഴിയുമെന്ന് നിങ്ങൾ കരുതുന്നുണ്ടോ? ഞാൻ ഉദ്ദേശിക്കുന്നത്, നിങ്ങൾ കുറച്ച് പുതിയ സിനിമകൾ എടുത്താൽ ഞങ്ങൾക്ക് കുറച്ച് പണം സമ്പാദിക്കാം, അല്ലേ?''

മിച്ച് ബിയറിൽ നിന്ന് ഒരു സിപ്പ് എടുത്ത് ഒരു നിമിഷം ചിന്തിച്ചു.

''അതെല്ലാം മിക്കവാറും കഴിഞ്ഞു. താൽപ്പര്യമുള്ള എല്ലാ ആളുകൾക്കും ഞങ്ങൾ ഇതിനകം വിറ്റു. എന്നാൽ അവൾക്ക് വേണമെങ്കിൽ, എനിക്കറിയാവുന്ന കുറച്ച് ആളുകൾ ഉണ്ട്. അവർ ഒരു വെബ്സൈറ്റിനായി ചില കാര്യങ്ങൾ ചെയ്യുന്നു. അവർക്ക് അവരുടെ ഒരു സിനിമയിൽ അഭിനയിക്കാൻ ഒരു കുട്ടിയെ വേണം. അവർ നന്നായി പണം നൽകുന്നുവെന്ന് ഞാൻ കേൾക്കുന്നു.''

ജാപ്പനീസ് പെൺകുട്ടിയെ നോക്കി ചിരിക്കുന്ന രണ്ട് യുവാക്കളെ അയാൾ ചൂണ്ടിക്കാണിച്ചു. അവർ യൂണിവേഴ്സിറ്റി കുട്ടികളെപ്പോലെ കാണപ്പെട്ടു, രണ്ട് പുത്തൻ മുഖങ്ങൾ.

''എന്ത് തരം സിനിമ?'' സ്റ്റാൻലി ചോദിച്ചു.

''എനിക്കറിയില്ല.'' മിച്ച് പറഞ്ഞു.

ഡെർദി അവരുടെ സംഭാഷണത്തെ ഖണ്ഡിച്ചു.

''ഇല്ല... ഇനിയൊരിക്കലും... അത് വീണ്ടും സംഭവിക്കില്ല.''

സ്റ്റാൻലി അത് കേട്ടില്ല. അയാൾ ബാറിലെ പുരുഷന്മാരുടെ അടുത്തേക്ക് നടന്ന് അവരോട് സംസാരിച്ചു തുടങ്ങി. ഏതാനും മിനിറ്റുകൾക്കുശേഷം തിരിച്ചുവന്നു.

''അവർ മൂവായിരം നൽകും.'' അവൻ പറഞ്ഞു. ''അതിനെക്കുറിച്ച് ചിന്തിക്കൂ, മൂവായിരം പൗണ്ട്.''

മിച്ച് ചോദിച്ചു:

''അവർ എന്താണ് ഷൂട്ട് ചെയ്യുന്നത്?''

''നേരായ അശ്ലീലം. ഒരു പുരുഷനും സ്ത്രീയും. എന്തോ ക്ലാസിക്, ഏകദേശം അര മണിക്കൂർ ദൈർഘ്യമുള്ളത്.''

രാവിലെ ആയപ്പോഴേക്കും ഡെർദിക്ക് പൂർണ്ണമായ ദാരിദ്ര്യം മനസ്സിലായി. അതിനാൽതന്നെ ഏതാനും മണിക്കൂറുകൾക്ക് മുമ്പ് അവൾ നിരസിച്ച ആ നിർണ്ണായകമായ സിനിമ ചെയ്യാൻ സമ്മതിക്കുകയും ചെയ്തു. അശ്ലീലം ഷൂട്ട് ചെയ്യുന്നത് അവർ കേംബ്രിഡ്ജിലെ വിദ്യാർത്ഥികളാണെന്ന് സ്റ്റാൻലിയോട് പറഞ്ഞു. അവരിൽ ഒരാൾ ഫോൺ അറ്റൻഡ് ചെയ്തു. ഉച്ചകഴിഞ്ഞ് വരാൻ പറഞ്ഞു. കോവന്റ് ഗാർഡനിലെ തന്റെ വിലാസം അയാൾ അവർക്ക് നൽകി.

മിച്ചിന്റെ മുറിയിൽ രാവിലെ വരെ അവർ കഴിച്ചുകൂട്ടി. മയക്ക് മരുന്നിന്റെ അഭാവത്തിൽ അവൾ വേദനകൊണ്ട് വിറച്ചു. വേദന കുറയ്ക്കാൻ അവർ കുറച്ച് വാലിയം എടുത്ത് ഫിൻസ്ബറി പാർക്കിലേക്കുള്ള ആദ്യ ട്രെയിനിൽ കയറി. ഡെർദി പോക്കറ്റിൽ

വച്ചിരുന്നതെല്ലാം ബ്ലാക്ക് ടീക്ക് നൽകി അവർ ദിവസം ആരംഭിച്ചു. തുടർന്ന് ട്യൂബ് സ്റ്റേഷനു സമീപമുള്ള, ആഴ്സനൽ ഫുട്ബോൾ ഷോപ്പിലെ കഫേയിൽ കയറി, കുളിമുറിയിൽ നിന്ന് മയക്കുമരുന്ന് കുത്തിവെച്ചു.

പുറത്തിറങ്ങിയപ്പോൾ ടിക്കറ്റ് എടുക്കാൻ ബ്ലാക്ക് ടി. അവർ തന്ന പണത്തിൽ നിന്ന് കുറച്ച് നാണയങ്ങൾ അവർക്ക് തിരിച്ചു നൽകി. അവർ കോവന്റ് ഗാർഡനിലേക്ക് പോയി.

അവർ ആ വിലാസത്തിൽ എത്തി കുറച്ചു നേരം വിശ്രമിക്കാനും ഇരിക്കാനും സ്ഥലം നോക്കി. അവർ ഒന്നും പറയാതെ ഒരു തെരുവ് ബെഞ്ചിൽ മൂന്ന് മണിക്കൂർ ഇരുന്നു. ഒരിക്കൽ മാത്രം ഡെർദി സ്റ്റാൻ ലിയെ നോക്കി പറഞ്ഞു, ‘‘ഞാൻ നിന്നെ കൊല്ലും.’’

സ്റ്റാൻലി ഡെർദിയെ വെറുതെ നോക്കി. ഒടുവിൽ ഒരു ശബ്ദം വന്നു:

‘‘മൂന്നാം നില, വലതുവശത്തുള്ള വാതിൽ. ലിഫ്റ്റ് പ്രവർത്തി ക്കുന്നില്ല.’’

മുൻവാതിൽ അമർത്തി തുറന്നു. അവർ കെട്ടിടത്തിൽ പ്രവേ ശിച്ച് മൂന്ന് പടികൾ കയറി. നീളം കുറഞ്ഞ മുടിയും കണ്ണടയുമുള്ള ഒരാൾ വാതിലിനു പിന്നിൽ നിന്ന് പുറത്തേക്ക് നോക്കുന്നുണ്ടായിരുന്നു. അയാൾ നഗ്നനായിരുന്നു. സ്റ്റാൻലി അകത്തേക്ക് കയറി, പക്ഷേ ഡെർദി അവസാന പടിയിൽ അനങ്ങാതെ നിന്നു. ‘‘വരൂ.’’ സ്റ്റാൻലി പറഞ്ഞു. ‘‘അകത്തേക്ക് വരൂ.’’

ഡെർദി ഒരു ചുവടുവച്ചു. പിന്നെ ഒരടി കൂടി. അവൾ എന്തോ ശബ്ദങ്ങൾ കേട്ടു. പിന്നെ അവൾ അകത്തേക്ക് പോയി അവരെ കണ്ടു. നഗ്നരായ അമ്പത്തിയൊന്ന് പുരുഷന്മാർ. ഡെർദിക്ക് അവർ ആയിരങ്ങളുള്ളതുപോലെ തോന്നി. അവൾ അകത്തേക്ക് വന്നപ്പോൾ എല്ലാവരും നിശ്ശബ്ദരായി. ഡെർദി ഒരു പടി പിന്നോട്ട് പോയി, അവളുടെ പിന്നിൽ വാതിൽ അടയുന്നത് കേട്ടു. അപ്പോൾ അവൾ സ്റ്റാൻലിയെ നോക്കി. പുറകിൽ നിന്നൊരു ശബ്ദം കേട്ടു.

‘‘വരൂ, ഒന്നിനെക്കുറിച്ചും ചിന്തിക്കരുത്. ഒന്നുമില്ല. വെറുതെ വിടൂ. ഇതൊന്നും കാര്യമാക്കണ്ട. നിനക്ക് മനസ്സിലാകുന്നുണ്ടോ? പോയി നിന്റെ കാലുകൾ വിടർത്തൂ, എന്നിട്ട് ഞങ്ങളുടെ പണം ശേഖരിച്ച് പോകൂ.’’

ഡെർദി നിശ്ശബ്ദയായിരുന്നു. വാതിലിനു പുറകിൽ കണ്ണട വെച്ച വൻ, അവൾ റെഡി ആയി എന്ന് കരുതി അവളെ മെല്ലെ മുന്നോട്ട്

തള്ളി. അവൻ അവളെ ആ മനുഷ്യർക്കിടയിലൂടെ സ്വീകരണമുറിയിലേക്ക് നയിച്ചു. തറ സുതാര്യമായ ലിനോലിയം പായ കൊണ്ട് മൂടിയിരുന്നു. വാതിൽ തുറന്ന ആളുൾപ്പെടെ എല്ലാ മനുഷ്യരുടെയും മുഖത്തേക്ക് ഡെർദി തിരിഞ്ഞ് തന്നാൽ കഴിയുന്ന വിധം നോക്കി. എന്നിട്ട് അവൾ ജാക്കറ്റ് ഊരി മാറ്റി.

അവർ എല്ലാവരും കേംബ്രിഡ്ജിൽ സാമ്പത്തിക ശാസ്ത്രത്തിൽ ഒന്നാം വർഷ വിദ്യാർത്ഥികളായിരുന്നു. നിയമവിദ്യാർത്ഥികളുമായി വാതുവെപ്പ് നടത്തിയതിനാൽ അവരും അവിടെ ഉണ്ടായിരുന്നു. കറുത്ത ഒരു പെൺകുട്ടിയെ മുപ്പത്തിയേഴ് നിയമവിദ്യാർത്ഥികൾ സംഘം ചേർന്ന് സംഭോഗം ചെയ്ത വീഡിയോ ഒരാഴ്ച മുമ്പ് എല്ലാവരും കണ്ടിരുന്നു. നമ്പറിനെക്കുറിച്ച് ഉറപ്പിക്കാൻ അവർ അത് രണ്ടുതവണ കണ്ടു. തുടർന്ന് റെക്കോർഡ് തകർക്കാനുള്ള ഒരു പദ്ധതി പിറന്നു. തെരുവിലൂടെ നടക്കുന്ന വേശ്യകൾ അവരെ നിരസിച്ചു. തങ്ങളുടെ പദ്ധതിക്കൊപ്പം പോകാൻ കിറുക്കുള്ള ഒരു സ്ത്രീയെ കണ്ടെത്തുമെന്ന പ്രതീക്ഷയിൽ അവർ അവസാന ആശ്രയമായി സ്റ്റിക്കിലേക്ക് പോയി. പണത്തിനായി കൊതിക്കുന്ന ഒരാൾ. ഒരു മയക്കുമരുന്ന് ആസക്ത. വലിയ ബുദ്ധിമുട്ടില്ലാതെ ജയിക്കാവുന്ന ഒരു പന്തയമായി അവർക്കു തോന്നിയിരുന്നു. എല്ലാത്തിനുമുപരി, 'റെക്വീം ഫോർ എ ഡ്രീം' എന്ന സിനിമ ഇറങ്ങിയിട്ട് ഒരു വർഷത്തിലേറെയായിട്ടുമില്ല. ചിത്രത്തിലെ ചില രംഗങ്ങൾ അപ്പോഴും അവരുടെ മനസ്സിൽ മായാതെ നിന്നു. ഹോസ്റ്റലിലെ ബാത്റൂമിൽ സ്വയംഭോഗം ചെയ്യുമ്പോൾ ആ സിനിമയിലെ രംഗങ്ങൾ അവരുടെ മനസ്സിൽ തെളിഞ്ഞിരുന്നു.

ഡെർദി പൂർണ നഗ്നയായിരുന്നു. കണ്ണട വെച്ചവൻ അവളുടെ തോളിൽ രണ്ടു കൈകളും വെച്ച് അവളെ താഴേക്ക് തള്ളി. അവളുടെ കാൽമുട്ടുകൾ തറയിലെ ലിനോലിയം പായയിൽ തട്ടി. ഒരു സുന്ദരൻ അവളുടെ മുകളിൽ വന്ന് നിന്നു. ഒരു പാലത്തിൽ ആത്മഹത്യയെക്കുറിച്ച് ആലോചിക്കുന്നതുപോലെ അയാൾ ഡെർദിയെ നോക്കി, ഭയത്തോടെ വെള്ളത്തിലേക്ക് നോക്കുന്നതുപോലെ. അപ്പോൾ ആരോ അവനെ കാൽമുട്ടിലേക്ക് തള്ളിയിട്ടു. ആൾക്കൂട്ടം കൈയടിക്കാൻ തുടങ്ങി. ഒരു ജോടി കൈകൾ, പിന്നെ രണ്ട്, പിന്നെ ഇരുപത്. ആ സുന്ദരൻ തന്റെ ഹൃദയമിടിപ്പുകളെ കൈകൊട്ടിക്കളിയിൽ ക്രമീകരിച്ചുകൊണ്ട്, കെണി തുറക്കുന്ന വേട്ടക്കാരനെപ്പോലെ, ഡെർദിയുടെ കാൽമുട്ടുകൾ വേർപ്പെടുത്തി.

കൈയടി നിലച്ചു. നിശ്ശബ്ദതയുടെ ഭാരവും നഗ്നശരീരങ്ങളല്ലാതെ മറ്റൊന്നും കാണാതെ ആ സുന്ദരൻ, തന്റെ കണ്ണുകൾ ഡെർദിയുടെ

മുലകളിൽ ഉറപ്പിച്ചു. എന്നിട്ട് അവളുടെ തോളിനടുത്തെവിടെയോ തന്റെ കൈപ്പത്തികൾ വച്ചു. മുറിയിലുണ്ടായിരുന്ന എല്ലാവരും ശ്വാസം അടക്കിപ്പിടിച്ചു. ആ കുട്ടി അവളുടെ മേൽ വീണു. പക്ഷേ അത്ര എളുപ്പമായിരുന്നില്ല. അവന് അവളിലേക്ക് പ്രവേശിക്കാൻ കഴിഞ്ഞില്ല. മുറിയിലെ എല്ലാവരും ഡെർദിയെ നന്നായി കാണാനായി അടുത്ത് തിങ്ങിക്കൂടി. ചൂടേറിയ ചർച്ച നടന്നു. തുടർന്ന് ഒരു പെട്ടി വാസ്ലിൻ സുന്ദരന് കൈമാറി. ചെറുത്തുനിൽപ്പ് വകവയ്ക്കാതെ വാസ്ലിൻ കുറച്ച് ദൂരം പോയി ഡെർദിയെ ബോധ്യപ്പെടുത്തി. സുന്ദരൻ തന്റെ കൈപ്പത്തികൾ അവളുടെ തോളിനടുത്തേക്ക് മാറ്റി, ശ്വാസം പിടിച്ച് അവളിലേക്ക് തന്നെതന്നെ തള്ളി. ഒപ്പം സ്വയം നഷ്ടപ്പെട്ടു. അവന്റെ മുഖത്തെ പരുഷമായ വരകൾ ചിതറാൻ നാല് മിനിറ്റെടുത്തു. ഡെർദിയെ സംബന്ധിച്ചിടത്തോളം ഇത് നാല് വർഷത്തിൽ കുറവല്ലെന്ന് തോന്നി. നിറച്ച ക്വാണ്ടം അഴിച്ചുമാറ്റി. ഷാംപെയ്ൻ ഗ്ലാസ് പോലെ വായുവിൽ വിജയാഹ്ലാദത്തോടെ ഉയർത്തി. എല്ലാവർക്കും അത് കാണാമെന്ന് ഉറപ്പാക്കി. അൻപത് ഇടിമുഴക്കവും മുപ്പത് നിലവിളികളും.

ആദ്യത്തെ എട്ട് ആളുകൾക്ക് ശേഷം, ഡെർദിയെ ആ മുഖങ്ങൾ ആശയക്കുഴപ്പത്തിലാക്കാൻ തുടങ്ങി, അവയൊന്നും യഥാർത്ഥമല്ലെന്ന് തോന്നി. കൺപോളകൾക്ക് താഴെയുള്ള ഇരുട്ടിൽ മാത്രം അവൾ എന്താണ് ചെയ്യുന്നതെന്ന് തിരിച്ചറിഞ്ഞു. അവൾ മരിക്കാൻ ആഗ്രഹിച്ചു. അവൾക്ക് വീണ്ടും കണ്ണുകൾ അടയ്ക്കാൻ കഴിഞ്ഞില്ല, പക്ഷേ അവളുടെ മുഖത്തേക്ക് വിയർപ്പ് തുള്ളികൾ ഒഴുക്കുന്ന മുഖങ്ങളിലേക്ക് നോക്കാൻ അവൾക്ക് കഴിഞ്ഞില്ല. അതിനാൽ അവൾ കണ്ണടയുള്ള ആൺകുട്ടിയുടെ കൈവശമുള്ള ക്യാമറയിലേക്ക് നേരിട്ട് നോക്കി, പക്ഷേ അവൻ എല്ലായിടത്തേക്കും നീങ്ങുകയായിരുന്നു. ആവുന്നത്ര അവൾ അവളുടെ കണ്ണുകൾ ക്യാമറ ലെൻസിൽ ഉറപ്പിച്ചു. എല്ലാത്തിനുമുപരി, അത് വായിൽ നിന്ന് നുര വീഴാത്ത ഒരേയൊരു കാര്യമായിരുന്നു.

അവൾ ഒരു പ്രൊഫഷണൽ പോണോ സ്റ്റാറിനെ പോലെ തലയുയർത്തി ലെൻസിന്റെ ചെറിയ കറുത്ത വൃത്തത്തെ പിന്തുടർന്നു. ഒരിക്കലും കണ്ണുകളുടെ സമ്പർക്കം നഷ്ടപ്പെടുന്നില്ല. ആ മുറിയിലെ എല്ലാ ജീവനുകളിലും അവളെ ഉപദ്രവിക്കാൻ കഴിയാത്ത ഒരേയൊരു കാര്യം നിർജീവമായ ആ ലക്ഷ്യമായിരുന്നു. അതിനാൽ, കണ്ണട ധരിച്ച ആൺകുട്ടി താനൊരു സ്വാഭാവിക അശ്ലീല സംവിധായകനാണെന്ന് കണ്ടെത്തുകയും ക്ലോസപ്പുകൾ എടുക്കുന്നതിനായി ഡെർദിയുടെ കാഴ്ചയിൽനിന്ന് അപ്രത്യക്ഷമാവുകയും ചെയ്തപ്പോൾ,

ഡെർദി അവനോട് 'ഇങ്ങോട്ട് വരൂ, തിരികെ വരൂ'' എന്ന വിളിച്ചു. അവൾക്ക് ചുറ്റും അമ്പത്തിരണ്ട് മാംസപാളികൾ ഉണ്ടായിരുന്നു, ഒന്ന് അവളുടെ ഉള്ളിലും ബാക്കി അമ്പത്തിയൊന്ന് പുറത്തും. അവൾ ക്യാമറയിലേക്ക് നോക്കാൻ തിരഞ്ഞെടുത്തതിൽ അതിശയിക്കാനില്ല, കാരണം കാണാൻ ബെസീർ അവിടെ ഇല്ലായിരുന്നു.

ആദ്യത്തെ ഇരുപത് പുരുഷന്മാർക്ക് ശേഷം, പുതുമുഖങ്ങൾ അവളുടെ മേൽ വീണപ്പോൾ അവൾ അവരെ അടിക്കാൻ തുടങ്ങി. അവൾ അവരുടെ മുഖത്ത്, തോളിൽ, കഴിയുന്നിടത്തെല്ലാം അടിച്ചു. അടിയും അടിയും എവിടെയാണ് പതിക്കുന്നതെന്ന് അവൾ നോക്കിയില്ല. പക്ഷേ അവളുടെ കണ്ണുകൾ അപ്പോഴും ക്യാമറയെ പിന്തുടർന്നു. അവൾ ടർക്കിഷ് ഭാഷയിൽ പ്രേതങ്ങളോട് ആണയിടുകയും ചെയ്തു.

''ദുഷ്ടരായ മനുഷ്യരേ, നിങ്ങൾ ഇപ്പോൾ ഒന്നും ചെയ്യാത്തത് എന്താണ്? എന്തുകൊണ്ടാണ് നിങ്ങൾ വന്ന് എന്തെങ്കിലും ചെയ്യാത്തത്? ഞാൻ ഇവിടെയുണ്ട്, നിങ്ങൾ എവിടെയാണ്? നീ എവിടെ ആണ്?''

ആദ്യത്തെ നാൽപ്പത് പുരുഷന്മാർക്ക് ശേഷം അവൾ കരയാനും കണ്ണുകൊണ്ട് ക്യാമറയോട് യാചിക്കാനും തുടങ്ങി. അവൾ കരഞ്ഞു:

''ദയവായി എന്നെ രക്ഷിക്കൂ... ദയവായി ആരെങ്കിലും എന്നെ ഇവിടെ നിന്ന് പുറത്താക്കൂ... എന്നെ സഹായിക്കൂ...''

അമ്പത്തിരണ്ടിനു ശേഷം അവൾ ലിനോലിയം പായയിൽ അബോധാവസ്ഥയിൽ കിടന്നു, വിയർപ്പിലും കണ്ണീരിലും നനഞ്ഞു. സ്റ്റാൻലി വന്ന് കുലുക്കിയപ്പോൾ അവൾ ഉണർന്നു. അവളുടെ കൺപീലികൾ അവളുടെ കണ്ണുനീർകൊണ്ട് ഒട്ടിച്ചേർന്നു, ഓരോ ശ്വാസത്തിലും അവളുടെ മൂക്കിൽ ചെറിയ ബലൂണുകൾ രൂപപ്പെട്ടു. അവൾ പശയിൽ കഴുകിയതുപോലെയായിരുന്നു അത്. അമ്പത്തിരണ്ട് പുരുഷന്മാർ അവളിലേക്ക് സ്വയം ഒഴിച്ചു. അവളുടെ ഉള്ളിൽ അവരുടെ വെളുത്തതും അർദ്ധസുതാര്യവുമായ ശുക്ലം എത്ര കിലോഗ്രാം ഉണ്ടെന്ന് ആർക്കറിയാം. അതെല്ലാം എത്ര ഭാരമായിരുന്നു? അതുകൊണ്ടായിരിക്കാം അവൾക്ക് എഴുന്നേറ്റു നിൽക്കാൻ കഴിയാതിരുന്നത്. കാരണം അവളുടെ മുഖത്തും ഉള്ളിലും ശരീരദ്രവത്തിന്റെ ഭാരം. അവൾക്ക് അനങ്ങാൻ കഴിഞ്ഞില്ല, അതിനാൽ സ്റ്റാൻലി അവളെ തന്റെ കൈകളിൽ എടുത്തു.

അവൻ കുളിമുറിയിൽ പോയി അവളെ അവളുടെ കുഴിമാടത്തിൽ കിടത്തുന്നത് പോലെ ബാത്ടബ്ബിൽ കിടത്തി. ആദ്യം അവൻ വെള്ളത്തിന്റെ താപനില ക്രമീകരിച്ചു. എന്നിട്ട് അവളെ കുളിപ്പിച്ചു. റഹിമെ

അവളെ കഴുകിയതെങ്ങനെയെന്ന് ഡെർദി ചിന്തിച്ചു. ഇപ്പോൾ സ്റ്റാൻലി കഴുകുന്നതുപോലെ റഹിമെ അവളെ കഴുകി. അവൾ ബെസിറിന്റെയും റഹിമെയുടെയും വീട്ടിൽ അവർ നടത്തിയ സംഭാഷണങ്ങളെയുംകുറിച്ച് ചിന്തിച്ചു. മഞ്ഞ ചാരുകസേരയ്ക്കും ഭിത്തിക്കുമിടയിൽ മറഞ്ഞിരുന്ന് തന്റെ സൽവാറിലേക്ക് കൈ വഴുതി വീഴുമ്പോൾ അവൾ ആ സങ്കൽപ്പങ്ങളെക്കുറിച്ചെല്ലാം ചിന്തിച്ചു. അവളുടെ ഫാന്റസികളിൽ, അവൾ പലപ്പോഴും നഗ്നരായ പുരുഷന്മാരാൽ ചുറ്റപ്പെട്ടു, ബെസിർ അത് കാണാൻ നിർബന്ധിതനായി. അവളുടെ എല്ലാ അസംഖ്യം ഫാന്റസികളും അവൾ ചിന്തിച്ചു. എന്നാൽ അവയിലൊന്ന് മാത്രമാണ് യാഥാർത്ഥ്യമായത്. ഒരിക്കലും യാഥാർത്ഥ്യമാകാൻ പാടില്ലാത്ത ഒന്ന്. അത് എപ്പോഴും സ്വപ്നമായി തന്നെ നിലനിൽക്കുമെന്ന് ഉറപ്പുള്ളതുകൊണ്ടാണ് അവൾ അത് സ്വപ്നം കാണാൻ തുനിഞ്ഞത്. അപ്പോൾ അവളുടെ മനസ്സ് ഒരു ചോദ്യത്തിലേക്ക് വീണു: ഏത് സ്വപ്നങ്ങൾ സാക്ഷാത്കരിക്കുമെന്ന് ആരാണ് തിരഞ്ഞെടുക്കേണ്ടത്? സ്വപ്നം കാണുന്നവനോ അതോ ആ സ്വപ്നം കാണാൻ നിങ്ങളെ പ്രേരിപ്പിക്കുന്നവനോ?

ഒരു വലിയ വെളുത്ത ടവ്വൽ കൊണ്ട് മുഖം ഉണക്കിയപ്പോൾ അവൾ സ്റ്റാൻലിയെ നോക്കി അവൾ ചോദിച്ചു:

''നിനക്കറിയാമായിരുന്നോ?''

സ്റ്റാൻലി ഒന്നും മിണ്ടാതെ തോളുകൾ ഉണക്കുന്നത് തുടർന്നു. അവൾ ശബ്ദം ഉയർത്തി:

''ഇത്രയും പുരുഷന്മാർ ഉണ്ടാകുമെന്ന് നിനക്കറിയാമായിരുന്നോ?''

''ഉവ്വ്.'' സ്റ്റാൻലി പറഞ്ഞു.

''എന്നിട്ട് അക്കാര്യം എന്തുകൊണ്ട് എന്നോട് പറഞ്ഞില്ല?''

''അതുകൊണ്ട് എന്ത് വ്യത്യാസം ഉണ്ടാകുമായിരുന്നു?''

ഇതിനകം വസ്ത്രം ധരിച്ച നാല് വിദ്യാർത്ഥികൾ ലിനോലിയം കവർ പായ്ക്ക് ചെയ്യുന്നതൊഴിച്ചാൽ സ്വീകരണമുറിയിൽ ആരും അവശേഷിച്ചില്ല. മറ്റെല്ലാവരും അപ്പോഴേക്കും പോയിരുന്നു. അപ്പോഴും അവിടെയുണ്ടായിരുന്ന മനുഷ്യരുടെ മുഖത്ത് എന്തോ വിചിത്രമായ ഒരു ഭാവം, അരുതാത്തതെന്തോ സംഭവിച്ചപോലെ. പശ്ചാത്താപത്തിന് സമാനമായ ഒരു ഭാരം, അവരുടെ തല ഉയർത്തുന്നതിൽ നിന്ന് അവരെ തടയുന്ന ഭയങ്കര ഭാരം. ഡെർദിയിലുടനീളമുണ്ടായിരുന്ന വെളുത്തതും അർദ്ധസുതാര്യവുമായ ഭാരത്തേക്കാൾ ആയിരക്കണക്കിന് മടങ്ങ് ഭാരമുള്ളതായിരുന്നു അത്. നിറം വളരെ ഇരുണ്ടതായിരുന്നു.

ഡെർദി വസ്ത്രം ധരിച്ച് വന്നിട്ട് അവർ ഓരോരുത്തരുടെയും കണ്ണുകളിലേക്ക് നോക്കാൻ ശ്രമിച്ചു, പക്ഷേ അവൾക്ക് കഴിഞ്ഞില്ല. അവർ അവരുടെ കണ്ണുകൾ മാറ്റി, ലിനോലിയം കവർ ചുരുട്ടുന്ന തിരക്കിലാണെന്ന് നടിച്ച് സ്വയം രക്ഷപ്പെട്ടു.

സ്റ്റാൻലി തന്റെ പോക്കറ്റിൽ നിന്ന് പണമെടുത്ത് ചിരിച്ചുകൊണ്ട് പറഞ്ഞു.

''ജീവിതം ഇപ്പോൾ ആരംഭിക്കുന്നു.''

ഡെർദി പ്രവേശന ഹാളിലേക്ക് കയറി, വാതിൽ തുറന്ന് പോകുന്ന സ്റ്റാൻലിയെ നോക്കി.

''എല്ലാം നശിക്കട്ടെ.''

മുപ്പത്തിരണ്ട് ദിവസം കൊണ്ട് മൂവായിരം പൗണ്ട് അപ്രത്യക്ഷമായി. അവർ മിച്ചിന്റെ സ്ഥലത്ത് താമസിച്ചു, അവർ പണം ആൽക്കെമിസ്റ്റു കളെപ്പോലെ മയക്കുമരുന്നിനുവേണ്ടി മാത്രം ചെലവാക്കി. മുപ്പത്തി രണ്ട് ദിവസം അവർ ഒരേ ആൽബം വീണ്ടും വീണ്ടും കേട്ട് വീട്ടിൽ കഴിഞ്ഞു. 'ഓഫ് ദി ബോൺ ബൈ'' ദി ക്രാമ്പ്സിന്റെ ആൽബം. അവരുടെ 'ദി ക്രഷർ' എന്ന ഗാനം അവർക്ക് പ്രത്യേകിച്ചും ഇഷ്ട പ്പെട്ടു. ഒരു ദിവസം രാവിലെ ഡെർദി ആ സിഡി പുറത്തെടുത്ത് രണ്ടായി തകർക്കാൻ ശ്രമിച്ചു. അവൾക്ക് അത് തകർക്കാൻ കഴി ഞ്ഞില്ല, അതിനാൽ അവൾ ജനൽ തുറന്ന് തെരുവിലേക്ക് എറിഞ്ഞു, അതിന് മുകളിലൂടെ ഒരു കാർ വന്ന് അതിനെ തകർക്കാൻ കാത്തി രുന്നു. ഒടുവിൽ ഒരു വോൾവോ വന്ന് അത് തകർത്തു, അവൾ ആശ്വാസത്തോടെ ഇരുന്നു. വാതിലിൽ ഒരു മുട്ട് കേട്ടു. അവൾ വാതിൽ തുറന്നു.

അത് ബ്ലാക്ക് ടി ആയിരുന്നു. രണ്ടുപേരും തുർക്കിയിൽ നിന്ന് വന്ന് ലണ്ടനിൽ താമസമാക്കിയവരാണെങ്കിലും അവർ പരസ്പരം ഇംഗ്ലീഷിൽ മാത്രം സംസാരിച്ചു. മറ്റെയാൾക്ക് ടർക്കിഷ് അറിയാമോ എന്നു പോലും അവർക്ക് അറിയില്ലായിരുന്നു. മയക്കുമരുന്നിനെ ക്കുറിച്ച് മാത്രമാണ് അവർ സംസാരിച്ചത്. അതിന്റെ ഗുണനിലവാരം, വില, വിതരണം, മയക്കുമരുന്നുമായുള്ള ജീവിതം, മയക്കുമരുന്നു മായുള്ള സഹവാസം അതിന്റെ വീര്യം, അതിലൂടെയുള്ള മരണം, ബ്ലാക്ക് ടിയുടെ സ്കൂൾ ജീവിതം, അടുത്തുള്ള സ്കൂളുകളിലെ മയക്കുമരുന്ന് വിൽപന തുടങ്ങിയവ. എന്നാൽ ബ്ലാക്ക് ടിക്ക് ഇത്ത വണ കൂടുതൽ സംസാരിക്കണമെന്ന് തോന്നി.

''എന്തിനാ നീ തല മൊട്ടയടിക്കുന്നത്?''

''എനിക്കത് നിർബന്ധമാണ്. എന്തുകൊണ്ടാണ് നിങ്ങൾ എല്ലായ്പ്പോഴും ട്രാക്ക് സ്യൂട്ട് ധരിക്കുന്നത്?''

''അതായാൽ എനിക്ക് വേണമെങ്കിൽ വേഗത്തിൽ ഓടാം.''

ബ്ലാക്ക് ടി തന്റെ പോക്കറ്റിൽ നിന്ന് കഞ്ചാവ് പൊട്ടിച്ച് കഷണങ്ങളാക്കി സിഗരറ്റ് പേപ്പറിലെ പുകയിലയുടെ മുകളിൽ ഒരുതരം മസാല പോലെ വിതറുകയായിരുന്നു. അയാൾ അത് നിർത്തി. പിന്നെ ചിരിച്ചു.

'യഥാർത്ഥത്തിൽ നിങ്ങൾക്കറിയാമോ? ഒരു ദിവസം ഞാൻ ഒരു റെസ്റ്റോറന്റ് തുറക്കാൻ പോകുന്നു. ഒരു നല്ല സ്ഥലം. വെളുത്ത മേശവിരിയോടെയായിരിക്കും എല്ലാം. വെയിറ്റർമാരെല്ലാം പ്രായമായവരുമായിരിക്കും. എന്റെ ഉപഭോക്താക്കൾ രാജകുടുംബത്തിൽ നിന്നുള്ളവരായിരിക്കും. പക്ഷേ അവർ മുന്നിൽ പ്രദർശനത്തിന് മാത്രമായിരിക്കും. അവിടെ സാൾട്ട് & പെപ്പർ ഷേക്കറുകളിൽ ഹീറോയിൻ അല്ലെങ്കിൽ കൊക്കെയ്ൻ ആയിരിക്കും വെയ്ക്കുക. ചില ഉപഭോക്താക്കൾ അത് അറിയുകയും അവർ വെയിറ്ററോട് ചോദിക്കുകയും ചെയ്യും.

''നിങ്ങളുടെ കൈയിൽ വേറെ ഏതെങ്കിലും ഉപ്പ് ഉണ്ടോ?''

''മേശപ്പുറത്ത് ഇതിനകം ഒരു ഷേക്കർ ഉണ്ടായിരിക്കും. ഉണ്ടെങ്കിലും. വെയിറ്റർ യഥാർത്ഥ മരുന്ന് കൊണ്ടുവരും. അവർ ബില്ല് ചോദിക്കുമ്പോൾ, അത് ഇതുപോലെയായിരിക്കും. ഒരു താറാവ് കറി നാൽപ്പത് പൗണ്ട്, വൈൻ നൂറ് പൗണ്ട്, സാൾട്ട് ഷേക്കർ ആയിരം പൗണ്ട്. എല്ലാം ഒരു മറയുമില്ലാതെയായിരിക്കും. നിങ്ങൾക്കറിയാമോ ആരും ആരെയും കബളിപ്പിക്കുന്നില്ല, നിങ്ങൾക്ക് എന്നെ മനസ്സിലായോ? ഞാൻ എന്റെ ബിസിനസ്സ് വികസിപ്പിക്കുകയും ഒരേ സമയം പാചകം ചെയ്യുകയും ചെയ്യും. ഞാൻ ഒരു പാചക സ്കൂളിൽ പോകും. അതൊരു മികച്ച ആശയമാണെന്ന് ഞാൻ കരുതുന്നു. എനിക്ക് പാചകം ചെയ്യാൻ ഇഷ്ടമാണ്.''

അവൻ തന്റെ സിഗരറ്റ് കത്തിച്ച് ആഴത്തിൽ വലിച്ചു.

''എനിക്കുവേണ്ടി ജോലി ചെയ്യണമെന്ന് ആഗ്രഹമുണ്ടോ?''

ഡെർദി, ബ്ലാക്ക് ടിയിൽ നിന്ന് സിഗരറ്റ് എടുത്തു. ''ഞാൻ പാചകം വെറുക്കുന്നു.'' അവൾ വലിച്ചുകൊണ്ട് പറഞ്ഞു.

ബ്ലാക്ക് ടി ചിരിച്ചു.

''ഞാൻ പാചകത്തിനെക്കുറിച്ചൊന്നുമല്ല പറയുന്നത്, വിഡ്ഢി. നീ മയക്കുമരുന്നുകൾ വിൽക്കും. നിന്റെ അത് ജോലി അത്

മാത്രമായിരിക്കും. ഇങ്ങനെ പോയാൽ, ഒന്നുകിൽ നിങ്ങൾ ഒരു വേശ്യയായി തീരും അല്ലെങ്കിൽ ഇവിടെ കിടന്ന് മരിക്കും. ഞാനിപ്പോൾ പറഞ്ഞത് നിനക്കൊരു നല്ല ജോലിയായിരിക്കും. നിങ്ങൾ ചെയ്യുന്ന ജോലിക്ക് മാന്യമായ ശമ്പളവും ലഭിക്കും. എന്ത് പറയുന്നു?''

''സ്റ്റാൻലി...?''

''അവൻ നശിച്ചുപോകട്ടെ. ആത്മഹത്യ ചെയ്യാനാണ് ആ മനുഷ്യൻ ഈ ലോകത്തേക്ക് വന്നത്. അവൻ ഒന്നിനെക്കുറിച്ചും ശ്രദ്ധിക്കുന്നില്ല. എന്തായാലും നിങ്ങൾ എവിടെ നിന്നാണ്?''

''എനിക്കറിയില്ല.'' ഡെർദി പറഞ്ഞു.

''എനിക്കറിയില്ല'' എന്നതിന്റെ അർത്ഥമെന്താണ്? നിങ്ങൾക്ക് എങ്ങനെ അറിയില്ല? നീ ജനിച്ചത് എവിടെ ആണ്?''

''ഒരു അപ്പാർട്ട്മെന്റ് കെട്ടിടത്തിൽ.''

''എവിടെ?''

''ഫിൻസ്ബറി പാർക്കിൽ. പന്ത്രണ്ടാം നില.''

''ഞാൻ എവിടെ നിന്നാണ് വന്നതെന്ന് നിനക്കറിയാം. ഞാൻ ടർക്കിഷ് ആണ്. അതിന്റെ അർത്ഥമെന്താണെന്ന് നിനക്കറിയാമോ? അതിനർത്ഥം ആരൊക്കെ എന്റെ വഴിയിൽ വന്നാലും ഞാൻ അവനെ ശരിപ്പെടുത്തും എന്നാണ്.''

''കൊള്ളാം.'' ഡെർദി പറഞ്ഞു. ''എനിക്ക് അത് ഉറപ്പാണ്.''

''നിങ്ങൾ എന്നെ വിശ്വസിക്കുന്നില്ലേ?''

അവൻ പോക്കറ്റിൽ നിന്ന് ഒരു പുതിയ മൊബൈൽ ഫോൺ എടുത്ത് ഡെർദിയുടെ മൂക്കിന് മുന്നിൽ ആട്ടി.

''ഞാൻ ഇതുപയോഗിച്ച് ഒരു നമ്പർ ഡയൽ ചെയ്താൽ അര മണിക്കൂറിനുള്ളിൽ ഈ സ്ഥലം കത്തിക്കും. മനസ്സിലാവുന്നുണ്ടോ? ആരും തുർക്കികളുമായി കുഴപ്പങ്ങളുണ്ടാക്കാൻ ധൈര്യപ്പെടില്ല. ഞങ്ങൾ അവരെയെല്ലാം നശിപ്പിക്കും. എന്തായാലും നിങ്ങൾ എന്താണ് പറയുന്നത്? എനിക്കായി ജോലി ചെയ്യുമോ?''

''മുൻകൂറായി ശമ്പളം?''

'ജോലി പൂർത്തിയാകുന്നതിന് മുമ്പ് നീ എന്നെ വശീകരിക്കാൻ ഞാൻ ആഗ്രഹിക്കുന്നില്ല. ഇന്ന് നിനക്ക് പരീക്ഷണദിനമാണ്. നിനക്ക് ഒരു നല്ല ജീവനക്കാരിയാകാൻ കഴിയുമോ എന്ന് ഇപ്പോൾതന്നെ നോക്കാം. വൈകുന്നേരം നിനക്ക് ശമ്പളം ലഭിക്കും.''

''എനിക്ക് തുർക്കിയെക്കുറിച്ച് കുറച്ചൊക്കെ അറിയാം.'' ഡെർദി പറഞ്ഞു. ''നീ ഏത് ഭാഗത്തു നിന്നാണ്?''

ബ്ലാക്ക് ടി ചിരിച്ചു.

"തുർക്കിയെക്കുറിച്ച് നിനക്കെങ്ങനെ അറിയാം? ഞാൻ ഒരു അവധിക്കാല റിസോർട്ടിനെക്കുറിച്ചല്ല സംസാരിക്കുന്നത്. ഞാൻ യാടിർക്കയിൽ നിന്നാണ്. പിടി കിട്ടിയോ? അതെ, ശരിയാണ്'

ഡെർദിക്ക് ചിരിക്കാൻ പോലും കഴിഞ്ഞില്ല.

"നീ എപ്പോഴാ ഇവിടെ വന്നത്?"

"എനിക്ക് ഒരു സഹോദരി ഉണ്ടായിരുന്നു. അവൾ മരിച്ചു. എനിക്ക് ഒമ്പത് വയസ്സായിരുന്നു. അപ്പോഴാണ് ഞങ്ങൾ ഇങ്ങോട്ട് താമസം മാറിയത്. യഥാർത്ഥത്തിൽ, മിക്കവാറും എല്ലാ യാടിർക്കകളും ഇവിടെയുണ്ട്. എനിക്ക് ഇവിടെ ഒരുപാട് ബന്ധുക്കൾ ഉണ്ട്. ഫൈറ്റിംഗ് വോൾവ്സി (യുദ്ധം ചെയ്യുന്ന ചെന്നായ്ക്കൾ) നെക്കുറിച്ച് കേട്ടിട്ടുണ്ടോ. കഴിഞ്ഞയാഴ്ച അവർ വാർത്തകളിൽ നിറഞ്ഞിരുന്നു. ട്യൂബ് സ്റ്റേഷനിൽ ഒരു കുർദിഷ് കുട്ടിയെ അടിച്ചതിന്. പക്ഷേ, അതിന് തുടക്കമിട്ടത് അവനായിരുന്നു! അവർ ഞങ്ങളെ വെറുക്കുന്നു, നിനക്കറിയാമോ? യാടിർക്കയിൽ നിന്നുള്ള ആളാണെന്ന് നീ പറയുന്നു, അതിനാൽ നീ ഒരു തുർക്കിയാണ്. കുർദ്ദുകൾ ഉടൻ തന്നെ നിന്നെ പിന്തുടരുന്നു. നീ ഒരു കുർദാണ്, എങ്കിൽ മറ്റവരും. എന്തായാലും ആ സംഘം മുഴുവനും ഞാനുമായി ബന്ധപ്പെട്ടിരിക്കുന്നു. നിനക്കറിയാമോ, എന്റെ അമ്മ ഒരു കുർദാണ്. ഞാൻ കരുതുന്നു, അല്ലെങ്കിൽ അത്തരത്തിലുള്ള ഒന്ന്. എനിക്കെന്തറിയാം? ഇത് സങ്കീർണ്ണമാണ്. നിങ്ങൾ എന്നോട് ചോദിച്ചാൽ, എനിക്ക് ജമൈക്കൻ ആകാനാണ് ഇഷ്ടം. പക്ഷേ അത് ആരോടും പറയരുത്. അവർ ശാന്തരാണെന്ന് നിങ്ങൾ കരുതുന്നില്ലേ? ഇപ്പോൾ അവർക്ക് നോട്ടിംഗ് ഹില്ലിൽ ഒരു ഉത്സവമുണ്ട്. അവർ മികച്ച ആളുകളാണെന്ന് ഞാൻ കരുതുന്നു. അവർ എപ്പോഴും ശാന്തരാണ്, പക്ഷേ അവർക്ക് ആവശ്യമുള്ളപ്പോൾ അവർ നന്നായി പോരാടുന്നു. അതെ, അതാണ്, ഞാൻ ജമൈക്കക്കാരനായി ജനിക്കേണ്ടതായിരുന്നു. നാശം, യാടിർക്ക ജമൈക്കയിലായിരുന്നെങ്കിൽ എന്ന് ഞാൻ ആഗ്രഹിക്കുന്നു."

ബ്ലാക്ക് ടി പറയുന്ന ചില കാര്യങ്ങളിൽ മാത്രമാണ് ഡെർദിക്ക് താൽപ്പര്യമുണ്ടായിരുന്നത്.

"നിന്റെ സഹോദരിക്ക് എന്തെങ്കിലും അസുഖമായിരുന്നോ?"

"ഇല്ല, ഒരു അപകടമുണ്ടായി. സ്കൂൾ തുടങ്ങിയ ദിവസം അവൾ കട്ടിലിൽ നിന്ന് വീണു. മുകളിലെ ബങ്കിൽ നിന്ന്. അതാണ് അവർ എന്നോട് പറഞ്ഞത്. എനിക്ക് അധികം ഓർമ്മയില്ലെങ്കിലും. എനിക്കറിയാവുന്നത്, ആ നശിച്ച സ്കൂളിൽ വെച്ച് അവൾ വീണു തല

പൊട്ടിയെന്ന് മാത്രം. നശിച്ച സ്ത്രീകൾ... ഒരു കൊച്ചു പെൺകുട്ടിയെപ്പോലും സുരക്ഷിതമായി സൂക്ഷിക്കാൻ അവർക്ക് കഴിഞ്ഞില്ല. അവൾക്ക് എത്ര വയസ്സായിരുന്നുവെന്ന് നിനക്കറിയാമോ?''

മരവിച്ച ചുണ്ടിലൂടെ ഡെർദി മറുപടി പറഞ്ഞു:

''ആറ്...''

''നീ എങ്ങനെ അറിഞ്ഞു?''

''ഒരു ഊഹം മാത്രം.''

''നശിച്ചവർ.''

ആ കൊച്ചു പെൺകുട്ടിയുടെ മരണത്തിന് ഡെർദി ഇപ്പോഴും താൻ തന്നെയാണ് ഉത്തരവാദിയാണെന്ന് കരുതി. ഒരുതരം പ്രതികാരമായി ബ്ലാക്ക് ടിയെ അയച്ചതുപോലെയായിരുന്നു അത്. അവളുടെ സ്വപ്നങ്ങളിൽ ഏതാണ് സാക്ഷാത്കരിക്കപ്പെടേണ്ടതെന്ന് തീരുമാനിച്ചത് ആരായാലും അവൾ കൊന്ന പെൺകുട്ടിയുടെ സഹോദരനെ അവൻ അവൾക്ക് കൊണ്ടുവന്നുതന്നിരിക്കുന്നു. അവൾക്ക് എല്ലാം ഏറ്റുപറയാമായിരുന്നു. അവൾക്ക് എഴുന്നേറ്റു നിന്ന് വിളിച്ചുപറയാൻ കഴിയും.

''ഞാനാണ് നിങ്ങളുടെ സഹോദരിയെ ആ കട്ടിലിൽ കയറ്റിയത് ഞാൻ കാരണമാണ് അവൾ മരിച്ചത്.''

പക്ഷേ അവൾ ചെയ്തില്ല. കാരണം അവൾക്ക് ബ്ലാക്ക് ടിയെ കൊണ്ടുവന്നത് ആരായാലും അവൻ അൽപ്പം വൈകി. മുപ്പത്തിരണ്ട് ദിവസം വൈകി. കാരണം അവളുടെ ജീവിതകാലം മുഴുവൻ അവൾ ചെയ്ത, അല്ലെങ്കിൽ അവൾ ചെയ്യാൻ പോകുന്ന എല്ലാ കുറ്റകൃത്യങ്ങൾക്കും പ്രതികാരം ചെയ്തുകഴിഞ്ഞു. അമ്പത്തിരണ്ട് നഗ്നരായ പുരുഷന്മാർ എല്ലാത്തിനും പ്രതികാരം ചെയ്തു. പ്രതികാരം ചെയ്യാൻ ഇനിയൊന്നും ബാക്കിയുണ്ടായിരുന്നില്ല. അതുകൊണ്ട് അവൾ ഒന്നും മിണ്ടാതെ നിന്നു. ശിക്ഷ വിധിച്ച ഒരു ഗ്യാലി കപ്പലിലെ ഒരു കുറ്റവാളിയെപ്പോലെ. ജീൻ വാൽജീനെപ്പോലെ, നിശ്ശബ്ദനായ ഒരു കോസെറ്റ്.

സ്റ്റാൻലി മുൻവാതിലിനടുത്ത് ബോധം കെട്ട് കിടക്കുന്നുണ്ടായിരുന്നു. വീട്ടിൽ കയറാൻ ബ്ലാക്ക് ടിക്ക് അവന്റെ മുകളിലൂടെ ചാടേണ്ടി വന്നു. അവൻ കണ്ണുതുറന്നു പിറുപിറുത്തു.

''ഞാനൊരു അപരിഷ്കൃതനല്ല. ഞാൻ വെറുമൊരു കൊള്ളരുതാത്തവനാണ്.''

ഉച്ചകഴിഞ്ഞ് ബ്ലാക്ക് ടി ഒരു സ്പോർട്സ് ബാഗുമായി തിരിച്ചെത്തി. അവൻ ഒരു കടലാസ് കഷണം ഡെർദിയെ ഏൽപ്പിച്ചു.

“ഇതാ വിലാസം. അവർ നിങ്ങൾക്ക് ഒരു കവർ തരാൻ പോകുന്നു. അത് തുറക്കരുത്. അതിന്റെ മറുവശം നോക്കൂ.”

അവൻ ഡെർദിയെ നോക്കി കാത്തു നിന്നു.

“നിങ്ങൾ ആ കവർ ഈ വിലാസത്തിലേക്ക് കൊണ്ടുപോകാൻ പോകുന്നു. അത്രയേയുള്ളൂ. അത് വ്യക്തമാണോ?”

അത് വ്യക്തമായിരുന്നു. ബ്ലാക്ക് ടി കുറച്ച് കാശ് എടുത്ത് ഡെർദിക്ക് കൊടുത്തു.

“ഒരു കാർ വാടകയ്ക്ക് എടുക്കു.”

അയാൾ കുനിഞ്ഞ് ഡെർദിയുടെ ചെവിയിൽ മന്ത്രിച്ചു. അയാൾ സ്റ്റാൻലിയെ ചൂണ്ടിക്കാണിച്ചു.

“ജമൈക്കക്കാരനെക്കുറിച്ച് ഞാൻ പറഞ്ഞതെല്ലാം മറക്കാൻ അവനോട് പറയുക. ശരി? അത് നിങ്ങൾക്കും ബാധകമാണ്.”

നോട്ടിംഗ് ഹിൽ ആയിരുന്നു ആദ്യ സ്റ്റോപ്പ്. ടാക്സിക്ക് വളരെ അടുത്തെത്താൻ മാത്രമേ കഴിഞ്ഞുള്ളൂ. എല്ലാ വർഷവും ട്രിനിഡാഡിയൻ, ടൊബാഗൺ, ജമൈക്കൻ എന്നിവർ നോട്ടിംഗ് ഹില്ലിൽ ഒരു കാർണിവൽ സംഘടിപ്പിച്ചു. അത് ഊർജ്ജസ്വലമായിരുന്നു. ആ പ്രദേശത്തെ റോഡുകളിൽ ഗതാഗതം നിരോധിച്ചിരുന്നു. ഡെർദി ടാക്സിയിൽ നിന്നിറങ്ങി വിലാസം നോക്കി. നൂറുകണക്കിന് ആളുകൾ ബിയർ കുടിച്ചുകൊണ്ട് തെരുവിലൂടെ നീങ്ങുന്നുണ്ടായിരുന്നു. ആർക്കും നിർത്താനോ വഴികാട്ടാനോ കഴിയുമെന്ന് തോന്നുന്നില്ല. അങ്ങനെ ഡെർദി ആൾക്കൂട്ടത്തിനുള്ളിലായി. അവൾ കാർണിവലിന്റെ അടുത്തേക്ക് നീങ്ങിയപ്പോൾ ഡ്രംസ് ഉച്ചത്തിലായി. തനിക്കു മുന്നിൽ, ചുവന്ന ടീഷർട്ടുകൾ ധരിച്ച ഒരു സംഘം പരേഡിൽ ഡ്രമ്മിൽ ആഞ്ഞടിക്കുന്നത് കണ്ടു. ഡെർദി നടപ്പാതയുടെ അരികിലേക്ക് പോയി പൊലീസ് വലയത്തിൽ ചേർന്നുനിന്നു. ഡ്രമ്മർമാർ കടന്നുപോകുന്നതുവരെ കാത്തുനിന്നു. അപ്പോൾ, കൂറ്റൻ സ്പീക്കറുകളിൽ നിന്ന് വെസ്റ്റ് ഇന്ത്യൻ സംഗീതം പ്ലേ ചെയ്യുന്ന ഒരു ഓപ്പൺ എയർ ബസ് കടന്നുവന്നു. ഒരു കൂട്ടം മാറ് മറയ്ക്കാത്ത പെൺകുട്ടികൾ ബസ്സിനു പിന്നാലെ സംഗീതത്തോടൊപ്പം ചുവടുവെച്ചു നടന്നു. ഡെർദി പുഞ്ചിരിച്ചു.

ബസ്സിനു പിന്നിൽ ഇരുന്നവർ ജനക്കൂട്ടത്തിനുനേരെ കോൺഫെറ്റി (ഒരുതരം മധുരപലഹാരം) എറിഞ്ഞു. ഇടയ്ക്കിടെ സ്ത്രീകൾ

അവരുടെ ഇടുപ്പ് കുലുക്കാനായി നൃത്തം നിർത്തും. അവർ വർണ്ണാഭമായ അടിവസ്ത്രങ്ങൾ ധരിച്ചിരുന്നു, ചിലരുടെ അരയിൽ വലിയ തൂവലുകൾ ഘടിപ്പിച്ചിരുന്നു. അത് അവരെ മയിലുകളെപ്പോലെയാക്കി. കാണികൾക്ക് അവരുടെ ശരീരത്തേക്കാൾ നൃത്തത്തോട് താൽപ്പര്യം കുറവായിരുന്നു. അവരുടെ വിറയ്ക്കുന്ന ഇടുപ്പിലും മുലകളിലും ദേഹത്ത് തിളങ്ങുന്ന വിയർപ്പിലും കണ്ണുകൾ ഞെരിഞ്ഞമർന്നു. അവരിൽ ഭൂരിഭാഗവും പുരുഷന്മാരായിരുന്നു, എന്നാൽ കുറച്ച് പേർ ലെസ്ബിയൻ ആയിരുന്നു. അത്തരക്കാരെക്കൊണ്ട് അവിടെ നിറഞ്ഞുകൊണ്ടിരുന്നു.

ഒരു ജോലി ചെയ്യാനാണ് താൻ അവിടെയെത്തിയിരിക്കുന്നതെന്ന് ഡെർദി ഓർത്തു, അപ്പോൾ അവൾക്ക് അസ്വസ്ഥത തോന്നി. അവൾ ആൾക്കൂട്ടത്തിനിടയിലൂടെ നിർബന്ധപൂർവ്വം ആദ്യത്തെ തുറന്ന തെരുവിലേക്ക് തിരിഞ്ഞു. അവിടെയും സംഗീതം മുഴങ്ങിക്കൊണ്ടിരുന്നു. ഒരു തുറന്ന സ്റ്റേജിൽ ഒരു റെഗ്ഗി ബാൻഡ് അവതരിപ്പിക്കുന്നു, ഒരു ജനക്കൂട്ടം സംഗീതത്തിനൊപ്പം നൃത്തം ചെയ്യുന്നു, മരിജുവാന പുക താഴ്ന്ന മേഘം പോലെ അവർക്ക് മുകളിലായി. ഡെർദി ആൾക്കൂട്ടത്തിനിടയിലേക്ക് കയറി, ഒരു പൊലീസുകാരനും ഒരു വനിതാ പൊലീസും രംഗം വീക്ഷിക്കുന്നത് ഡെർദിയുടെ ശ്രദ്ധയിൽപ്പെട്ടു. ഈ വിലാസം കണ്ടെത്താൻ തന്നെ സഹായിക്കുക എന്നത് മാത്രമാണ് അവർക്ക് ചെയ്യാൻ സാധിക്കുന്ന ഒരേയൊരു കാര്യം. ഡെർദിക്ക് പിന്നെ ഭയം തോന്നിയില്ല. അവൾ ആ സ്ത്രീയുടെ നേരെ വിലാസം നീട്ടി, അവളുടെ ചെവിയിലേക്ക് ചാഞ്ഞു. സംഗീതത്തിന്റെ ഒച്ച കാരണം അവൾക്ക് ഉറക്കെ പറയേണ്ടിവന്നു. അവർക്ക് ശബ്ദം കേൾക്കാൻ പ്രയാസമായിരുന്നു. ശരീരഭാഷ മാത്രമായിരുന്നു പോംവഴി. വനിതാ പൊലീസ് എതിർ തെരുവിലേക്ക് വിരൽ ചൂണ്ടി, ഇടതുവശത്തുള്ള രണ്ടാമത്തെ തെരുവ് കാണിച്ച് രണ്ട് വിരലുകൾ കുലുക്കി.

തെരുവ് താരതമ്യേന ശാന്തമായിരുന്നു. ഇരുവശത്തും മുൻവശത്തെ തൂണുകളുള്ള ഇരുനില ടൗൺ വീടുകൾ. ഡെർദിക്ക് വീടിന്റെ നമ്പറുകൾ എളുപ്പത്തിൽ വായിക്കാൻ കഴിഞ്ഞു. തെരുവ് പൂർണ്ണമായും വിജനമായതായി തോന്നി. അപ്പോൾ മുന്നിലുള്ള ഒരു വീടിനു മുന്നിൽ ഒരു കൂട്ടം ആളുകൾ നിരന്നു നിൽക്കുന്നത് അവൾ ശ്രദ്ധിച്ചു. പത്തുപേരെങ്കിലും ക്ഷമയോടെ വരിയിൽ കാത്തിരിക്കുന്നു. അവൾ അടുത്തെത്തിയപ്പോൾ, അത് താൻ അന്വേഷിക്കുന്ന വീടാണെന്ന് ഡെർദിക്ക് മനസ്സിലായി.

ലൈനിലുള്ള ആളുകളെ അവഗണിച്ച്, ഡെർദി നേരെ മുൻവാതിലിലൂടെ നടന്ന് അകത്ത് നിൽക്കുന്ന ഒരു ജമൈക്കക്കാരന്റെ

വീടിന്റെ വിലാസമുള്ള കാർഡ് ഉയർത്തി. അവൾക്ക് എന്തോ നൽകാനുണ്ടെന്ന് അയാൾക്ക് മനസ്സിലായി. ''അകത്തേക്ക് വരൂ.'' അദ്ദേഹം പറഞ്ഞു, ആളുകളെല്ലാം പുറത്ത് ക്യൂ നിൽക്കുന്നത് എന്തുകൊണ്ടാണെന്ന് ഡെർദിയോട് പറയാൻ അദ്ദേഹത്തിന് സന്തോഷമേ ഉണ്ടായിരുന്നുള്ളൂ.

''ഈ ആളുകൾ ടോയ്‌ലറ്റിനായുള്ള കാത്തിരിപ്പ് മാത്രമാണ്. ഒരു വ്യക്തിക്ക് ഒരു പൗണ്ട്. വളരെ മോശമല്ല, അല്ലേ? തീരെ മോശമല്ല. മൃഗങ്ങളെപ്പോലെ തിന്നുക, കുടിക്കുക, ടോയ്‌ലറ്റിൽ പോകാൻ ഇടമില്ല, വറുത്ത ചിക്കൻ വിൽക്കുന്നതിനേക്കാൾ കൂടുതൽ പണം ഇതിൽനിന്നും ഞങ്ങൾ ഉണ്ടാക്കും.''

അവർ ഒരു ഇടുങ്ങിയ ഗോവണി കയറി ഒരു മുറിയിലേക്ക് ചെന്നു. അവിടെ മൂന്ന് ജമൈക്കക്കാരും ഒരു പിറ്റ് ബുളും (അമേരിക്കൻ നായ) ഉറങ്ങുന്നതായി കണ്ടു. പക്ഷേ, സംഗീതത്തിന്റെ താളത്തിനൊത്ത് തല മുകളിലേക്കും താഴേക്കും കുനിച്ചുകൊണ്ട്, അവർ ഇടയ്ക്കിടെ മേൽക്കൂരയിലോ പരസ്പരം നോക്കുകയോ ശൂന്യമായ സ്ഥലത്തേക്ക് നോക്കുകയോ ചെയ്തുകൊണ്ട് സംഗീതം കേൾക്കുകയായിരുന്നു. വളരെ വേഗത്തിലല്ല, എന്നാൽ വളരെ പതുക്കെയല്ല. മുറിയുടെ നടുവിൽ ഒരു റെക്കോർഡ് പ്ലേയറിൽ ഡെസ്മണ്ട് ഡെക്കർ കളിക്കുന്നുണ്ടായിരുന്നു. സ്കയിലെ രാജാവ്. മുറിയുടെ നാലു മൂലയിലും സ്പീക്കറുകളിൽ നിന്ന് 'റൂഡ് ബോയ് ട്രെയിൻ' പൊട്ടിത്തെറിച്ചു.

ജമൈക്കക്കാരൻ തന്റെ ലാഭകരമായ ബിസിനസ്സ് നടത്താൻ താഴത്തേക്ക് തന്നെ പോയി. മുറിയിലുണ്ടായിരുന്ന ജമൈക്കക്കാർക്ക് ഡെർദിയോട് താൽപ്പര്യമില്ലെന്ന് തോന്നുന്നു, പക്ഷേ അമേരിക്കൻ നായ തല ഉയർത്തി അവളെ നോക്കി. ഡെർദി പറഞ്ഞു:

''ബ്ലാക്ക് ടി. അയച്ചതാണ്. നിങ്ങളുടെ പക്കൽ എനിക്കായി ഒരു കവറുണ്ട്.''

അവൾ ബ്ലാക്ക് ടിയുടെ ബാഗ് രണ്ട് ലെതർ കസേരകൾക്കിടയിൽ താഴ്ന്ന കോഫി ടേബിളിൽ ഇട്ടു. ജമൈക്കക്കാർ കഷണ്ടിക്കാരിയെ അലസമായി നോക്കി, അവരുടെ തലകൾ ഇപ്പോഴും സംഗീതത്തിന്റെ താളത്തിലേക്ക് നീങ്ങുന്നു. അവരിൽ ഒരാൾ പറഞ്ഞു:

''ഒരു സ്കിൻഹെഡ് ഞങ്ങളെ സന്ദർശിച്ചിട്ട് വളരെക്കാലമായി.''

മറ്റൊരാൾ പറഞ്ഞു.

''ഞങ്ങൾ ഒരു സ്കിൻഹെഡിനെ അടിച്ചിട്ട് വളരെക്കാലമായി.''

മൂന്നാമത്തെ ആൾ പറഞ്ഞു.

‘‘നീ തുടങ്ങിക്കോ ബോബ്.’’

ഡെർദി വാതിലിലേക്ക് ചാടിയപ്പോൾ, മൂന്ന് പേരും പൊട്ടിച്ചിരിച്ചു, ബോബ് കുരയ്ക്കാൻ തുടങ്ങി. അവരിൽ ഒരാൾ എഴുന്നേറ്റു, ‘‘വിഷമിക്കേണ്ട, നിങ്ങളെപ്പോലെ ഞങ്ങൾക്ക് പകർച്ചവ്യാധി ഒന്നും ഇല്ല.’’

അവൻ കോഫി ടേബിളിൽ നിന്ന് ബാഗ് വലിച്ച് തുറന്നു. ഡെർദി മനസ്സിൽ ഒരു കുറിപ്പ് ഉണ്ടാക്കി. ഈ സ്കിൻഹെഡ്സ് എന്ത് തരം ചീത്തത്തരമാണ് ചെയ്യുന്നതെന്ന് അവൾക്ക് കണ്ടുപിടിക്കണം. ബ്ലാക്ക് ടിയുടെ ബാഗിൽ നിന്ന് ജമൈക്കൻ മൂന്ന് അര കിലോ കഞ്ചാവ് പൊതികൾ പുറത്തെടുത്തു. അവൻ മറ്റുള്ളവരെ നോക്കി: ‘‘ആർക്കെങ്കിലും ശ്രമിക്കണോ?’’ ബോബ് മാത്രം ഉത്തരം പറഞ്ഞു. ഡെർദിക്ക് മുകളിലൂടെ ഉയർന്ന്, അരക്കെട്ടിന് ചുറ്റും ഭീതി പരത്തി, ജമൈക്കൻ പറഞ്ഞു. ‘‘നീ എനിക്കായി ഇവിടെ കാത്തിരിക്കൂ.’’ അവൻ മൂന്ന് ബ്രിക്കുകൾ എടുത്ത് മുറിയിൽ നിന്ന് പുറത്തിറങ്ങി. മറ്റു രണ്ടു പേരും തല കുനിച്ചുകൊണ്ട് അവരുടെ പണി തുടർന്നു. ഡെർദി വിഷമിച്ചില്ല. ആ മനുഷ്യൻ ഹെറോയിനുമായി തിരികെ വരുമെന്ന് അവൾക്ക് ഉറപ്പായിരുന്നു. കുറഞ്ഞത് അവൾ അത്രയും പ്രതീക്ഷിച്ചു. അപ്പോൾ ഒരു ജമൈക്കക്കാരൻ മുഖമുയർത്തി ചോദിച്ചു:

‘‘ആരായിരുന്നു ആ മനുഷ്യൻ?’’

‘‘ഏത് മനുഷ്യൻ?’’ മറ്റേയാൾ ചോദിച്ചു.

‘‘ഇവിടെ ഇരുന്നിരുന്ന ആ മനുഷ്യൻ. ഇപ്പോൾ പോയത്? അവനെ അറിയുമോ?’’

‘ഇല്ല.’’

ഡെർദി ചോദിച്ചു: ‘‘അയാൾ ഇവിടെ എന്തുചെയ്യുകയായിരുന്നു, മനുഷ്യാ?’’

‘‘എനിക്കറിയില്ല, അവൻ നിങ്ങളുടെ സുഹൃത്താണെന്ന് ഞാൻ കരുതി.’’

‘‘എനിക്ക് അവനെ അറിയില്ല മനുഷ്യാ.’’

‘‘ഇവൾ ദേഷ്യത്തിലാണെന്ന് തോന്നുന്നു.’’

അവർ ഡെർദിയെ നോക്കി, ഒരാൾ പറഞ്ഞു:

‘‘ബ്ലാക്ക് ടി. നിങ്ങൾക്ക് അയച്ചത് ശരിയല്ലേ? അതിനാൽ ഞങ്ങൾക്ക് സാധനങ്ങൾ തരൂ, അത് എങ്ങനെയാണെന്ന് നോക്കാം.’’ ‘ഡെർദിയുടെ മനസ്സ് വിറങ്ങലിച്ചു.

‘‘ഞാൻ നിങ്ങൾക്ക് തന്നതേയുള്ളൂ. നിങ്ങളുടെ സുഹൃത്ത് അത് കൊണ്ട് പോയി.’’

"അയാളെ ഞങ്ങൾക്കറിയില്ല. പക്ഷേ നിനക്ക് അവനെ അറിയാമല്ലോ അല്ലേ?" മറ്റെന്തിന് നിങ്ങൾ അയാൾക്ക് ബാഗ് നൽകും? അവനെ അറിയുമോ. സാരമില്ല, ഇപ്പോൾ ഞങ്ങൾക്ക് സാധനങ്ങൾ തരൂ, ഞങ്ങൾ അത് പരിശോധിക്കും."

ഡെർദിയുടെ ഹൃദയമിടിപ്പ് കൂടി.

"നീ എന്തിനേക്കുറിച്ചാണ് സംസാരിക്കുന്നത്? ഞാൻ അയാൾക്ക് സാധനങ്ങൾ കൊടുത്തു, അവൻ ഇവിടെ ആരെങ്കിലും ഇത് പരീക്ഷിക്കാൻ ആഗ്രഹിക്കുന്നുണ്ടോ എന്ന് ചോദിച്ചു.. നിങ്ങൾക്ക് അയാളെ ശരിക്കും അറിയില്ലേ?"

"ഇല്ല." രണ്ടുപേരും പറഞ്ഞു.

ഡെർദിയുടെ ശരീരം മുഴുവൻ തണുത്തു. അവളുടെ നെറ്റിയിൽ വിയർപ്പുതുള്ളികൾ രൂപപ്പെടുന്നത് അവൾക്ക് അനുഭവപ്പെട്ടു. അവൾ അവളുടെ തലയിൽ പിടിച്ച് കരഞ്ഞു: 'ഇനി ഞാൻ എന്ത് ചെയ്യും?'

രണ്ട് ജമൈക്കക്കാരും പരസ്പരം നോക്കി. പക്ഷേ, അവർക്ക് കൂടുതൽ സമയം പിടിച്ചുനിൽക്കാൻ കഴിഞ്ഞില്ല.

"നിങ്ങൾ ശരിക്കും ഒരു സ്കിൻഹെഡ് ആയിരിക്കണം." പൊട്ടിച്ചിരിച്ചുകൊണ്ട് ഒരാൾ പറഞ്ഞു.

മറ്റൊരാൾ പറഞ്ഞതിങ്ങനെ.

"എങ്ങനെ ഒരാൾക്ക് ഇത്ര മണ്ടനാകാൻ കഴിയും?"

ഡെർദി അവരെ കഴുത്തു ഞെരിച്ച് കൊല്ലാൻ ആഗ്രഹിച്ചു, പക്ഷേ അവൾ കസേരയിൽനിന്നും എഴുന്നേറ്റ് ഒരു സിഗരറ്റ് ചോദിച്ചു. ചിരിച്ചുകൊണ്ട് ഒരാൾ അവൾക്ക് ഒരു സിഗരറ്റ് കൊടുത്തു. അത് കത്തിച്ചപ്പോൾ അവളുടെ മുഖത്തെ കാഠിന്യം കുറഞ്ഞു. താമസിയാതെ അവൾ അവരോടൊപ്പം ചിരിച്ചു. ഡെസ്മണ്ട് ഡെക്കറിന്റെ താളങ്ങൾ മുറിയിൽ നിറഞ്ഞു, കുറച്ച് സമയത്തേക്ക് മാത്രം, അവരെല്ലാം ആത്മാർത്ഥമായി സന്തുഷ്ടരാണെന്ന് തോന്നി. അവരിൽ ഒരാൾ ഡെർദിയെ അനുകരിച്ചു: "ഞാൻ ഇപ്പോൾ എന്താണ് ചെയ്യാൻ പോകുന്നത്?" അവർ പൊട്ടിച്ചിരിച്ചു, വീണ്ടും ചിരിച്ചു, രംഗം വീണ്ടും വീണ്ടും പ്ലേ ചെയ്തു, ഓരോ തവണയും ചിരിച്ചു, അവരുടെ സുഹൃത്ത് മൂന്ന് കട്ട ഹെറോയിനുമായി മടങ്ങിവരുന്നതുവരെ.

"അത് കുഴപ്പമില്ല." അയാൾ പറഞ്ഞു, ഡെർഡിക്ക് ഒരു കവർ നൽകി. അവൾ എഴുന്നേറ്റു നിന്ന് അതെടുത്തു. മറ്റുള്ളവർ യാത്ര പറയാൻ എഴുന്നേറ്റു. ഡെർദി ബോബിന്റെ തലയിൽ തലോടി. അവന്റെ പേരിലുള്ള മനുഷ്യനെപ്പോലെ സാധുവായ ഒരു നായ. ഡെർദി മുറിയിൽനിന്നും പുറത്തിറങ്ങി. താഴത്തെ നിലയിൽ അവൾ

വാതിൽക്കൽനിന്ന് നിരീക്ഷിക്കുന്ന ജമൈക്കക്കാരനെ കണ്ടു. ഒരു സ്ത്രീ ടോയ്‌ലറ്റിൽ നിന്ന് പുറത്തേക്ക് വന്നപ്പോൾ, അവൻ ഡെർദിയുടെ നേരെ തിരിഞ്ഞ് ചിരിച്ചുകൊണ്ട് ചോദിച്ചു. ''നിനക്ക് പോകണോ? ഡിസ്‌കൗണ്ട് തരാം.''

ഡെർദി അവന്റെ ഓഫറിന് നന്ദി പറഞ്ഞു ആ വീട്ടിൽ നിന്ന് ഇറങ്ങി. അവൾ പുറത്തെ വഴിയിലൂടെ ചുവടുവെച്ച് കാർണിവലിലൂടെ തിരികെ നടന്നു അവിടെ ടാക്സി പിടിച്ച് ചെൽസിയിലേക്ക് പുറപ്പെട്ടു. ബ്ലാക്ക് ടിയുടെ കാർഡിൽ എഴുതിയ രണ്ടാമത്തെ വിലാസം അവൾ ഡ്രൈവർക്ക് നൽകി. വഴിയിലെ കുറച്ച് തടസ്സങ്ങൾക്ക് ശേഷം, അവൾ പത്ത് നിലകളുള്ള ഒരു അപ്പാർട്ട്മെന്റിലേക്ക് എത്തി. ഡെർദി കാറിൽ നിന്ന് ഇറങ്ങി. അവൾ വാതിലിനടുത്തുള്ള പാനലിൽ അപ്പാർട്ട്മെന്റ് നമ്പർ കണ്ടെത്തി മണി അടിച്ചു. ഇന്റർകോമിലൂടെ ഒരു അടഞ്ഞ ശബ്ദം, ''ആരാ അവിടെ?''

''ബ്ലാക്ക് ടിയിൽ നിന്നുള്ള ഡെലിവറി...''

അവൾ പൂർത്തിയാക്കുന്നതിന് മുമ്പ് ഒരു മൂർച്ചയുള്ള മെറ്റാലിക് ശബ്ദം കേട്ടു. ഡെർദി വാതിൽ തള്ളിത്തുറന്നു. ജമൈക്കക്കാരെക്കുറിച്ചും ലിഫ്റ്റിൽ എട്ടാം നിലയിലേക്കുള്ള യാത്രയിൽ തനിക്ക് സംഭവിച്ചതെല്ലാം അവൾ ചിന്തിച്ചു. അവൾ ചിരിക്കാൻ തുടങ്ങി. അപ്പാർട്ട്മെന്റ് 33ന്റെ ഡോർബെൽ അടിക്കുമ്പോഴും അവൾ ചിരിച്ചുകൊണ്ടിരുന്നു.

റിഗെയ്പ് വാതിൽ തുറന്നു. ഞെട്ടലോടെ അവളുടെ കണ്ണുകൾ തുറന്നു. ഡെർദി ചിരി നിർത്തി.

റിഗെയ്പ് ഡെർദിയെ കോളറിൽ പിടിച്ച് അകത്തേക്ക് വലിച്ചു. എന്നിട്ട് അയാൾ വാതിൽ കൊട്ടിയടച്ചു.

''ആരെങ്കിലും നിങ്ങളെ പിന്തുടരുന്നുണ്ടോ?' അവൻ വിചിത്രമായ ഇംഗ്ലീഷ് ഉച്ചാരണത്തിൽ ചോദിച്ചു.

''ഇല്ല, ഇല്ല.'' ഡെർദി ഇടറി. അവന്റെ കൈയിലെ തോക്ക് അവൾ ശ്രദ്ധിച്ചു.

ഡെർദി അവളുടെ പിതാവിന്റെ മുന്നിൽ നിന്നു. അത് തെളിയിക്കാൻ കൈകളിൽ ചോര മാത്രം ഉള്ള ഒരു മനുഷ്യൻ. 'ഞാൻ ശാന്തമായിരുന്നാൽ എനിക്ക് കുഴപ്പമില്ലാതെ രക്ഷപ്പെടാനാകും. കവർ അവനു കൊടുത്തിട്ട് പോകാം.' അവൾ വിചാരിച്ചു. അവൾ ശാന്തമായിരിക്കാൻ പാടുപെട്ടു. റിഗെയ്പ് അവളെ തിരിച്ചറിഞ്ഞില്ല.

കഴിഞ്ഞ പതിനാറ് വർഷത്തിനിടയിൽ അദ്ദേഹം തന്റെ മകളോടൊപ്പം അഞ്ച് ദിവസത്തിൽ കൂടുതൽ ചെലവഴിച്ചില്ല. അഞ്ച് വർഷം മുമ്പാണ് അവളെ അവസാനമായി കാണുന്നത്. ഡെർദി ഇപ്പോൾ തല മൊട്ടയടിച്ചിരുന്നു. അദ്ദേഹം തന്നെ തിരിച്ചറിയുന്നില്ല. അവൾ ചിന്തിച്ചു. പിന്നെ അദ്ദേഹമറിയാത്ത ഒരു കാര്യമുണ്ട്. അവർക്കിടയിൽ വന്ന മറ്റൊരു കാര്യം: കൊക്കെയ്ൻ.

ബെസിർ കൊല്ലപ്പെട്ട് ഒരാഴ്ച കഴിഞ്ഞ് ഗിഡോ റിഗെയ്പ്പിനെ വിളിച്ച് ഒരു പുതിയ ഫ്ളാറ്റ് വാടകയ്ക്കെടുക്കാനും ഒരു വർഷത്തെ ഭക്ഷണവുമായി അവിടെ കഴിയാനും പറഞ്ഞു. ''ഞാൻ പറയുന്നതു വരെ നീ പുറത്തിറങ്ങരുത്.'' അവൻ ആജ്ഞാപിച്ചു. ഡുള്ളുഹാൻ സഹോദരന്മാർക്ക് എം 15 കിട്ടിയെന്ന് ഗിഡോയോട് പറഞ്ഞ ഒരു പൊലീസുകാരൻ അവരുടെ ഇടയിൽ ഉണ്ടായിരുന്നു. ഇക്കാര്യത്തിൽ അദ്ദേഹത്തിന്റെ ഒരേയൊരു ഉപദേശം: ''അപ്രത്യക്ഷമാകുക.'' എന്നതായിരുന്നു.

റിഗെയ്പ് അതുതന്നെ ചെയ്തു. എന്നാൽ അദ്ദേഹത്തിന് തന്റെ ഭൂതകാലത്തെ പൂർണ്ണമായും മറക്കാൻ കഴിഞ്ഞില്ല, പ്രത്യേകിച്ച് ഒരു മുൻ കുറ്റക്കാരൻ എന്ന നിലയിലുള്ള അദ്ദേഹത്തിന്റെ ചരിത്രം. ഉബൈദുള്ളയുടെ ഫർണിച്ചർ ഫാക്ടറിയുടെ പ്രവേശന കവാടത്തിലെ സെക്യൂരിറ്റി ക്യാബിനിലേക്ക് തളയ്ക്കപ്പെട്ട, ലണ്ടനിലെ തന്റെ ആദ്യത്തെ മൂന്ന് മാസങ്ങളിൽ റിഗെയ്പ് ശ്വാസംമുട്ടുകയായിരുന്നു. അങ്ങനെയിരിക്കെ, ഒരു ദിവസം രാവിലെ മറ്റ് സെക്യൂരിറ്റി ഗാർഡുകളോടൊപ്പം അവർ ജോലിക്ക് പോകുന്ന പോലെ അയാളും വീട്ടിൽ നിന്ന് ഇറങ്ങി. അയാൾ പുതിയ ഒരു സ്വാതന്ത്ര്യത്തിലേക്ക് ഓടുന്നത് പോലെ അധേലോകത്തേക്ക് ഇറങ്ങി. അയാൾ ഒരിക്കലും ഇംഗ്ലീഷ് വ്യാകരണത്തിന്റെ അടിസ്ഥാനകാര്യങ്ങൾ പഠിച്ചിട്ടില്ല, പക്ഷേ അധോലോകത്തിലെ നിയമങ്ങൾ അറിയാമായിരുന്നതിനാൽ റിഗെയ്പ് പെട്ടെന്ന് സ്വന്തം സംഘം രൂപീകരിച്ചു. അവരെ 'ഫൈറ്റിംഗ് വുൾവ്സ്' എന്നാണ് വിളിച്ചിരുന്നത്, യാടിർക്കയിൽ നിന്നുള്ള ബന്ധുക്കളുടെ കുട്ടികളുമായി രൂപീകരിച്ച ഒരു സംഘം. ആദ്യത്തെ ഏതാനും ആഴ്ചകളിൽ ഉബൈദുള്ളയും ബെസിറും റിഗെയ്പ്പിനെ വേട്ടയാടാൻ ശ്രമിച്ചു, പക്ഷേ, ലണ്ടൻ പോലൊരു നഗരത്തിലെ ഒരു കള്ളനെ കണ്ടെത്തുന്നത് ബുദ്ധിമുട്ടായിരുന്നു. അവർ ഒരിക്കലും അവനെ കണ്ടെത്തുകയുണ്ടായില്ല. അതുകൊണ്ട് ഒന്നേ ചെയ്യാനുണ്ടായിരുന്നുള്ളൂ. ഉബൈദുള്ള ആ മനുഷ്യനെ കണ്ടാലുടനെ കൊല്ലാനുള്ള ഒരു ആജ്ഞ അനുയായികൾക്ക് നൽകി.

ഇപ്പോൾ ചെൽസിയിലെ തന്റെ വീട്ടിൽ ചുവരുകളിൽ നോക്കുക മാത്രമല്ല, തന്റെ വിധിയെ ശപിക്കുകയും ചെയ്യുകയല്ലാതെ മറ്റൊന്നും ചെയ്യാനില്ലാതെ റിഗെയ്പ് പോരാട്ട ചെന്നായ്ക്കളുടെ കമാൻഡിൽ തുടർന്നു, തന്റെ വരുമാനം കൊക്കെയ്നിൽ നിക്ഷേപിക്കാൻ അദ്ദേഹത്തിന് യാതൊരു മടിയുമുണ്ടായില്ല. ''എനിക്ക് ലോകത്തിലേക്ക് പോകാൻ കഴിയുന്നില്ലെങ്കിൽ, ഞാൻ ലോകത്തെ എന്റെ അടുത്തേക്ക് കൊണ്ടുവരും.'' ഒരു അടി ഏൽക്കുന്നതിന് മുമ്പ് അദ്ദേഹം പറയുമായിരുന്നു. ''ദൈവം വലിയവനാണ്, പക്ഷേ അവന്റെ കൽപ്പനകളെ ലംഘിക്കുക'' എന്ന് കൊക്കെയ്ൻ അവനെ പ്രേരിപ്പിച്ചു. മയക്കുമരുന്ന് ലോകത്ത്, സ്വന്തം സഹോദരനെ വെടിവെച്ച് കൊലപ്പെടുത്തിയ ആളുകളെ അദ്ദേഹം കണ്ടുമുട്ടി. സ്വന്തം മക്കളെ പോലും അറിയാത്ത ആളുകൾ. മയക്കുമരുന്ന് ലോകം ജനങ്ങളെ പരസ്പരം ശത്രുക്കളാക്കി ഹെറോയിൻ അടിമകൾ ലോകത്തിലെ മറ്റാരെയും വിലമതിച്ചില്ല. അവർ സ്വയം പ്രപഞ്ചത്തിന്റെ കേന്ദ്രങ്ങളായിരുന്നു. അവരുടെ പ്രവർത്തനങ്ങളെ ന്യായീകരിക്കാനുള്ള കാരണങ്ങളും അവർ കണ്ടെത്തി. ''ദൈവം അവരെ രക്ഷിക്കട്ടെ.'' റിഗെയ്പ് പറയണമായിരുന്നു. പക്ഷേ അയാൾ ഒന്നും പറഞ്ഞില്ല. അഞ്ചു മാസമായി പറഞ്ഞില്ല. വാസ്തവത്തിൽ, കഴിഞ്ഞ അഞ്ച് വർഷമായി അയാൾ ഇതുപോലെത്തന്നെയായിരുന്നു. അദ്ദേഹത്തിന് ഇപ്പോൾ ഒരു സഹോദരനോ ഭാര്യയോ ഇല്ല, ദുരന്തെമെന്തെന്നാൽ, സ്വന്തം കുഞ്ഞിനെ പോലും തിരിച്ചറിയാനായില്ല എന്നതാണ്. മകളെ അവസാനമായി കണ്ടപ്പോൾ മുതൽ വിരമിച്ച ഒരു എംബസിക്കാരന്റെ ജീവിതമാണ് മകൾ ജീവിക്കുന്നതെന്ന് അയാൾക്ക് അറിയില്ലായിരുന്നു. അവൾ എങ്ങനെയുണ്ടെന്ന് അയാൾക്ക് ഓർക്കാൻപോലും കഴിഞ്ഞില്ല.

അയാൾ ഡെർദിയുടെ ലെതർ ജാക്കറ്റിലെ പിടിവിട്ട് സ്വീകരണമുറിയിലേക്ക് നടന്നു, ടർക്കിഷ് ഭാഷയിൽ പിറുപിറുത്തു.

''നിങ്ങളെ പിന്തുടരുന്നുണ്ടെന്ന് നിങ്ങളെപ്പോലുള്ള ഒരു മണ്ടൻ എങ്ങനെ അറിയും?''

ഡെർദി അപ്പാർട്ട്മെന്റിലേക്ക് കാലെടുത്തുവച്ചു, എന്നിട്ട് മുന്നോട്ടു പോകാതെ നിന്നു. സ്വീകരണമുറിയിൽ നിന്ന് റിഗെയ്പ് അവളെ വിളിച്ചു:

''ഇവിടെ വരൂ.''

സ്വീകരണമുറിയിലേക്ക് പോകാൻ ഡെർദി മടിച്ചു. കവർ ഏൽപ്പിച്ച് പെട്ടെന്ന് പോകാൻ അവൾ ആഗ്രഹിച്ചു. തോക്കിന്റെ കുഴൽ

കൊണ്ട് തലയിൽ ചൊറിഞ്ഞ് റിഗെയ്പ് നിന്നു. ടെലിവിഷനും സോഫയും ഒഴികെ മുറി ശൂന്യമായിരുന്നു. അയാൾ തോക്കുമായി സോഫയിലേക്ക് ചൂണ്ടി.

‘‘ഇരിക്കൂ.’’

ഡെർദി ആ കവർ അദ്ദേഹത്തിന്റെ നേരെ നീട്ടി.

‘‘ഇത് നിങ്ങൾക്ക് വേണ്ടിയാണ്.’’

ഡെർദിയുടെ മുഖത്ത് റിഗെയ്പ് തോക്ക് ചൂണ്ടി.

‘‘ഇരിക്കാനാണ് പറഞ്ഞത്.’’

ഡെർദിക്ക് വല്ലായ്മ തോന്നി. അവളുടെ കൊച്ചു ജീവിതത്തിനിടയിൽ അവൾ അനുഭവിച്ച ദാരിദ്ര്യവും ഇല്ലായ്മയും ജമൈക്കക്കാരോടൊപ്പം അവളുടെ പുകവലികളും വർഷങ്ങൾക്കുശേഷം അവളുടെ ആയുധധാരിയായ പിതാവിന്റെ കാഴ്ചയും. എല്ലാം സഹിക്കാവുന്നതിനേക്കാൾ അപ്പുറമായിരുന്നു. അവളുടെ ശബ്ദം വിറച്ചു, ‘‘ഞാൻ ഈ കവർ തരാൻ മാത്രം വന്നതാ. പ്ലീസ്...’’

റിഗെയ്പ് മുന്നോട്ട് നീങ്ങി ഡെർദിയുടെ ചെവിയിൽ പിടിച്ചു. അവൾക്ക് പിടിക്കാൻ മുടിയില്ലായിരുന്നു. വേദനകൊണ്ട് പുളഞ്ഞു. അവൾ കുനിഞ്ഞ് സോഫയിൽ വീണു. വേറെ ഒരു വഴിയുമില്ലായിരുന്നു. റിഗെയ്പ് അവളെ വിട്ടയച്ചു. സമനില വീണ്ടെടുക്കാനെന്നപോലെ അവൾ അവളുടെ ചെവിയിൽ പിടിച്ചു. അയാൾ അവളെ വലിച്ചുകീറിയതുപോലെ തോന്നി. മറ്റേതൊരു പിതാവും ചെയ്യുന്നതുപോലെ അയാൾ അവളെ വലിച്ചിഴച്ചു. അദ്ദേഹം ഒരു പിതാവിനെപ്പോലെ ശകാരിച്ചു:

‘‘ഞാൻ നിന്നോട് എന്തെങ്കിലും ചെയ്യാൻ പറഞ്ഞാൽ, അത് ചെയ്യുക. ഞാൻ നിന്നോട് ഇരിക്കാൻ പറഞ്ഞാൽ ഇരിക്കുക. എഴുന്നേറ്റു നിൽക്കാൻ പറഞ്ഞാൽ എഴുന്നേറ്റു നിൽക്കുക. ഇനി ഞാൻ പറയുന്നത് കേൾക്കൂ. ശ്രദ്ധിച്ച് കേൾക്കുക. നിന്റെ വസ്ത്രങ്ങൾ അഴിച്ചു മാറ്റുക.’’

ഡെർദിയുടെ കവിളിലൂടെ കണ്ണുനീർ ഒഴുകി. അവൾ ഇത്തവണ ടർക്കിഷ് ഭാഷയിൽ അലറി, ആ ഗർജ്ജനം റിഗെയ്പ്പിനെ നിശ്ശബ്ദനാക്കി.

‘‘ഞാൻ ഡെർദിയാണ്. ഡെർദി. നിങ്ങളുടെ മകൾ! ഞാൻ നിങ്ങളുടെ മകളാണ്.’’

ഒരു നിമിഷം, റിഗെയ്പ് മരവിച്ചു. പിന്നെ അൽപ്പം കൂടി കഴിഞ്ഞപ്പോൾ അദ്ദേഹത്തിന്റെ ശരീരം തളർന്നു. എന്നിട്ട് അദ്ദേഹം തുർക്കി ഭാഷയിൽ അലറി:

''എന്റെ അമ്മയുടെ പേര് നിനക്ക് എങ്ങനെ അറിയാം?'' അദ്ദേഹം ഡെർദിയുടെ മുഖത്ത് ശക്തമായി അടിച്ചു, മുറിവേറ്റ മൃഗത്തെപ്പോലെ ശ്വാസം വലിച്ചുവിട്ടു. അവളെ സോഫയിൽ ചവിട്ടി വീഴ്ത്തി. മരിക്കാൻ പോകുന്ന ഒരു നായ്ക്കുട്ടിയെപ്പോലെ. അവളുടെ മനസ്സ് ശൂന്യമായിരുന്നു. അവൾ വീണ്ടും ദൂരദർശിനിയുടെ തെറ്റായ അറ്റത്തിലൂടെ നോക്കുകയായിരുന്നു

''കരഞ്ഞുകൊണ്ട് സമയം പാഴാക്കരുത്.'' റിഗെയ്പ് പറഞ്ഞു. ''എന്തായാലും ഞാൻ നിന്നെ ഉപയോഗിക്കും. അതിനല്ലേ നീ വന്നത്? ആ ചെക്കൻ നിന്നോട് പറഞ്ഞില്ലേ? തിമൂർ...''

താൻ ആരാണെന്ന് അച്ഛനെ ബോധ്യപ്പെടുത്താനുള്ള ശ്രമം അവൾ ഉപേക്ഷിച്ചു. ''ആരാണ് തിമൂർ?'' എന്ന് ഡെർദി അവളുടെ കണ്ണീരിലൂടെ വിളിച്ചു ചോദിച്ചു.

''ബ്ലാക്ക് ടി എന്ന പേരിൽ നടക്കുന്ന തെണ്ടി.'' റിഗെയ്പ് ചിരിച്ചുകൊണ്ട് പറഞ്ഞു. ''ഞാൻ അവനോട് ഒരു പെൺകുട്ടിയെ ചോദിച്ചു, അവൻ നിന്നെ എനിക്ക് അയച്ചു. എന്നാൽ ആദ്യം ആ കവർ എനിക്ക് തരൂ.''

അവൾ വിചാരിച്ചു. അപ്പോൾ ബ്ലാക്ക് ടി അറിഞ്ഞു, അവന്റെ സഹോദരിയെ കൊന്നത് ഞാനാണെന്ന്. പ്രതികാരം ചെയ്യാനാണ് അവൻ എന്നെ ഇവിടെ അയച്ചത്.

അതുവരെ ഡെർദി കവറിൽതന്നെ മുറുകെ പിടിച്ചിരുന്നു. അവൾ എഴുന്നേറ്റു നിന്ന് അത് റിഗെയ്പ്പിന്റെ മുഖത്തേക്ക് എറിഞ്ഞു. അത് അവന്റെ തോളിൽ നിന്ന് തെറിച്ച് തറയിൽ വീണു. റിഗെയ്പ് പുഞ്ചിരിച്ചു. അവൻ കുനിഞ്ഞ് അതെടുത്തു. അവൻ അത് തുറന്ന് ഒരു കെട്ട് നോട്ടുകൾ പുറത്തെടുത്തു. അയാൾ അത് എണ്ണിനോക്കി,

''ഇനി ഉടുപ്പുകളഴിക്ക്. കൂടുതൽ പ്രതിരോധമൊന്നും വേണ്ട.''

അവൻ തന്റെ മകളുടെ മുലകളിൽ അടിച്ചു, അവന്റെ രക്തം പുരണ്ട കണ്ണുകൾ വിടർന്ന വായ പോലെ വിശപ്പോടെ പുഞ്ചിരിച്ചു:

''അതോ അതിനുമുമ്പ് നിനക്ക് എന്തെങ്കിലും വേണോ? ഒരു ചെറിയ ഷോട്ട്?''

''അച്ഛാ...'' ഡെർഡ അപേക്ഷിച്ചു. ''അച്ഛാ, എന്നെ ഓർമ്മയില്ലേ? ദൈവത്തെയോർത്ത്...''

അദ്ദേഹം വീണ്ടും അവളുടെ ചെവിയിൽ പിടിച്ചു.

''വിഡ്ഢി, ദൈവസന്നിധിയിൽ ആ പേര് പറയാൻ നിനക്കെങ്ങനെ ധൈര്യം വന്നു? നാശം... നിന്റെ അമ്മയോ അച്ഛനോ നിന്നെ ഇങ്ങനെ കണ്ടാൽ അവർ നാണംകെട്ട് മരിക്കും.''

അവളെ ഇടനാഴിയിലൂടെ വലിച്ചിഴച്ചപ്പോൾ അയാൾ അവളെ ശകാരിച്ചുകൊണ്ടിരുന്നു. അയാൾ കിടപ്പുമുറിയുടെ വാതിൽ തുറന്ന് ഡെർദിയെ കിടക്കയിലേക്ക് എറിഞ്ഞു.

''കട്ടിലിനരികെ ആവശ്യമുള്ള സാധനങ്ങളുണ്ട്. നിനക്ക് എന്താണ് വേണ്ടതെങ്കിൽ അത് ചെയ്യുക, പക്ഷേ ഞാൻ തിരികെ വരുമ്പോൾ തയ്യാറായിരിക്കുക.'' അയാൾ വാതിൽ പൂട്ടി താക്കോൽ പോക്കറ്റിൽ വയ്ക്കുന്നതിന് മുമ്പ് പറഞ്ഞു. പാന്റിനുള്ളിൽ തോക്ക് തിരുകി അയാൾ തിരികെ സ്വീകരണമുറിയിലേക്ക് നടന്നു. എന്നിട്ട് മൊബൈൽ ഫോൺ എടുത്ത് ഡയൽ ചെയ്തു. എടുത്ത നിമിഷം അവൻ അലറാൻ തുടങ്ങി:

''തെരുവിലെ ഒരു മയക്കുമരുന്നിനടിമയെ തിരഞ്ഞെടുത്ത് അവളെ എന്റെ അടുത്തേക്ക് അയയ്ക്കുക, നായേ! എനിക്ക് ഒരു പെൺകുട്ടിയെ കണ്ടെത്തണമെന്ന് പറഞ്ഞിട്ട്? അവസാനം, നീ ഈ വേശ്യയായ മനോരോഗിയായ തുർക്കിക്കാരിയെ മാത്രമേ കണ്ടെത്താനായുള്ളൂ.''

അയാൾക്ക് ശ്വാസം മുട്ടി. അവസരം കിട്ടിയ നിമിഷത്തിൽ ബ്ലാക്ക്ടി പറഞ്ഞു.

''അത് എനിക്ക് എങ്ങനെ അറിയാം? നിന്നെ കാണണമെന്ന് ആ പെണ്ണ് ആവശ്യപ്പെട്ടു.''

റിഗെയ്പ് തന്റെ സെൽഫോൺ ചുമരിലേക്ക് എറിഞ്ഞ് ഭ്രാന്തമായി അലറി.

''ഡെർദി...'' കിടപ്പുമുറിയുടെ വാതിലിൽ മുട്ടുമ്പോൾ അയാൾ കരയുകയായിരുന്നു. പോക്കറ്റിൽ നിന്ന് താക്കോൽ മറ്റേ കൈകൊണ്ട് പുറത്തെടുത്തു. വാതിൽ തുറന്നപ്പോൾ കൈകൾ വിറയ്ക്കുന്നുണ്ടായിരുന്നു.

കൈയിൽ മയക്കുമരുന്ന് കുത്തിവെച്ച ഒരു ഒഴിഞ്ഞ സിറിഞ്ചുമായി ഡെർദി കട്ടിലിൽ അനങ്ങാതെ കിടന്നു. റിഗെയ്പ് അവളുടെ അടുത്തേക്ക് ഓടിച്ചെന്ന് അവളുടെ തോളിൽ കുലുക്കി.

''ഡെർദി... ഓ, ഡെർദി...''

ഡെർദി കണ്ണുതുറന്ന് മന്ത്രിച്ചു. റിഗെയ്പ് അവളുടെ ചുണ്ടുകളിലേക്ക് ചെവി ചേർത്തു. അവൻ ഒരിക്കലും മറക്കാത്ത ഒരു കാര്യം കേട്ടു:

''അച്ഛാ, എത്ര വേണമെങ്കിലും എന്നെ ഭോഗിക്കൂ.''

വാക്കുകൾ അദ്ദേഹത്തിന്റെ ചെവിയിലൂടെ കടന്നുവന്ന് പാമ്പിനെപ്പോലെ തലച്ചോറിൽ ചുറ്റിക്കറങ്ങി. റിഗെയ്പ് മകളെ കൈകളിൽ

എടുത്ത് കരഞ്ഞു. അവളെ തന്റെ നെഞ്ചിൽ മുറുകെ ചേർത്ത് അമർത്തി. മുകളിലേക്ക് നോക്കി. ശ്വാസം അനുവദിക്കുന്നത്രയും അവൻ കരഞ്ഞു. വേദനാജനകമായ നില. എം15 കമാൻഡോകളും എസ്എ എസ് പട്ടാളക്കാരും മുൻവാതിൽ തകർത്തതും റിഗെയ്പ് കേട്ടില്ല.

ഉദ്യോഗസ്ഥർ അവനെ ഡെർഡിയിൽ നിന്ന് വലിച്ചെടുക്കുമ്പോൾ റിഗെയ്പ് നിലവിളിച്ചു, അവർ അയാളുടെ തോക്ക് പാന്റിൽനിന്ന് പുറത്തെടുത്തു, അവർ അയാളെ തറയിൽ ബന്ധിച്ചു. അയാൾ നില വിളിച്ചുകൊണ്ടിരുന്നു, പക്ഷേ ശബ്ദം ഇടറിയിരുന്നു:

‘‘എന്നോട് ക്ഷമിക്കൂ, എന്നോട് ക്ഷമിക്കൂ, എന്നോട് ക്ഷമിക്കൂ.’’

അയാളുടെ ലൊക്കേഷൻ കണ്ടെത്താൻ എം15ന് അയാളുടെ സെൽഫോണിൽ നിന്ന് ഒരു കോൾ കൂടി വേണ്ടിയിരുന്നുള്ളൂ. ബ്ലാക്ക് ടിയെ റിഗെയ്പ് വിളിച്ചപ്പോൾ അവർക്ക് അയാളുടെ ലൊക്കേഷൻ പിടികിട്ടി.

ഒരു ഉദ്യോഗസ്ഥൻ ഡെർദിയുടെ പൾസ് പരിശോധിച്ച് ആംബു ലൻസിനെ വിളിച്ചു.

റിഗെയ്പ്പിനെ അപ്പാർട്ട്മെന്റിന് പുറത്തേക്ക് വലിച്ചെറിയുമ്പോൾ, അയാളുടെ ശബ്ദം ഹാളുകളിൽ പ്രതിധ്വനിച്ചു:

‘‘ഡെർദി...’’

റിഗെയ്പ് തന്റെ മകളെ ഭോഗിച്ചേനേ! അയാൾ ചെവിയിൽ കൈ കൾ വച്ചപ്പോഴും ഡെർദിയുടെ ആ വാക്കുകൾ അയാൾക്ക് കേൾ ക്കാമായിരുന്നു. അവളുടെ മൊട്ടത്തലയും അവളുടെ കൈകളിലെ ഇരുണ്ട പർപ്പിൾ ചതവുകളും അയാൾ കണ്ടു. ജയിൽ ഭിത്തിയുടെ വിടവുകളിൽ അയാൾ ആ വാക്കുകൾ കേട്ടു. അയാൾ തന്റെ സെല്ലിൽ നടന്നപ്പോൾ അവളുടെ രൂപം അയാളുടെ അരികിൽ ഉണ്ടായിരുന്നു. അയാൾ തന്റെ ജീവിതകഥ അവളുമായി പങ്കുവെച്ചു, എന്തു കൊണ്ടാണ് അയാൾ അവളെ ഉപേക്ഷിച്ചതെന്ന് വിശദീകരിക്കാൻ ശ്രമിച്ചു. പക്ഷേ, ‘‘എനിക്ക് വേറെ വഴിയില്ലായിരുന്നു’’ എന്ന അതേ പല്ലവിയിലേക്ക് അയാൾ മടങ്ങിക്കൊണ്ടേയിരുന്നു, അയാൾ അവ ളോട് പലതവണ ക്ഷമ യാചിച്ചു. എന്നാൽ ഡെർദിയുടെ രൂപം അവനോട് ഒരിക്കലും ക്ഷമിച്ചില്ല. ആ മന്ത്രിച്ച വാക്കുകൾ അവന്റെ ചെവിയിൽ മുഴങ്ങിക്കൊണ്ടിരുന്നു:

‘‘അച്ഛാ, നീ എത്ര വേണമെങ്കിലും എന്നെ ഭോഗിക്കൂ...’’

കട്ടിലിന്റെ ഉരുക്ക് അറ്റത്ത് വെച്ച് അയാൾ തന്റെ ചെവി മുറിക്കാൻ ശ്രമിച്ചു. തന്റെ സെല്ലിന്റെ ഭിത്തിയിൽ ഒരു വാചകം മാത്രം അവശേഷിപ്പിച്ച് അവസരം ലഭിച്ച നിമിഷം റിഗെയ്പ് തൂങ്ങിമരിച്ചു.

''ഏറ്റവും മോശമായതിൽ നിന്ന് ദൈവം ഞങ്ങളെ സംരക്ഷിച്ചു.''

ഈ ലോകത്ത് അദ്ദേഹത്തിന് നന്ദി പറയാൻ കഴിയുന്ന ഒരേയൊരു കാര്യം. സ്വന്തം മകളെ കബളിപ്പിക്കുന്നതിൽ നിന്നെങ്കിലും രക്ഷപ്പെട്ടു എന്നതാണ്. അത് മതിയായിരുന്നു. അങ്ങനെ അയാൾ ലോകത്തോട് വിടപറഞ്ഞപ്പോൾ അയാളുടെ കണ്ണുകൾ സമാധാനത്താൽ അടഞ്ഞു. അതിന് അദ്ദേഹം നന്ദിയുള്ളവനായിരുന്നു.

സെന്റ് മേരി ഹോസ്പിറ്റലിലെ തീവ്രപരിചരണ വിഭാഗത്തിലാണ് ഡെർദി ഉണർന്നത്. മൂന്നു ദിവസമായി അവൾ കോമയിലായിരുന്നു. കട്ടിലിനരികിലെ സ്റ്റീൽ ഹുക്കിലെ സീറം കുപ്പിയിലേക്ക് നോക്കി, അത് ഒരു മണൽ ഘടികാരം പോലെ ഒഴുകുന്നത് അവൾ കണ്ടു.

ഒരു നഴ്സ് അവളുടെ പേര് പറയും വരെ അവൾ തനിച്ചാണെന്നാണ് അവൾ കരുതിയത്. ഒരു തടിച്ച ചുവന്ന മുടിയുള്ള നേഴ്സ് അവളെ നോക്കി പുഞ്ചിരിക്കുന്നത് ഡെർദി കണ്ടു.

''അങ്ങനെ കുഞ്ഞു മഹതി ഉണർന്നു. സുപ്രഭാതം.'' അവൾ പറഞ്ഞു. പിന്നെ അവൾ ഡെർദിയുടെ കൈയ്ക്ക് സമീപം തൂങ്ങിക്കിടക്കുന്ന ഒരു ചരടിന്റെ അറ്റത്തുള്ള ഒരു ബട്ടണിലേക്ക് ചൂണ്ടി പറഞ്ഞു:

''നിനക്ക് എന്തെങ്കിലും ആവശ്യമുണ്ടെങ്കിൽ ഈ ബട്ടൺ അമർത്തുക. ഞാൻ ഇപ്പോൾ ഡോക്ടറെ കൊണ്ടുവരാൻ പോകുകയെന്ന് അതുകൊണ്ട് നീ എങ്ങോട്ടും പോകരുത്.''

ഡെർദി വീണ്ടും മണിക്കൂർഗ്ലാസിലേക്ക് നോക്കി തുള്ളികൾ എണ്ണാൻ തുടങ്ങി. അവളുടെ മനസ്സ് പൂർണ്ണമായും ശൂന്യമായിരുന്നു. ഒരു ക്ലിപ്പ്ബോർഡ് പിടിച്ച് ഒരു യുവാവിനൊപ്പം നഴ്സ് വീണ്ടും പ്രത്യക്ഷപ്പെട്ടു.

''എങ്ങനെയുണ്ട്?'' യുവാവ് പുഞ്ചിരിയോടെ ചോദിച്ചു.

''കുഴപ്പമില്ല.''

ഡോക്ടർ ക്ലിപ്പ്ബോർഡ് നഴ്സിന് കൈമാറി. ഡെർദിയുടെ കണ്ണുകൾ പരിശോധിക്കാൻ ഷർട്ടിന്റെ പോക്കറ്റിൽ നിന്ന് ഒരു പെൻലൈറ്റ് എടുത്തു.

''നിങ്ങൾക്ക് ഭേദമുണ്ട് എന്നെനിക്ക് തോന്നുന്നു. എന്താണ് സംഭവിച്ചതെന്ന് ഓർക്കാനാവുന്നുണ്ടോ?''

''ഞാൻ എല്ലാ പ്രശ്നങ്ങളിലും ചെന്നുചാടിയിട്ടുണ്ടെന്ന് കരുതുന്നു.''

''അങ്ങനെയും പറയാം.'' ഡോക്ടർ ചിരിച്ചുകൊണ്ട് പറഞ്ഞു.

''ശരി, അപ്പോൾ എന്താണ് എടുത്തതെന്ന് നിങ്ങൾക്ക് ഓർമ്മയുണ്ടോ?''

''ഹെറോയിൻ...''

''അല്ല. മൂന്ന് ദിവസത്തേക്ക് നിങ്ങളെ കോമയിലാക്കാൻ മതിയായ അളവിലുള്ള കൊക്കെയ്ൻ ആണ് നിങ്ങൾ കുത്തിവച്ചത്. നിങ്ങൾ ഭാഗ്യവതിയാണ്. നിങ്ങളുടെ ഹൃദയമിടിപ്പ് രണ്ടുതവണ നിലച്ചു. ഞാൻ പറയുന്നത് മനസ്സിലാകുന്നുണ്ടോ?''

അവൻ ഫയൽ നോക്കി:

''ഡെർദി. അതൊരു സുന്ദരമായ പേരാണ്. നീ എവിടെ നിന്ന് വരുന്നു?''

''ടർക്കി.''

''കൊള്ളാം. ഇപ്പോൾ നോക്കൂ, കുറച്ച് സമയത്തിനുള്ളിൽ പൊലീസ് വരും, നിങ്ങളോട് കുറച്ച് ചോദ്യങ്ങൾ ചോദിക്കാൻ, ഓക്കേ?''

ഡെർദി തലയാട്ടി.

''ശരി, പിന്നെ. ഞാൻ കുറച്ച് കഴിഞ്ഞ് വരാം.'' അദ്ദേഹം പോകാൻ തിരിഞ്ഞു. പിന്നെ പുഞ്ചിരിച്ചുകൊണ്ട് പറഞ്ഞു.

''ശരിയാണ്. കഴിഞ്ഞ വേനൽക്കാലത്ത് ഞാൻ അവിടെ ഉണ്ടായിരുന്നു. എന്തൊരു അത്ഭുതകരമായ രാജ്യം. നിങ്ങൾ വളരെ ഭാഗ്യമുള്ള പെൺകുട്ടിയാണ്.''

രണ്ട് എം൦15 ഉദ്യോഗസ്ഥർ ഡെർഡിയുടെ കട്ടിലിന് ഇരുവശത്തും നിന്നു. ഒരാൾ തലയുയർത്തി നോക്കി പറഞ്ഞു:

''നോക്കൂ, ഞങ്ങൾ നിങ്ങളോട് ആവശ്യപ്പെടുന്ന ഒരേയൊരു കാര്യം കോടതിയിൽ സാക്ഷ്യപ്പെടുത്തുക എന്നതാണ്. അത്രയേയുള്ളൂ. മറ്റൊന്നുമില്ല. നിങ്ങളുടെ സ്വകാര്യ ജീവിതത്തെക്കുറിച്ച് അറിയാൻ ഞങ്ങൾക്ക് ആഗ്രഹമില്ല. നിങ്ങൾക്ക് ഇംഗ്ലണ്ടിൽ തുടരാൻ ഞങ്ങളാൽ കഴിയുന്നതെല്ലാം ചെയ്യും, കാരണം നിങ്ങൾക്ക് അറിഞ്ഞിട്ടോ അറിയാതെയോ നിയമവിരുദ്ധമായാണ് നിങ്ങൾ ഇവിടെ താമസിക്കുന്നത്. നിങ്ങൾക്കറിയാവുന്ന കാര്യങ്ങൾ ജഡ്ജിയോട് പറഞ്ഞാൽ മാത്രം മതി.''

''പക്ഷേ എനിക്കൊന്നും അറിയില്ല.'' ഡെർദി പറഞ്ഞു.

''നിനക്ക് ബെസിറിനെ അറിയാം, അല്ലേ?''

മറ്റേ ഉദ്യോഗസ്ഥൻ ചോദിച്ചു. ''നിന്നെ ഇവിടെ കൊണ്ടുവന്ന് ആ അപ്പാർട്ട്മെന്റിൽ പൂട്ടിയിട്ടവൻ.''

''അതെ...'' അവൾ മൃദുവായി മന്ത്രിച്ചു.

''ശരി, അപ്പോൾ ആ വീട്ടിൽ നിനക്കെന്തു സംഭവിച്ചു എന്ന് വിശദീകരിക്കൂ. തീർച്ചയായും നിങ്ങളുടെ അച്ഛനുണ്ട്. നിങ്ങൾ അവനെക്കുറിച്ച് സംസാരിക്കേണ്ടതുണ്ട്.''

''എന്നാൽ ഞാൻ അദ്ദേഹത്തെ ഒരിക്കൽ മാത്രമേ കണ്ടിട്ടുള്ളൂ.'' ഡെർദി പറഞ്ഞു. അവളുടെ ശബ്ദം കൂടുതൽ ഉച്ചത്തിലായി.

''നോക്കൂ ഡെർദി, ഞങ്ങൾ നിന്നെ സഹായിക്കാനാണ് ശ്രമിക്കുന്നത്. അതിനാൽ നിങ്ങൾ ലണ്ടനിൽ വന്നതിന് ശേഷം നിങ്ങളെ വേദനിപ്പിച്ച എല്ലാ ആളുകളെക്കുറിച്ചും പറയൂ.''

അയാൾ കള്ളം പറയുകയായിരുന്നു. കഴിഞ്ഞ അഞ്ച് വർഷമായി അവർ ഡള്ളുഹാൻ സഹോദരന്മാർ മുതൽ ഗിഡോ ആഗ വരെ, താരിഖത്ത് നേതാവ് ഹാദിർ ആരിഫ് മുതൽ ബെസിറിന്റെ കിക്ക് ബോക്സർമാർ വരെയുള്ള എല്ലാവരുടെയും പിന്നാലെയായിരുന്നു. അങ്ങനെ ചെയ്യാൻ അവർക്ക് അധികാരമുണ്ടായിരുന്നെങ്കിൽ, തുർക്കിയിലെ ഒരു ഗസ്റ്റ് ഹോമിൽ നിന്ന് ഷെയ്ഖ് ഗാസിയെ തന്നെ കൈമാറുകയും ലണ്ടനിൽ വിചാരണ നടത്തുകയും ചെയ്യുമായിരുന്നു. എങ്കിലും തൽക്കാലം ലണ്ടൻ ആസ്ഥാനത്തുള്ള ആളുകൾ ഈ നാടകീയമായ പുതിയ വിചാരണയിൽ മുഴുകി. പതിനൊന്നാം വയസ്സിൽ തുർക്കിയിലെ തന്റെ ഗ്രാമത്തിൽ നിന്ന് അവളുടെ ഇഷ്ടത്തിന് വിരുദ്ധമായി ഒരു പെൺകുട്ടിയെ പിടിച്ചുകൊണ്ടുപോയി, ഒടുവിൽ ലണ്ടനിലെ സാഡിസ്റ്റും മയക്കുമരുന്നിന് അടിമയുമായ ഒരാളുടെ കൂടെ ജീവിക്കുകയും ജോലി ചെയ്യുകയും ചെയ്ത ഒരു പെൺകുട്ടി. അവളുടെ അച്ഛനായിരുന്നു തുടക്കം മുതൽ എല്ലാം സംഘടിപ്പിച്ചത്. ഇപ്പോൾ ലണ്ടനിലെ തുർക്കി അധോലോകത്തിലെ മയക്കുമരുന്ന് പ്രഭുക്കന്മാരുമായി ചേർന്ന് പ്രവർത്തിക്കുന്ന തീവ്ര ഇസ്ലാമികസംഘങ്ങളുമായി അവൾക്ക് ബന്ധമുണ്ടെന്നായിരുന്നു കോടതിയിലെ അവകാശവാദം. ഈ ബന്ധം സ്ഥാപിക്കുന്നതിലൂടെ, ഒരു കല്ലുകൊണ്ട് നിരവധി പക്ഷികളെ കൊല്ലാമെന്ന് അവർ പ്രതീക്ഷിച്ചു. ബന്ധപ്പെട്ട എല്ലാ വ്യക്തികളെയും സംശയാസ്പദമായ പട്ടികയിൽ ഉൾപ്പെടുത്താം, അവരുടെ ബാങ്ക് അക്കൗണ്ടുകൾ പരിശോധനയ്ക്ക് വിധേയമാക്കാം. ചിലർക്കെങ്കിലും ജീവപര്യന്തം ശിക്ഷ ലഭിക്കും. അതിനായി എം15 ഓഫീസർക്ക് ആ പതിനാറുകാരിയോട് കള്ളം പറയേണ്ടി വന്നു. അവൻ പറഞ്ഞതെല്ലാം ഡെർദി വിശ്വസിച്ചു.

ആദ്യം ഡെർദിയെ ബ്രൈറ്റണിലെ ഒരു സ്വകാര്യ മയക്കുമരുന്ന് പുനരധിവാസ കേന്ദ്രത്തിലേക്ക് അയച്ചു. അവളുടെ ചികിത്സയുടെ

അഞ്ചാം ആഴ്ചയുടെ അവസാനം എം15 വന്ന് അവളെ ലണ്ടനിലേക്ക് തിരികെ കൊണ്ടുപോയി. പുറംരാജ്യങ്ങളിൽ പാലസ് ഓഫ് ജസ്റ്റിസ് എന്നറിയപ്പെടുന്ന ക്വീൻസ് കോടതി കെട്ടിടം പേര് ഉണർത്തുന്ന നിഗൂഢതയിലെന്നപോലെ, മഞ്ഞിന്റെ മുഖംമൂടിയിൽ മുങ്ങിയിരുന്നു.

ആ ചരിത്രപരമായ കോടതി മുറിയിൽ, ഡെർദി ജഡ്ജിയുടെ മുമ്പാകെ ഹാജരായി. അവൾ ഒരു സംരക്ഷിത സാക്ഷിയായിരുന്നു, അതിനാൽ കോടതിയിൽ തനിക്കെതിരെ ആരാണ് മൊഴി നൽകിയതെന്ന് ഹദീഫ് ആരിഫിന് ഒരിക്കലും അറിയില്ല.

''അവർ തുർക്കിയിലെ ഒരു ഗ്രാമത്തിൽ നിന്ന് എന്റെ ചിത്രമെടുത്തു, അവർ അത് ലണ്ടനിലെ ഹദീഫ് ആരിഫിന് അയച്ചു. ഇയാളാണ് പെൺകുട്ടികളെ തിരഞ്ഞെടുത്തത്. അവർ എന്നെ തിരഞ്ഞെടുത്തു. ഞാൻ വിവാഹം കഴിക്കേണ്ട ആളെയും അവർ തിരഞ്ഞെടുത്തു. ടവർ ബ്രിഡ്ജിൽ നിന്ന് ചാടിയ ആ സ്ത്രീ റഹിമെ ആണ് ഇതെല്ലാം എന്നോട് പറഞ്ഞത്.''

അവൾക്ക് ഓർമിക്കാൻ കഴിയുന്നതെല്ലാം അവരോട് പറയാൻ കഴിഞ്ഞതിൽ ഡെർദി സന്തോഷിച്ചു. ബ്ലാക്ക് ടിയെക്കുറിച്ചും അവൾ അവരോട് പറഞ്ഞു.

''ഞാൻ അവനിൽ നിന്ന് ഹെറോയിൻ വാങ്ങി. ഫൈറ്റിംഗ് വോൾവ്സ് എന്ന സംഘത്തിലെ അംഗമായിരുന്ന അവർ എതിരാളികളായ കുർദിഷ് സംഘങ്ങളുമായി യുദ്ധം ചെയ്തു. അവൻ എന്റെ പിതാവ് റിഗെയ്പിന് വേണ്ടി ജോലി ചെയ്തു. ജമൈക്കൻ ആവണമെന്നു പോലും ആ കുട്ടി പറഞ്ഞു.''

ജമൈക്കൻ ആംഗിളിൽ അവർ അത്ര താല്പര്യം കാണിച്ചില്ല. അവൾക്ക് ഓർമ്മിക്കാൻ കഴിയുന്ന എല്ലാ കാര്യങ്ങളും ഡെൽദി ഓർത്തോർത്ത് പറഞ്ഞു. അവളുടെ അപ്പാർട്ട്മെന്റിന്റെ പതിനൊന്നാം നിലയിലെ മതപ്രഭാഷണത്തിനിടെ വെസീറിന്റെ വായിൽ നിന്ന് പറക്കുന്ന തുപ്പലിനെക്കുറിച്ചുപോലും അവൾ അവരോട് പറഞ്ഞു. എന്നാൽ അവൾ സ്റ്റീവനെയോ സ്റ്റാൻലിയെയോ മിച്ചിനെയോ പരാമർശിച്ചില്ല. അത് വിചിത്രമായിരുന്നു, പക്ഷേ എങ്ങനെയോ അവളുടെ ജീവൻ രക്ഷിക്കുന്നതിൽ അവർ ഒരു പങ്കു വഹിച്ചതായി അവൾക്ക് തോന്നി. അവൾ സ്റ്റാൻലിയെ വെറുത്തു എന്നതാണ് സത്യം, പക്ഷേ അയാൾ ജയിലിൽ പോകേണ്ട ആവശ്യമില്ല. ഹെറോയിൻ ആസക്തിയുടെ ചുവരുകളിൽ ഒതുങ്ങിനിൽക്കുന്ന ആ ജീവിതം, കൂടുതൽ പരീക്ഷണങ്ങൾ അർഹിക്കുന്നില്ല എന്നവൾ ചിന്തിച്ചു. അടുത്ത ആറ് വർഷക്കാലം അവൻ അത്തരം മതിലുകൾക്കുള്ളിലും

തെരുവിലെ കഠിനമായ യാഥാർത്ഥ്യത്തിലും ജീവിച്ചു. പിതാവിന്റെ മരണശേഷം, സ്റ്റാൻലി തന്റെ വീട്ടിലേക്ക് മടങ്ങി. അത് ഒടുവിൽ അവന്റേതായി. എന്നാൽ ഹെറോയിൻ അമിതമായി കഴിച്ച് താമസി യാതെ അവനും മരിച്ചു. സ്റ്റീവനെ സംബന്ധിച്ചിടത്തോളം, അവന്റെ ഓസ്യത്തിൽ വ്യക്തമാക്കിയതുപോലെ, അവന്റെ ചാദറിൽതന്നെ അടക്കം ചെയ്തു.

മിച്ചിന് മാത്രമേ തന്റെ ജീവിതം വഴിതിരിച്ചുവിടാൻ കഴിഞ്ഞുള്ളൂ. അയാൾ തന്റെ ജന്മനാടായ കാലിഫോർണിയയിലേക്ക് മടങ്ങി, അവിടെ ഒരു പുരുഷനെ വിവാഹം കഴിച്ചു, തുടർന്ന് പെട്ടെന്ന് വിവാഹമോചനം നേടി. തുടർന്ന് അദ്ദേഹം ഒരു സ്ത്രീയെ വിവാഹം കഴിച്ചു, അവർ ഒരുമിച്ച് ഡോക്യുമെന്ററി ചിത്രങ്ങൾ എടുക്കാൻ തുടങ്ങി. അവരിൽ ഭൂരിഭാഗവും അദ്ദേഹം താമസിച്ചിരുന്ന വിവിധ രാജ്യങ്ങളിലെ മുസ്ലീങ്ങളുടെ അവസ്ഥകളെക്കുറിച്ചായിരുന്നു. ഒരു അവാർഡ് ഏറ്റുവാങ്ങിയ ശേഷം അദ്ദേഹം നടത്തിയ പ്രസംഗത്തിൽ മിച്ച് പറഞ്ഞു:

‘‘അവൾ ഇപ്പോൾ എവിടെയാണെന്ന് എനിക്ക് ഉറപ്പില്ല, പക്ഷേ എല്ലായ്പ്പോഴും പ്രചോദനത്തിന്റെ ഉറവിടമായിരുന്ന ഒരു പ്രത്യേക മുസ്ലീം പെൺകുട്ടിയോട് ഞാൻ വളരെയധികം കടപ്പെട്ടിരിക്കുന്നു.’’

അത്തരം കുപ്രസിദ്ധിയെക്കുറിച്ച് അറിയാതെ, ഡെർദി തന്റെ സാക്ഷ്യപത്രത്തിനിടെ മിച്ചിന്റെ ഒരു സിനിമയെക്കുറിച്ച് പരാമർ ശിച്ചു, പക്ഷേ ജഡ്ജി അവളെ വിശ്വസിച്ചില്ല, ഡെർദിയുടെ കനത്ത മയക്കുമരുന്ന് ഉപയോഗത്തിന്റെ ദിവസങ്ങളിൽ രൂപപ്പെട്ട വിഭ്രാന്തി കളായി അവർ കരുതി. അങ്ങനെ അവൾ വിഷയം മാറ്റി. അമ്പത്തി രണ്ട് കേംബ്രിഡ്ജ് വിദ്യാർത്ഥികളുടെ കഥ വന്നപ്പോൾ അദ്ദേഹം പറഞ്ഞു.

‘‘ഇതിന്റെ ആവശ്യമില്ല, ആവശ്യമില്ല.’’

ഉച്ചഭക്ഷണത്തിന് സമയമായി. അത്തരത്തിലുള്ള അവളുടെ കഥ ഒരിക്കലും വിശ്വസിക്കില്ലെന്ന് ഡെർദി മനസ്സിലാക്കി. മറ്റെന്തെങ്കിലും ചേർക്കാൻ ആഗ്രഹിക്കുന്നുണ്ടോ എന്ന് അവർ അവളോട് ചോദിച്ച പ്പോൾ, ഡെർദി അവളുടെ അച്ഛനെക്കുറിച്ച് ചോദിച്ചു.

‘‘അയാൾ മരിച്ചുവെന്ന് ഞാൻ ഭയപ്പെടുന്നു. ആത്മഹത്യ ചെയ്തു എന്നാണറിഞ്ഞത്.’’

‘‘എന്റെ അമ്മ എപ്പോഴും പറയുമായിരുന്നു, ‘ദൈവം സഹാ യിച്ചാൽ അവർ ആ മനുഷ്യനെ ഒരു ദിവസം കൊല്ലും എന്ന്.’ ഇനി

എനിക്ക് അമ്മയോട് പറയാൻ കഴിയും. അതിനായി ഇനി പ്രാർത്ഥിക്കേണ്ട കാര്യമില്ല എന്ന്.''

അവൾ ഒരു നിറംകെട്ട പുഞ്ചിരിയോടെ പറഞ്ഞു.

സിറ്റി സെന്ററിൽ നിന്ന് പത്ത് സ്റ്റോപ്പുകൾ അകലെയായിരുന്നു ബ്രൈറ്റൺ പുനരധിവാസ കേന്ദ്രം. ഡെർദിയുടെ പഴയ ബോർഡിംഗ് സ്കൂളിന്റെ കാമ്പസ് പോലെ പച്ചപ്പ് നിറഞ്ഞ വലിയ പുൽത്തകിടിക്ക് നടുവിലായിരുന്നു പ്രധാന കെട്ടിടം. 'പ്രത്യാശ' എന്നായിരുന്നു അതിന്റെ പേര്.

ഗാർഡൻ ഗേറ്റിന് മുകളിലുള്ള ഒരു ബോർഡിൽ പേര് വായിച്ചുകൊണ്ട്, ഡെർദി ലോകത്തിൽ പ്രതീക്ഷയോടെ ജീവിക്കുന്ന എല്ലാ ആളുകളെയും കുറിച്ച് ചിന്തിച്ചു. അതിനാൽ, ആ കേന്ദ്രത്തിന്റെ മുന്നിലൂടെ കടന്നുപോകുന്ന ആളുകൾക്ക്, ഒരുപക്ഷേ ദിവസത്തിൽ ഒരിക്കൽ മാത്രം, ആ ബോർഡിലെ വാക്ക് വായിച്ചാൽ മതിയെന്ന് ഡെർദി ചിന്തിച്ചു. അവൾ പുഞ്ചിരിച്ചു. പക്ഷേ അവളുടെ ചിരി അധികനേരം നീണ്ടുനിന്നില്ല. അവളുടെ 'വീണ്ടെടുക്കൽ' പരിപാടിയിലെ പന്ത്രണ്ടാമത്തെ ആഴ്ച വരെ അവൾ പിന്നെ പുഞ്ചിരിക്കില്ല.

ഹെറോയിൻ അടിമകൾക്കുള്ള ചികിത്സ എൺപത്തിയഞ്ച് ദിവസം നീണ്ടുനിന്നു. മയക്കുമരുന്നിൽ നിന്ന് ശരീരം ശുദ്ധീകരിക്കപ്പെടുന്നതിനുള്ള യാത്ര ബുദ്ധിമുട്ടുള്ള ഒന്നായിരുന്നു. ഒരു രോഗി മൂന്ന് പേരുടെ സഹായത്തോടെയാണ് ചികിത്സ പൂർത്തിയാക്കിയിരുന്നത്. ഒരു മാനസികരോഗ വിദഗ്ധൻ. അദ്ദേഹം രോഗിയെ വേദന കൈകാര്യം ചെയ്യാൻ സഹായിക്കുന്നതിന് അവസാന ആശ്രയമായി നേരിയ മയക്കമരുന്ന് വരെ ഉപയോഗിക്കാൻ അനുവദിക്കും. രണ്ടാമത് ഒരു തെറാപ്പിസ്റ്റ്, രോഗിയുടെ ആത്മീയ ലാൻഡ്സ്കേപ്പ് പുനഃസ്ഥാപിക്കാൻ പ്രവർത്തിച്ചു. മൂന്നാമത്തെയാൾ രോഗിയുടെ അരികിൽനിന്ന് ഒരിക്കലും വിട്ടുപോകാത്ത, ആസക്തയ്ക്ക് ആവശ്യമായ എല്ലാ പിന്തുണയും നൽകുകയും അവനെ അല്ലെങ്കിൽ അവളെ ആത്മഹത്യ ചെയ്യുന്നതിൽ നിന്നും അല്ലെങ്കിൽ മറ്റാരെയെങ്കിലും ദ്രോഹിക്കുന്നതിൽ നിന്നും തടയുകയും ചെയ്യുന്ന ഒരു നഴ്സ്, അല്ലെങ്കിൽ സഹായി.

പുനരധിവാസ കേന്ദ്രത്തിൽ സുഖം പ്രാപിക്കുന്ന രോഗികളുടെ അത്രയും കൂട്ടാളികളെങ്കിലും ഉണ്ടായിരുന്നു. അവർ എല്ലാവരും സന്നദ്ധപ്രവർത്തകരായിരുന്നു. ശമ്പളമില്ലാതെ അത്തരമൊരു ജോലി ചെയ്യാൻ തയ്യാറുള്ള ആളുകൾ ഒന്നുകിൽ വ്യക്തിപരമായ പാപങ്ങൾക്ക് പ്രായശ്ചിത്തം ചെയ്യുകയോ അല്ലെങ്കിൽ അവർ മോചിപ്പിക്കപ്പെട്ടുവെന്ന് ഇതിനകം വിശ്വസിക്കുകയോ ചെയ്തവർ ആയിരുന്നു.

ഒരു ഹെറോയിൻഅടിമയോടൊപ്പം പന്ത്രണ്ട് ആഴ്ച ചെലവഴിക്കാൻ അതിമാനുഷികമായ ഒരു ശ്രമം ആവശ്യമായിരുന്നു. ചികിത്സയ്ക്കിടെ, ആസക്ത ഉറങ്ങുമ്പോൾ മാത്രമേ ഒരു സഹായിക്ക് ഉറങ്ങുവാനാവുള്ളൂ. മനുഷ്യാതീതമായ പ്രയത്നം തന്നെയായിരുന്നു മറ്റൊരു മനുഷ്യനെ അടുത്ത് പിന്തുടരുക, വായുപോലെ അവരോട് പറ്റി നിൽക്കുക. സുഖം പ്രാപിക്കുന്ന ഒരു ആസക്തയുമായി കൈകോർത്ത് നടക്കുമ്പോൾ സഹജീവികൾ വായുപോലെയായിരുന്നു, എല്ലായ്പ്പോഴും അവരുടെ അരികിൽ, ഒരിക്കലും രോഗികളുടെ പ്രവർത്തികളെ ഒട്ടും വിമർശിക്കാതെ, വിധിക്കാതെ. ആസക്ത എപ്പോഴും ശ്വസിക്കുന്നുണ്ടെന്ന് അവർക്ക് ഉറപ്പു വരുത്തണം.

അവൾ വീഴുമ്പോൾ അവളെ എടുക്കുക, അവളുടെ കണ്ണുനീർ തുടയ്ക്കുക. അവളുടെ മോശം ഭാഷയെ നിന്ദിക്കാതിരിക്കുക, മേശപ്പുറത്ത് മുഷ്ടി ചുരുട്ടി ഇടിച്ചാൽ ഒരു കൂട്ടുകാരിയെപ്പോലെ അവളുടെ കൈത്തണ്ടയിൽ പിടിച്ച് തടയുക. തുപ്പുകയോ മറ്റോ ചെയ്താൽ എപ്പോഴും ഒരേ പുഞ്ചിരിയോടെ താടി തുടയ്ക്കുക. കൂടാതെ, ആസക്ത ഒരു സഹജീവിയുടെ ജീവന് ഭീഷണിയാണെങ്കിൽ, രണ്ട് ആശുപത്രി ഡയറക്ടർമാരിൽ ഒരാൾ ഇടപെടുന്നതുവരെ കാത്തിരിക്കുകയല്ലാതെ അവർക്ക് മറ്റൊന്നും ചെയ്യാൻ കഴിയില്ല. അവർ ഇതൊക്കെ ചെയ്യണം.

അവർ ഒരേസമയം എല്ലായിടത്തും ഉണ്ടായിരിക്കണം. വായുപോലെതന്നെ. 'പ്രത്യാശ'യിലെ മാനേജർമാർ അവരെ വിശുദ്ധരെന്ന് വിളിച്ചു. ഒരു ആസക്തയെ സുഖപ്പെടുത്തുന്നതിൽ അവർ വിജയിക്കുമ്പോഴെല്ലാം, അവരെ കണ്ണിൽ നോക്കി പ്രശംസിക്കുന്നത് ആ സ്ത്രീകളുടെ, കൂടുതലും വിരമിച്ച നഴ്സുമാരുടെ ഹൃദയങ്ങളെ വിഷമിപ്പിക്കും എന്നതിനാൽ അവരെ വിശുദ്ധരെന്നു മാത്രം വിളിച്ചുപോന്നു.

ആനിയായിരുന്നു ഡെർദിയുടെ കൂട്ടുകാരി. നാല് വർഷം മുമ്പ് തന്റെ അവസാന ലഹരിഅടിമയോടൊപ്പം ജോലി ചെയ്ത അവൾ ഒരിക്കലും മടങ്ങിവരാൻ ഉദ്ദേശിച്ചിരുന്നില്ല. എന്നാൽ ഡെർദി പെട്ടെന്ന് പ്രത്യക്ഷപ്പെട്ടു, ഒപ്പം 'പ്രത്യാശ'യിൽ കൂട്ടാളികളുടെ കുറവുള്ളതിനാൽ അവർക്ക് ആനിനെ വിളിക്കുകയല്ലാതെ മറ്റ് മാർഗമില്ലായിരുന്നു. താൻ വരില്ലെന്ന് അവൾ ഉടനെ പറഞ്ഞു. തനിക്ക് അമ്പത്തിമൂന്ന് വയസ്സ് മാത്രമേ ആയിട്ടുള്ളൂവെങ്കിലും തന്റെ ഹൃദയത്തിന് പ്രായമായതായി തോന്നിയെന്നും തനിക്ക് ഇനി ജോലി കൈകാര്യം ചെയ്യാൻ കഴിയില്ലെന്നും അവൾ അവരോട് പറഞ്ഞു. അവൾ ഫോൺ കട്ട് ചെയ്തു. ജോലി ഉപേക്ഷിച്ച് കഴിഞ്ഞ നാല് വർഷങ്ങളെക്കുറിച്ച് ചിന്തിച്ച് അവൾ നാല് മിനിറ്റ് ഫോണിലേക്ക് നോക്കി, പ്രത്യാശയിലേക്ക് തിരികെ വിളിച്ച് ആ അടിമ ഇപ്പോൾ ഏത് ആഴ്ചയിലാണെന്ന് ചോദിക്കുന്നതിന് മുമ്പ് അവൾ ആദ്യ ആഴ്ച എന്നു പറഞ്ഞാൽ

പോകില്ലെന്ന് ഉറപ്പിച്ചു. ആദ്യ ആഴ്ച ഏറ്റവും പ്രയാസമേറിയ ആഴ്ചയാണെന്ന് അവൾക്കറിയാമായിരുന്നു. ലഹരിക്ക് അടിമയായ ഒരാൾ മുറിയിൽ പൂട്ടിയിട്ട് ആദ്യത്തെ ആഴ്ച വേദന അനുഭവിക്കുന്നത് കാണുന്നത്, ഡോക്ടറുമായി എണ്ണമറ്റ സന്ദർശനങ്ങൾ നടത്തുന്നത് ലോകാവസാനത്തിന് സാക്ഷ്യം വഹിക്കുന്നത് പോലെയാണ്. എന്നാൽ രണ്ടാം ആഴ്ചയിലാണ് എന്ന് അവർ അവളോട് പറഞ്ഞു. അവൾ സ്വയം കുടുങ്ങി, ആനി അടുത്ത ദിവസം വരുമെന്ന് അവരോട് പറഞ്ഞു. അവൾ വാക്ക് പാലിച്ചു. അടുത്ത ദിവസം അവൾ ഡെർദിയെ കണ്ടു. പെട്ടെന്നുള്ള പിൻവാങ്ങലിന്റെ വേദനയിൽ ശൂന്യമായ കണ്ണുകളോടെ അവൾ നോക്കി, ആനി തിരികെ പുഞ്ചിരിച്ചു. ഒരിക്കലും വിരമിക്കാത്ത, പരിശ്രമം നിർത്താത്ത ഒരാളുടെ ജീവിക്കുന്ന തെളിവായിരുന്നു ആനി. അവൾ സന്നദ്ധസേവനം തുടർന്നു കൊണ്ടേയിരിക്കും.

"ഹലോ. എന്റെ പേര് ആനി. അടുത്ത പന്ത്രണ്ട് ആഴ്ച ഞാൻ നിങ്ങളോടൊപ്പമുണ്ടാകും. എന്താണ് നിങ്ങളുടെ പേര്?"

നോക്കുകപോലും ചെയ്യാതെ ഡെർദി പറഞ്ഞു: "കടന്നുപോകൂ."

ഒരു പ്രതികരണമെങ്കിലും ലഭിച്ചതിൽ സന്തോഷിച്ച ആനി പറഞ്ഞു, 'ശരി, പക്ഷേ ഞാൻ ചോദിക്കുന്നില്ല. ഇനി മുതൽ ഞാൻ നിങ്ങളുടെ കൂട്ടാളിയാണ്. അതുകൊണ്ട് ഞാൻ ഇവിടെതന്നെ നിൽക്കും. എന്തെങ്കിലും ആവശ്യമുണ്ടെങ്കിൽ തലയുയർത്തി നോക്കിയാൽ മതി."

അവൾ രണ്ട് മീറ്റർ പിന്നോട്ട് പോയി അവിടെ നിന്നു. വർഷങ്ങളായി അവൾ വികസിപ്പിച്ചെടുത്ത ഒരു തന്ത്രമായിരുന്നു ഇത് ഒരു അടിമയിൽ അവശേഷിക്കുന്ന മനുഷ്യത്വത്തിന്റെ ഏതെങ്കിലും തുണ്ട് പുറത്തു കൊണ്ടുവരിക, അവർ ഒരുമിച്ച് ഉരച്ച് അതിനെ ഒരു തീപ്പൊരി ആക്കാമെന്ന പ്രതീക്ഷയോടെ.

പാർക്ക് ബെഞ്ചിൽ കൈനഖത്തിന് ചുറ്റുമുള്ള തൊലി കടിച്ചു കീറി ഡെർദി ഇരുന്നു. ആനി വെറും രണ്ട് മീറ്റർ അകലെ കൈകൾ കെട്ടി നിൽക്കുകയായിരുന്നു. കാലുകൾ നിലത്ത് ഒരു കാവൽക്കാരനെപോലെ ഉറപ്പിച്ച് അവൾ നിന്നു. മുൻകാലങ്ങളിൽ, അവൾ ഈ സ്ഥാനത്ത് നാല് മണിക്കൂർ വരെ നിന്നിട്ടുള്ള അവസരങ്ങളും ഉണ്ടായിട്ടുണ്ട്. 'ക്ഷണക്കത്ത്' എന്നാണ് അവൾ അതിനെ വിളിച്ചത്. ക്ഷണക്കത്ത് പോസിൽ, അവൾ പലപ്പോഴും ഒരു നഴ്സായി അവളുടെ സമയത്തെക്കുറിച്ച് ചിന്തിച്ചു അവളുടെ നില്പിന്റെ അനന്തമായ മണിക്കൂറുകൾ അവൾ അവളുടെ ശരീരത്തെ മറക്കാൻ ശ്രമിച്ചു. അവളുടെ ചിന്തകളിലൂടെ മാത്രം യാത്ര ചെയ്തു. എന്നാൽ താമസിയാതെ അവൾ ഡെർദിയിലെ മനുഷ്യത്വം കണ്ടെത്തി. പത്തു മിനിറ്റ്.

ആ അസുഖകരമായ പോസിൽ ആനിയെക്കുറിച്ചുള്ള ചിന്ത ഡെർദിക്ക് സഹിക്കാൻ കഴിഞ്ഞില്ല, അവൾ പറഞ്ഞു:

''ഡെർദി എന്റെ പേര് ഡെർദി, വാ ഇവിടെ ഇരിക്ക്. അവിടെ വെറുതെ നിൽക്കണ്ട.''

''നന്ദി.'' ആനി ചിരിച്ചുകൊണ്ട് പറഞ്ഞു.

''ഹെറോയിനുമായുള്ള നിങ്ങളുടെ അനുഭവത്തെക്കുറിച്ച് എന്നോട് പറയാമോ?''

എല്ലാ അടിമകളോടും അവൾ ചോദിച്ച ആദ്യത്തെ ചോദ്യമായിരുന്നു അത്. അവൾ എപ്പോഴും അവരുടെ ഉത്തരങ്ങൾ ഒരു ചെറിയ നോട്ട്ബുക്കിൽ എഴുതി. അവരെ നന്നായി മനസ്സിലാക്കാൻ കഴിയുന്നതെല്ലാം ചെയ്തു.

ഡെർദി തിരിഞ്ഞ് പറഞ്ഞു:

''എന്തിന്, അത് തുടങ്ങാൻ ആലോചിക്കുന്നോ?''

ആനി പുഞ്ചിരിച്ചു.

''അയ്യോ, അത് എങ്ങനെയുണ്ടെന്ന് ഞാൻ ആശ്ചര്യപ്പെടുന്നു, അത്രമാത്രം.''

ഡെർദി എഴുന്നേറ്റു നിന്ന് പതുക്കെ പുറത്തേക്ക് നടന്നു. ആനി അവളുടെ തൊട്ടു പുറകെ നടന്നു. ഏകദേശം നൂറ് ചുവടുകൾക്കുള്ളിൽ, ഡെർദി ഒന്ന് നിർത്തി, എന്തോ മന്ത്രിക്കാൻ ആനിന്റെ അടുത്തേക്ക് ചാഞ്ഞു:

''നിനക്ക് വെടിക്കെട്ടുകൾ അറിയാമോ?''

അടുത്ത് വന്ന് ആനി പറഞ്ഞു:

''തീർച്ചയായും.''

''അവ ഇതുപോലെ പൊട്ടിത്തെറിക്കുന്നു.'' ഡെർദി കൈകൾ ഉയർത്തി വിരലുകൾ തുറന്നു.

''അതെ, എനിക്കറിയാം. എല്ലാം വ്യത്യസ്ത നിറങ്ങൾ. അവയെ കാണുന്നത് എനിക്ക് വളരെ ഇഷ്ടമാണ്.'' ആനി പറഞ്ഞു.

''നിങ്ങൾ ഹെറോയിനിൽ ആയിരിക്കുമ്പോൾ അത് അങ്ങനെയാണ്...''

ആനി അവളെ തടസ്സപ്പെടുത്തി:

''അപ്പോൾ നിങ്ങൾ വെടിക്കെട്ടുകൾ കാണുമോ?''

''ഇല്ല.'' ഡെർദി പറഞ്ഞു. ''നമ്മൾതന്നെയാണ് വെടിക്കെട്ടുകൾ.''

അനുഭവത്തിന്റെ ഇത്രയും ശക്തമായ ഒരു വിവരണം ആനി കുറച്ചുകാലമായി കേട്ടിട്ടില്ല. അവൾ അത് പിന്നീട് നോട്ട്ബുക്കിൽ

കുറിച്ചു. ആ ഭാവം അവൾ ഒരിക്കലും മറന്നില്ല. അത് അവിശ്വസനീയമാം വിധം അവളെ അമ്പരപ്പിച്ചു.

''എന്തൊരു മനോഹരമായ രീതിയിലാണ് നീ നിന്റെ അനുഭവം പറയുന്നത്. നിങ്ങൾക്കറിയാമോ, നിങ്ങൾ ഒരു എഴുത്തുകാരിയാകേണ്ടവളാണ്.''

''ഓ, ശരി.'' ഡെർദി പുച്ഛത്തോടെ പറഞ്ഞു. അവളുടെ മുഖത്ത് ഒരു പരിഹാസപുഞ്ചിരി മാത്രം.

''എന്തുകൊണ്ട്? എഴുത്ത് നല്ലൊരു ആവിഷ്കാര രീതിയല്ലേ? നീ സ്കൂളിൽ പോയിട്ടുണ്ടോ?''

''ഇല്ല.''

''നിനക്ക് ആഗ്രഹമുണ്ടോ?''

യാടിർക്കയിൽ നിന്നുള്ള ഫെമ്മിയെക്കുറിച്ച് ഡെർദി ചിന്തിച്ചു.

''ഒരുപക്ഷേ, എനിക്കറിയില്ല.''

''ഞാൻ നിങ്ങളുടെ ഫയൽ വായിച്ചു. നിങ്ങൾ ഇപ്പോഴും ചെറുപ്പമാണ്, എന്നെ വിശ്വസിക്കൂ, നിങ്ങൾക്ക് ഇഷ്ടമുള്ളത് ചെയ്യാൻ കഴിയും. നിങ്ങൾക്ക് ഒരു ജീവിതം മുഴുവൻ മുന്നിലുണ്ട്.''

ഡെർദി ഒരു നിമിഷം ചിന്തിച്ചശേഷം സംസാരിച്ചു. ആനി ശ്രദ്ധിച്ചു.

''ഞാൻ ഇതിനകം മരിച്ചുകഴിഞ്ഞു. നിങ്ങൾക്ക് അത് മനസ്സിലാക്കാൻ കഴിയുമോ? മരിച്ചു. അടക്കം ചെയ്തിട്ടില്ല, അത്രമാത്രം.''

ആനി പുഞ്ചിരിച്ചു.

''മരിച്ച ഒരാൾക്ക് വേണ്ടി നിങ്ങൾ അൽപ്പം കൂടുതൽ ശ്വസിക്കുന്നതായി തോന്നുന്നു.''

ഡെർദി നിശ്ശബ്ദയായിരുന്നു. തനിക്ക് സംഭവിച്ച കാര്യങ്ങളെല്ലാം ഈ സ്ത്രീക്ക് മനസ്സിലാക്കാൻ കഴിയുമെന്ന് അവൾ കരുതിയില്ല. അങ്ങനെ അവൾ നടന്നു നീങ്ങി. അവളുടെ മനസ്സ് കലുഷിതമായിരുന്നു. അവർ കേന്ദ്രത്തിൽ ഒരു പുതിയ നാൽട്രെക്സോൺ (മോർഫിന് സമാനമായ ഒരു സിന്തെറ്റിക് മരുന്ന്. ഇത് നാഡീവ്യവസ്ഥയിലെ ഒപ്പിയേറ്റ് റിസപ്റ്ററുകളെ തടയുകയും ഹെറോയിൻ ആസക്തിയുടെ ചികിത്സയിൽ പ്രാഥമികമായി ഉപയോഗിക്കുകയും ചെയ്യുന്നു) ചികിത്സ ആരംഭിച്ചിരുന്നു. ഡെർദി നാൽട്രെക്സോൺ ചികിത്സ തുടങ്ങിയിരുന്നു.

അവൾ തിരിഞ്ഞ് ചോദിച്ചു.

''നിങ്ങളുടെ പേര് എങ്ങനെ എഴുതാം?''

ഇത്തരം രോഗികൾ പെട്ടെന്ന് സംഭാഷണം മാറ്റുന്നതിനെക്കുറിച്ച് ആനിക്ക് അറിയാമായിരുന്നു. അവൾ ഒരു മടിയും കൂടാതെ അവളുടെ പേര് ഉച്ചരിച്ചു. ഡെർദി പെട്ടെന്ന് പറഞ്ഞു:

''എന്റെ ഭാഷയിൽ, 'അമ്മ' എന്നാണതിനർത്ഥം.''

''എനിക്കറിയാം.'' ആനി പറഞ്ഞു.

''നിങ്ങൾക്കെങ്ങനെ അറിയാം?'' മറുപടി കേൾക്കുന്നതിനു മുമ്പേ പെട്ടെന്ന് അവൾക്ക് വയ്യാതായി. മരുന്നിന്റെ പാർശ്വഫലങ്ങളായിരുന്നു. പ്രഭാതഭക്ഷണത്തിന് അവൾക്ക് കഴിക്കാൻ കഴിഞ്ഞ കുറച്ച് സ്ട്രോബെറി തൈര്, അവളുടെ വായിൽ നിന്ന് ഊറി. പാർശ്വഫലങ്ങളിൽ, കാഴ്ചക്കുറവ്, തലകറക്കം, ക്ഷീണം, ഓക്കാനം എന്നിവ ഉൾപ്പെടുന്നു. സ്വന്തം വയറ്റിലെ പിത്തരസം പോലും ഡെർദിക്ക് പിടിച്ചുനിർത്താൻ കഴിഞ്ഞില്ല. അത് അവളുടെ ശരീരത്തെ മാത്രമല്ല, അവൾ അനുഭവിച്ച അശ്ലീലങ്ങളിൽ നിന്നും ശാരീരിക ക്ലേശങ്ങളിൽനിന്നും അവളുടെ ശരീരത്തേയും മനസ്സിനെയും ശുദ്ധീകരിച്ചു.

കോടതിയിൽ ഡെർദി തന്റെ അവസാന മൊഴി നൽകിയ ശേഷം, പത്താം ആഴ്ചയിലെ ചികിത്സ ആരംഭിക്കാൻ അവൾ 'പ്രത്യാശ' യിലേക്ക് മടങ്ങി. അവൾ ഇടയ്ക്കിടെ ഗ്രൂപ്പ് തെറാപ്പി സെഷനുകളിൽ വന്നിരുന്നുവെങ്കിലും മറ്റ് രോഗികളോട് സംസാരിച്ചിരുന്നില്ല. അവൾ ചർച്ചകളിൽ കഴിയുന്നത്ര കുറച്ച് മാത്രം പങ്കെടുത്ത് തന്റെ ഊഴത്തെ അസ്വസ്ഥതയോടെ മാത്രം കണ്ടു. അവൾക്ക് ഒന്നും പറയാനില്ലായിരുന്നു. എന്തായാലും അവളെ മനസ്സിലാക്കാൻ കഴിവുള്ള ആരും അവിടെ ഉണ്ടായിരുന്നില്ല. ആനിക്ക് മാത്രമേ അവളെ മനസ്സിലാക്കാൻ കഴിയൂ എന്ന് കരുതി. ആനിക്ക് അവളുടെ കഷ്ടപ്പാടും പശ്ചാത്താപവും അവൾ എങ്ങനെ ജീവിതത്തെ വെറുക്കുന്നുവെന്നും എങ്ങനെ മരിക്കാൻ ആഗ്രഹിക്കുന്നുവെന്നും മനസ്സിലാക്കാൻ കഴിഞ്ഞു, ആനിക്കും ജീവിതത്തിൽ ഒരിക്കൽ അങ്ങനെ അനുഭവപ്പെട്ടിരുന്നു. ശരിയായ വാക്കുകൾ ഉപയോഗിച്ച് ഡെർദിയുടെ വാക്യങ്ങൾ പൂർത്തിയാക്കാൻ ആനിക്ക് കഴിഞ്ഞു. വർഷങ്ങളായി ഡെർദി ആരെയും ശരിക്കും സ്നേഹിച്ചിരുന്നില്ല. ആനിയോടുള്ള അവളുടെ വികാരങ്ങൾ വിശദീകരിക്കാൻ അവൾക്ക് കഴിഞ്ഞതുമില്ല. അവൾ അവളെ സ്നേഹിച്ചു, പക്ഷേ എന്തുകൊണ്ടാണെന്ന് അവൾക്ക് മനസ്സിലായില്ല.

ഡെർദി അനുഭവിച്ച എല്ലാ ദുരന്തങ്ങളുടെയും ഭാരം തനിക്ക് ഊഹിക്കാൻ പോലും കഴിയില്ലെന്ന വസ്തുത ആനി വളരെ പെട്ടെന്നു തന്നെ അംഗീകരിച്ചിരുന്നു. ഡെർദിയിൽ അവൾ കണ്ടത് നിശ്ശബ്ദമായി ഒഴുകുന്ന വെള്ളച്ചാട്ടമാണ്. ആ വെള്ളച്ചാട്ടത്തിൽ തന്റെ തളർന്ന ശുദ്ധീകരിക്കാൻ ആനി ആഗ്രഹിച്ചു. അവൾ ഇത് സ്നേഹമായി കരുതി.

"നീ ആ മരം കാണുന്നുണ്ടോ?''

ഭൂമിയിൽ നിന്ന് വേരുകൾ പൊട്ടിത്തെറിക്കുന്ന നൂറു വർഷം പഴക്കമുള്ള വലിയ മരം ചൂണ്ടിക്കാണിച്ചുകൊണ്ട് ആനി ചോദിച്ചു. അവൾ ഒന്നു നിർത്തി എന്നിട്ട് ചിരിച്ചു, ''അവർ ബെൽ ബോട്ടം പോലെ കാണപ്പെടുന്നു.''

ഡെർദി പുഞ്ചിരിക്കാൻ തയ്യാറായിരുന്നു, പക്ഷേ സ്വയം തടഞ്ഞു. അഗാധവും ഇരുണ്ടതുമായ സ്ഥലത്ത് നിന്ന് ഒരു ആശങ്ക ഉയർന്നു. നല്ല വികാരങ്ങൾ തുറന്നുകാട്ടുകയാണെങ്കിൽ ഒരുപക്ഷേ താൻ ശിക്ഷിക്കപ്പെടുമായിരിക്കും. ആനി പോയാൽ തനിക്ക് കിട്ടുന്ന ശിക്ഷയെ അവൾ ഭയന്നു. തനിക്കു സുഖമായാൽ ആനി അപ്രത്യക്ഷമാകും. അതുകൊണ്ട് അവൾ തലയാട്ടുക മാത്രം ചെയ്തു. ആനി അവളുടെ നിശ്ശബ്ദത ശ്രദ്ധിച്ചു, ഡെർദിയുടെ ചെവിയിൽ അവൾ മന്ത്രിച്ചു:

''നിന്റെ മുടിയെക്കുറിച്ച് ഞാൻ എപ്പോഴും ആലോചിക്കാറുണ്ട്.''

ഡെർദി അവളുടെ തലയിൽ കൈ ഓടിച്ചു.

''നിനക്കത് നഷ്ടമായി തോന്നുന്നുണ്ടോ?'' ആനി ചോദിച്ചു.

''എനിക്കറിയില്ല. എനിക്ക് അതിനെ പേടിയാണ്.''

ഒരുമിച്ച് ഒരു നീണ്ട നിശ്ശബ്ദതയ്ക്ക് ശേഷം, ആനി തനിക്ക് അവളോടുള്ള സ്നേഹത്തെക്കുറിച്ച് ഒരു ഉറച്ച ധാരണയിലെത്തി. അവൾ ഡെർദിയോട് പറഞ്ഞു:

''നമ്മൾ എന്താണ് ചെയ്യാൻ പോകുന്നത് എന്നറിയാമോ? നമുക്ക് ഇപ്പോൾ തന്നെ നിന്റെ മുറിയിൽ പോയി എന്റെ മുടി മുഴുവൻ വെട്ടി മാറ്റണം. നമ്മൾക്ക് രണ്ടുപേർക്കും തല മുട്ടയടിക്കാം. ഷേവ് ചെയ്യാം.''

''നിങ്ങൾക്ക് ഭ്രാന്താണോ?'' ഡെർദി ചോദിച്ചു.

''തീർച്ചയായും അല്ല.'' ആനി ചിരിച്ചുകൊണ്ട് പറഞ്ഞു. ''അത് വീണ്ടും വളരും. എന്നാൽ ഇത്തവണ നിന്റേത് വളരാൻ നീയും അനുവദിക്കും. നമ്മൾ അത് ഒരുമിച്ച് വളരാൻ അനുവദിക്കും. നീ എന്ത് പറയുന്നു?''

''എനിക്ക് ഈ തന്ത്രം അറിയാം.'' ഡെർദി പറഞ്ഞു. ''നമ്മൾ ആദ്യമായി കണ്ടുമുട്ടിയപ്പോൾ നിങ്ങൾ എന്റെ അരികിൽ നിന്ന് എന്നിൽ നിന്ന് കുറച്ച് സഹതാപം പുറത്തെടുക്കാൻ ശ്രമിച്ചതിൽ നിന്ന് വ്യത്യസ്തമല്ല ഇതും.''

''ഒരിക്കലും അല്ല, എന്റെ പ്രിയപെണ്ണേ, അങ്ങനെയൊന്നുമില്ല. അതൊരു കൃത്രിമതന്ത്രമായിരുന്നില്ല. എന്തായാലും നിങ്ങൾ എന്താണ് പറയുന്നത്? സ്കിൻഹെഡിൽ നിന്ന് ഹിപ്പിയിലേക്ക് സ്ഥാനക്കയറ്റം ലഭിക്കുന്നത് ഇഷ്ടമാണോ?''

തന്നെക്കുറിച്ച്, സ്വന്തം സന്തോഷത്തെക്കുറിച്ച് മാത്രം ചിന്തിച്ച് ഡെർദി പത്ത് വയസ്സായ കുട്ടിയെപോലെ ചിന്തിച്ചു, ആനി മുടി മുറിച്ചാൽ, അത് വളരുന്നതുവരെ അവൾക്ക് എന്നെ ഉപേക്ഷിച്ചു പോകാൻ കഴിയില്ല, അതിനാൽ അവൾ എന്റെ കൂടെത്തന്നെ ഉണ്ടാകും.

''അതൊരു നല്ല ഇടപാടാണ്. നമുക്ക് പോകാം. നിങ്ങൾ ഇപ്പോൾ തയ്യാറാണോ?''

ആനി ആശ്ചര്യത്തോടെ വായിൽ പൊത്തി, 'അയ്യോ' എന്ന് ഭയം നടിച്ചു.

''ഇനി പറഞ്ഞിട്ട് കാര്യമില്ല.'' ഡെർദി പറഞ്ഞു. എന്നിട്ട് ആനിന്റെ സുന്ദരമായ മുടിയുടെ ഒരു കെട്ട് പിടിച്ച് അവൾ ഉറക്കെ പറഞ്ഞു, ''ഞങ്ങൾ എല്ലാം വെട്ടിമാറ്റുകയാണ്.''

'പ്രത്യാശ'യിലെ എല്ലാവരും തെറാപ്പിസ്റ്റ്, സൈക്യാട്രിസ്റ്റ്, രണ്ട് ഭീമൻ സുരക്ഷാ ഗാർഡുകൾ, അടുക്കളയിലെ മൂന്ന് സ്ത്രീകൾ, നാല് ക്ലീനിംഗ് സ്ത്രീകൾ, സൗകര്യം പരിശോധിക്കാൻ എല്ലാ മാസവും വരുന്ന ബോർഡിലെ ആറ് അംഗങ്ങൾ സെന്റ് ആനിയുടെ തല മൊട്ടയടിച്ചത് കണ്ടു. വർഷങ്ങളോളം നിരുപദ്രവകരമായ സേവനത്തിനൊടുവിൽ ഒരുപക്ഷേ അവൾക്ക് ബോധം നഷ്ടപ്പെട്ടിരിക്കാമെന്ന് അവർ കരുതി. പക്ഷേ, പുഞ്ചിരിക്കുന്ന കണ്ണുകളുമായി അവൾ ഡെർദിക്കൊപ്പം പൂന്തോട്ടത്തിൽ നടക്കുമ്പോൾ അവൾക്ക് ഭ്രാന്തില്ലായിരുന്നു. രണ്ടു സ്ത്രീകൾക്കും അവരുടെ കഷണ്ടിയിൽ ഒരു വിചിത്രമായ അഭിമാനം തോന്നി. രക്താർബുദം ബാധിച്ച്, കീമോ തെറാപ്പിയുടെ വേദനകളെല്ലാം സഹിച്ച് മരണത്തെപോലും പേടിയില്ലാത്ത രണ്ടു കുട്ടികളെപ്പോലെ അവർ പരസ്പരം തലയിൽ തലോടി. രണ്ട് ദിവസത്തിന് ശേഷം ഒരു തെറാപ്പിസ്റ്റ് ബ്രൈറ്റണിൽ നിന്ന് ഇരുണ്ട സൺഗ്ലാസുകൾ കൊണ്ടുവന്നു. ആനി തന്റെ ജോടി ധരിച്ച് മറ്റൊന്ന് ഡെർദിയുടെ കൈയിൽ കൊടുത്തു: ''ഇനി നമുക്ക് നമ്മുടെ ചിത്രമെടുത്ത് ഒരു മാസികയിലേക്ക് അയയ്ക്കാം. ഞങ്ങൾ വളരെ സെക്സിയാണെന്ന് ഒരു അടിക്കുറിപ്പുമിടാം.''

പന്ത്രണ്ടാം ആഴ്ചയിലെ അഞ്ചാം ദിവസം അവർ ബെൽ ബോട്ടം മരങ്ങളിൽ ഒന്നിന് താഴെ നിശ്ശബ്ദരായി ഇരുന്നു.

''നീ ശ്രദ്ധിച്ചിട്ടുണ്ടോ?'' ആനി ചോദിച്ചു.

''എന്ത്?''

''നീ എത്രയോ ശക്തയാണ്. ഇപ്പോൾ നീ ചെയ്യുന്ന കാര്യങ്ങൾ ഒരിക്കലും ചെയ്യാത്ത നിരവധി ആളുകളെ നിങ്ങളുടെ

സാഹചര്യത്തിൽ ഞാൻ കണ്ടിട്ടുണ്ട്. ഞാൻ ഇവിടെ അറിയാവുന്ന ഏറ്റവും ധീരയും ശക്തയും നീയാണ്. നീ യഥാർത്ഥ ജീവിതത്തിലേക്ക് മടങ്ങുമ്പോൾ എന്താണ് അർത്ഥമാക്കുന്നത് എന്ന് നിനക്കറിയാമോ?''

''എനിക്കറിയില്ല.'' ഡെർദി പറഞ്ഞു, അവളുടെ തലയ്ക്ക് മുകളിലുള്ള ഒരു ശാഖയിൽ നിന്ന് പുറത്തേക്ക് ഉന്തിനിൽക്കുന്ന കറുത്ത മുള്ളുകളിൽ വിരലോടിച്ചു.

''എനിക്കറിയാം. അതിനാൽ എന്നോട് പറയൂ, നീ ഇവിടെ നിന്ന് പോകുമ്പോൾ എന്താണ് ചെയ്യാൻ ഉദ്ദേശിക്കുന്നത്?''

കോടതിയിൽ ഡെർദിയുടെ മൊഴി എം15 ഉദ്യോഗസ്ഥർ പ്രതീക്ഷിച്ചതിലും കൂടുതൽ ഫലപ്രാപ്തിയുണ്ടാക്കി. അവൾക്ക് റസിഡൻസ് പെർമിറ്റ് നൽകുന്നതിന് പകരം ഡെർദിക്ക് യുകെ പൗരത്വം തന്നെ ജഡ്ജി നൽകി. തത്ഫലമായി അവൾക്ക് അവളുടെ ജീവിതകാലം മുഴുവൻ ഒരു ഇംഗ്ലീഷ് സ്ത്രീയായി ജീവിക്കാമെന്ന നില കൈവന്നു. എന്നാൽ എം15 വളരെ നേരത്തെ പ്രവർത്തിച്ചിരുന്നു. ഏഴ് മാസത്തെ വിചാരണയുടെ അവസാനം, ഫൈറ്റിംഗ് വോൾവ്സിലെ ഒമ്പത് അംഗങ്ങളും (എല്ലാ പ്രായപൂർത്തിയാകാത്തവരും, ബ്ലാക്ക് ടി ഉൾപ്പെടെ) ബെസീറിന്റെ ഏതാനും കിക്ക് ബോക്സർമാരും ശിക്ഷിക്കപ്പെട്ടിരുന്നു. തുർക്കിയിൽ നിന്ന് ഗിഡോ ആഗയെ കൈമാറാൻ അവർ പദ്ധതിയിട്ടിരുന്നുവെങ്കിലും അദ്ദേഹം ഇറാനിലേക്ക് പലായനം ചെയ്തു. ഹാദിർ ആരിഫിനെ സംബന്ധിച്ചിടത്തോളം, തനിക്കെതിരെ ചുമത്തിയ എല്ലാ ആരോപണങ്ങളും ലോകത്തെ അറിയിക്കാൻ ബാധ്യസ്ഥനെന്നപോലെ. ടിവിയിൽ അഭിമുഖം നൽകുമ്പോഴെല്ലാം അദ്ദേഹം പഴയ പല്ലവിയിലേക്ക് മടങ്ങി:

''ഈ വ്യാജ വിചാരണയ്ക്ക് ഞാനുമായി ഒരു ബന്ധവുമില്ല. ഇത് എല്ലാ ഇസ്ലാമിനും നേരെയുള്ള ആക്രമണമാണ്, അത് തോൽക്കാൻ വിധിക്കപ്പെട്ടതാണ്.''

ഡുള്ളുഹാൻ സഹോദരന്മാർ തങ്ങളുടെ ആസ്ഥാനം ഡബ്ലിനിലേക്ക് മാറ്റാൻ പദ്ധതിയിട്ടു. പിന്നീട് ഹാദിർ ആരിഫ് ബ്രിട്ടീഷുകാരുമായി ഒരു കരാർ ഉണ്ടാക്കി, അവരെ താഴെയിറക്കാനാണെന്ന് കരുതി ഫാദിർ ആരിഫ് ബ്രിട്ടീഷുകാരുമായി മറ്റൊരു കരാറുണ്ടാക്കി. എന്നാൽ അധികം താമസിയാതെ ഹദീർ ആരിഫിന്റെ ഓഫീസ് റെയ്ഡ് ചെയ്യപ്പെട്ടു. റെയ്ഡിനിടെ, ഹിദർ ആരിഫ് തന്റെ ഗ്ലാസ് ഗ്ലോബിന് പിന്നിൽ ഒളിക്കാൻ ശ്രമിച്ചു. എട്ട് ബുള്ളറ്റുകൾ തറച്ചെങ്കിലും അയാൾ രക്ഷപ്പെട്ടു. തകർന്ന ഭൂഗോളത്തിൽ നിന്ന് തട്ടിയെടുത്ത വിശുദ്ധ കറുത്ത ഹേസർഉൾ എസ്വൈദ് കല്ലിന്റെ ഒരു കഷണം തന്റെ

ജീവൻ രക്ഷിച്ചതായി അദ്ദേഹം വിശ്വസിച്ചു. മൂന്ന് വർഷത്തിന് ശേഷം, ഒരു പതിമൂന്ന് വയസ്സുള്ള ഒരു പെൺകുട്ടിയെ ബലാൽത്സംഗം ചെയ്യുന്നതിനിടയിൽ ഹൃദയാഘാതം വന്ന് അയാൾ മരിച്ചു, പുതിയ പ്രവാചകനായി സ്വയം പ്രഖ്യാപിക്കാൻ അയാൾ പദ്ധതിയിട്ടതിന് മൂന്ന് ദിവസം മുമ്പായിരുന്നു അത്.

ഡുള്ളുഹാൻ സഹോദരന്മാർ അയർലണ്ടിൽ രാഷ്ട്രീയത്തിൽ കൈകടത്താൻ പരമാവധി ശ്രമിച്ചു. എന്നാൽ അവർ തങ്ങളുടെ ശ്രമങ്ങളിൽ നിരാശരായി, അവർ തമ്മിൽ വഴക്കിട്ടു. വളർന്നുവരുന്ന ഒരു ഐആർഎ തീവ്രവാദി ഒരു സഹോദരനെ വെടിവച്ചു കൊന്നു. അവർ അടുത്തിടെ രണ്ടായിരം പിസ്റ്റളുകൾ വിതരണം ചെയ്ത ഒരാൾ തന്നെയായിരുന്നു അത്. സഹോദരൻ മരിച്ചില്ല, പക്ഷേ അവന്റെ തലയോട്ടിയിൽ ഒരു വെടിയുണ്ടയുമായി എഴുന്നേറ്റു നിൽക്കാനുള്ള കഴിവോ വിരലുകൾ ചലിപ്പിക്കാനോ കണ്ണിമ ചിമ്മാനോ ആവാതെ ജീവിച്ചു.

ഡെർദിയുടെ വിചാരണയിൽ നിന്ന് പുറത്തുവന്ന ഏറ്റവും മികച്ച കാര്യം അവൾക്ക് ലഭിച്ച യുകെ പൗരത്വമാണ്.

അവളുടെ നിശ്ശബ്ദത ശ്രദ്ധിച്ച ആനി ചോദിച്ചു:

‘‘നീ പോയാൽ എന്ത് ചെയ്യും?’’

അവളുടെ സ്നേഹം ഏറ്റുപറയുന്നതിൽ ലജ്ജിക്കുന്നതുപോലെ ഡെർദി മറുപടി പറഞ്ഞു:

‘‘എനിക്ക് നിന്നെ വല്ലാതെ നഷ്ടപ്പെട്ടതായി അനുഭവപ്പെടും.’’

‘‘വേറെ എന്തെങ്കിലും?’’

‘‘നിങ്ങൾ എവിടെയാണ് താമസിക്കുന്നതെന്ന് ഞാൻ കണ്ടു പിടിക്കട്ടെ?‘

‘‘എന്നിട്ട്?’’

‘‘ഞാൻ നിങ്ങളുടെ തോട്ടത്തിൽ വന്ന് ഉറങ്ങാം.’’

‘‘ ശരി. എന്നിട്ട്?’’

‘‘ഇല്ല, ഞാൻ അവിടെ നിൽക്കാം. ഒരു ദയനീയ ശിശുവിനെപ്പോലെ ഞാൻ നിങ്ങളുടെ വാതിലിന് മുന്നിൽ തല താഴ്ത്തിയും കാലുകൾ കവച്ചും നിൽക്കാൻ പോകുന്നു.’’

‘‘ശരി. എന്നിട്ട്?’’

‘‘അപ്പോൾ നിങ്ങൾക്ക് അധികനേരം പിടിച്ചു നിൽക്കാൻ കഴിയില്ല, നിങ്ങൾ എന്നെ അകത്തേക്ക് കടത്തിവിടേണ്ടി വരും.’’

‘‘ശരി, എന്നാൽ ഇത് എന്നോട് പറയൂ. എത്ര നേരം നീ ഇങ്ങനെ പുറത്ത് കാത്തിരിക്കും?’’

‘‘എത്ര നേരം എന്നെ കാത്തിരിപ്പിക്കാൻ നിനക്ക് കഴിയും?’’

ആനി തലയാട്ടി. അവളുടെ കണ്ണുകൾ നിറഞ്ഞൊഴുകി. അവൾ ഡെർദിയുടെ തോളിൽ കൈ വച്ചു.

‘‘നമ്മൾ ഇത് ഒരുമിച്ച് പൂർത്തിയാക്കാൻ പോകുന്നു.’’ അവൾ പറഞ്ഞു. എന്നിട്ട് അവളെ കെട്ടിപ്പിടിച്ചു.

അവർ കരയുകയായിരുന്നു. അന്നുമുതൽ ആനിക്ക് ഒരു മകളേയും ഡെർദിക്ക് ഒരു അമ്മയെയും കിട്ടി. അപ്പോഴാണ് സാനിയെയ്ക്ക് തന്റെ ഹൃദയത്തിൽ വല്ലാത്തൊരു വേദന അനുഭവപ്പെടുന്നത്. എന്തുകൊണ്ടാണെന്ന് അവൾക്ക് അറിയില്ലായിരുന്നു. മൃഗങ്ങളുമൊത്തുള്ള ഈ കഠിനാധ്വാനമായിരിക്കണം കാരണം എന്നവൾ കരുതി.

ആനിന്റെ കൈകൾക്കിടയിലുള്ള ഡെർദിയുടെ മുഖത്ത് പന്ത്രണ്ട് ആഴ്ചയ്ക്കുള്ളിൽ ആദ്യത്തെ പുഞ്ചിരി തിളങ്ങി.

ഡെർദി അവളുടെ മുറിയിൽനിന്നും പുറത്തേക്കിറങ്ങി. ഒടുവിൽ അവൾ ഹെറോയിനിൽ നിന്ന് മോചിതയായി. ‘പ്രത്യാശ’യിലെ അവസാന ദിവസം ഒന്നാം നിലയിലേക്കുള്ള പടികൾ ഇറങ്ങുമ്പോൾ അവൾ ശരിയായ ദിശയിലേക്കുള്ള ആദ്യചുവട് വച്ചു. വളഞ്ഞു പുളഞ്ഞ ഗോവണിപ്പടിയിലൂടെ ഇറങ്ങിയപ്പോൾ താഴെയുള്ള ജനക്കൂട്ടത്തെ കണ്ടു. പാർട്ടിക്ക് വൈകി എത്തുന്ന നിഗൂഢ സുന്ദരിയായ പെൺകുട്ടിയെ പോലെ അവൾക്ക് തോന്നി.

എല്ലാവരും അഭിമാനത്തോടെ അവളെ നോക്കി. എന്നാൽ മറ്റു ലഹരിക്ക് അടിമകളായവരുടെ കണ്ണുകളിൽ അസൂയയ്ക്ക് സമാനമായ എന്തോ ഒന്ന് ഉണ്ടായിരുന്നു. ഡോക്ടർമാരുടെയും തെറാപ്പിസ്റ്റുകളുടെയും കണ്ണുകളിൽ ആശങ്കയുടെ ഒരു സൂചനയുണ്ടായിരുന്നു, കാരണം അത്തരം ആഘോഷങ്ങൾ അവസാനിക്കുന്നതിന്റെ ആദ്യ ആഴ്ച പോലും തികയുന്നതിന് മുമ്പുതന്നെ ചിലർ അവരുടെ പഴയ ജീവിതത്തിലേക്ക് മടങ്ങുന്നതിനും അവർ സാക്ഷ്യം വഹിച്ചിട്ടുണ്ട്. എന്നാൽ പ്രതീക്ഷ എപ്പോഴും നിലനിന്നിരുന്നതിനാൽ ഇപ്പോൾ അവർ കൈയടിച്ചു. മുഖത്ത് പുഞ്ചിരിയോടെ അവർ ഡെർദിയെ അഭിനന്ദിച്ചു. അവരിൽ ചിലർ അവളുടെ മുതുകിൽ പതുക്കെ തട്ടി. മറ്റുള്ളവർ അവളെ കെട്ടിപ്പിടിച്ചു.

ഒരു പുതിയ തരം വേദന സംഹാരി വികസിപ്പിച്ചെടുക്കാനുള്ള ശ്രമത്തിൽ മോർഫിനിൽ വിവിധ ആസിഡുകൾ ചേർത്തപ്പോൾ,

സിആർ റൈറ്റ് എന്ന രസതന്ത്രജ്ഞൻ ഹെറോയിൻ കണ്ടുപിടിച്ചില്ലായിരുന്നെങ്കിൽ തീർച്ചയായും അവയൊന്നും അവിടെ ഉണ്ടാകുമായിരുന്നില്ല. അന്ന് 'പ്രത്യാശ' എന്നൊരു സ്ഥലമില്ലായിരുന്നു. എന്നാൽ ഹെറോയിൻ പിറന്നു. പിന്നെ ഒരു തിരിച്ചു പോക്കും ഉണ്ടായില്ല. ഒരുപക്ഷേ അവർക്ക് ഒരു ടൈം മെഷീൻ ഉപയോഗിക്കാമായിരുന്നു, അതുവഴി ആളുകൾക്ക് പഴയ കാലത്തിലേക്ക് മടങ്ങാനും റൈറ്റിനെ തന്റെ പരീക്ഷണങ്ങളിൽനിന്ന് തടയാനും കഴിയും. മയക്കുമരുന്ന് കണ്ടുപിടിക്കാൻ ആ മനുഷ്യന് വളരെ ബുദ്ധിമുട്ടായിരുന്നു. വർഷം 1874 ആയിരുന്നു, അദ്ദേഹം ലണ്ടനിലെ സെന്റ് മേരി ഹോസ്പിറ്റലിൽ ആയിരുന്നു. ഡെർദി രണ്ടുതവണ മരിക്കുകയും രണ്ടുതവണ ജീവിതത്തിലേക്ക് തിരികെ വരികയും ചെയ്ത കെട്ടിടത്തിലാണ് ഹെറോയിൻ കണ്ടുപിടിച്ചത്.

പൊട്ടിയ ലെതർ ബാഗും പിടിച്ച് കറുത്ത സൺഗ്ലാസും വെള്ള യൂണിഫോമും ധരിച്ച് ആനി തോട്ടത്തിൽ ഡെർദിയെ കാത്തിരുന്നു. അവൾ കെട്ടിടത്തിൽ നിന്ന് ഇറങ്ങുന്നത് കണ്ടപ്പോൾ പുഞ്ചിരിച്ചു, അവൾ ഡെർദിക്ക് നേരെ കൈവീശി. പക്ഷേ വിടപറയാനല്ല. ഡെർദി പത്ത് ചുവടുകൾ മുന്നോട്ട് വച്ചു, ആനി ഒരടി എടുത്തു. അവർ പരസ്പരം നോക്കി നിന്നു. അവൾ പോക്കറ്റിൽ നിന്ന് സൺഗ്ലാസ് എടുത്ത് ധരിച്ചു. മുൻ ഗേറ്റിലെ പ്രത്യാശാചിഹ്നത്തിന് കീഴിൽ ആ ബ്ലൂസ് സിസ്റ്റേഴ്സ് നിന്നു.

പ്രധാന ഗേറ്റിൽ നിന്ന് അമ്പത് മീറ്റർ മാത്രം അകലെ പാർക്ക് ചെയ്ത ചാരനിറത്തിലുള്ള കാറിൽ, രണ്ട് എം15 ഉദ്യോഗസ്ഥർ ഡെർദിയും ആനിയും ടാക്സിയിൽ കയറുന്നത് നോക്കിനിന്നു.

''ഇനിയെന്ത്?'' ഒരാൾ ചോദിച്ചു.

''നമുക്ക് കാത്തിരിക്കാം.'' മറ്റൊരാൾ പറഞ്ഞു.

പിൻസീറ്റിൽ ഇരുന്ന പെൺകുട്ടി തന്റെ തല രണ്ട് ഉദ്യോഗസ്ഥർക്കിടയിലേക്ക് തിരുകി പറഞ്ഞു:

''അവൾ ഞങ്ങളെക്കുറിച്ച് പരാതി പറഞ്ഞാലോ അച്ഛാ? നിങ്ങൾക്കറിയാമോ, അവൾ ഞങ്ങളെക്കുറിച്ച് കോടതിയിൽ പരാമർശിച്ചു. അവൾ വീണ്ടും ശ്രമിച്ചാലോ?''

പ്രധാന ഗേറ്റിന് മുകളിലുള്ള 'പ്രത്യാശാചിഹ്ന'ത്തിൽ നിന്ന് കണ്ണെടുക്കാതെ, ഡ്രൈവർ മറുപടി പറഞ്ഞു:

''ഇനിയങ്ങനെയൊന്നും ഉണ്ടാകില്ല. കേസ് അവസാനിപ്പിച്ചു.''

ഡ്രൈവർ പ്രതീക്ഷയുടെ അടയാളം നോക്കുകയായിരുന്നു. ഒരുപക്ഷേ അതുകൊണ്ടായിരിക്കാം അയാൾക്ക് അമിതമായ ശുഭാപ്തി വിശ്വാസം തോന്നിയത്. എല്ലാം ആരംഭിച്ചത് പ്രതീക്ഷയോടെയല്ലേ?

വിചാരണസമയത്ത് ഡെർദി സംസാരിച്ചതെല്ലാം പരിഗണിച്ച്, കുട്ടികളെ ലൈംഗികമായി ഉപയോഗിക്കുന്ന ഒരു സംഘത്തെ കണ്ടെത്താനാകുമെന്ന് ഉദ്യോഗസ്ഥൻ കരുതി.

അൻപത്തിരണ്ട് പുരുഷന്മാരും ഒരു സ്ത്രീയും അഭിനയിച്ച സിനിമ ചിത്രീകരിച്ച കോവന്റ് ഗാർഡനിലെ വിലാസത്തിലേക്ക് അദ്ദേഹം പോയി. അപ്പാർട്ട്മെന്റിൽ അവശേഷിച്ച ഒരു ക്യാമറയും ദൃശ്യം ചിത്രീകരിച്ച കണ്ണട ധരിച്ച ആൺകുട്ടിയേയും അദ്ദേഹം കണ്ടെത്തി. സിനിമ കാണുമ്പോൾ, ഒരു വാതിലിനുള്ളിൽ ചതഞ്ഞരഞ്ഞതുപോലെ തന്റെ ഹൃദയം ഏതാണ്ട് നിലച്ചതായി അയാൾക്ക് തോന്നി. കേംബ്രിഡ്ജിലെ മകന്റെ വിദ്യാഭ്യാസത്തെ പിന്തുണയ്ക്കുന്നതിനായി ഓവർടൈം ജോലി ചെയ്തിരുന്ന അദ്ദേഹത്തിന്റെ മകൻ, ഡെർദിയെ കബളിപ്പിച്ച അമ്പത്തിരണ്ട് ആൺകുട്ടികളിൽ ആദ്യത്തേതാണ് എന്ന തിരിച്ചറിവ് തകർക്കുന്നതായിരുന്നു. പിതാവിന് ഒരിക്കലും അവനോട് ക്ഷമിക്കാൻ കഴിഞ്ഞില്ല. മകനെതിരെ എന്തെങ്കിലും തരത്തിലുള്ള നിയമനടപടി സ്വീകരിക്കണമെന്ന് പോലും അദ്ദേഹം ആലോചിച്ചു.

എന്നാലും കുറ്റകൃത്യം നടന്ന സ്ഥലം ആദ്യം പരിശോധിച്ച ദിവസംതന്നെ ഇയാളും പങ്കാളിയും ചേർന്ന് ക്യാമറയും മെമ്മറി കാർഡും നശിപ്പിച്ചു. അവളുടെ വിചാരണയ്ക്കിടെ സംഭവത്തെക്കുറിച്ച് കൂടുതൽ പറയുന്നതിൽ നിന്ന് അവർ ഡെർദിയെ തടയുകയും ചെയ്തു. എന്നാൽ മറ്റൊരു കാര്യമുണ്ടായി. ഷൂട്ട് ചെയ്തവന്റെ കുഴപ്പക്കാരനായ ഇളയ സഹോദരനെക്കുറിച്ച് അവർക്ക് അറിയില്ലായിരുന്നു. അവൻ ഇതിനകം മെമ്മറി കാർഡിൽ നിന്ന് ചിത്രത്തിന്റെ ഒരു കോപ്പി എടുത്ത് അവന്റെ എല്ലാ സുഹൃത്തുക്കൾക്കും ഇമെയിൽ ചെയ്തു. എം15 ഉദ്യോഗസ്ഥർ പിന്നീടാണ് അതിനെക്കുറിച്ച് കേട്ടറിഞ്ഞത്. അദ്ദേഹത്തിന്റെ മകനും മറ്റ് അമ്പത്തിയൊന്ന് പേർക്കും ഇതുമൂലം ബിരുദം നേടുന്നതിന് ഒരാഴ്ച മുമ്പ് നാണംകെട്ട് കോളെജ് വിടേണ്ടിവന്നു. ഒന്നാം വർഷ വിദ്യാർത്ഥികളിൽ ചിലരുമായി പങ്കുവെക്കാൻ ആ തലതെറിച്ച സഹോദരൻ കേംബ്രിഡ്ജ് കാമ്പസിലേക്ക് ആ വീഡിയോ കൊണ്ടുവന്നപ്പോൾ അത് സ്ഫോടനാത്മകമായ വാർത്തയായി. ഒരു റാഡിക്കൽ ഫെമിനിസ്റ്റ് പ്രൊഫസർ ഈ അപവാദത്തെ ഉൾക്കൊള്ളാൻ വിസമ്മതിച്ചു. കാമ്പസ് ചുവരുകൾക്കുള്ളിൽ കഥ ഒതുക്കിത്തീർക്കാൻ യൂണിവേഴ്സിറ്റി അധികൃതർ ശ്രമിച്ചു. എന്നാൽ ഫലമുണ്ടായില്ല. ''ഞങ്ങൾ നിങ്ങളെ സ്കൂളിൽ നിന്ന് പിരിച്ചുവിടില്ല, പക്ഷേ നിങ്ങൾ സ്വയം കോളെജിൽനിന്നും പോകണം'' എന്ന വാചകംകൊണ്ട് അവരെ പടിയിറക്കി. അക്കാരണംകൊണ്ട് സാമ്പത്തികശാസ്ത്ര വിഭാഗത്തിലെ ആ വർഷത്തെ ബിരുദദാന ചടങ്ങിൽ ആളുകളുടെ സാന്നിധ്യം പ്രതീക്ഷിച്ചതിലും കുറവായിരുന്നു.

എന്നാൽ ഇപ്പോൾ ഓഫീസർ ചാരനിറത്തിലുള്ള കാറിൽ പ്രധാന ഗേറ്റിന് മുകളിലുള്ള പ്രത്യാശാചിഹ്നത്തിൽ നോക്കി ഇരിക്കുമ്പോൾ തികച്ചും സംതൃപ്തനായി തോന്നി. വഞ്ചിക്കപ്പെടാൻ നമ്മൾ വിധിക്കപ്പെട്ടവരാണ്. പക്ഷേ, ജീവിതത്തെ നേരിടാൻ വേണ്ടത്ര ശക്തി ആർജ്ജിക്കുകയാണ് പ്രധാനം.

അവസാനം, എം15 ഡെർദിയുടെ ജീവിതത്തിൽ നിന്ന് അകന്നുപോകുകയല്ല ഉണ്ടായത്, അവർ ഓടിപ്പോകുകയായിരുന്നു.

നോർത്ത് ലണ്ടനിലെ ന്യൂബറി പാർക്കിലുള്ള ആനിന്റെ ഒറ്റനില വീട്ടിലാണ് ഇവർ എത്തിയത്

‘‘ഇതാ.’’ ആനി പറഞ്ഞു. ‘‘എന്റെ കൊട്ടാരം.’’

വീടിന്റെ മുൻവശത്ത് വലിയ ജനാലകൾ സൂര്യപ്രകാശത്തിൽ തിളങ്ങുന്നു. കർട്ടനുകളും മുൻവാതിലുകളും വെളുപ്പു നിറത്തിലുള്ളതായിരുന്നു. ഒരു ഉയരം കുറഞ്ഞ വേലി വീടിന്റെ ഭിത്തിയിൽ നിന്ന് നടപ്പാതയിലേക്കുണ്ടായിരുന്നു. മാന്ത്രികമായി വലുതാക്കിയ ഒരു ഡോൾ ഹൗസിന്റെ പ്രതീതി നൽകുന്ന വീടിന്റെ വാസ്തുവിദ്യ ലളിതമായിരുന്നു. അതുകണ്ട് ഡെർദി മതിമറന്നു. വീട് വലുതായ കൊണ്ടല്ല, ആദ്യമായാണ് അവൾ ഒരു യഥാർത്ഥ വീട്ടിലേക്ക് കാലെടുത്തുവെക്കുന്നത്.

ശുദ്ധവായു ശ്വസിച്ചുകൊണ്ട് അവർ അകത്തേക്ക് കടന്ന് ജനാലകൾ തുറന്നു. മൂന്ന് കിടപ്പുമുറികളും ഒരു സ്വീകരണമുറിയും. ആനി ഡെർദിയുടെ കൈപിടിച്ച് അവളെ ഒരു കിടപ്പുമുറിയിലേക്ക് കൊണ്ടുപോയി.

‘‘ഈ മുറി നിന്റേതാണ്.’’

ഒരു കിടക്കയും ചെറിയ അലമാരയും. ഡെർദി തിരിഞ്ഞ് ആനിയെ കെട്ടിപ്പിടിച്ചു.

‘‘നന്ദി.’’ അവൾ മന്ത്രിച്ചു.

ആനിയും ഡെർദിയും കുചൈസ് ലോംഗുകൾക്ക് പുറകിലുള്ള അവരുടെ പൂന്തോട്ടത്തിലിരുന്ന് അസ്തമയ സൂര്യഭംഗി നുകർന്ന് ചായ കുടിക്കുകയായിരുന്നു.

‘‘അപ്പോൾ എന്റെ കുട്ടീ...’’ ആനി ചോദിച്ചു. ‘‘ഇനി എപ്പോഴാണ് സ്കൂളിൽ പോകാൻ തുടങ്ങേണ്ടത്?’’

ഡെർദി അവളുടെ ചായക്കപ്പ് ഒരു താഴ്ന്ന ടീപ്പോയിൽ വെച്ചിട്ട്, ഇരുണ്ട സൺഗ്ലാസുകൾ ഊരിയെടുത്തു. അവൾ താടിയിൽ തടവിക്കൊണ്ട് പറഞ്ഞു. ‘‘എനിക്ക് പത്ത് വർഷം വിശ്രമിക്കണം, എന്നിട്ട് നോക്കാം.’’ പത്തു വർഷം വേഗം പറന്നു പോയി.

എഡിൻബർഗ് സർവകലാശാലയിലെ പ്രധാന മൈതാനം നിറഞ്ഞു കവിഞ്ഞിരുന്നു. 200 വർഷം മുമ്പ് സ്ഥാപിതമായ ഇംഗ്ലീഷ് ലിറ്ററേച്ചർ ഡിപ്പാർട്ട്മെന്റിന്റെ ബിരുദദാനച്ചടങ്ങ് ആഘോഷിക്കാൻ ആളുകൾ തടിച്ചുകൂടിയിരുന്നു. യൂണിവേഴ്സിറ്റി തലത്തിൽ ലോകത്തിലെ ആദ്യത്തെ ഇംഗ്ലീഷ് സാഹിത്യ വിഭാഗമായിരുന്നു അത്. ചരിത്രപരമായ കെട്ടിടത്തിന്റെ ഇടനാഴിയിലെ ഒരു വലിയ ചെമ്പ് ഫലകത്തിൽ ആയിരത്തിലധികം പേരുകൾ ആലേഖനം ചെയ്തിട്ടുണ്ട്. എല്ലാ അധ്യയന വർഷത്തിന്റെ അവസാനത്തിലും ആ വർഷത്തെ ബിരുദ ക്ലാസിലെ മികച്ച അഞ്ച് വിദ്യാർത്ഥികളുടെ പേരുകൾ ഫലകത്തിൽ കൂട്ടിച്ചേർക്കാറുണ്ട്. ഇപ്പോൾ ആ പട്ടികയിലെ അവസാന നാമം ഡെർദി എന്നായിരുന്നു, ആനിന്റെ കുടുംബപ്പേരിനൊപ്പം.

അവളുടെ പതിനെട്ടാം ജന്മദിനത്തിന്, ഡെർദിക്ക് ഔദ്യോഗിക രേഖകളുടെ ഒരു ഡോസിയർ (ഔദ്യോഗികരേഖകളുടെ ഫയൽ) ലഭിച്ചു. എന്താണെന്ന് മനസ്സിലാക്കിയ അവൾ കരയാൻ തുടങ്ങി. അവളുടെ ദത്തെടുക്കൽ പേപ്പറിൽ ഒപ്പിട്ടപ്പോൾ ആ ഒപ്പിൽ കണ്ണുനീർ പരന്നിരുന്നു. ഈ ഒപ്പ് ഫലപ്രദമായി ഉപയോഗിച്ച്, സാനിയെയിൽനിന്ന് മോചനം നേടുകയും പുതിയ ഒരു അമ്മയുമായി, പുതിയ ഒരു ജീവിതം ആരംഭിക്കുകയും ചെയ്തു. മൂന്ന് മാസത്തിന് ശേഷം കോടതി വിധി വീണ്ടും വന്നു. ഡെർദി തന്റെ പതിനെട്ടാം ജന്മദിനം ഒരിക്കൽ കൂടി ആഘോഷിച്ചു. പക്ഷേ ഈ സമയം കേക്കിൽ രണ്ട് മെഴുകുതിരികൾ ഉണ്ടായിരുന്നു. ആനിക്ക്, ഡെർദി ജനിച്ചത് പുനരധിവാസ കേന്ദ്രത്തിലാണ്. സാനിയെയുടെ മകൾക്ക് പതിനെട്ട് വയസ്സ് കഴിഞ്ഞിട്ടുണ്ടാകാം, എന്നാൽ ആനിന്റെ മകൾക്ക് രണ്ട് വയസ്സ് മാത്രമായിരുന്നു. താമസിയാതെ, ആ വർഷത്തെ മികച്ച അഞ്ച് വിദ്യാർത്ഥികളിൽ നിന്ന് രണ്ട് വയസ്സുള്ള ഡെർദി സംസാരിക്കാൻ വേദിയിലേക്ക് കയറും. ആനി അവളുടെ അരികിൽ ഇരുന്നു, അവളുടെ നീണ്ട കറുത്ത മുടി ശരിയാക്കി. ‘‘ഞാൻ നിന്നെക്കുറിച്ച് അഭിമാനിക്കുന്നു.’’ അവൾ പറഞ്ഞു.

‘‘എന്റെ തീസിസിന്റെ വിഷയം ഞാൻ നിങ്ങളോട് പറയുമ്പോൾ നിങ്ങൾ അഭിമാനിക്കുമോ എന്ന് ഞാൻ സംശയിക്കുന്നു.’’ ഡെർദി ചിരിച്ചുകൊണ്ട് പറഞ്ഞു.

‘‘അത് അത്ര മോശമായിരിക്കുമോ?’’ ആനി ചോദിച്ചു.

‘‘ഡൊണാഷ്യൻ അൽഫോൺസ് ഫ്രാങ്കോയിസിന്റെ ഇംഗ്ലീഷ് സാഹിത്യത്തിലെ സ്വാധീനം.’’

‘‘അതാരാണ്?’’

‘‘മാർക്വിസ് ഡി സേഡ്.’’

ഡെർദ

"ഡെർദാ?" ഇസ അത്ഭുതത്തോടെ ചോദിച്ചു.

"എന്റെ അച്ഛന് ഈ പേരിൽ ഒരു സുഹൃത്ത് ഉണ്ടായിരുന്നു, അവന്റെ പേരായിരുന്നു ഇത്."

"അപ്പോൾ... എന്താണ് ഇത് അർത്ഥമാക്കുന്നത്?"

"എനിക്ക് എങ്ങനെ അറിയാം?"

"അങ്ങനെയെങ്കിൽ അച്ഛനോട് ചോദിക്ക്."

"അയാൾ ജയിലിലാണ്." ഡെർദ പറഞ്ഞു. അവൻ പൊടി തട്ടി മാറ്റി. ഇസയുടെ ആവേശം കൂടി.

"എന്ത് കുറ്റമാണ് നിന്റെ അച്ഛൻ ചെയ്തത്?" അവൻ ചോദിച്ചു.

"അദ്ദേഹം ഒരു സുഹൃത്തിനെ കൊന്നു."

ഇസയ്ക്ക് അത് പിടി കിട്ടിയില്ല. അവൻ പറഞ്ഞത് ഒരു കാറിന്റെ ശബ്ദത്തിൽ മുങ്ങിപ്പോയി. അവൻ ഡെർദയെ നിർവികാരതയോടെ നോക്കി. അവർ ശബ്ദം കേട്ട ഭാഗത്തേക്ക് തിരിഞ്ഞു. അവർ പരസ്പരം നോക്കി. ഇസ താഴേക്ക് ചാടി ഓട്ടം തുടങ്ങി. ഡെർദ അവന്റെ തൊട്ടു പിന്നാലെ ഓടി. എന്നാൽ ഇസയ്ക്ക് സെമിത്തേരിയെക്കുറിച്ച് അത്ര നന്നായി അറിയില്ലായിരുന്നു. ഡെർദ സെമിത്തേരി പാതകളിലൂടെ കുതിച്ചു. അവൻ ആദ്യം സ്ക്വയറിലെ ജലധാരയിലെത്തി, ഓട്ടത്തിൽ വിജയിച്ചു. ഇസയ്ക്ക് ഒന്നും ചെയ്യാൻ കഴിഞ്ഞില്ല. അവൻ പുതിയ ആളായിരുന്നു. ഒപ്പത്തിനെത്താൻ കഴിയാഞ്ഞതിൽ അവൻ ലജ്ജിച്ചു. ഡെർദ തന്റെ പ്ലാസ്റ്റിക് ടാങ്കുകൾ നിറച്ച് പാർക്ക് ചെയ്ത കാറിനടുത്തേക്ക് വരുന്നത് ഇസയ്ക്ക് നോക്കിനിൽക്കേണ്ടി വന്നു.

ഡെർദ ഇതിനുമുമ്പ് ഈ ആളുകളെ കണ്ടിട്ടില്ല, പക്ഷേ അവർ നടന്നെത്തിയ ശവകുടീരം അവന് നന്നായി അറിയാമായിരുന്നു. അവിടെ നിന്നാണ് അവന് ഏറ്റവും മികച്ച ടിപ്പുകൾ ലഭിച്ചത്. എല്ലാ ദിവസവും ആരെങ്കിലും വന്ന് ആ ശവകുടീരത്തിൽ ഖുർആൻ വായിക്കും. അതിനുശേഷം, അവർ അവന് എന്തെങ്കിലും നൽകുമെന്ന് ഉറപ്പായിരുന്നു. ഇവിടെ പ്രായുമുള്ള ഒരാൾ ഖബറിനു മുന്നിൽ

ഖുർആൻ പാരായണം ചെയ്യുന്നുണ്ട്. എല്ലാവരെയുംപോലെ നീണ്ട ഒരു മേലങ്കിയുമായി. എന്നാൽ ഈ സമയം ശവകുടീരത്തിൽ ഒരു പെൺകുട്ടിയും ഉണ്ടായിരുന്നു. അവന്റെ പ്രായത്തിലുള്ള ഒരു പെൺ കുട്ടി. അവൾ മുമ്പ് ഇവിടെ വന്നിട്ടുണ്ടോ? ഡെർദ ചിന്തിച്ചു. അവൻ അവളെ തിരിച്ചറിഞ്ഞില്ല. അവൻ വൃദ്ധന്റെ അടുത്തേക്ക് പോയി അവന്റെ ടാങ്കുകൾ ഉയർത്തി.

''ഞാൻ കല്ലറയിൽ വെള്ളം ഒഴിക്കട്ടെ അങ്കിൾ?''

ഖുർആൻ വായനക്കാരന്റെ പതിഞ്ഞ സ്വരത്തിലെ ആകുലത പ്രത്യക്ഷമായിരുന്നു. കാത്തു നിന്നു. സഹിച്ചുനിൽക്കണമെന്നും അവനറിയാമായിരുന്നു. ഇത്തരത്തിൽ പണം ലഭിക്കുന്നതിനുള്ള ആദ്യ വ്യവസ്ഥയായിരുന്നു ഇത്. ഒരു കൺപീലി പോലും അന ക്കാതെ അവൻ ക്ഷമയോടെ കാത്തിരുന്നു, ഖുർആൻ പാരായണം ചെയ്യുന്ന വൃദ്ധൻ അവൻ കാത്തിരുന്ന ഉത്തരം നൽകി. കള പറി ച്ചെടുക്കുന്ന പെൺകുട്ടിയെ പിന്തുടർന്ന് ഡെർദ ശവകുടീരത്തിന്റെ തലയിലൂടെ മണ്ണിലേക്ക് വെള്ളം ഒഴിക്കാൻ തുടങ്ങി. അവർ ശവ കുടീരത്തിന് ചുറ്റും നീങ്ങി, അവൻ പക്ഷികൾക്കുള്ള വെള്ളം നിറ യ്ക്കുമ്പോൾ, പെൺകുട്ടി തന്റെ ചളി നിറഞ്ഞ കൈകൾ നീട്ടി. ഡെർദ തന്റെ ടാങ്കിൽ നിന്നും പെൺകുട്ടിയുടെ കൈകൾക്ക് മുകളി ലൂടെ ഒഴുകുന്ന വെള്ളം നോക്കി. 'നന്ദി.' അവൾ പറഞ്ഞു. പതുക്കെ ആയിരുന്നു അത്. ഡെർദയും എന്തൊക്കെയോ പറയാൻ പോകുക യായിരുന്നു. പക്ഷേ വായ തുറന്നപ്പോൾ തന്നെ അവന്റെ കാലുകൾ ഇടറി കല്ലറയ്ക്കയ്ടുത്തുള്ള പാതയിലേക്ക് വീണു.

പൊടി ഒതുങ്ങിപ്പോൾ, ഭീമൻ വലിപ്പമുള്ള ഒരു മനുഷ്യൻ തന്റെ മുകളിൽ നിൽക്കുന്നത് അവൻ കണ്ടു. താൻ എന്താണ് ചെയ്തത്? അവന് നിലവിളിക്കണമെന്ന് തോന്നി. പക്ഷേ അവൻ നിലവിളിച്ചില്ല. അയാൾ പോക്കറ്റിൽ നിന്ന് കത്തി പുറത്തെടുത്തു, പക്ഷേ അയാൾ ആ ചിന്ത ഉപേക്ഷിച്ചു. അപ്പോൾ വൃദ്ധൻ എന്തൊക്കെയോ കൽ പ്പനകൾ മുഴക്കി, ഭീമൻ അവന്റെ പോക്കറ്റിലേക്ക് കൈനീട്ടി. പക്ഷേ ഡെർദയ്ക്ക് ഒന്നും നൽകിയില്ല. ഭീമന് പണം വലിയ കാര്യമല്ല. എന്നാൽ ഡെർദയ്ക്ക് അത് വളരെ ആവശ്യമായിരുന്നു. ദിവസം മുഴുവൻ അവന് കഴിക്കാൻ ഒന്നുമില്ലായിരുന്നു. പക്ഷേ താടിയുള്ള ആ ഭീമനിൽ നിന്ന് അവന് ഒന്നും ലഭിച്ചില്ല. പ്രത്യേകിച്ച് പെൺകുട്ടി കാരണം. അവൻ പോകാൻ തിരിഞ്ഞപ്പോൾ പെൺകുട്ടിയുടെ മുഖം കണ്ടു. അവൾക്ക് അവനോട് എന്തോ പറയണമെന്നു തോന്നി. അവൻ തന്നെ രക്ഷിക്കണമെന്ന് അവൾ ആഗ്രഹിച്ചതുപോലെ. ഒരുപക്ഷേ,

ഡെർദയുടെ വിശപ്പ് കാരണം അവന് അങ്ങനെ തോന്നിയതായിരിക്കാം.

ഇസ എല്ലാം ദൂരെ നിന്ന് കണ്ടിരുന്നു. അവൻ ഡെർദയുടെ അടുത്തേക്ക് ഓടി വന്നു. അവന് ഓട്ടവും അവന്റെ ഉപഭോക്താക്കളും നഷ്ടമായി. ഒപ്പം വഴക്കിടാനും തോന്നി.

''നീ ചെയ്തത് തെറ്റാണ്.''

''എന്ത്?''

''നീ ആ പെൺകുട്ടിയുമായി ഇത്ര അടുത്ത് പെരുമാറാൻ പാടില്ലായിരുന്നു. ആ തടിയന് അത്തരം കാര്യങ്ങൾ ഇഷ്ടമല്ല.''

'പോയി തുലയട്ടെ.'' ഡെർദ പറഞ്ഞു.

അവൻ വേഗത്തിൽ നടന്നു നീങ്ങി. വേഗത്തിൽ. സെമിത്തേരിയിലേക്ക് കൂടുതൽ ഉള്ളിലേക്ക് കൂടുതൽ കൂടുതൽ മരങ്ങളുടെ തണലിന്റെ ഇരുട്ടിലേക്ക്. ഇസ അവനെ പിന്തുടർന്നു. അവൻ ഉറക്കെ ചോദിച്ചു.

''നീ എവിടെ പോകുന്നു?''

ഡെർദ നിർത്തി അവനെ നോക്കി. ''വീട്.'' അവൻ പറഞ്ഞു. ''നീയും പൊയ്ക്കോളൂ. ഇനി ആരും വരില്ല. വെറുതെ കാത്തു നിന്നിട്ട് കാര്യമില്ല.''

ഡെർദ അപ്രത്യക്ഷമാകുന്നത് ഇസ ഏതാനും നിമിഷങ്ങൾ നോക്കിനിന്നു. എന്നിട്ട് ഒരു കൈ പോക്കറ്റിൽ കടത്തി, മറ്റേ കൈ കൊണ്ട് ഒഴിഞ്ഞ ടാങ്കും പിടിച്ച് സെമിത്തേരി ഗേറ്റിലേക്ക് നടന്നു. ടാങ്ക് മുട്ടിൽ തട്ടിക്കൊണ്ടിരുന്നു. ഡെർദയെ സംബന്ധിച്ചിടത്തോളം, അവൻ നിഴലുകൾക്കിടയിലൂടെ തെന്നിത്തെന്നി ഭിത്തിക്കടുത്ത് എത്തി. ആ മതിലിന്റെ മറുവശത്തായിരുന്നു അവന്റെ വീട്. ഒരു വശത്ത് അവന്റെ വീട്. മറുവശത്ത് സെമിത്തേരി. അച്ഛൻ വീട് പണിയുമ്പോൾതന്നെ പറഞ്ഞിരുന്നു. ''ഇത് നിർമ്മിക്കാൻ എളുപ്പമായിരിക്കും.'' ''ഇതാ, മനോഹരമായ ഒരു മതിൽ ഉണ്ട്. നമുക്ക് മൂന്നെണ്ണം കൂടി ഉണ്ടാക്കി മുകളിൽ ഒരു മേൽക്കൂര വെച്ചാൽ മതി. വീടായി. ഹോം, സ്വീറ്റ് ഹോം.'' അവന്റെ അമ്മ തന്നാൽ കഴിയുന്നതെല്ലാം വീടിനു വേണ്ടി ചെയ്തു.

തന്റെ കൈവശമുള്ള കുറച്ച് പണം പരമാവധി പ്രയോജനപ്പെടുത്താൻ പിതാവ് ആഗ്രഹിച്ചു. അങ്ങനെ അവൻ അവരുടെ വീട് സെമിത്തേരിയുടെ മതിലിനോട് ചേർന്ന് പണിതു, കാരണം വീടിന്റെ ആകെ ചെലവിൽ ഒരു മതിൽ കുറഞ്ഞിരിക്കും. ചുറ്റുമുള്ള മറ്റു

വീടുകൾ പോലെ തന്നെയായിരുന്നു അതും. രാത്രിയുടെ മറവിൽ അനധികൃതമായി നിർമ്മിച്ച വീടിനെ ചിലർ 'ഗെസെക്കോണ്ട്' എന്നാണ് പറഞ്ഞിരുന്നത്. എന്നാൽ 'ഒരു ശവപ്പെട്ടി പോലെ' എന്നാണ് അവന്റെ അമ്മ വിളിച്ചിരുന്നത്. ക്യാൻസർ ബാധിച്ച് മരണം വരെ അവൾ ആ വീട്ടിൽ താമസിച്ചു. നേത്രാർബുദം ബാധിച്ച 200,000 പേരിൽ ഒരാൾ മാത്രമാണവർ. സ്വന്തം പേര് മറന്നു, പിന്നെ എങ്ങനെ ശ്വസിക്കുന്നു എന്നതുപോലും മറന്നു. വീട് 'ഒരു ശവപ്പെട്ടി പോലെ' എന്ന് എങ്ങനെ പറയും എന്നത് മാത്രമാണ് അവൾ മറക്കാതിരുന്നത്.

അവൾ തറയിലെ മെത്തയിൽ ഡെർദയോടൊപ്പം കിടക്കുമ്പോഴാണ് മരിച്ചത്. അവൾ അവനെ അരികിലേക്ക് വിളിച്ചു, ''ഇവിടെ വരൂ.'' ഡെർദ അമ്മയുടെ അരികിലേക്ക് ചെന്നു. തുടർന്ന് അവൾ മരിച്ചു. ''ഇവിടെ വന്ന് ഒരാൾ എങ്ങനെ മരിക്കുന്നുവെന്ന് നോക്കൂ'' എന്ന് പറയാൻ അവൾ ആഗ്രഹിച്ചതുപോലെ. അങ്ങനെ ഡെർദ ആദ്യമായി മരണം കണ്ടു. അവൻ ചെറുതായി കരയുകപോലും ചെയ്തു. എന്നാൽ പിന്നീട് അവൻ സ്വയം നിയന്ത്രിച്ച് സ്വാഭാവിക നിലയിലെത്തി.

അമ്മയുടെ മരണം അറിയിക്കുന്നതിനായി സെമിത്തേരിയുടെ മതിലിന്റെ അടുത്തുള്ള അയൽവാസികളുടെ അടുത്തേക്ക് പോയി അവരുടെ വാതിലുകൾ തകരുന്നതുവരെ അടിച്ചുവീഴ്ത്തുക എന്നതായിരുന്നു അവന്റെ പദ്ധതി. പക്ഷേ, പെട്ടെന്നുതന്നെ അവൻ നിന്നു. അവൻ ഫെവ്സിയെ ഓർത്തു.

അനാഥാലയത്തിൽ നിന്ന് ഓടിപ്പോയ ഫെവ്സി സെമിത്തേരിയിൽ താമസം തുടങ്ങി. ''ആരോടും പറയരുത്, പക്ഷേ...'' അവന്റെ കഥയുടെ തുടക്കം ഓർത്തു.

''പത്ത് ആൺകുട്ടികൾ ഒരു പയ്യനെ പീഡിപ്പിക്കുന്നു. നിങ്ങൾക്കറിയാമോ? അവർ വീണ്ടും പീഡിപ്പിക്കാൻ മടങ്ങിവരുമെന്ന് ഭീഷണിപ്പെടുത്തി. ഞാൻ ഭയന്നുപോയി, ഞാൻ പിന്നീട് ബാത്റൂമിൽ പോയിട്ടില്ല. ഞാൻ ബാഗുകൾ ക്ലോസറ്റുകളുടെ പിന്നിൽ ഒളിപ്പിച്ചു. എന്നിട്ട് ഞാൻ മലവിസർജ്ജനം നടത്തും. രാത്രിയിൽ.'' അങ്ങനെ അവന്റെ നാണംകെട്ട, ഭീരുത്വത്തിന്റെ ഭയാനകമായ കഥ അവസാനിച്ചു. അങ്ങനെയെങ്കിൽ...? ഡെർദ സ്വയം ചോദിച്ചു.

അമ്മ മരിച്ചതറിഞ്ഞാലോ? എന്നെയും അവർ അനാഥാലയത്തിലേക്ക് അയയ്ക്കും. കാരണം അച്ഛൻ ജയിലിലാണ്. അവൻ അനാഥാലയത്തെ ഭയപ്പെട്ടു. അനാഥാലയത്തിലേക്ക് പോകാതിരിക്കാൻ ഡെർദ ഒരു പദ്ധതിയുണ്ടാക്കി. അവന്റെ അമ്മ മരിച്ചുവെന്ന്

ആരും അറിഞ്ഞിട്ടില്ല. ശരി, അപ്പോൾ പിന്നെ, ആരും അന്വേഷിക്കേണ്ട ആവശ്യമില്ല. ആരുമറിയാതെ അമ്മയെ സെമിത്തേരിയിൽ കൊണ്ടുപോയി കുഴിച്ചിടാം. പക്ഷേ അമ്മയ്ക്ക് കുഴി ഉണ്ടാക്കാനുള്ള ഒരു മൺവെട്ടി കൈയിലില്ല.

അവൻ മതിൽ കയറി, മറുവശത്തേക്ക് ചാടി, ഒരു അത്തിമരത്തിന്റെ ഞെരുങ്ങിയ ശിഖരങ്ങളിലൂടെ ഉരസിയിറങ്ങി തന്റെ വീടിന്റെ മറുവശത്തുകൂടി നടന്നു വളവ് തിരിഞ്ഞ് വീടിന്റെ മുൻവാതിലിനടുത്തേക്ക് വന്നു. പോക്കറ്റിൽ നിന്ന് താക്കോൽ എടുത്ത് പൂട്ടിലേക്ക് തിരുകാൻ തുടങ്ങിയപ്പോൾ ഒരു ദുർഗന്ധം മൂക്കിലേക്ക് അടിച്ചു. വാതിൽ തുറന്നപ്പോൾ അതിന്റെ ഉറവിടം വ്യക്തമായിരുന്നു. അവന്റെ അമ്മയുടെ ചീഞ്ഞളിഞ്ഞ ഗന്ധം. ശവശരീരം മതിലിന്റെ മറുവശത്ത് എത്തിക്കാൻ ഒരു വഴി കണ്ടെത്തണം, വേഗം. കണ്ടെത്തിയ ആദ്യത്തെ അയഞ്ഞ മണ്ണിൽ അതിനെ സംസ്കരിക്കണം. എന്നാൽ ഡെർദയുടെ അമ്മയ്ക്ക് അവനെക്കാൾ ഇരട്ടി ഭാരമുണ്ടായിരുന്നു. അവൾ എത്ര ചീഞ്ഞഴുകിപ്പോയാലും ഇപ്പോഴും എൺപത് കിലോ തൂക്കം ആയിരിക്കും.

അവളെ മെത്തയിൽ നിന്ന് തറയിലേക്ക് ഉരുട്ടാൻ കൂടി അവന് കഴിഞ്ഞില്ല. തലേന്ന് രാത്രി അവൻ അവളെ തറയിലേക്ക് ഒരുവിധത്തിൽ തള്ളിയിട്ടു. എന്നിട്ട് കിടക്കയിലേക്ക് വീണു. അവൻ കരഞ്ഞിരുന്നില്ല. എട്ട് മാസമായി അസുഖബാധിതയായ അമ്മ. എട്ട് മാസമായി ഡോക്ടറെ കാണുകയോ ആശുപത്രിയിലേക്ക് പോവുകയോ ചെയ്തിരുന്നില്ല. അവന്റെ കൺമുന്നിൽവെച്ചു തന്നെ അവൾ മരിക്കുകയായിരുന്നു. ഡെർദയ്ക്ക് അത് ഒട്ടും വിഷമം തോന്നിയില്ല. അമ്മ അവനെ അതിനായി ഒരുക്കിയിരുന്നു. ‘‘എനിക്ക് എന്തെങ്കിലും സംഭവിച്ചാൽ അയൽക്കാരോട് പറയണം.’’ അമ്മ പറഞ്ഞിരുന്നു. ‘‘അവർ ഒന്നിനും കൊള്ളാത്തവരാണ്, പക്ഷേ അവരോട് അത് തന്നെ പറയൂ. അവരോട് പറയണം. അച്ഛനും അറിയണം. അവരെന്നെ ഇവിടെ എവിടെയെങ്കിലും കുഴിച്ചിടട്ടെ. എന്നെ ഗ്രാമത്തിലേക്ക് തിരിച്ചയച്ചിട്ട് കാര്യമില്ല. ദൈവം അവരെയെല്ലാം നശിപ്പിക്കുമെന്ന് ഞാൻ പ്രതീക്ഷിക്കുന്നുവെന്ന് അവരോട് പറയുക.’’

അവളുടെ ഭർത്താവ് ജയിലിൽ പോയതതിനുശേഷം അവരാരും അമ്മയെ കാണാൻ വന്നിട്ടില്ല. അമ്മയ്ക്ക് അസുഖമാണെന്നറിഞ്ഞിട്ടും ഇരുപത് അടി നടന്ന് അവർ അമ്മയെ കാണാൻ വന്നില്ല. സെമിത്തേരിയിൽ ജോലി ചെയ്ത് ഡെർദയും അമ്മയും ജീവിച്ചു.

‘‘എല്ലാം നിന്റെ പിതാവിന്റെ തെറ്റാണ്.’’ അമ്മ പറയും. ‘‘അയാൾ കാരണം അയൽക്കാർപോലും നമ്മുടെ കണ്ണിൽ നോക്കുന്നില്ല.’’

അമ്മയ്ക്ക് അസുഖം വരുന്നതിനുമുമ്പ്, മാർക്കറ്റിൽ പോയി ചതകുപ്പ വിറ്റിരുന്നു. ശ്മശാനത്തിലെ കാവൽക്കാരനായ യാസിന്റെ ബന്ധുവിൽ നിന്നാണ് ചതകുപ്പ കിട്ടിയത്. എന്നാൽ ആ ബന്ധു പണത്തിന് പകരം അമ്മയെ ആവശ്യപ്പെടാൻ തുടങ്ങിയപ്പോൾ അവൾ ചതകുപ്പ വിപണിയും ഉപേക്ഷിച്ചു. ഡെർദയുടെ പിതാവ് ആറ് വർഷമായി ജയിലിലായിരുന്നു. അവൻ ഇസയോട് പറഞ്ഞതുപോലെ, അവന്റെ പിതാവ് തന്റെ ഉറ്റസുഹൃത്തും രക്തസഹോദരനുമായ അറബ് ഡെർദയെ കൊന്നു. അതിങ്ങനെ:

അവർ ഒരു കോഴിപ്പോരിൽ വെച്ച് കണ്ടുമുട്ടി. ഇരുവരും ഒരേ കോഴിയിൽ പന്തയം വച്ചു. എന്നാൽ അത് ചതിയായിരുന്നുവെന്ന് തെളിഞ്ഞു. തങ്ങളുടെ പോക്കറ്റിൽ ചുറ്റിത്തിരിയുന്ന അവസാനത്തെ പന്തയം നഷ്ടപ്പെട്ടതിൽ ഇരുവരും പ്രകോപിതരായി, വിജയിച്ച കോഴിയെയും അതിന്റെ ഉടമയെയും വെട്ടിമാറ്റാനുള്ള ആശയം ഇരുവരും തയ്യാറാക്കി. അവർ രണ്ടുപേരും കോഴിപ്പോര് നടന്ന ഗോഡൗണിനു പിന്നിൽ പതിയിരിക്കുകയായിരുന്നു. ഒരാൾ വെയർ ഹൗസിന്റെ ഇടതുമൂലയിൽ കാത്തുനിന്നു, മറ്റേയാൾ വലതുവശത്ത് കാത്തുനിന്നു. കോഴി ഉടമ തന്റെ വാനിൽ കയറാൻ ഗോഡൗണിന്റെ പിൻവാതിലിലൂടെ പുറത്തിറങ്ങി. രണ്ടുപേരും പെട്ടെന്ന് ചാടിവീണു. എന്നാൽ ഒരു സമർത്ഥമായ നീക്കത്തിലൂടെ കോഴിയുടെ ഉടമ തെന്നിമാറി. പകരം അവർ പരസ്പരം കത്തികൾ അവരുടെ ശരീരത്തിൽ കുത്തിക്കയറ്റി.

അവർ രണ്ടുപേരും മദ്യപിച്ചിരുന്നു. അവർ നിലത്തു വീണു. കോഴിയുടെ ഉടമസ്ഥൻ കോഴിയുമായി രക്ഷപ്പെട്ടു, നിലത്തുണ്ടായിരുന്നവർ എഴുന്നേറ്റ് എന്താണ് സംഭവിച്ചതെന്ന് മനസ്സിലാക്കാൻ ശ്രമിച്ചു. പക്ഷേ, കൂടുതലൊന്നും കണ്ടെത്താനില്ല എന്നറിഞ്ഞപ്പോൾ, ആദ്യം അവർ ചിരിക്കാൻ തുടങ്ങി, പിന്നെ, പരസ്പരം പഴിചാരി, അവർ വീണ്ടും കുടിക്കാൻ പോയി. ഒരു ആശുപത്രിയിലും കടം കൊടുത്ത് മുറിവുകൾ മാറ്റില്ല, എന്നാൽ ഡെർദ അറബിക്ക് ഒരു മദ്യശാലയിൽ ഉണ്ടായിരുന്ന ഒരാളെ അറിയാമായിരുന്നു, അവിടെ അവർ നിങ്ങളുടെ പറ്റ് ഒരു നോട്ട്ബുക്കിൽ സൂക്ഷിക്കുകയും ആ പറ്റിൽ അവർക്ക് റാക്കി നൽകുകയും ചെയ്തു.

ഗോഡൗണിന് പിന്നിൽ താമസിച്ചിരുന്ന ആളുകളുടെ ഓർമ്മകൾ അനുസരിച്ച്, എല്ലാം ഒരു വിളംബരത്തോടെയാണ് ആരംഭിച്ചത്. ''ഇപ്പോൾ ഞങ്ങൾ രക്തസഹോദരന്മാരാണ്.'' ദാരിദ്ര്യത്തിനെതിരായ മഹത്തായ പോരാട്ടത്തിൽ അവർ ഒരുമിച്ച് പ്രവർത്തിച്ചു. ഏറ്റവും പഴയ കുറ്റകൃത്യ പാരമ്പര്യത്തിന്റെ പ്രതിനിധികൾ ഒരേ സ്ഥലത്ത് പതുങ്ങിയിരിക്കും. തുടർന്ന് തടിച്ച വാലറ്റുകൾ ഉണ്ടായിരിക്കാൻ

സാധ്യതയുള്ള കാൽനടയാത്രക്കാരുടെ നേരെ ചാടും. അവരുടെ തട്ടിപ്പറിക്കൽ എന്നാൽ ചെറിയ പണത്തിന് അമിതമായ അക്രമം എന്നാണ് അർത്ഥമാക്കുന്നത്. തട്ടിപ്പറിക്കൽ പല തരത്തിലുമുണ്ട്. ഒന്ന്, സ്വയം ആയുധം ധരിച്ച, തടിച്ച വാലറ്റുകൾ പോലുമില്ലാത്ത ആൺകുട്ടികളുടെ മുന്നിൽ ചാടുക എന്നാണ്. അതിൽ സ്വയം പരിക്കേൽക്കും. ഒന്നും ലഭിക്കുകയുമില്ല. രണ്ട്, നിങ്ങളുടെ കണ്ണുകൾ അടച്ച് ചാടിയുള്ള ഭാഗ്യപരീക്ഷണം. പഴയ കാലത്ത്, ഏറ്റവും പഴക്കമുള്ള ഈ ശൈലി പരീക്ഷിക്കുന്നതുപോലും കുട്ടികളും മണ്ടന്മാരും മാത്രമായിരുന്നു. മദ്യലഹരിയിലായ ഒരു രാത്രിയിൽ, ഡെർദയുടെ അച്ഛനും ഡെർദ അറബിയും തങ്ങളുടെ സെമിത്തേരിയിലെ വീടുകളിലേക്ക് മടങ്ങുന്ന വഴിയിൽ അവസാനത്തെ ഒരാളെ പിടിച്ചു നിർത്താൻ തീരുമാനിച്ചു. അയാളെ പക്ഷേ, ഡെർദയുടെ അച്ഛന് അറിയാമായിരുന്നു. ഡെർദയുടെ അച്ഛൻ ഒരു അവധിക്കാല സന്ദർശനത്തിന് ഒരാഴ്ച മുമ്പ് ഇരയുടെ കൈയിൽ ചുംബിച്ചത് ഓർത്തു. അയാൾ ഒരു വൃദ്ധനായിരുന്നു. അതുകൊണ്ട് അവൻ പറഞ്ഞു, ‘‘വേണ്ട, അയാളെ വിട്ടേക്ക്.’’ പക്ഷേ, അറബിഡെർദയ്ക്ക് അങ്ങനെ തോന്നിയില്ല. അവൻ വൃദ്ധനെ ശപിക്കുകയും അയാളെ തല്ലുകയും ചെയ്തു. രക്തസഹോദരന്മാർ തമ്മിൽ അടിയായി. രണ്ടുപേരിൽ കൂടുതൽ മദ്യം കഴിക്കാത്തയാൾ പങ്കാളിയുടെ ഹൃദയത്തിൽ കുത്തി. ഡെർദയുടെ അച്ഛൻ അവശേഷിച്ചു.

ഡെർദയുടെ അച്ഛൻ ചോര പുരണ്ട കത്തി പുറത്തെടുത്തു, ചുറ്റും നോക്കി, വൃദ്ധനും നിലത്ത് മരണവുമായി മല്ലിടുന്നത് കണ്ടു. അപ്പോൾ സാക്ഷിയായ ആരോ തന്റെ അടുത്തുനിന്നും ഓടുന്നത് അയാൾ കണ്ടു. ഒരാൾ മരിച്ചത് കത്തികൊണ്ടുള്ള മുറിവിൽ നിന്നും മറ്റെയാൾ ഹൃദയാഘാതത്തിൽ നിന്നും. അവിടെ അയാൾ ശവങ്ങളുടെ നടുവിലായിരുന്നു, ഏത് വഴിക്ക് ഓടണം എന്ന് കണക്കുകൂട്ടി. ആസ്ട്രോടർഫ് പിച്ചിലെ ഒരു മത്സരത്തിൽ നിന്ന് പുതുതായി വിയർക്കുന്ന ആറ് യുവാക്കൾ തനിക്ക് ചുറ്റും ഉണ്ടെന്ന് അയാൾക്ക് മനസ്സിലായില്ല. പൊലീസ് വരുന്നതുവരെ അവർ ഡെർദയുടെ അച്ഛനെ മർദ്ദിച്ചുകൊണ്ട് ദേഷ്യം തീർത്തു. പ്രായമായ അയൽക്കാരനെ രക്ഷിക്കാൻ ഡെർദയുടെ പിതാവ് തന്റെ പങ്കാളിയെ കൊന്നുവെന്ന് ആർക്കാണ് വിശ്വസിക്കാൻ കഴിയുക? അങ്ങനെ അവൻ നിയമക്കുരുക്കിൽ കുടുങ്ങി. സെമിത്തേരിയിലെ വീടുകളിലെ അയൽക്കാർ അവനെ ശപിച്ചു.

ഡെർദയുടെ ശാപം, അവന്റെ പിതാവ് തനിക്ക് ഡെർദ എന്ന് പേരിട്ടതാണ്. അയാളുടെ ഭാര്യയ്ക്കും അതേ ശാപം ബാധിച്ചിരിക്കാം.

ഡെർദ വീടിന്റെ സെമിത്തേരിയുടെ മതിലിലേക്ക് നോക്കി ചിന്തിച്ചു. ക്ലോസറ്റിനു പിന്നിൽ ഒരു ബാഗ് എങ്ങനെ മറയ്ക്കാമെന്നും ഇരുണ്ട ഉറക്കറയിൽ മലവിസർജ്ജനം എങ്ങനെ ചെയ്യാൻ സാധിച്ചു എന്നും അവൻ ചിന്തിച്ചിരുന്നു. ''അവർ നിങ്ങളെ ഇരുപത് സ്ഥലങ്ങളിൽ പിടിക്കുകയും ഒരിടത്ത് നിങ്ങളെ ഭോഗിക്കുകയും ചെയ്യുന്നു'' എന്ന് ഫെവ്സി പറഞ്ഞപ്പോൾ കൃത്യമായി അവൻ എന്താണ് അർത്ഥമാക്കിയതെന്നും അവൻ ചിന്തിച്ചു.

അവന് ഒരു കത്തി വേണമായിരുന്നു. ഒരു വലിയ കത്തി. പിന്നെ ആ ആശയം ഉപേക്ഷിച്ചു. ഇത് കത്തിക്കുള്ള പണിയല്ല, അവൻ മനസ്സിൽ വിചാരിച്ചു. എനിക്കൊരു അറക്കവാൾ വേണം. പിന്നെ അതും ഉപേക്ഷിച്ചു. ഒരു മഴു വേണം. അത്രയേയുള്ളൂ. അവൻ പറഞ്ഞു. ''ഞാൻ കോടാലികൊണ്ട് അമ്മയെ വെട്ടി മുറിക്കും. എന്നിട്ട് അടക്കം ചെയ്യാം. കഷണം കഷ്ണമായി.''

പക്ഷേ, ഡെർദയ്ക്ക് ഒരു കോടാലി കണ്ടെത്തുക അത്ര എളുപ്പമായിരുന്നില്ല. ആദ്യം അയൽക്കാരോട് ചോദിച്ചു. അവരോട് അവൻ കള്ളം പറഞ്ഞില്ല. ''എന്റെ അമ്മയ്ക്ക് വേണം.'' ആർക്കും ഒന്നും മനസ്സിലായില്ല. അവർക്ക് ഒരെണ്ണം ഉണ്ടായിരുന്നെങ്കിൽ പോലും അവർ അവരുടെ വാതിലുകളടച്ചു. ഒരു വിധത്തിൽ അല്ലെങ്കിൽ മറ്റൊരു വിധത്തിൽ അവന് കുഴിച്ചിടണമായിരുന്നു.

''നീ കോടാലി കൊണ്ട് എന്താണ് ചെയ്യാൻ പോകുന്നത്? നിന്റെ അമ്മയ്ക്ക് ഇപ്പോഴും അസുഖമാണോ? നിങ്ങളുടെ അച്ഛൻ തെണ്ടി ഇപ്പോഴും ജീവിച്ചിരിപ്പുണ്ടോ? അവന്റെ കുടിശ്ശിക കൊടുത്തുതീർക്കാൻ അമ്മയോട് ഒന്നു പറയൂ.''

അവൻ എപ്പോഴും ഒരേ രീതിയിൽ പ്രതികരിച്ചു. വെറുതെ തലയാട്ടി. ചോദിക്കാൻ ഇനി ഒരാൾ മാത്രമേ ബാക്കിയുള്ളൂ. സെമിത്തേരി കാവൽക്കാരൻ യാസിൻ. ഡെർദ ഓടി. ശ്മശാന കവാടത്തിനടുത്തുള്ള തടികൊണ്ടുള്ള ഗാർഡ് ഹൗസിന്റെ വാതിൽക്കൽ വെച്ച് നെറ്റിയിലെ വിയർപ്പ് തുടച്ചു. വാതിലിൽ മുട്ടാതെ അവൻ ഉറക്കെ വിളിച്ചു, ''യാസിൻ ചേട്ടാ...''

അവൻ വാതിൽക്കൽ കാത്തുനിന്നു. യാസിൻ ജനലിലൂടെ തല പുറത്തേക്ക് നീട്ടി. ഉച്ചയുറക്കത്തിൽ നിന്ന് അവൻ ഉണർന്നെണീറ്റു, എപ്പോഴൊക്കെ ഉണർന്നാലും അവൻ ഒരു നല്ല മാനസികാവസ്ഥയിലായിരുന്നില്ല. ഉണർന്നിരിക്കാൻ യോഗ്യമായ ഒന്നും ഈ ലോകത്ത് ഉണ്ടായിരുന്നില്ല.

''എന്ത്?''

''സഹോദരാ, നിങ്ങളുടെ കൈയിൽ ഒരു കോടാലി ഉണ്ടോ?''

‘‘കുഞ്ഞേ, നീ കോടാലി കൊണ്ട് എന്ത് ചെയ്യാൻ പോകുന്നു?’’

‘‘ഉണ്ട്.’’ ‘‘ഇല്ല’’ എന്നിവ ഭാഷയിൽ ഇല്ലാത്തതുപോലെയായിരുന്നു ആ മറുപടി.

ഡെർദ തന്റെ അമ്മ പറയുന്നത് കേട്ടതിന്റെ കൃത്യമായ പകർപ്പ് നൽകി. അതായത്, ഇപ്പോഴും സംസാരിക്കാൻ കഴിയുമ്പോൾ പറഞ്ഞത്.

‘‘ഞങ്ങളുടെ വീടിനടുത്തുള്ള മരങ്ങളുടെ ശിഖരങ്ങൾ വെട്ടി മാറ്റാൻ.’’

ആദ്യം യാസിൻ എന്താണ് പറയുന്നതെന്ന് മനസ്സിലാക്കാൻ ശ്രമിച്ചു. എന്നാൽ അവൻ പറയുന്നതൊന്നും താൻ ശ്രദ്ധിക്കുന്നില്ലെന്ന് അയാൾക്ക് മനസ്സിലായി, അതിനാൽ ‘‘കോടാലി ഇല്ല.’’ എന്നു പറഞ്ഞ് അയാൾ ഗാർഡ് ഹൗസിനുള്ളിലേക്ക് തല വലിച്ചു.

സെമിത്തേരിയിൽ നിന്ന് പുറത്തേക്ക് ഓടുന്നതിന് മുമ്പ് ഡെർദ കുറച്ച് നിമിഷങ്ങൾ ശൂന്യമായ ജനാലയിലേക്ക് നോക്കി. അവൻ തെരുവിന്റെ അറ്റത്തേക്ക് ഓടി, നേരെ ഹാർഡ്‌വെയർ സ്റ്റോറിലേക്ക് പോയി. എന്നാൽ അകത്തു കയറിയ ഉടനെ അവൻ പുറത്തേക്കു വന്നു. അവിടെ, ഡിസ്പ്ലേ ജാലകത്തിന് മുന്നിൽ, നടപ്പാതയിൽ നിരനിരയായി കോടാലികൾ നിരത്തിവെച്ചിരിക്കുന്നത് കണ്ടു. അവൻ വീണ്ടും അകത്തേക്ക് പോയി.

‘‘കോടാലിക്കെത്രയാണ് വില?’’

സ്ക്രൂകൾ നിറഞ്ഞ ഡ്രോയറിൽ നോക്കി വൃദ്ധൻ പറഞ്ഞു. ‘‘വില അവയ്ക്കുമേൽ എഴുതിയിട്ടുണ്ട്.’’

ഡെർദ വീണ്ടും പുറത്തേക്ക് പോയി. കോടാലി എടുത്ത് ഹാൻഡിലെ വില നോക്കി. അവൻ തുറിച്ചു നോക്കി. എന്നിട്ട് അവൻ ഒറ്റ ഓട്ടം. കോടാലി ഇപ്പോൾ അവന്റെ കൈയിൽ. അവൻ തെരുവിന്റെ മറുവശത്തെ നടപ്പാതയിലൂടെ ഓടി. ശ്മശാന കവാടങ്ങൾ വരെ അവന് പോകേണ്ടി വന്നില്ല. ഉരുളുന്ന തിരമാല പോലെ ഓരോ പത്തു മീറ്ററോ മറ്റോ ശ്മശാനത്തിന്റെ മതിൽ ഇടിഞ്ഞുവീഴാറുണ്ടായിരുന്നു. ഇടിഞ്ഞുവീഴാറായ ഒരു കോൺക്രീറ്റ് തിരയുടെ മുകളിലൂടെ അവൻ ചാടി ശവകുടീരങ്ങൾക്ക് മുകളിലൂടെ ഓടി.

വീട്ടിലെത്തുമ്പോഴേക്കും അവന് ശ്വാസം മുട്ടുന്നുണ്ടായിരുന്നു. അമ്മയുടെ തുറന്ന വായിൽ നിന്ന് പ്രാണികൾ ഇഴഞ്ഞ് അവളുടെ മൂക്കിലേക്ക് ഒഴുകുന്നുണ്ടായിരുന്നു. അവന് ഓക്കാനം തോന്നിയെങ്കിലും കുലുങ്ങിയില്ല. അത് തൊണ്ടയിൽ വരെ എത്തി. അത് പോകുന്നിടത്തോളം പോട്ടെ, അത്രയേയുള്ളൂ, അതിനെ കൂടുതൽ അനുവദിക്കാൻ പോകുന്നില്ല. പക്ഷേ മറ്റൊന്നും പുറത്തു വന്നില്ല.

അവൻ അമ്മയുടെ തറയിലെ മെത്തയിൽ നിന്ന് ഷീറ്റ് വലിച്ചെടുത്ത് തുറന്നിരിക്കുന്ന വെളുത്ത കണ്ണുകൾ കാണാതിരിക്കാൻ അവളെ മൂടി. തോളിൽ നിവർന്ന് നിന്നുകൊണ്ട് കോടാലി രണ്ടു കൈകളിലും പിടിച്ച് തലയ്ക്കു മുകളിൽ ഉയർത്തി പിടിച്ചു. അവൻ കണ്ണുകൾ അടച്ചു.

''ഞാൻ ആ അനാഥാലയത്തിലേക്ക് പോകുന്നില്ല അമ്മേ...''

ആദ്യ വെട്ട് ആഞ്ഞിറങ്ങിയപ്പോൾ അവൻ അലറി. അവന്റെ കണ്ണുകൾ തുറന്നു. കഴുത്തിന് നേരെ ലക്ഷ്യമിടാൻ ശ്രമിച്ചെങ്കിലും കോടാലി അമ്മയുടെ നെഞ്ചിൽ പതിക്കുകയായിരുന്നു. അത് നെഞ്ചിൽ ആഴ്ന്നിറങ്ങി. താമസിയാതെ വൃത്തികെട്ട വെളുത്ത ഷീറ്റിന്റെ നിറം മാറി. ചുവപ്പ്. അവൻ അമ്മയുടെ നെഞ്ചിൽ കാൽ വെച്ചു, കോടാലി രണ്ടു കൈകളിൽ എടുത്ത് അമ്മയുടെ മാംസത്തിൽ നിന്ന് ഊരിയെടുത്തു. അവൻ അത് വീണ്ടും ഉയർത്തി മറ്റൊരു വെട്ട് കൊടുത്തു. പിന്നെ മറ്റൊന്ന്. മണിക്കൂറുകളോളം അവൻ കോടാലി അവളിലേക്ക് ആഴ്ന്നിറക്കി. ''ഞാൻ പോകുന്നില്ല... എന്ന് ഓരോ വെട്ടിലും പറഞ്ഞുകൊണ്ടിരുന്നു.

പിണ്ഡങ്ങളെ പത്ത് വ്യത്യസ്ത കഷ്ണങ്ങളാക്കാൻ അവൻ ആ പാലങ്ങൾ വീണ്ടും വീണ്ടും തകർത്തു. എന്നിട്ടും ചില കഷണങ്ങൾ കൂടിച്ചേർന്നിരുന്നു. അവൻ ഒരു ദീർഘനിശ്വാസം വിട്ട് ഒറ്റ ച്ചലനത്തിലൂടെ ഷീറ്റ് വലിച്ചുമാറ്റി. അവൻ മെല്ലെ കണ്ണു തുറന്ന് അമ്മയുടെ മുകളിലേക്ക് നോക്കി. അവന് കൂടുതൽ പിടിച്ചുനിൽക്കാൻ കഴിഞ്ഞില്ല, മുമ്പ് തൊണ്ടയിൽ മാത്രം വന്നിരുന്ന ഛർദ്ദി ഇപ്പോൾ പുറത്തേക്ക് വന്നു.

അവൻ മൂന്നു ടാങ്ക് നിറയെ വെള്ളം തലയിൽ ഒഴിച്ചു. ഉറക്കം കളയാനും വൃത്തിയാകാനും. തറയിൽ വിരിച്ച ആ പത്തു കഷണങ്ങളുടെ അടുത്തെത്തിയപ്പോൾ അവന്റെ രക്തം മഞ്ഞുപോലെ തണുത്തു. കഴിഞ്ഞ രണ്ട് മാസമായി അമ്മ ധരിച്ചിരുന്ന പാവാടയ്ക്കും ഷർട്ടിനുമുള്ളിൽ അമ്മയുടെ മാംസക്കഷണങ്ങൾ. അവൻ ഒരു കത്തി എടുത്ത് തുണി മുറിക്കാൻ തുടങ്ങി. അവൻ സമ്മാനങ്ങൾ അഴിക്കുന്നതുപോലെ കഷണങ്ങൾ തുറന്നു. ഓരോന്നിന്റെയും ഉള്ളിൽ അവന്റെ അമ്മയുടെ നഗ്നത അനാവരണം ചെയ്തു, രക്തവും എല്ലും തള്ളി. ഡെർദ തന്റെ ആദ്യത്തെ നഗ്നയായ സ്ത്രീയെ കണ്ടത് ഇങ്ങനെയായിരുന്നു. ആദ്യം അമ്മയെ വെട്ടിനുറുക്കി, പിന്നെ വസ്ത്രം അഴിച്ചു.

അവൻ ഷീറ്റ് കഷ്ണങ്ങളാക്കി അവന്റെ എല്ലാ അമ്മമാരെയും ഓരോന്നായി പൊതിഞ്ഞു. എന്നിട്ട് മുൻവശത്തെ വാതിലിനടുത്ത് ഒന്നിന് മുകളിൽ ഒന്നായി കൂട്ടി. ഒഴിഞ്ഞ മൂന്ന് വാട്ടർ ടാങ്കുകൾ

പിടിച്ച് വീട്ടിൽ നിന്ന് ഇറങ്ങി. എല്ലാം ഇരുട്ടിൽ കുളിച്ചു. മറ്റു സ്ഥല ങ്ങളിൽ സൂര്യൻ ഉദിക്കാൻ തുടങ്ങിയിരുന്നു. സെമിത്തേരിയിലെ ജലധാരയുടെ അടിയിൽ ഒഴിഞ്ഞ ടാങ്കുകളിലൊന്നിൽ വെള്ളം നിറ യ്ക്കാൻ കാത്തുനിന്നപ്പോൾ അവൻ ഒരു ശബ്ദം കേട്ടു:

‘‘ഡെർദ’’

അവൻ ചുറ്റും നോക്കിയെങ്കിലും ആരെയും കണ്ടില്ല. കുറ്റിക്കാ ട്ടിൽ നിന്ന് നീണ്ടുകിടക്കുന്ന ഒരു നേർത്ത കൊമ്പിനു പിന്നിൽ ഇസയെ കണ്ടപ്പോൾ താൻ ഭയന്ന് മരിക്കുമെന്ന് അവൻ കരുതി. ദൂരദർശിനിയുടെ തെറ്റായ അറ്റത്തുകൂടി ലോകത്തെ നോക്കുന്ന തായി ഡെർദയ്ക്ക് തോന്നി. എല്ലാം എല്ലാവരും വളരെ അകലെ യാണെന്ന് തോന്നി. അവനോട് ഏറ്റവും അടുപ്പമുള്ളവർ പോലും. ഒരടി അകലെ നിൽക്കുന്ന ഇസ പോലും.

‘‘ഇത് നിറഞ്ഞു കവിയുന്നു.’’ ഇസ ഡെർദയുടെ ടാങ്കിലേക്ക് ചൂണ്ടി പറഞ്ഞു. ടാങ്കിലേക്കല്ല, ഡെർദയെ കുറച്ചുകൂടി സൂക്ഷ്മ മായി നോക്കിയിരുന്നെങ്കിൽ, അവന്റെ കണ്ണുകളിലെ മാറ്റം ഇസയ്ക്ക് കാണാമായിരുന്നു. അവന്റെ കണ്ണുകളിലെ കണ്ണുനീർ ഇസ കണ്ടില്ല. ഇരുട്ടായിരുന്നു. വിയർപ്പ് തുടയ്ക്കുന്നതായി നടിച്ച് ഡെർദ അവന്റെ കവിളിലെ കണ്ണുനീർ കൈയുടെ പിൻഭാഗം കൊണ്ട് തുടച്ചു. പിന്നെ അവൻ ജീവിതത്തിലേക്ക് തിരിച്ചുവന്ന് ഫുൾ ടാങ്ക് കാലുകൊണ്ട് നീക്കി, ഒഴിഞ്ഞ ഒരെണ്ണം ഉറവയുടെ അടിയിൽ ഒതുക്കി. ഇസ ഇപ്പോഴും അവിടെയുണ്ടെന്ന് അവന് മനസ്സിലായി. കുറച്ചു നേരം ഒന്നും മിണ്ടാതെ അവനെ തന്നെ നോക്കിയിരുന്നെങ്കിലും ഒന്നും കാണാൻ പറ്റുമെന്ന് അവനു തോന്നിയില്ല.

‘‘ഈ സമയത്ത് നിങ്ങൾ ഇവിടെ എന്താണ് ചെയ്യുന്നത്?’’

‘‘എന്റെ അച്ഛൻ എന്നെ പുറത്താക്കി.’’ ഇസ പറഞ്ഞു.

‘‘എവിടേക്കാ?’’

‘‘നീ എന്താണ് ഉദ്ദേശിക്കുന്നത്, എവിടെയ്ക്കാണെന്നോ?’’

‘‘അതെ. നിന്റെ അച്ഛൻ എവിടേക്കാണ് പുറത്താക്കിയത്?’’

‘‘അയാൾ പറഞ്ഞില്ല. അവനെ ഇവിടെ നിന്ന് പുറത്താക്കൂ എന്നു മാത്രം അയാൾ പറഞ്ഞു. ഞാൻ വെറുതെ കറങ്ങുകയാണ്.’’

‘‘നീ എന്ത് ചെയ്തിട്ടാണ് അച്ഛൻ പുറത്താക്കിയത്?’’

‘‘ഞാൻ സ്കൂളിൽ ഇനി പോകുന്നില്ല എന്ന് അദ്ദേഹത്തോട് പറഞ്ഞു.’’

ഡെർദയ്ക്ക് തന്റെ കാലിലേക്ക് വെള്ളം വരുന്നതായി തോന്നി. അവൻ തന്റെ രണ്ടാമത്തെ ടാങ്ക് നിറഞ്ഞു കവിയുന്നത് കണ്ടു. അവൻ മൂന്നാമത്തേത് വെച്ചു.

‘‘എന്തുകൊണ്ട്?’’

‘‘നീയും സ്കൂളിൽ പോകുന്നില്ലല്ലോ, നീ പറഞ്ഞില്ലേ.’’ ഇസ ചോദിച്ചു.

‘‘അതിൽ വ്യത്യാസമുണ്ട്.’’ ഡെർദ പറഞ്ഞു. ‘‘ഞാൻ ഒരിക്കലും പോയിട്ടില്ല. നീ ഏത് ക്ലാസിലായിരുന്നു?’’

‘‘നാലാമത്തെ.’’

‘‘ശരി, അപ്പോൾ നിനക്ക് ഒരു വർഷമേ ബാക്കിയുള്ളൂ. അല്ലേ?’’

ഇസ ചിരിച്ചു.

‘‘കഴിഞ്ഞോ? പിന്നെ മിഡിൽ സ്കൂൾ, ഹൈസ്കൂൾ, യൂണിവേഴ്സിറ്റി എല്ലാം ഉണ്ട്.’’

അവൻ ചിരി നിർത്തി.

‘‘നീയെന്താ പോകാഞ്ഞത്? നിന്റെ അച്ഛനമ്മമാർ പറഞ്ഞയച്ചില്ലേ?’’

‘‘അല്ല.’’ ഡെർദ പറഞ്ഞു. ‘‘ഞാൻ കാത്തിരിക്കുകയാണ്.’’

‘‘എന്തിനുവേണ്ടി?’’

‘‘യൂണിവേഴ്സിറ്റി. ഞാൻ അവിടെ നിന്നാണ് തുടങ്ങാൻ പോകുന്നത്.’’

ഡെർദ സത്യമായാണോ അതോ കളിയായാണോ പറയുന്നതെന്ന് ഇസയ്ക്ക് മനസ്സിലായില്ല. അപ്പോൾ രണ്ടുപേരും ചിരിക്കാൻ തുടങ്ങി. പെട്ടെന്നുതന്നെ അവരുടെ ചിരി കുറഞ്ഞു, ഇരുവരും നീരുറവ ഓഫാക്കിയതുപോലെ നിശ്ശബ്ദരായി.

‘‘വരൂ, എന്നെ ഇവിടെ സഹായിക്കൂ.’’ ഡെർദ പറഞ്ഞു. അയാൾ ടാങ്കുകൾ മുകളിലേക്ക് വലിച്ചിട്ട് നടക്കാൻ തുടങ്ങി. ഇസ മൂന്നാമത്തെ എടുത്ത് അവനെ അനുഗമിച്ചു. ടാങ്കുകൾ മതിലിനു മുകളിലൂടെ എത്തിക്കുക എന്നത് എളുപ്പമുള്ള കാര്യമായിരുന്നില്ല. ഒരു ഘട്ടത്തിൽ ഡെർദ പറഞ്ഞു. ‘‘ഞാൻ മതിലിലെ ഒരു ദ്വാരം പൊട്ടിക്കാൻ പോകുന്നു, അതിനാൽ എനിക്ക് അകത്തേക്കും പുറത്തേക്കും പോകാം. ചാടി മടുത്തു.’’

‘‘ഞങ്ങൾക്ക് ഒരു കോടാലി ഉണ്ട്.’’ ഇസ പറഞ്ഞു. ‘‘എന്റെ പപ്പയുടേതാണ്. അതുപയോഗിച്ച് നമുക്ക് ദ്വാരം പൊട്ടിച്ചേക്കാം.’’

അവർ മതിലിന്റെ മറുവശത്തായിരുന്നു. അവർ കൈകൾ മുട്ടിൽ കുത്തി. വായുവിനു വേണ്ടിയുള്ള ശ്വാസതടസ്സങ്ങൾക്കിടയിൽ, ഡെർദ ചോദിച്ചു:

‘‘നിന്റെ വീട്ടിൽ കോടാലി ഉണ്ടോ?’’

ഇസയെ വിട്ടശേഷം ഡെർദ വീട്ടിലെത്തി കോൺക്രീറ്റ് തറയിൽ നിന്ന് രക്തം സ്പോഞ്ച് കഷണങ്ങളാൽ തുടയ്ക്കാൻ ശ്രമിച്ചു. മെത്തയുടെ സ്പോഞ്ച് കൂടുതൽ ആഗിരണം ചെയ്യപ്പെടുന്നില്ലെന്ന് കണ്ടപ്പോൾ, അവൻ അത് തന്റെ വശത്തുള്ള ചവറ്റുകുട്ടയിലേക്ക് വലിച്ചെറിഞ്ഞ് മറ്റൊന്ന് കീറിയെടുത്തു. ആദ്യം റബ്ബർ മെത്തയുടെ പകുതി, പിന്നെ മറ്റേ പകുതി. രക്തത്തിന്റെ എല്ലാ അംശങ്ങളും മായ്ക്കാൻ ഉപയോഗിച്ചു.

അഴുകിയ മാംസത്തിൽ പൊതിഞ്ഞ ഷീറ്റുകളിൽനിന്ന് ദുർഗന്ധം വമിച്ചുകൊണ്ടിരുന്നു, അത് വീടിന്റെ എല്ലാ കോണിലും ഒരിക്കലും നീക്കം ചെയ്യാൻ കഴിയാത്തവിധം ഡെർദ തളർന്നു. പത്തുവയസ്സുള്ള ഒരു കുട്ടി. അവന്റെ ശരീരത്തിലെ എല്ലാ ശക്തിയും ഉള്ളിലെ എല്ലാ നിഷ്കളങ്കതയും തീർന്നു. അവൻ ടീ ഷർട്ട് അഴിച്ച് പന്തുപോലെയാക്കി തലയ്ക്ക് താഴെ വെച്ച് കോൺക്രീറ്റിൽ കിടന്നു. അവൻ ഒരു വശത്തേക്ക് ചരിഞ്ഞ് മുട്ടുകൾ നെഞ്ചിലേക്ക് വലിച്ചുവെച്ച് ചുരുണ്ടുകൂടി കിടന്നു. കുറച്ച് കഴിഞ്ഞ്, അമ്മയുടെ ഗർഭപാത്രം ഇല്ലാത്തതിനാൽ, അവൻ കാലുകൾ നീട്ടി, അവസാനമായി നീട്ടി, അവൻ ഉറങ്ങി.

ആദ്യം എടുത്തത് അമ്മയുടെ ഇടതുകാലാണെന്ന് അവൻ അറിഞ്ഞു. അവൻ പൊതിഞ്ഞ അവസാന കഷണമായതിനാൽ അത് മാംസക്കൂമ്പാരത്തിന്റെ മുകളിലായിരുന്നു. വീടിന്റെ രണ്ട് സ്കൂൾ ബാഗ് വലിപ്പമുള്ള ജനാലകൾക്കിടയിലൂടെ അവന് ലോകം കാണാൻ കഴിയുന്നിടത്തോളം അവൻ വിശ്രമിച്ചു. ലോകം ഇളംനീലയായിരുന്നു. സൂര്യന്റെ നിറം കറുപ്പുമായി രാത്രിയിൽ കലരുന്ന ആ മണിക്കൂറുകളിൽ. വീടുവിട്ടിറങ്ങി മതിൽ ചാടിക്കടന്ന് ശ്മശാനത്തിലേക്ക് മാംസപിണ്ഡവും ചട്ടിയുടെ ഒരു മൂടിയുമായി ഇറങ്ങി. ഇരുപത് മീറ്ററിനുള്ളിൽ പന്ത്രണ്ട് ശവകുടീരങ്ങൾ നിരനിരയായി കിടന്ന സ്ഥലത്തെത്തി.

സെമിത്തേരിയുടെ മതിലിനോട് ചേർന്നുള്ള ശവകുടീരങ്ങളുടെ നിരയായിരുന്നു അത്. ഒരു ദിവസം ആ ഇരുപത് മീറ്ററോളം സ്ഥലം ഉപയോഗിക്കപ്പെടുമെന്നതിൽ സംശയമില്ല, പക്ഷേ ഇപ്പോൾ മരിച്ചവർ അവിടെ എത്തിയിട്ടില്ല. അവൻ നിന്നിടത്തുനിന്നും മാർബിൾ ശവകുടീരങ്ങളല്ലാതെ മറ്റൊന്നും കണ്ടില്ല. മരിച്ചവരുടെ പേരുകൾ ആലേഖനം ചെയ്ത മാർബിൾ സ്ലാബുകൾ. അവരുടെ ഉടമസ്ഥർ എവിടെയാണ് കിടക്കുന്നതെന്ന് കാണിക്കുന്ന മാർബിൾ അടയാളങ്ങൾ.

സെമിത്തേരിയിലെ മസ്ജിദിൽ നിന്ന് ഈസാൻ മരക്കൊമ്പുകളിൽ തൂക്കിയിട്ടിരുന്ന ഉച്ചഭാഷിണിയിലൂടെ മുഴങ്ങി. ഡെർദ ഭയന്നു.

പുലരാൻ ഇനി അധികം സമയമില്ലെന്ന് അവനറിയാമായിരുന്നു. താൻ കഷണങ്ങൾ എവിടെയാണ് കുഴിച്ചിട്ടതെന്ന് ഓർക്കാൻ എന്തെങ്കിലും അടയാളം ഇടണമെന്ന് കരുതി. പക്ഷേ, അവന് സമയമില്ലായിരുന്നു. ശവകുടീരങ്ങൾ അടയാളങ്ങളായി ഉപയോഗിക്കാനുള്ള ആശയം. മാർബിൾ സ്ലാബുകൾ. ശവകുടീരത്തിന്റെ ഒരു വശത്ത്, ശവകുടീരത്തിന്റെ ഉടമയ്ക്കൊപ്പം കുഴിച്ചിട്ട ശവപ്പെട്ടിയുടെ മറുവശത്ത് അവന് അമ്മയുടെ കഷണങ്ങൾ കുഴിച്ചിടാം എന്നെല്ലാമാണ് കരുതിയിരുന്നത്.

അവൻ മതിലിന് അഭിമുഖമായി ഇടതുവശത്ത് ഏറ്റവും അകലെയുള്ള കല്ലറയുടെ അടുത്ത് പോയി, തന്റെ ജീവൻ അതിനെ ആശ്രയിച്ചതുപോലെ കുഴിക്കാൻ തുടങ്ങി. രണ്ടു കൈകൊണ്ടും പാൻ അടപ്പ് പിടിച്ച് അവൻ ഒരു കൈയോളം നീളത്തിൽ ഒരു കുഴി ഉണ്ടാകുന്നതുവരെ ഭൂമി കുഴിച്ചു. അവൻ അമ്മയുടെ ഇടതുകാൽ അകത്തേക്ക് ഇട്ടു, പാൻ ലിഡ് ഉപയോഗിച്ച് അഴുക്ക് പിന്നിലേക്ക് തള്ളി. അത് മണ്ണിട്ട് മൂടി. അവൻ രണ്ടടി പിന്നോട്ട് വച്ചു. ആർക്കെങ്കിലും അഴുക്ക് കലർന്നതായി പറയാൻ കഴിയുമോ എന്ന് നോക്കാൻ ശ്രമിച്ചു. എന്നിട്ട് തലയുയർത്തി ശവകുടീരത്തിന്റെ ലിഖിതത്തിലേക്ക് നോക്കി. അക്ഷരങ്ങളും അക്കങ്ങളും. കുറച്ച് സെക്കന്റുകൾ. അവൻ പിന്നെ അതിലേക്ക് നോക്കിയില്ല. എന്തൊക്കെ അറിയാമെന്നാലും ഡെർദയ്ക്ക് എഴുതാനും വായിക്കാനും അറിയില്ലായിരുന്നു. തിരിഞ്ഞും മറിഞ്ഞും ഓടി രാത്രിയിലെ ഒരു ജീവിയെപ്പോലെ കുതിച്ചുചാടി മതിലിനടുത്തെത്തി. ഒന്നും സംഭവിക്കാത്തതുപോലെ. ഒരു പ്രാണി തന്റെ വീട്ടിലേക്ക് ഇരച്ചുകയറുന്നത് പോലെ.

അന്ന് രാത്രി അവൻ എട്ട് പ്രാവശ്യം മതിൽ ചാടിക്കടന്നു. നാല് തവണ പുറത്തേക്ക്, നാല് തവണ തിരികെ. നേരം പുലർന്നാൽ സെമിത്തേരിയിലെ കുട്ടികൾ വരാൻ തുടങ്ങുമെന്ന് അവന് അറിയാം. അവന് കൂടുതൽ കുഴികൾ കുഴിക്കാനായില്ല, അതിനാൽ ആ ദിവസത്തേക്ക് നിർത്തി. അവന്റെ അമ്മയുടെ പകുതി ഇടതുവശത്തുള്ള ആദ്യത്തെ അഞ്ച് ശവകുടീരങ്ങളുടെ ചുവട്ടിലായിരുന്നു. മറ്റേ പകുതി വീടിന്റെ മുൻവശത്തെ വാതിലിനു പിന്നിലായിരുന്നു. ഡെർദ വീട്ടിൽ കടന്ന് ചുവടുകൾ വച്ചു തളർന്നു നിന്നു. വൃത്തികെട്ട പാൻ അടപ്പ് നിലത്തു വീഴാൻ അനുവദിച്ചു, അവൻ ഒരു തലയിണയിലേക്ക് കൈ ചുരുട്ടിവെച്ച് കിടന്നു. അവൻ ഉറങ്ങിയില്ല, ബോധരഹിതനായി. രണ്ടു ദിവസമായി ഭക്ഷണം കഴിച്ചിരുന്നില്ലല്ലോ.

അവന്റെ സ്വപ്നത്തിൽ അവൻ അനാഥാലയത്തിലായിരുന്നു. അവൻ ഒരിക്കലും കണ്ടിട്ടില്ലാത്ത അനാഥാലയം. അത് എവിടെയാണെന്നോ

എങ്ങനെയാണെന്നോ അവനറിയില്ല. ഫെവ്സി തന്നോട് പറഞ്ഞത് മാത്രമാണ് അവനറിയാവുന്നത്. കിടക്കകളും അലമാരകളും ടോയ്ലറ്റുകളും നിങ്ങളെ തല്ലുന്ന വലിയ കുട്ടികളും. ഏത് നിമിഷവും കഴുത്തിലോ കണങ്കാലിലോ പിടിക്കുന്ന കൈകളും. ഒരു നിമിഷം പോലും അവൻ നിന്നില്ല, സ്വപ്നം മുഴുവൻ. അവൻ കട്ടിലിനും അലമാരയ്ക്കും കിടക്കയ്ക്കും ഇടയിലൂടെ ഓടി, പക്ഷേ അടിക്കുമെന്ന ഭീഷണി എപ്പോഴും അവന്റെ പുറകിൽ ഉണ്ടായിരുന്നു. ഒരിക്കൽ മാത്രം, തന്റെ മുതുകിൽ ഞെരിയുന്ന വിരലുകളുടെ അറ്റം എത്ര ദൂരെയാണെന്നറിയാൻ, അവൻ അവന്റെ തോളിലൂടെ പുറകിലേക്ക് നോക്കി. ആ നിമിഷം, അവൻ തന്റെ ശരീരത്തിന്റെ മുഴുവൻ ഭാരവും കൊണ്ട് തളർന്നു വീണു. പിന്നെ താൻ എന്തിലേക്കാണ് ഓടുന്നത് എന്നറിയാൻ മുകളിലേക്ക് നോക്കി. തന്റെ അമ്മ തന്റെ മേൽ ചാഞ്ചാടുന്നത് അവൻ കണ്ടു. അവളുടെ കണ്ണുകൾ ചുവന്ന് വീർത്തിരുന്നു, അവൾ മരിക്കുന്നതിന് മുമ്പുള്ള ആഴ്ചകൾപോലെ. അവൾ നിന്നുകൊണ്ട് മകനെ തന്റെ കാൽക്കൽ നോക്കിക്കൊണ്ടിരുന്നു. അപ്പോൾ അമ്മയുടെ വായ തുറന്ന് അവളുടെ രണ്ട് ചുണ്ടുകൾക്കിടയിൽ രണ്ട് പ്രാണികൾ പുറത്തേക്ക് കടന്നു. ഡെർദ എഴുന്നേൽക്കാൻ ശ്രമിച്ചെങ്കിലും കൈപ്പത്തികൾ നിലത്തു കുത്തുന്നതുപോലെയായിരുന്നു. അവളുടെ മുഖത്ത് നിന്ന് പ്രാണികൾ വീഴുന്നത് കാണാൻ അവൻ നിർബന്ധിതനായി. അപ്പോൾ അവന്റെ ശരീരം ഒരു മടക്ക് കത്തി പോലെ നിവർന്നു. അവൻ ഉണർന്നു.

അവൻ എഴുന്നേൽക്കാൻ ശ്രമിച്ചു. പക്ഷേ, തല കറങ്ങി, എഴുന്നേൽക്കാൻ കഴിഞ്ഞില്ല. വിശപ്പുകൊണ്ട് അന്ധനായി, പതുക്കെ അവൻ കാൽ ഇടറി വാതില്ക്കലെത്തി. അവൻ താക്കോലെടുത്ത് പുറത്തേക്കിറങ്ങി.

മൂന്ന് മീറ്റർ അകലെ എട്ട് വയസ്സുകാരി സുരയ്യ ഒരു പാറപ്പുറത്ത് ഇരുന്നിരുന്നു. അവളുടെ കൈയിൽ ഒരു ചോക്ലേറ്റ് ബാർ ഉണ്ടായിരുന്നു. അത് ഡെർദയെ മറ്റൊരാളാക്കി മാറ്റി. സുരയ്യ അവളുടെ പ്രായത്തിനേക്കാൾ ചെറുതായിരുന്നു. പക്ഷേ ഡെർദ അത് ശ്രദ്ധിച്ചില്ല. അവൻ കട്ടിയുള്ളതും സ്വാദിഷ്ഠവുമായ മിഠായി ബാർ അവളുടെ കൈയിൽനിന്നും തട്ടിപ്പറിച്ച് വായിലാക്കി നുണഞ്ഞു. അവൻ ഒരു മരപ്പാവയെപ്പോലെ പെൺകുട്ടിയെ നോക്കി മിഠായി ചവച്ചിറക്കി. പിന്നീടാണ് അവൻ ആ ശബ്ദവും കരച്ചിലും കേൾക്കാൻ തുടങ്ങിയത്. ആദ്യം സുരയ്യയുടെ കണ്ണുനീരോടെയുള്ള കരച്ചിൽ, പിന്നെ സുരയ്യയുടെ അമ്മയുടെ അലർച്ച.

''നീ നിന്റെ അച്ഛനെപ്പോലെ ആകാൻ ശ്രമിക്കുന്നോ നായേ?''

ആ സ്ത്രീക്ക് നാല് ചുവടുകൾക്കുള്ളിൽ അവനിലേക്ക് എത്താമായിരുന്നു, പക്ഷേ ഡെർദയെ തല്ലാൻ കൂടുതൽ ആക്കം കൂട്ടാൻ അവൾ അഞ്ചാമത്തെ ചുവട് കൂടി എടുത്തു. ആ അടി ഡെർദയെ ഉണർത്തി.

''നിന്റെ അമ്മ എവിടെ?'' സ്ത്രീ അലറി. എന്നിട്ട് അവൾ തിരിഞ്ഞ് വീട്ടിലേക്ക് നോക്കി അലറി:

''ഹവ്വാ! ഇവിടെ വന്ന് നോക്കൂ, നിന്റെ മകന്റെ കാര്യം.''

ഡെർദയെ ചവിട്ടുന്നതിനിടയിൽ അവൾ സുരയ്യയുടെ കൈ പിടിച്ചു. അവൾ സ്ലിപ്പറുകൾ ധരിച്ചിരുന്നതിനാൽ അവളുടെ ചവിട്ടുകൾ വളരെ വേഗത്തിലോ കാഠിന്യമേറിയതോ ആയിരുന്നില്ല.

''അവർ അവിടെ ഇല്ല.'' ഡെർദ പറഞ്ഞു. ''എന്റെ അമ്മ വീട്ടിലില്ല.''

''നീ എന്താ ഉദ്ദേശിക്കുന്നത്, അവൾ അവിടെ ഇല്ലേ?''

ആ സ്ത്രീ ചവിട്ടുന്നത് നിർത്തി സുരയ്യയെ അടുത്തേക്ക് വലിച്ചു നിർത്തി.

''അമ്മ ആശുപത്രിയിലാണ്.'' ഡെർദ പറഞ്ഞു. അമ്മയെക്കുറിച്ച് ആരെങ്കിലും ചോദിച്ചാൽ എന്ത് പറയും എന്നുപോലും ആലോചിച്ചിരുന്നില്ല. ''അവർ അമ്മയെ ഹോസ്പിറ്റലിൽ ആക്കി.''

പെട്ടെന്നുതന്നെ ആ സ്ത്രീക്ക് ഡെർദയോടുള്ള കാഴ്ചപ്പാട് മാറി. കരച്ചിലിൽ നിന്ന് ചിരിയിലേക്ക് പോയതിന്റെ റെക്കോർഡ് ആയിരുന്നിരിക്കണം അത്. ഒരു വിത്ത് വായുവിൽ പറക്കുന്നതുപോലെ, ഒരു നിമിഷത്തിനുള്ളിൽ വെറുപ്പിൽ നിന്ന് സഹതാപത്തിലേക്കുള്ള യാത്ര.

''നീ അപ്പോൾ എന്തുചെയ്യാൻ പോകുന്നു?''

ഡെർദ എഴുന്നേറ്റു, എല്ലാ കുട്ടികളെയും പോലെ ശ്മശാന വീടുകൾക്ക് ചുറ്റും വീണ പൊടി തട്ടി. ഭൂമിയിൽ എന്തായിരുന്നോ അവിടെ മരണം ഉണ്ടായിരുന്നു. മരണത്തിന്റെ പൊടി അന്തരീക്ഷത്തിലുണ്ടായിരുന്നു. അത് ആരെയും ബാധിക്കാൻ അവൻ ആഗ്രഹിച്ചില്ല.

''ഞാൻ പ്രത്യേകിച്ചൊന്നും ചെയ്യുന്നില്ല. അവർക്ക് ഇപ്പോൾ കുഴപ്പമൊന്നുമില്ല. അവർ ഉടൻ പുറത്തുവരുമെന്ന് പറയുന്നു.''

''നിനക്ക് ഭക്ഷണവും മറ്റും ഉണ്ടോ?'' സ്ത്രീ ചോദിച്ചു. അവൾ അപ്പോഴും കരയുന്ന സുരയ്യയെ തന്റെ അരികിൽ നിർത്തി ആട്ടിക്കൊണ്ടിരുന്നു. അവൾക്ക് മടുത്തു, പെൺകുട്ടിയുടെ കവിളിൽ ഒരു ചെറിയ അടി കൊടുത്ത് മിണ്ടാതിരിക്കാൻ പറഞ്ഞു.

‘‘കുറച്ച് ഭക്ഷണം ഉണ്ട്, പക്ഷേ അത് അധികകാലത്തേക്ക് ഉണ്ടാകില്ല.’’ ഡെർദ പറഞ്ഞു.

‘‘ഇന്ന് രാത്രി വീട്ടിൽ വരൂ. ഞാൻ എന്തെങ്കിലും തരാം.’’

ഡെർദ അവളോട് ‘ശരി’ എന്ന് ഉറക്കെ പറഞ്ഞു. എന്നാൽ ‘‘ഇന്ന് രാത്രി?’’ സൂര്യൻ അസ്തമിക്കാൻ ഇനിയും മണിക്കൂറുകൾ ഉണ്ടായിരുന്നു. സുരയ്യയും അവളുടെ അമ്മയും നടന്നകലുന്നതും അവരുടെ വീടിനുള്ളിലേക്ക് മറയുന്നതും ഡെർദ നോക്കി നിന്നു. ഒരു ജോലി കണ്ടെത്തണമെന്ന് അവൻ തീരുമാനിച്ചു. കുറച്ച് പണം സമ്പാദിക്കണമായിരുന്നു. അത് കൊണ്ട് കഴിക്കാൻ എന്തെങ്കിലും വാങ്ങാമായിരുന്നു. ഒരുപക്ഷേ ഒരു ചെറിയ ചീസ് പോലും. കഴിയുന്നതെന്തും. തന്റെ വർക്ക് കിറ്റും ടാങ്കുകളും ബ്രഷും മറന്നുപോയെന്ന് അവൻ മനസ്സിലാക്കി, അവൻ വീട്ടിലേക്ക് മടങ്ങി. നടക്കുമ്പോൾ അവൻ ആടിയുലയുന്നുണ്ടായിരുന്നു. വല്ലാത്ത തളർച്ച അനുഭവപ്പെട്ടു. മിഠായി ബാർ ഒട്ടും മതിയായിരുന്നില്ല. അവന്റെ തല അപ്പോഴും കറങ്ങുന്നുണ്ടായിരുന്നു.

സെമിത്തേരിയിലെ കുട്ടികൾ സെൻട്രൽ ഫൗണ്ടന് ചുറ്റുമുള്ള മരങ്ങളുടെ തണലിൽ ഒത്തുകൂടി ചിരിച്ചു. ശവക്കുഴികൾക്ക് ചുറ്റുമുള്ള മാർബിൾ അതിരുകളിൽ ഇരുന്ന ആൺകുട്ടികൾ പരസ്പരം തമാശ പറഞ്ഞു. മരിച്ചവരുടെ ബന്ധുക്കൾ ഉപേക്ഷിച്ച പൂക്കളുടെ തണ്ടിൽ നിന്ന് പെൺകുട്ടികൾ പൂക്കളെടുത്ത് മുടിയിൽ വെച്ചു. ചിലർക്ക് സ്കൂളിൽ പോകാനുള്ള പ്രായമായിട്ടില്ല. ചിലർ സ്കൂളിൽ പോയിട്ടില്ല. മറ്റുള്ളവർ സ്കൂൾ കഴിഞ്ഞ് സെമിത്തേരിയിലെത്തിയവർ. ഗൃഹപാഠത്തിന് സമയമില്ലായിരുന്നു. ഓരോരുത്തർക്കും ജോലി ചെയ്യേണ്ടി വന്നതിന് പല പല കാരണങ്ങളുണ്ടായിരുന്നു. എന്നാൽ അവിടെ അടുത്തെങ്ങും ടിഷ്യൂ പാക്കറ്റുകളോ മറ്റ് എന്തെങ്കിലുമോ നടന്ന് വിൽക്കാൻ കഴിയുന്ന ഒരു പാർക്കോ തിരക്കേറിയ ഒരു പ്രധാന തെരുവോ ഇല്ലായിരുന്നു. അവർക്ക് ആകെ ഉണ്ടായിരുന്നത് സെമിത്തേരി ആയിരുന്നു. അവരുടെ ലോകം ശ്മശാനമായിരുന്നു, ആയിരക്കണക്കിന് ചതുരശ്ര കിലോമീറ്റർ ശ്മശാനം.

മരിച്ചവരെ ചുട്ടുകൊല്ലുന്ന ഒരു രാജ്യത്താണ് അവർ ജീവിച്ചിരുന്നതെങ്കിൽ, അവരെ ഓർക്കാൻ ആകാശത്തേക്ക് നോക്കേണ്ടി വന്നാൽ, അവർക്ക് ഈ പണംപോലും ഉണ്ടാക്കാൻ കഴിയുമായിരുന്നില്ല. എന്നാൽ അവർ ജനിച്ച നഗരത്തിൽ, ഇപ്പോഴും ജീവിച്ചിരിക്കുന്നവർ മരിച്ചവരെ അവസാനമായി കണ്ട സ്ഥലത്തേക്ക്, സെമിത്തേരിയിലേക്ക് പോയി അവരുടെ ശവകുടീരത്തിന്റെ അടുത്തു

നിന്ന് കുറച്ച് തവണ മൂക്ക് ചീറ്റി, മാർബിൾ കഴുകി വൃത്തിയാക്കാനുള്ള പണം കുറച്ച് നൽകി. ഇവിടെയാണ് കുട്ടികൾ തങ്ങളുടെ പ്ലാസ്റ്റിക് ബ്രഷുകളും വെള്ള ടാങ്കുകളുമായി സായുധരായി ചിത്രത്തിലേക്ക് വന്നത്. മരിച്ചവരെ ഓർത്ത് നിൽക്കുമ്പോൾ സന്ദർശകന്റെ ദുർബലതയുടെ ആ നിമിഷം എങ്ങനെ മുതലാക്കണമെന്ന് അറിയാവുന്ന അവസരവാദികളായിരുന്നു അവർ. കരുണയുടെ മരത്തിൽ നിന്ന് പണം പിരിക്കാൻ എപ്പോൾ അവർക്കു മുന്നിൽ സ്വയം പ്രത്യക്ഷപ്പെടണമെന്നും കൈകൾ നീട്ടണമെന്നും അവർക്ക് അറിയാമായിരുന്നു.

ജീവിതവുമായി ബന്ധപ്പെട്ട ഒരു വ്യവസായമായിരുന്നു ആ കുട്ടികളടെ ബിസിനസ്സ്. ജീവിതവും അതിനു ശേഷമുള്ള കാര്യങ്ങളും തമ്മിലുള്ള ബന്ധം പോലെ, ജീവിച്ചിരിക്കുന്നവരും മരിച്ചവരും തമ്മിലുള്ള ആശയവിനിമയത്തിന് സഹായിക്കുന്ന ഒരുപാധി. ഒന്നര മീറ്ററിൽ താഴെ ഉയരമുള്ള, അർത്ഥപൂർണമായി കണ്ണുചിമ്മുന്ന ഈ കുട്ടികൾ, നാണയങ്ങൾക്ക് പകരമായി, മരിച്ചവരുടെ സമാധാന പരമായ വിശ്രമത്തിനായി പ്രാർത്ഥിക്കുമെന്ന് ആളുകൾ പ്രതീക്ഷിച്ചു. അതാണ് അവർ പ്രതീക്ഷിക്കുന്നതെങ്കിലും, ആളുകൾ മരിക്കുമ്പോൾ സമാധാനത്തിലോ മറ്റോ വിശ്രമിക്കാമെന്ന് കരുതുന്നതിൽ കാര്യമില്ല. ഈ ആളുകൾക്ക് 'സമാധാനത്തിൽ വിശ്രമിക്കുക' എന്നൊന്നില്ല. പ്രത്യേകിച്ച് അവർക്ക് ഉറങ്ങാൻ പോലും കഴിയില്ല. എന്നാൽ എല്ലാവർക്കും, രണ്ട് മീറ്റർ താഴെയുള്ള സാഹചര്യം മുകളിലുള്ള അവസ്ഥയേക്കാൾ തികച്ചും വ്യത്യസ്തമാണ്. താഴെയുള്ള സത്യം: പുഴുക്കൾ, കീടങ്ങൾ, കൂടാതെ ധാരാളം മാംസങ്ങൾ. ഉപരിതലത്തിലെ ഫാന്റസി: ''അച്ഛാ, സമാധാനത്തിൽ വിശ്രമിക്കുക.'' ''വെളിച്ചത്തിൽ ഉറങ്ങുക, എന്റെ സ്നേഹം,'' കൂടാതെ ധാരാളം പ്രാർത്ഥനകളും.

അതിനാൽ, അവർ തികച്ചും അസംബന്ധമാണെന്ന് ആരും കരുതുന്നില്ല. മരിച്ചവരുടെ മുന്നിൽ വെച്ച് അവർ അത് പറയുമ്പോൾ സത്യസന്ധമായി സംസാരിക്കുന്നുവെന്ന് അവർ കരുതുന്നു. അതിനെക്കുറിച്ച് ഒന്നും അറിയാത്ത, ശ്രദ്ധിക്കാൻ കഴിയാത്ത മരിച്ചവർ. ''എങ്കിൽ വാ, കുറച്ച് വെള്ളം ഒഴിച്ച്, ആ കളകളെ നീക്കം ചെയ്യുക.'' മാനവികതയുടെ മായികലോകം. സെമിത്തേരി കേടുകൂടാതെയിരിക്കുന്നു. കുട്ടികൾ ആ മായികലോകത്തെ പീറ്റർ പാൻസ് ആയിരുന്നു. സഹോദരങ്ങളെ വേർതിരിക്കാനാവാത്ത വിധം അവരെല്ലാവരും ഒരുപോലെ കാണപ്പെട്ടു. പ്രായപൂർത്തിയായവരുടെ ലോകത്തിന്റെ ദൃഷ്ടിയിൽ, അവർ ഒരിക്കലും വളർന്നിട്ടില്ലാത്ത അതേ നിലയിലായിരുന്നു.

മരണത്തെക്കുറിച്ച് അറിയുമ്പോൾ ഒരു കുട്ടി വളരുമെന്ന് പറയപ്പെടുന്നു. എന്നാൽ സെമിത്തേരിയിൽ അത്തരം വികാരങ്ങൾ കുറവായിരുന്നു. കാരണം മരണത്തെക്കുറിച്ച് പഠിച്ച് വളർന്നാൽ ശവകുടീരങ്ങൾ വൃത്തിയാക്കി പണമുണ്ടാക്കുന്നതിന് എന്ത് സംഭവിക്കും? ആറ് വയസ്സുള്ള കുട്ടികൾ വളരുമെന്ന് പ്രതീക്ഷിക്കുന്നുണ്ടോ? അതുകൊണ്ട് സുരയ്യയുടെ ഉയരം കൂട്ടുമോ, അങ്ങനെ അവൾക്ക് മതിലിൽ നിന്ന് താഴേക്ക് ചാടാൻ കഴിയുമോ? അവർക്ക് എത്ര വലുതാകാൻ കഴിയും? അവർ മരിച്ചവരെപ്പോലെയാണ്. അവ വളരുകയോ മാറുകയോ ചെയ്യുന്നില്ല. അവർ മരിച്ചവരാണെങ്കിൽ, ഭൂഗർഭലോകത്തിന്റെ ശരിപ്പകർപ്പിനു തുല്യമാണ്. അതിനു മുകളിലുള്ള ലോകം. എല്ലാവരും മരിച്ചു, അതാണ്. പക്ഷേ, അത് അങ്ങനെയല്ല പ്രവർത്തിച്ചത്. അവർ വൃത്തിയാക്കിയ ശവകുടീരങ്ങൾക്കു മുകളിൽ കുട്ടികൾ ഉറങ്ങി, പക്ഷേ ഒന്നും സംഭവിക്കാൻ പോകുന്നില്ല. സൂര്യൻ അസ്തമിച്ചപ്പോൾ അവർ ഒളിച്ചു കളിക്കാൻ തുടങ്ങിയെങ്കിലും ഒന്നും സംഭവിക്കാൻ പോകുന്നില്ല. അവർക്കൊന്നും തോന്നിയില്ല. ഒന്നും നഷ്ടപ്പെട്ടില്ല, ഒന്നും തെറ്റിയില്ല. ഒരുപക്ഷേ നഷ്ടപ്പെട്ടതോ തെറ്റായതോ ആയ കാര്യം അവർക്ക് ഒരിക്കലും ഒന്നും തോന്നിയില്ല എന്നതായിരിക്കാം.

എന്തുതന്നെയായാലും ഒരു സെമിത്തേരിയും അതിന്റെ ശവകുടീരങ്ങളും അത്ര പ്രധാനമാണെന്ന് കുട്ടികൾ കരുതിയിരുന്നില്ല. മരിച്ചവർ ജീവിതത്തിലേക്ക് തിരിച്ചുവരുമെന്നോ പ്രേതങ്ങളെയോ അവർ ഭയപ്പെട്ടില്ല. ഒരു അവധിക്കാലത്തെ മോശം കാലാവസ്ഥയാണ് അവർ ഭയന്നിരുന്നത്. ശ്മശാനത്തിലേക്ക് ഒഴുകിയെത്തുന്ന ആളുകൾ 'അവിടെ ചളി മാത്രമായിരിക്കും' എന്ന് പറയുകയും സെമിത്തേരി എന്ന് വിളിക്കുന്ന മായിക ലോകത്തേക്ക് വരാൻ മെനക്കെടാതിരിക്കുകയും ചെയ്യുന്ന മഴക്കാല അവധിയെ അവർ ഭയന്നിരുന്നു. അതല്ലാതെ, മരിച്ചവരെക്കുറിച്ചും മരണത്തെക്കുറിച്ചുമുള്ള മറ്റു കാര്യങ്ങളെക്കുറിച്ചൊന്നും അവർ ആലോചിച്ചില്ല. കണ്ണീരിൽ കുതിർന്ന ഭൂമിയിൽ അവശേഷിച്ച പൂക്കൾ ചെവിയുടെ പിന്നിൽ ഒട്ടിച്ച്, ഒരു കല്ലറയിൽ നിന്ന് അടുത്തതിലേക്ക് നിലം തൊടാതെ ചാടിയതിന്റെ റെക്കോർഡ് തകർക്കാൻ അവർ ശ്രമിച്ചു.

മൂത്തയാൾക്ക് പന്ത്രണ്ട് വയസ്സായിരുന്നു. ഏറ്റവും ചെറിയവർ ആറുപേരായിരുന്നു. പിന്നീട് എങ്ങനെയെങ്കിലും എല്ലാവരും ഒത്തുചേരും. മതിലുകൾക്കകത്തുള്ളവരും പുറത്തുള്ളവരും. ഒരാൾ ടീച്ചർ, മറ്റൊരാൾ സ്കൂൾ കാവൽക്കാരൻ. ഒരാൾ ജഡ്ജി, മറ്റേയാൾ ഗുമസ്തൻ. ഒരാൾ ഡോക്ടർ, മറ്റേയാൾ കച്ചവടക്കാരൻ. ഒരാൾ പ്രോസിക്യൂട്ടർ, മറ്റേയാൾ കള്ളസാക്ഷി. ഒരാൾ ആർക്കിടെക്റ്റ്, മറ്റൊരാൾ

തൊഴിലാളി. ഒരാൾ പിയാനിസ്റ്റ്, മറ്റേയാൾ പിയാനോ മൂവർ. ഒരാൾ പാർലമെന്റ് അംഗം, മറ്റൊരാൾ റാലികളിൽ സിമിറ്റ് വിൽക്കുന്നു. ഒരാൾ യജമാനത്തി, മറ്റേയാൾ ഒരു പെണ്ണിന്റെ മകൻ. എന്നാൽ ഏതായിരിക്കും? എപ്പോഴെങ്കിലും എന്തെങ്കിലും ഗവേഷണം നടന്നിട്ടുണ്ടോ? ഏതെങ്കിലും പണ്ഡിതോചിതമായ ലേഖനം എഴുതിയിട്ടുണ്ടോ? ശവകുടീരങ്ങൾ കഴുകി ബാല്യകാലം ചെലവഴിക്കുന്ന ആളുകൾ തമ്മിലുള്ള ബന്ധവും അവരുടെ ഭാവി തൊഴിൽ തിരഞ്ഞെടുപ്പും അടയാളപ്പെടുത്തുന്ന സ്ഥിതിവിവരക്കണക്കുകൾ സമാഹരിക്കാൻ എന്തെങ്കിലും ജോലികൾ നടന്നിട്ടുണ്ടോ? അല്ലെങ്കിൽ അവർക്ക് കരിയർ എന്ന വാക്ക് പോലും അറിയാമോ? എന്തായാലും അവർക്ക് വേറെ വഴിയില്ല. ചുരുക്കിപ്പറഞ്ഞാൽ, ആറാമത്തെ വയസ്സിൽ ഒരാൾ മരിച്ചവരിൽ നിന്ന് പണം സമ്പാദിക്കാൻ തുടങ്ങിയാൽ, പിന്നീട് ജീവിതത്തിൽ എന്തുചെയ്യും? ആ വിഷയത്തിൽ ഡെർദയ്ക്ക് ഒരു ആശയം ഉണ്ടായിരുന്നു.

‘‘ഞാൻ കുഴിച്ചിട്ട നിധി അന്വേഷിക്കാൻ പോകുന്നു. ഇവിടെ ചുറ്റും നിധി കുഴിച്ചിട്ടിട്ടുണ്ട്. പക്ഷേ എവിടെയാണെന്ന് ആർക്കും അറിയില്ല.’’

മറ്റുള്ളവർ ഒന്നും മിണ്ടാതെ കേട്ടിരുന്നു. വിഷയം വേണ്ടത്ര കൗതുകമുണർത്തുന്നതായിരുന്നു.

‘‘എന്ത് നിധി?’’

ലോകത്തിലെ എല്ലാ രഹസ്യങ്ങളുടെയും യജമാനനെപ്പോലെ ഡെർദ ചിരിച്ചു.

‘‘നിങ്ങൾ പ്രായമാകുമ്പോൾ നിങ്ങൾ കണ്ടെത്തും.’’

അവൻ മറുപടി പറഞ്ഞ കുട്ടി ഡെർദയേക്കാൾ രണ്ട് വയസ്സിന് ഇളയതായിരുന്നു. അവന്റെ പേര് റെമിസ് എന്നായിരുന്നു, അവൻ ബുദ്ധിശാലി ആയിരുന്നു. എന്നാൽ റെമിസ് ഒരിക്കലും സ്കൂളിൽ പോയിട്ടില്ല. ശവകുടീരങ്ങളിലെ ലിഖിതങ്ങൾ വായിച്ച് എങ്ങനെ വായിക്കാമെന്നും എണ്ണാമെന്നും കൂട്ടിച്ചേർക്കാമെന്നും പഠിച്ചു. എല്ലാ ശവകുടീരങ്ങളിലും ഉള്ള എല്ലാ പേരുകളും ജനനത്തീയതികളും മരണത്തീയതികളും അവൻ മനപ്പാഠമാക്കിയിരുന്നു. ശ്രദ്ധിക്കാതെ അവൻ അത് ചെയ്യുകയായിരുന്നു. ഇപ്പോൾ അവൻ ഡെർദയെ ശ്രദ്ധിക്കുകയായിരുന്നു. അതേ സമയം അവന്റെ തിരക്കുള്ള മനസ്സ് ഉത്തരം കാണാനും ശ്രമിച്ചു.

‘‘അത് കൊള്ളാം പക്ഷേ...’’

‘‘വരൂ... വരൂ...

റെമിസിന്റെ കണക്കുകൂട്ടലുകൾ കാറ്റിൽ പറത്തി ഗേറ്റ് കടന്ന് നാല് കാറുകൾ അകത്തേക്ക് കയറി. ആദ്യം കണ്ടവർ മറ്റുള്ള വരെ അറിയിച്ചു. കുട്ടികൾ ചാടി എഴുന്നേറ്റു, പലരും ഓടാൻ തുടങ്ങി. റെമിസിന് തന്റെ വാചകം പൂർത്തിയാക്കാമായിരുന്നു. പക്ഷേ അവനും പണം ആവശ്യമായിരുന്നു. മറ്റുള്ളവരെപ്പോലെ തന്നെ. അവൻ എഴുന്നേറ്റു മറ്റുള്ളവരുടെ പിന്നാലെ ഓടി, തലയിൽ നിന്ന് നമ്പറുകൾ കുടഞ്ഞുകളഞ്ഞു. അവയെല്ലാം പോയി. ശ്മശാനത്തിലെ 7226 ശവകുടീരങ്ങളിൽ ഏതിന്റെ കീഴിലാണ് നിധി കുഴിച്ചിടാൻ കഴിയുകയെന്ന് അവൻ ഇപ്പോൾ ചിന്തിച്ചിരുന്നു. പിന്നെ അവൻ ഓരോന്നും ഓരോന്നായി ദൃശ്യവൽക്കരിച്ചു. അതുകൊണ്ടാവാം മുന്നിലുള്ളത് കാണാതെ പോയത്. അവൻ നേരെ ഒരു കുടുംബ ശവകുടീരത്തിന്റെ മാർബിളിലേക്ക് ഓടി വീണു. ചോരയൊലിക്കുന്ന കൈമുട്ടിലേക്ക് അവൻ നോക്കി, എന്നിട്ട് തലപൊക്കി അലറി:

''ഹേയ്, എനിക്കായി കാത്തിരിക്കൂ.''

എല്ലാവരും കേട്ടു. പക്ഷേ ആരും കാത്തുനിന്നില്ല.

''നമുക്ക് മറ്റെന്താണ് ചെയ്യാൻ കഴിയുക, ഹസിബെ?'' സ്ത്രീ ചോദിച്ചു. അവൾക്ക് മറ്റൊന്നും പറയാൻ കഴിഞ്ഞില്ല. അവൾ ഹസി ബെയുടെ തോളിൽ കൈകൾ വച്ചു, പക്ഷേ അവളും കരയുകയാ യിരുന്നു. അവൾക്ക് സ്വയം തടയാൻ കഴിഞ്ഞില്ല. എല്ലാ വേദനകളും കൂടിച്ചേർന്നതുപോലെ, ഒരു ഹിമപാതം പോലെ അവളുടെ മേൽ പതിച്ചു. ഇനിയൊരിക്കലും സൂര്യൻ ഉദിക്കാത്തതുപോലെ അവളുടെ തല താഴ്ന്നിരുന്നു. എന്നാൽ യഥാർത്ഥത്തിൽ, മരിച്ചു പോയത് അവളുടെ മകളല്ല. ഒരിക്കൽപോലും അവൾ ആ പെൺകുട്ടിയെ കണ്ടിട്ടില്ല. പക്ഷേ, അവൾ തോളിൽ പിടിച്ചിരുന്ന സ്ത്രീക്ക് എന്ത് അനുഭവപ്പെട്ടാലും അത് അവളുടെ ഹൃദയത്തെ ശക്തമായി ബാധിച്ചു. അത് അവളുടെ കുട്ടിയായിരുന്നില്ല, എങ്കിൽപോലും അവൾ ഭർ ത്താവിനെ സ്നേഹിച്ചു, അതിനാൽ അവൾ സ്നേഹം കൈമാറി. ചിന്തിക്കൂ, അങ്ങനെയുള്ള ഒരു പെൺകുട്ടി, വെറും ഇരുപത്തിയാറ് വയസ്സ് മാത്രം. രാഷ്ട്രസേവനത്തിനായി പ്രവർത്തിക്കുന്നിടത്താണ് അവൾ ആത്മഹത്യ ചെയ്തത്. രാജ്യത്തിന്റെ മക്കൾക്ക് വേണ്ടി. ഒരു ടീച്ചേഴ്സ് അസോസിയേഷൻ പരിപാടിയിൽ വച്ച് മരിച്ച കുട്ടിയുടെ അമ്മയെ അവർ കണ്ടുമുട്ടിയിരുന്നു. ദൂരെ സേവനം ചെയ്യുന്ന അധ്യാ പകരുടെ കുടുംബാംഗങ്ങൾക്കായി സംഘടിപ്പിച്ച സായാഹ്നമായി രുന്നു അത്. അവർ പരസ്പരം പെട്ടെന്ന് ഇഷ്ടപ്പെട്ടു. അവർ പരസ്പരം

നേരത്തെ അറിയുന്ന പോലെയായിരുന്നു അത്. ഇരുവരുടെയും പ്രിയപ്പെട്ടവർ ഒരേ സ്കൂളിലാണ് ജോലി ചെയ്തിരുന്നത്. ഒന്ന് മകൾ. മറ്റൊന്ന്, ഭർത്താവ്. ഒരാൾ യെസിം ആയിരുന്നു. മറ്റേത് നെസിഹ്. ഒരാൾ പുതിയ അധ്യാപിക. മറ്റൊരാൾ അസിസ്റ്റന്റ് പ്രിൻസിപ്പൽ. ഒന്ന് ഒരു കുരുവി, മറ്റൊന്ന് അവളെ പിടികൂടിയ പൂച്ച.

തന്റെ ജീവിതാന്വേഷണം മരണത്തിനുവേണ്ടിയാണെന്ന് യെസിം തിരിച്ചറിഞ്ഞിരുന്നു. അവസാനം, അവളുടെ മൃതദേഹം സംസ്കരിപ്പിക്കുന്നതിൽ അവൾ വിജയിച്ചു. ഒരു കത്തിൽ അവൾക്ക് ചെയ്യാൻ കഴിയാത്തത്, അവൾ പിസ്റ്റൾ ഉപയോഗിച്ച് പൂർത്തീകരിച്ചു. പട്ടാളത്തിൽനിന്ന് വിരമിച്ച സ്വന്തം പിതാവിന്റെ പഴയ പിസ്റ്റൾ അവൾ ഉപയോഗിച്ചു. തോക്ക് കൈവശം വച്ചിരുന്ന വൃദ്ധൻ ഇപ്പോൾ മാർബിൾ സ്ലാബ് രണ്ട് കൈകൊണ്ട് പിടിച്ച് ചുംബിച്ചു. സ്കൂളിൽ ആത്മഹത്യയ്ക്ക് ശ്രമിച്ചതിന് ശേഷം, യെസിമിനെ അവളുടെ തസ്തികയിൽ നിന്ന് ഒഴിവാക്കിയിരുന്നു. അവൾ ഇസ്താംബൂളിലേക്ക് മടങ്ങി. ആദ്യത്തെ കുറച്ച് ദിവസം അവൾ ആരോടും മിണ്ടിയില്ല. പിന്നീടുള്ള ദിവസങ്ങളിൽ അവൾ ഒരുപാട് ചിരിച്ചു. അതിന് അടുത്ത ദിവസം അവൾ സ്വയം വെടിവച്ചു.

ഇപ്പോൾ അവൾ ഒരു പുതിയ ശവകുടീരത്തിൽ കിടക്കുകയാണ്. അവൾക്ക് രണ്ട് മീറ്റർ ഉയരത്തിൽ മണ്ണിനു മുകളിൽ എന്താണ് സംഭവിക്കുന്നതെന്ന് അവൾക്ക് ശ്രദ്ധിക്കാൻ കഴിയില്ല. അതിന് കഴിഞ്ഞിരുന്നെങ്കിൽ അവൾ ജീവിതത്തിലേക്ക് തിരിച്ചു വന്നേനെ. നെസിഹിന്റെ ഭാര്യ തന്റെ ഫോൺ യെസിമിന്റെ അമ്മയ്ക്ക് നേരെ നീട്ടി, അവൾ അത് ചെവിയിൽ വെച്ചു. “എന്റെ അനുശോചനം, എന്റെ സുഹൃത്ത്.” നെസിഹ് പറഞ്ഞു. നെസിഹിന്റെ സൗഹൃദം കലാപരമായി ചിട്ടപ്പെടുത്തിയതായിരുന്നു. ഫോണിന്റെ മറുവശത്ത് നിന്ന് അദ്ദേഹം അനുശോചനം രേഖപ്പെടുത്തി.

ആ നിമിഷം തന്നെ റെസിമിന് കഴിയുമെങ്കിൽ, അവളുടെ കൺപോളകൾ തുറക്കാൻ കഴിയുന്നത്ര വിശാലമായി അവൾ കണ്ണുകൾ തുറക്കുമായിരുന്നു. അവൾ നഖം കൊണ്ട് അവളുടെ ആവരണം പൊളിച്ചിട്ടുണ്ടാകും. അവൾ ഉപരിതലത്തിൽ എത്തുന്നതുവരെ അവൾ ഒരു നീർനായയയെപോലെ തന്റെ മുകളിലെ ഭൂമിയിൽ മാന്തി മറിക്കുകയും ചെയ്യുമായിരുന്നു. അവൾ അമ്മയുടെ കൈയിൽ നിന്നും ടെലിഫോൺ വാങ്ങിയിരിക്കും. അവൾക്കത് ചെയ്യാൻ കഴിയുമായിരുന്നെങ്കിൽ, അവൾ അവളുടെ വായ് പരമാവധി തുറന്ന്, നിങ്ങളുടെ മകൻ ഒരു ക്രൂരനാണ് എന്ന് പറഞ്ഞേനേ!

എന്നാൽ യെസിമിന് അതൊന്നും ചെയ്യാൻ കഴിഞ്ഞില്ല. ഒരു കൺപീലി പോലും ചലിപ്പിക്കാൻ അവൾക്ക് കഴിഞ്ഞില്ല. അവളെ അടക്കം ചെയ്തിട്ട് ഇരുപത്തിയാറ് ദിവസമായി. അവൾക്ക് ഒരു കൺപീലി പോലും അവശേഷിച്ചിട്ടുണ്ടാകില്ല. ഇനി എന്ത് പറയണം എന്നറിയാതെ ഹസിബെ 'താങ്ക്യൂ' എന്ന് പറഞ്ഞ് ഫോൺ നെസിഹിന്റെ ഭാര്യയ്ക്ക് തിരിച്ചു കൊടുത്തു. ആ സ്ത്രീ ഫോൺ അടച്ച് ഹസിബെയെ ചുറ്റിപ്പിടിച്ചു. അവർ ഒരുമിച്ച് കരഞ്ഞു.

അവർ നിശ്ശബ്ദരാകുന്ന നിമിഷത്തിനായി ഡെർദ കാത്തിരിക്കുകയായിരുന്നു. അവർ സ്വയം കണ്ടെത്താൻ തുടങ്ങുന്ന നിമിഷം. എന്നാൽ ആരുടെ നേരെ കൈ നീട്ടണം? വൃദ്ധനു നേരെയോ സ്ത്രീകളുടെ നേരെയോ? പണത്തിന് പകരം ചോക്ലേറ്റ് തന്നാൽ ഞാൻ അത് അവരുടെ മുഖത്തേക്ക് വലിച്ച് എറിയും. അവൻ മനസ്സിൽ വിചാരിച്ചു. സെമിത്തേരി സന്ദർശകരുടെ ആയുധപ്പുരയിലെ ഏറ്റവും വലിയ പ്രത്യാക്രമണം ഇതായിരുന്നു: മിഠായി അല്ലെങ്കിൽ ചോക്ലേറ്റ്. അവരുടെ കൈകൾ അവരുടെ പോക്കറ്റിൽ തിരുകി, അവർ നേരത്തെ വെച്ചിരുന്ന മൂന്നോ നാലോ മിഠായികൾ പിടിച്ച്, അവർ അവയെ പുറത്തെടുത്ത് 'മകനേ, ഇതാ' എന്ന് പറഞ്ഞ് ഏൽപ്പിക്കും.

ആദ്യം കരച്ചിൽ നിർത്തിയത് നെസിഹിന്റെ ഭാര്യയാണ്. ആ സ്ത്രീ അവളുടെ അമ്മയ്ക്ക് കുടുംബത്തെപ്പോലെ ആയിത്തീർന്നിട്ടും യെസിം ആ സ്ത്രീക്ക് അപരിചിതയായിരുന്നു. അവളുടെ ഭർത്താവായ നെസിഹിന്റെ കാര്യം അങ്ങനെയല്ല. അങ്ങനെ അവളുടെ കണ്ണുനീർ ആദ്യം വറ്റി. ഡെർദ അവസരം പാഴാക്കാതെ തന്റെ കൈപ്പത്തി നീട്ടി. കുട്ടിയുടെ അലങ്കോലമായ മുഖത്തേക്ക് നോക്കി, നെസിഹിന്റെ ഭാര്യ തന്റെ ഹാൻഡ്ബാഗ് തുറന്ന് നാണയ പേഴ്സ് എടുത്തു. ചില്ലറയില്ല. നോട്ടിനു വേണ്ടി തിരഞ്ഞു. ഏറ്റവും കുറഞ്ഞത് അവൾ പുറത്തെടുക്കാൻ ആഗ്രഹിച്ചു, പക്ഷേ രണ്ടെണ്ണം പുറത്തേക്ക് വന്നു. ഡെർദ അത് കൈപ്പറ്റി. അവൾ പശ്ചാത്തപിച്ചു, പക്ഷേ സമയം വളരെ വൈകി.

''ഞങ്ങൾ ഒരു വിചിത്രനായ കുട്ടിക്ക് പണം നൽകി. എന്തായാലും എല്ലാവരേയും അനുഗ്രഹിക്കട്ടെ.'' അവൾ പിന്നീട് വീട്ടിലേക്ക് പോകുമ്പോൾ, യെസിമിനെക്കാൾ അഞ്ച് വയസ്സിന് ഇളയ യൂണിവേഴ്സിറ്റി വിദ്യാർത്ഥിയായ മകനോട് പറഞ്ഞു.

ഡെർദ പണം തട്ടിയെടുക്കുന്നപോലെ വാങ്ങി വേഗത്തിൽ സെമിത്തേരിയിൽ നിന്ന് പുറത്തേക്ക് ഓടി നേരെ കോർണർ ഷോപ്പിലേക്ക് ഓടി. വറുത്ത മാംസത്തോടുകൂടിയ ഒരു സാൻഡ്‌വിച്ച് അവൻ വാങ്ങി.

രണ്ടെണ്ണം പിന്നെയും കഴിച്ചു മൂന്നെണ്ണം, ഒന്നിനു പുറകെ ഒന്നായി. കഴിച്ച് ശ്വാസം മുട്ടിയ അവൻ റഫ്രിജറേറ്ററിൽ നിന്ന് ഒരു സോഡ എടുത്ത് പൊട്ടിച്ച് ഒറ്റയടിക്ക് കുടിച്ചു. വീട്ടിൽ അമ്മയുടെ ബാക്കി യുള്ള കഷണങ്ങൾ അടക്കം ചെയ്യാൻ ഉള്ളത് അവൻ ഓർത്തു. വയറു നിറഞ്ഞപ്പോൾ ആദ്യം മനസ്സിൽ വന്നത് അതാണ്. അവന്റെ അമ്മയുടെ അഞ്ച് കഷണങ്ങൾ വാതിലിനു പിന്നിൽ ഇരിപ്പുണ്ട്. പലചരക്ക് കടക്കാരന് പണം നൽകി. അവൻ പോയി, പക്ഷേ അവൻ വലത്തേക്ക് തിരിഞ്ഞ് വീണ്ടും അകത്തേക്ക് പോയി.

‘‘എനിക്ക് ഒരു പായ്ക്ക് സിഗരറ്റ് തരൂ.’’

‘‘ഏത് വേണം?’’ വ്യാപാരി ചോദിച്ചു.

‘‘ഏറ്റവും വിലകുറഞ്ഞത്.’’ ഡെർദ പറഞ്ഞു. ‘‘ഒരു തീപ്പെട്ടിയും.’’

അങ്ങനെയാണ് പോക്കറ്റിൽ അവശേഷിച്ച അവസാന പണവു മായി അവൻ പുകവലിക്കാൻ തുടങ്ങിയത്. അവന് അപ്പോൾ പതി നൊന്ന് വയസ്സായിരുന്നു.

സെമിത്തേരി കവാടത്തിൽ വച്ച് ഇസ ഡെർദയെ പിടികൂടി, ഒരു നിമിഷം പോലും പിടിച്ചുനിൽക്കാനായില്ല.

‘‘അടക്കം ചെയ്ത നിധി. അത് എന്റെ പുതിയ സെമിത്തേരിയിൽ ഉണ്ട്.’’

അവൻ ലോകത്തിലെ ഏറ്റവും നിർഭാഗ്യവാനായ കുട്ടികളിൽ ഒരാളായിരിക്കണം. അവന്റെ കുടുംബം നഗരത്തിലെ ഏറ്റവും വലിയ സെമിത്തേരിയുടെ തൊട്ടടുത്തുള്ള താമസസ്ഥലത്ത് നിന്ന് രണ്ടാ മത്തെ വലിയ സെമിത്തേരിയുടെ അടുത്ത് വന്നു താമസിക്കുകയാ യിരുന്നു. ഇസ പഴയ സ്ഥലത്തെ ശവകുടീരങ്ങൾ വൃത്തിയാക്കുന്നത് അവൻ ഉപേക്ഷിച്ചു. അത് മറക്കാൻ അവൻ ആഗ്രഹിച്ചു. മറക്കാ നുള്ള ഏറ്റവും എളുപ്പമാർഗം പുതിയതിൽ ശ്രദ്ധ കേന്ദ്രീകരിക്കുക എന്നതാണ്. അവൻ ചിന്തിച്ചു.

‘‘അവിടെ നിധിയെച്ചൊല്ലിയുള്ള വഴക്കിൽ ഒരാൾ മരിച്ചു...’’

ഡെർദ നടക്കാൻ തുടങ്ങി. അവൻ ഒന്നും പറയാൻ പോകുന്നില്ല എന്ന് കണ്ട് ഇസ സംസാരിച്ചു കൊണ്ടേയിരുന്നു.

‘‘പഴയ ശ്മശാനം ശരിക്കും വലുതാണ്. ഇവിടെത്തേക്കാൾ വലു താണ്. എന്തായാലും അവിടെ രണ്ട് സഹോദരന്മാരുണ്ട്. അവർ പരസ്പരം വെറുക്കുന്നു. അവർ രണ്ടുപേർക്കും സ്വന്തം സംഘ ങ്ങളുണ്ട്. ഞാൻ ഇളയ സഹോദരന്റെ പക്ഷത്താണ്. എന്തായാലും

ഓരോ സംഘത്തിനും അതിന്റേതായ പ്രദേശമുണ്ട്, ഞങ്ങൾ പരസ്പരം ഇടപഴകുന്നില്ല, എല്ലാവരും അവരവരുടെ പക്ഷത്ത് നിൽക്കുന്നു.

പിന്നെ ഒരു ദിവസം എന്തോ നിധിയെക്കുറിച്ച് അഭ്യൂഹം പരന്നു. പക്ഷേ അത് ഞങ്ങളുടെ വശത്ത് കുഴിച്ചിട്ടിരുന്നില്ല. മറുവശത്ത് ആയിരുന്നു. അങ്ങനെ ഞങ്ങൾ അവിടെ രഹസ്യമായി എല്ലായിടത്തും കുഴിച്ചു. പക്ഷേ എവിടെയും കണ്ടെത്താനായില്ല. പിന്നെ, അടുത്ത ദിവസം, ഞങ്ങളുടെ ഒരാൾ ഒരു ഭംഗിയുള്ള വിചിത്രമായ ശവകുടീരം കണ്ടെത്തി. പക്ഷേ അത് യഥാർത്ഥത്തിൽ എന്താണെന്ന് ആർക്കും അറിയില്ല. അവർ പറഞ്ഞു, അതെ, അതായിരിക്കണം, പക്ഷേ ഞങ്ങൾ എങ്ങനെ അതെടുക്കും? അത് മറുവശത്താണ്, അപ്പോൾ ഞങ്ങൾ പറഞ്ഞു. നമുക്ക് പോകാം, വേണമെങ്കിൽ നമുക്ക് യുദ്ധം ചെയ്യാം, കുഴിച്ചിട്ട നിധി എടുക്കാം. അങ്ങനെ ഞങ്ങൾ അങ്ങോട്ടു പോയി. മറ്റേ സംഘത്തിലെ ഒരു കുട്ടി അതിന്റെ മുകളിൽ ഉറങ്ങുന്നു. കാവൽ നിൽക്കുന്നു. കൊച്ചുകുട്ടികളിൽ ഒരാൾ. കല്ലറയുടെ മുകളിൽ കിടന്ന് ഉറങ്ങുന്നു. ഞങ്ങൾ അവനെ ഉണർത്തി. അവൻ പരിഭ്രമിച്ചിരിക്കുന്നു. ഇല്ല, അത് ചെയ്യരുത്, അവൻ ഞങ്ങളോട് യാചിക്കുന്നു. ഞങ്ങൾ കേട്ടില്ല, തീർച്ചയായും. നിങ്ങൾ കുഴിക്കാൻ പോകുന്നു! അങ്ങനെ ഞങ്ങൾ കുഴിക്കാൻ തുടങ്ങി. പിന്നെ...''

''അത് പോട്ടെ.'' ഡെർദ പറഞ്ഞു. ഇസയുടെ വായിൽനിന്ന് അതിവേഗം പറന്നുയർന്ന കഥ ഡെർദയുടെ രണ്ട് ചെറിയ വാക്കുകളിൽ തകർന്നടിഞ്ഞു.

''ആരാണ് ശ്രദ്ധിക്കുന്നത്? അവസാനം നിങ്ങൾ നിധി കണ്ടെത്തിയോ? ഇല്ല. നശിക്കട്ടെ..''

ഇസയുടെ മുഖം മാർബിൾ പോലെ കഠിനമായി. സെമിത്തേരി മാർബിൾ. മാർബിളിലൂടെ ഒഴുകുന്ന പച്ചഞരമ്പുകൾ പോലെ അവന്റെ ഞെരമ്പുകൾ ചർമ്മത്തിൽ പറ്റിപ്പിടിച്ചു. ജീവിതത്തെക്കുറിച്ച് ആർക്കും വിശദീകരിക്കാൻ കഴിയാത്തത് അവന് അപ്പോൾ മനസ്സിലായി. ചിലർക്ക് മരണം സ്ഥിരമായ അവസ്ഥയാണ്. മറ്റൊരാൾക്ക് ഇത് നിങ്ങളുടെ കണ്ണിലെ പൊടി മാത്രമാണ്. ഇസ ശവകുടീരങ്ങൾക്ക് ചുറ്റും നോക്കി, അവർ മരിച്ചതാണ് നല്ലതെന്ന് തോന്നി എന്ന് അവൻ വിശ്വസിച്ചു.

മനുഷ്യത്വം മരിച്ചുവെന്ന് അവനു തോന്നി. മരിക്കുന്നതുവരെ അവൻ മറ്റൊന്നും വിശ്വസിച്ചിരുന്നില്ല. അതുകൊണ്ടായിരിക്കാം അവൻ ഒരു മാർബിൾ കൊത്തുപണിക്കാരനായി മാറിയത്. കാരണം അന്ന് ഡെർദ അവനെതന്നെ വെട്ടിക്കളഞ്ഞു. കാരണം തന്റെ ജീവിത

കഥ പറയാൻ അയാൾ അവനെ അനുവദിച്ചില്ല. അതുകൊണ്ടായിരിക്കാം ഇസ തന്റെ ജീവിതകാലം മുഴുവൻ മാർബിളിനോട് മാത്രം സംസാരിച്ചത്.

സ്കൂളിലെ ടീച്ചർ പറയുന്നത് വളരെ ശ്രദ്ധയോടെ കേട്ടിരുന്ന അവന് കുട്ടികളിൽ ഒരാളോട് അത് പറയാമായിരുന്നു, പക്ഷേ അത് നടന്നില്ല. പരിശീലനത്തിന്റെ അവസാന നാളുകളിൽ അവൻ സ്വന്തമായി ഒരു ശവകുടീരം നിർമ്മിച്ചു. അവൻ അത് ഒരു മൂലയിൽ ഒളിപ്പിച്ചു. അതിനോട് കഥകൾ പറഞ്ഞു.

അവർ ഒന്നും മിണ്ടാതെ ചത്വരത്തിലേക്ക് നടന്നു. രണ്ടു വശങ്ങളിലായി. അപരന്റെ മനസ്സിലൂടെ എന്താണ് കടന്നുപോകുന്നതെന്ന് ആർക്കും ഊഹിക്കാൻ പോലും കഴിയില്ല. ഡെർദയുടെ ഇരുണ്ട മാനസികാവസ്ഥ, ഇസയുടെ മുറിഞ്ഞ വാക്കുകൾ. അമ്മയുടെ ശരീരം വെട്ടിമുറിച്ചതിനാൽ അവന്റെ വായിൽ വാക്കുകൾ കുടുങ്ങി. എങ്ങനെ അറിയും, അവൻ സ്വയം ചോദിച്ചു. എന്നിട്ട് വലിക്കാനായി പോക്കറ്റിൽ നിന്നും പായ്ക്കറ്റ് എടുത്ത് ഒരു സിഗരറ്റ് പുറത്തെടുത്തു.

''നീയും ഒന്നെടുക്കൂ.''

ഇസ നിരസിച്ചില്ല. ജീവിതകാലം മുഴുവൻ അതിനായി കാത്തിരുന്ന പോലെ അവൻ സിഗരറ്റ് എടുത്തു. അവൻ തീ കണ്ടെത്തിയതുപോലെ കത്തിച്ചു. നൂറുവർഷമായി പുകവലിക്കുന്നതുപോലെ അവൻ പുക വലിച്ചെടുത്തു. പക്ഷേ അത് അവന്റെയും ആദ്യത്തേതായിരുന്നു. അന്ന് ലോകമെമ്പാടും എത്ര കുട്ടികൾ കൂടി സിഗരറ്റ് വലിക്കാൻ തുടങ്ങി എന്ന് ആർക്കറിയാം?

ഡെർദ കുറച്ചുദൂരം നടന്നു. തുടർന്ന് തന്റെ കാൽവിരലിന്റെ അറ്റം കൊണ്ട് ഒരു ഉരുളൻ കല്ല് തട്ടി. കല്ല് ഇസയുടെ കൈയിൽ തട്ടി, നല്ലപോലെ വേദനിച്ചു. ലോകകപ്പിലെന്ന പോലെ അവർ ആ ഉരുളൻ കല്ല് തട്ടിത്തട്ടി നടന്നു. ചിലപ്പോൾ അത് റോഡിൽ നിന്നും വഴികളിലേക്കും പോയി, പക്ഷേ അവർ അത് വിട്ടില്ല. അന്ന് ആർക്കറിയാം, എത്ര കുട്ടികൾ ഉരുളൻ കല്ലുകൾ തട്ടിയെന്ന്. എത്ര പേർക്ക് തോന്നിക്കാണും അവരുടെ ജീവിതം ഉരുളൻ കല്ല് പോലെയാണെന്ന്. ആർക്കറിയാം?

രാവിലത്തെ ഈസാൻ പ്രാർത്ഥനയുടെ ശബ്ദം ഡെർദയുടെ ചെവിയിൽ പതിച്ചു. അവൻ കണ്ണുകൾ തുറന്നു. സീലിംഗ് കണ്ടു. കാലുകൾ നിവർത്തി എഴുന്നേറ്റപ്പോൾ ചീഞ്ഞ മണം മൂക്കിലേക്ക്

വന്നു കയറി. എഴുന്നേൽക്കാൻ വളരെ ബുദ്ധിമുട്ടായിരുന്നു. അവന്റെ വയർ നിറഞ്ഞിരുന്നു, സുരയ്യയുടെ അമ്മ അവനു ചോറ് കൊടുത്തു. പക്ഷേ, തിടുക്കം കാട്ടിയില്ലെങ്കിൽ അഞ്ചുഭാഗങ്ങളും അടക്കം ചെയ്യാനാകില്ല.

ഒരു വരിയിലെ മാർബിൾ ശവകുടീരങ്ങളുടെ ചുവട്ടിൽ ആദ്യത്തെ നാല് ഭാഗങ്ങൾ കുഴിച്ചിട്ടപ്പോൾ, മരക്കൊമ്പുകളുടെ രൂപരേഖയിൽ സൂര്യൻ അവന്റെ കഴുത്തിൽ കുത്താൻ തുടങ്ങിയിരുന്നു.

അവൻ ഒരു ദീർഘനിശ്വാസമെടുത്തു. 'ഒരു കഷണം മാത്രം ബാക്കി.' അവൻ മതിലിനടുത്തുള്ള ശവകുടീരങ്ങളുടെ നിരയിലേക്ക് ഓടി. അമ്മയുടെ വലതു കൈ അവന്റെ കക്ഷത്തിനു കീഴിലായിരുന്നു. അവൻ ഷീറ്റിൽ പൊതിഞ്ഞ ആദ്യത്തെ കഷണമായിരുന്നു അത്. അവൻ ശവകുടീരത്തിന്റെ ചുവട്ടിൽ വീണു. അവൻ ചുറ്റും നോക്കി. ദൂരെ ഒരു രൂപം ഉണ്ടായിരുന്നപോലെ അവനു തോന്നി. ആവേശത്തിൽ അവൻ തന്റെ ചട്ടുകം മറന്നു, അതാണ് പാത്രത്തിന്റെ അടപ്പ്. അവൻ കൈകൊണ്ട് കുഴിച്ചെങ്കിലും കട്ടിയുള്ള ഭൂമിയായിരുന്നു അത്.

എങ്ങനെയെങ്കിലും കുഴി കൂടുതൽ ആഴത്തിൽ വരില്ല. എന്നിട്ട് അമ്മയുടെ കൈയിലേക്ക് നോക്കി. ഏഴ് പാളികൾ തുണികൊണ്ട് പൊതിഞ്ഞിരുന്നു. അധിക പാഡിംഗ് കളഞ്ഞാൽ അതിനെ ആ ചെറിയ കുഴിമാടത്തിൽ വെക്കാമെന്ന് അവൻ കരുതി. അങ്ങനെ അവൻ കൈയിലെ തുണി ഊരി സൈഡിലേക്ക് വലിച്ചെറിഞ്ഞു. നഗ്നമായ കൈ അവന്റെ കൈയിൽ നിന്ന് തീപിടിച്ചതുപോലെ താഴെ വീണു. കുഴിക്ക് അത് ഉൾക്കൊള്ളാൻ കഴിഞ്ഞില്ല. അവൻ തലയുയർത്തി വീണ്ടും ചുറ്റും നോക്കി. താൻ മുമ്പ് കണ്ട രൂപം എവിടെപ്പോയി എന്നറിയാൻ അവൻ മുന്നിലെ സ്ലാബിന്റെ വശത്തേക്ക് നോക്കി. പക്ഷേ അവൻ ആരെയും കണ്ടില്ല. പോയിരിക്കണം, അവൻ വിചാരിച്ചു. ആരാണെന്ന് ആർക്കറിയാം.

അവൻ അമ്മയുടെ കൈ ദ്വാരത്തിലേക്ക് അമർത്തിവെച്ചു. എന്നിട്ട് അത് മറയ്ക്കാൻ അവൻ കുഴിച്ചെടുത്ത അഴുക്ക് തള്ളി നിറച്ചു. പിന്നെ എഴുന്നേറ്റു നടക്കാൻ തുടങ്ങി. വേഗത്തിൽ നടന്നു. അരികിലായി അണിനിരന്ന ശവകുടീരങ്ങളുടെ മുൻഭാഗം കടന്ന് അവൻ നടന്നു, ഓരോ ശവകുടീരത്തിനു പിന്നിലും അമ്മയുടെ ഒരു ഭാഗം കിടക്കുന്ന നിര. കാരണം ശവകുടീരത്തിന്റെ ഉടമകൾ മറ്റൊരു ദിശയിൽ കിടന്നു. സ്ലാബിന്റെ മറുവശത്ത്. ഇസ തന്റെ അപ്രന്റീസ്

ഷിപ്പ് ആരംഭിച്ചപ്പോൾ, മാർബിൾ ശവകുടീരത്തിന്റെ മറുവശത്തുള്ള 'അവരെ സാഹിദ് എന്ന് വിളിക്കുന്നു' എന്ന് അവനോട് പറഞ്ഞിരുന്നു.

അമ്മയുടെ കൈ വേണ്ടത്ര ആഴത്തിൽ കുഴിച്ചിടാൻ സാധിക്കാത്തതിൽ അവന് വിഷമം തോന്നി. അതിനാൽ അവൻ തിരിഞ്ഞ് തിരിഞ്ഞ് നോക്കി നടന്നു. പെട്ടെന്ന് അവൻ എന്തോ തട്ടി നിലത്തു വീണു. താൻ എന്തിലാണ് തട്ടിയതെന്ന് അറിയാൻ അവൻ തലയുയർത്തി നോക്കിയപ്പോൾ ഒരു മനുഷ്യനെ കണ്ടു. താടിയുള്ള ഒരു മനുഷ്യൻ. ഒരു നീണ്ട മേലങ്കിയിൽ. സെമിത്തേരിയിലെ മസ്ജിദിന്റെ ഇമാമിനെ ഡെർദയ്ക്ക് അറിയാമായിരുന്നു, ഇത് അയാൾ അല്ല. അത് തയ്യാർ എന്ന മനുഷ്യൻ ആയിരുന്നു. അവൻ അയാളെ ആദ്യമായി കണ്ടുമുട്ടുകയായിരുന്നു.

തയ്യാർ, നിശ്ശബ്ദനായി ഡെർഡ തന്റെ കാൽക്കൽ വന്ന് വീഴുന്നത് നോക്കി നിന്നു. അയാൾ ആ കുട്ടി പൊടി തട്ടിയെടുക്കുന്നത് കണ്ടു. എന്നാൽ ഇത്തവണ അവൻ മരണത്തിന്റെ പൊടി കളയുക മാത്രമല്ല, തന്റെ വായിലേക്ക് ചാടിയ ഹൃദയത്തെ ചവച്ചരച്ച് കഴിക്കുക കൂടിയായിരുന്നു. അവൻ സ്വയം ചോദിച്ചു, ''ഞാൻ ചെയ്തത് ഇയാൾ കണ്ടിട്ടുണ്ടാകുമോ?'' അവൻ തലയുയർത്തി നോക്കാൻ ധൈര്യപ്പെട്ടില്ല. അവന് ആ മനുഷ്യന്റെ കണ്ണുകളിലേക്ക് നോക്കാൻ കഴിഞ്ഞില്ല. അയാൾ തന്നെത്തന്നെ നോക്കിക്കൊണ്ടിരുന്നു, അവൻ തേയ്ക്കാൻ കൂടുതൽ പൊടി തിരയുന്നതുപോലെ നോക്കാൻ ശ്രമിച്ചു. തുടർന്ന് തയ്യാർ സംസാരിച്ചു. അപ്പോഴും താഴ്ത്തിയ കണ്ണുകളോടെ ഡെർദ കേട്ടു.

''അടുത്ത തവണ, കൂടുതൽ ശ്രദ്ധിക്കണം.''

പിന്നെ മറുവശത്തേക്ക് നടന്നു. ഡെർദ തിരിഞ്ഞു നോക്കിയെങ്കിലും ആ മനുഷ്യൻ പോയി. അയാൾ എന്താണ് ഉദ്ദേശിച്ചത്? ഞാൻ എന്താണ് ശ്രദ്ധിക്കാൻ പോകുന്നത്? അയാൾ എന്താണ് അത് കൊണ്ട് ഉദ്ദേശിച്ചത്? ഡെർദ മരവിച്ചു നിന്നു. കാലിനടിയിലെ മണ്ണ് ചതുപ്പുനിലമായി മാറിയതുപോലെ. അവൻ ആ സ്ഥലത്തു തന്നെ വേരുറപ്പിച്ചു. പിന്നെ ചതുപ്പ് ഉണങ്ങി. അവൻ ഒരടി വച്ചു. സാരമില്ല, അവൻ മനസ്സിൽ പറഞ്ഞു. അവൻ കൂടുതൽ ശ്രദ്ധിക്കണെമെന്ന് മാത്രമല്ല പറഞ്ഞത്. അവൻ ചിരിച്ചു. വെറുതെയാണ് പേടിച്ചതെന്ന് അവന് ഉറപ്പായിരുന്നു. താനൊരു വിഡ്ഢിയാണെന്ന് അവൻ തലയാട്ടി പറഞ്ഞു. താൻ കൈ അവിടെ കുഴിച്ചിടുന്നത് കണ്ടാൽ അയാൾ ഓടി എന്റെ അടുത്തേക്ക് വരില്ലേ? അയാൾ എന്നെ കഴുത്തിൽ

പിടിച്ച് പൊലീസിൽ ഏൽപ്പിക്കില്ലേ? അത്തരത്തിലുള്ള ഒന്ന് കണ്ടിട്ട്, 'കൂടുതൽ ജാഗ്രത പാലിക്കുക' എന്ന് പറയുന്നവർ ആരാണ്? അവൻ വീണ്ടും ചിരിച്ചുകൊണ്ട് നടന്നു നീങ്ങി. എന്നിട്ട് കല്ലറയിലേക്ക് തിരിഞ്ഞു നോക്കി

ശ്മശാന കവാടങ്ങൾ വരെ എത്തി ശ്വാസം മുട്ടി അവൻ നിന്നു. അവൻ തലയാട്ടി. 'ഒന്നുമില്ല.' അവൻ പറഞ്ഞു, ''ഞാൻ വെറുതെ ഭയപ്പെടുന്നു.'' അവൻ ചിരിച്ചു.

''നീയെന്താ ഇത്ര രാവിലെ ചിരിക്കുന്നേ? ഇത് എടുത്തിട്ട് പോയി എനിക്കൊരു റൊട്ടി കൊണ്ടുവാ.''

യാസീന്റെ കൈ ഗാർഡ് ഷെഡിന്റെ ജനലിലൂടെ പുറത്തേക്ക് തള്ളി. ഡെർദ പണമെടുത്ത് ചോദിച്ചു, ''ചില്ലറ ഞാനെടുക്കട്ടെ?'' അവൻ അപ്പോഴും ചിരിച്ചുകൊണ്ടിരുന്നു.

പിന്നെ യാസിൻ വീണ്ടും കട്ടിലിൽ കയറി. അവൻ തിരികെ വരുന്നതുവരെ ഞാൻ അൽപ്പം ഉറങ്ങും, ഒന്നും ചിന്തിക്കാതെ അവൻ പറഞ്ഞു. അവൻ ഉറങ്ങിപ്പോയി.

''ഇനി എന്തെങ്കിലും?'' പലചരക്ക് കടക്കാരന് അവൻ മറുപടി പറഞ്ഞില്ല. അയാൾ പറയുന്നതുപോലും അവൻ കേട്ടില്ല. കാരണം, അവന്റെ മനസ്സ് അമ്മയുടെ കൈയിൽ നിന്ന് വലിച്ചെറിഞ്ഞ തുണിയിലേക്ക് തിരിച്ചുപോയി. ആ മനുഷ്യൻ അത് കണ്ടോ?

ഗൈഡഡ് മിസൈൽ പോലെ അവൻ പലചരക്ക് കടയിൽ നിന്ന് പുറത്തേക്ക് ഓടി. അവന്റെ ലക്ഷ്യത്തിലേക്കുള്ള വഴിയിൽ തിരിയാൻ കുറഞ്ഞത് പത്ത് തിരിവുകളെങ്കിലും ഉണ്ടായിരുന്നു. ഭിത്തിയോട് ചേർന്നുള്ള അവസാന നിരയിലെ ശവകുടീരങ്ങൾക്ക് സമീപം വരെ അവൻ സെമിത്തേരി മുഴുവൻ പറന്നു. അവൻ അവിടെ എത്തുമ്പോൾ എന്താണ് ചെയ്യാൻ പോകുന്നതെന്ന് പ്ലാൻ ചെയ്തിരുന്നില്ല, പക്ഷേ അവിടെ എത്താറായപ്പോൾ അവൻ പ്രതീക്ഷിക്കാത്ത ഒരു അത്ഭുതം കണ്ടു. മേലങ്കി ധരിച്ചയാൾ കൈ അടക്കം ചെയ്തിരുന്ന കല്ലറയുടെ തലയിൽ നിൽക്കുകയായിരുന്നു.

അവൻ ആദ്യം കണ്ട മരത്തിന്റെ പിന്നിൽ മറഞ്ഞു നിന്നു. മരത്തിന് ചുറ്റും നോക്കി. പക്ഷേ അത് വലിയ ഗുണം ചെയ്തില്ല. അവയ്ക്കിടയിൽ കുറഞ്ഞത് പതിനഞ്ച് നിരകളുടെ ശവകുടീരങ്ങൾ ഉണ്ടായിരുന്നു. നാൽപ്പത് മീറ്റർ. ആ മനുഷ്യനുമായി അടുക്കരുതെന്ന് അവൻ കരുതി, പക്ഷേ അയാൾക്ക് അവനെ വേണമെങ്കിൽ ഒരു കോണിൽ നിന്ന് നോക്കാം. അവൻ മരങ്ങളിൽ ഒരു

ദ്രുത സർവേ നടത്തി. പരസ്പരം ചുറ്റിത്തിരിയുന്ന അവയുടെ ശാഖ കളിലേക്ക് അവൻ നോക്കി. അവൻ അവിടെ കയറിപ്പറ്റി ആ ശാഖ കൾക്കിടയിൽ ഒളിച്ചു. അവിടെ നിന്നാൽ അവന് എല്ലാം കാണാൻ കഴിയും.

അയാൾ മരത്തിന് നേരെ പുറംതിരിഞ്ഞ് മരത്തിന് ചുറ്റും നോക്കി, ഇടത് കണ്ണ് ശാഖകൾക്കിടയിൽ ഉറ്റുനോക്കി. അവൻ ശ്വാസമടക്കി പ്പിടിച്ചിരുന്നു. ആ മനുഷ്യൻ എന്താണ് ചെയ്യുന്നതെന്ന് അവന് കാണാൻ കഴിയണം.

ശവകുടീരത്തിന്റെ മുൻവശത്തെ ഒറ്റ മരത്തിൽ നിന്ന് വരുന്ന ശാഖകളുടെ അറ്റത്ത് രണ്ട് ചുവന്ന പൂക്കൾ ഉണ്ടായിരുന്നു. അയാൾ ഒരു കവർ എടുത്ത് അഞ്ച് കൈത്തണ്ട അകലെ ഒരു കുഴിയിൽ അടക്കം ചെയ്തു. ശ്മശാന കിടക്കയിൽ പക്ഷികൾ വെള്ളം കുടി ക്കുന്ന സ്ഥലത്ത് അയാൾ കൈകൊണ്ട് മണ്ണ് ഒതുക്കി ചുറ്റും നോക്കി. ഡെർദയുടെ ഒറ്റക്കണ്ണ് മരത്തിന് പിന്നിൽ അപ്രത്യക്ഷമായി. അവന്റെ ഹൃദയമിടിപ്പിന്റെ ശബ്ദം കാതുകളിൽവരെ കേൾക്കാമായിരുന്നു. അത് പൊട്ടിത്തെറിക്കുമെന്ന മട്ടിൽ മിടിക്കുന്നുണ്ടായിരുന്നു.

അരമണിക്കൂറോളം അവൻ അവിടെ നിന്നു. അവിടെ വേരു പിടിച്ചു, അവൻ മരത്തിന്റെ ഭാഗമായിത്തീർന്നപോലെ. ചുറ്റുമുള്ള ഇലകൾ പോലെ ഇളംകാറ്റിൽ അവന്റെ മുടി മാത്രം അലയടിച്ചു. അവന്റെ കാൽമുട്ടുകൾ താടി വരെ വലിച്ചുവെച്ചു. അവന്റെ കൈ കൾ മടക്കിയ കാലുകൾക്കു ചുറ്റും ഉണ്ടായിരുന്നു. അവൻ പൂർണ്ണ മായും ചലനരഹിതനായിരുന്നു.

അയാൾ പോയിരിക്കുമെന്ന് കണ്ടപ്പോൾ, അവൻ പതുക്കെ എഴുന്നേറ്റു, അവിടെനിന്നും ഇറങ്ങി. എന്നിട്ട് തല പുറത്തേക്ക് നീട്ടി ആ മനുഷ്യൻ പോയോ എന്ന് പരിശോധിച്ചു. അത് വ്യക്തമായി രുന്നു. അയാൾ മരങ്ങളെ വിട്ട് നടക്കുകയായിരുന്നു. അയാളുടെ പിന്നാലെ അവന്റെ കണ്ണുകൾ അയാളേക്കാൾ മുപ്പത് ചുവടുകൾ മുന്നോട്ടായി. പെട്ടെന്ന് ഒരു മുഷ്ടി കഴുത്തിൽ ഇടിച്ച വേദനയോടെ അവൻ കുനിഞ്ഞു.

‘‘കഴുത, ഞാൻ നിന്നോട് പറഞ്ഞില്ലേ എനിക്ക് റൊട്ടി വാങ്ങാൻ പോകാൻ, മൃഗമേ...’’ യാസിനായിരുന്നു അത്.

ജീവിതത്തിൽ ആദ്യമായി യാസിൻ തന്നെ തല്ലുന്നതിൽ അവൻ സന്തോഷിച്ചു. അന്ന് രാവിലെ പ്രാതൽ കഴിക്കാത്തതിനാൽ യാസിൻ നല്ല മാനസികാവസ്ഥയിലായിരുന്നില്ല.

അടി കിട്ടിയ ശേഷം അവൻ എഴുന്നേറ്റ് സെമിത്തേരിയിൽ നിന്ന് പലചരക്ക് കൗണ്ടറിൽ മറന്നുവെച്ച റൊട്ടി എടുക്കാൻ ഓടി. റൊട്ടി കൊണ്ടുവന്ന് അവൻ വിളിച്ചു. ''ജനൽ തുറന്നിരിക്കുന്നു, മേശപ്പുറത്ത് വെച്ച് പൊക്കോ.''

യാസിൻ അവനോട് പറഞ്ഞു. ഡെർദ അനുസരിച്ചു. അവൻ കർട്ടനടിയിൽ റൊട്ടി കുത്തിയിറക്കി ജനാലയ്ക്കരികിലുള്ള മേശപ്പുറത്ത് വച്ചിട്ട് ഓടുകയായിരുന്നു. ചോര പുരണ്ട തുണി കണ്ടെത്തി അതിൽ നിന്ന് മുക്തി നേടണം.

വീണ്ടും അതേ ദിവസം അതേ രംഗം തന്നെയായിരുന്നു. ശവകുടീരത്തിനു മുന്നിൽ ഒരാൾ ഉണ്ടായിരുന്നു. എന്നാൽ അത് മറ്റൊരു മനുഷ്യനായിരുന്നു. കുറിയ കൈ ഷർട്ട് ധരിച്ച ഒരാൾ. കണ്ണടയുള്ള ഒരു മനുഷ്യൻ. ആ മനുഷ്യൻ ചുറ്റും നോക്കി നെക് ടൈ ശരിയാക്കി. അൻപതുകൾ പിന്നിട്ട ഒരു മനുഷ്യൻ.

ഡെർദ വീണ്ടും അതേ സ്ഥലത്ത് ഒളിച്ചു. അവൻ അതേ കണ്ണു കൊണ്ട് അതേ വെള്ളക്കവർ വീക്ഷിച്ചു. ആ മനുഷ്യൻ നിലത്തു നിന്നും കവർ പുറത്തെടുത്ത് അതിന്റെ സ്ഥാനത്ത് മഞ്ഞനിറമുള്ള ഒരു കവർ വെച്ചു. അവൻ നോക്കിനിന്നു.

മുകൾഭാഗം മണ്ണിട്ട് മൂടി ഒരിക്കൽക്കൂടി ചുറ്റും നോക്കി, ആ മനുഷ്യൻ പോയി, റോഡിലൂടെ സെമിത്തേരി ഗേറ്റിലേക്ക് നടന്നു. കുപ്പായമിട്ട ആളെപ്പോലെ പതിയെ നടന്നില്ല. അവന്റെ ചലനങ്ങൾ തിടുക്കത്തിലുള്ളതായിരുന്നു. ഒരു മിനിറ്റിനുള്ളിൽ അയാൾ തന്റെ ജോലി പൂർത്തിയാക്കി പോകുകയായിരുന്നു. ഡെർദയ്ക്ക് അയാളുടെ മുഖം കാണാൻ കഴിഞ്ഞെങ്കിലും അവന് അറിയാവുന്ന ആരെയും പോലെ തോന്നിയില്ല. അയാൾ മെലിഞ്ഞവനായിരുന്നു. മുടിയും ചർമ്മവും നല്ലതായിരുന്നു. അയാളുടെ മുഖത്ത് ഒരു വികാരവും കണ്ടിട്ടില്ല. ചുളിവുകൾ നിറഞ്ഞ മുഖം കർക്കശമായിരുന്നു.

ഡെർദ ആ മനുഷ്യന്റെ കണ്ണിൽപ്പെടാതെ കാത്തുനിന്നു. എന്നിട്ട് മരത്തിന്റെ പുറകിൽ നിന്ന് ഇറങ്ങി നേരെ കല്ലറയിലേക്ക് ഓടി. അവൻ അതിന്റെ പുറകെ നടന്നു. മുട്ടുകുത്തി നിന്ന് തുണി തിരഞ്ഞു. അവൻ കണ്ടെത്തി. അവൻ ദീർഘനിശ്വാസം വിട്ടു. അവൻ പിടിക്കപ്പെട്ടിരുന്നില്ല. അവൻ ചിരിച്ചു. തീപ്പെട്ടി പുറത്തെടുത്ത് ഒന്ന് കത്തിച്ചു. മെലിഞ്ഞ ചെറിയ തീപ്പെട്ടി തീ, അവൻ തുണി ഒരു മൂലയിൽ പിടിച്ച് തന്നിൽ നിന്ന് അകറ്റി. തുണിയുടെ അറ്റം തീയിലേക്ക് കൊടുത്തു. തീ ആളക്കത്തി. തീ തുണി വിഴുങ്ങി. അത് താഴെയിടേണ്ടി വരുന്നതുവരെ അവൻ അതിൽ പിടിച്ചു നിന്നു. എന്നിട്ട്

അത് ചവിട്ടിയരച്ചു. കറുത്ത ചാരം പറന്നുപോയി, രക്തം പുരണ്ട ഷീറ്റ് ഇല്ലാതായി.

പിന്നെ അവൻ കല്ലറയിലേക്ക് പോയി. ശവകുടീരത്തിലെ കവറിലേക്ക്. അവൻ കല്ലറയുടെ ശവക്കല്ലറയിൽ കയറി ചുറ്റും നോക്കി. അവൻ ആരെയും കണ്ടില്ല. പെട്ടെന്നുള്ള ചലനത്തോടെ അവൻ ആ കവർ പുറത്തെടുത്തു. ടേപ്പ് ഒട്ടിച്ച ഒരു കവർ. സന്തോഷകരമെന്നു പറയട്ടെ, അവർ കോർണർ പലചരക്ക് കടയിൽ വിറ്റ അതേ തരത്തിലുള്ള ടേപ്പായിരുന്നു, അതിനാൽ ആവശ്യമെങ്കിൽ അത് വീണ്ടും സീൽ ചെയ്യാമെന്ന് അവനറിയാമായിരുന്നു. അവൻ അത് മെല്ലെ, ജാഗ്രതയോടെ തുറന്നു. കവർ ഒട്ടും കേടുവരുത്താതെ തുറന്നു.

ഇത് യാഥാർത്ഥ്യമാകാൻ സാധ്യതയില്ലെന്ന് അവന് തോന്നി. കാരണം, കവറിനുള്ളിൽ പണത്തിന്റെ കട്ടിയുള്ള ഒരു കെട്ടായിരുന്നു. ഡെർദയുടെ വിറയാർന്ന കൈ, അഞ്ചു നോട്ടുകൾ പുറത്തെടുത്ത് പോക്കറ്റിലേക്ക് കടത്തി. പിന്നെ അഞ്ചെണ്ണം കൂടി പുറത്തെടുത്തു. ആ കവർ തുറന്ന് നിൽക്കുമ്പോൾ അവന് കൂടുതൽ എടുക്കാൻ കഴിഞ്ഞില്ല. കുറെക്കൂടി എടുക്കാൻ അവൻ ഭയപ്പെട്ടു, അതിനാൽ അവൻ അത് അടച്ച് വീണ്ടും സീൽ ചെയ്യാൻ ടേപ്പിലൂടെ തന്റെ വിരൽ നഖം ഓടിച്ചു. അവൻ കവർ പുറത്തെടുത്ത ദ്വാരത്തിലേക്ക് വെച്ചു. അതിൽ മണ്ണിട്ട് മൂടി. അവന് ഓടേണ്ടി വന്നു. അവൻ ഓടി. അവന് വേഗത്തിൽ ഓടേണ്ടി വന്നു. അവൻ അതിലും വേഗത്തിൽ ഓടി. അവൻ സെമിത്തേരി ഗേറ്റിന് പുറത്തേക്ക് ഓടി, മുഷിഞ്ഞ തെരുവിലെ ബസ് സ്റ്റോപ്പിലേക്ക്. അവൻ ഭയന്നുവിറച്ച് കാത്തിരുന്നു. കവർ ഉപേക്ഷിച്ചയാളെയോ നീണ്ട മേലങ്കിയുമായി മറ്റെയാളെയോ കണ്ടാലോ. അവൻ ഭയന്നു. ഒരു നിമിഷം പോലും ഇടത്തോട്ടും വലത്തോട്ടും പിന്നിലും നോക്കുന്നത് നിർത്തിയില്ല. സ്വന്തം വാലിനു പിന്നാലെ ഓടുന്ന പട്ടിയെപ്പോലെയായിരുന്നു അവൻ. ബസ് സ്റ്റോപ്പിലെ ബെഞ്ചിൽ ഇരിക്കുന്ന വൃദ്ധ പറഞ്ഞു:

''നിനക്കെന്താണ് പറ്റിയത്, മകനേ? ഒരു മനുഷ്യനെപ്പോലെ ഇരിക്കൂ.'' അവളുടെ അടുത്തുള്ള ഒഴിഞ്ഞ സ്ഥലത്തേക്ക് ആംഗ്യം കാണിച്ചു. പക്ഷേ, ഡെർദ അത് കേട്ടില്ല, ബസ് വരുന്നതുവരെ അവൻ അസ്വസ്ഥനായി.

അവൻ കയറിയ മൂന്നാമത്തെ ബസിൽ നിന്നും ഇറങ്ങി. അവൻ ഇറങ്ങിയ സ്റ്റോപ്പിന്റെ പേരും കൂറ്റൻ കെട്ടിടത്തിന്റെ ബോർഡിലെ

പേരും തന്നെയായിരുന്നു. അവൻ ഗേറ്റിനടുത്തേക്ക് നടന്നു. ആളുകൾ ആ സ്റ്റോപ്പിനെ 'ജയിൽ' എന്ന് വിളിക്കുന്നു.

അവൻ ഗേറ്റിലെ കാവൽപ്പുരയിലേക്ക് നടന്നു. ''എനിക്ക് അച്ഛന് ഒരു സാധനം കൊടുക്കാനുണ്ട്, അമ്മ തന്നയച്ചുതാണ്.'' പിന്നിലെ വലിയ ഇരുമ്പ് വാതിലിൽ മുട്ടി. കുറച്ച് നിമിഷങ്ങൾക്ക് ശേഷം ഒരു ജയിൽ ഗാർഡ് അതിന്റെ പുറകിൽ നിന്ന് തല പുറത്തേക്ക് നീട്ടി.

''എന്ത്?''

''ഇത് എന്റെ അച്ഛനുവേണ്ടിയാണ്.'' ഡെർദ പറഞ്ഞു. ''എനിക്ക് കൊടുക്കണം, അമ്മ തന്നതാണ്. അച്ഛന് സുഖമാണോ?''

''ഇത് എന്താണ്?''

അവൻ പോക്കറ്റിൽ നിന്ന് എടുത്ത അഞ്ച് നോട്ടുകൾ കാണിച്ചു. ബാക്കിയുള്ളവ അവൻ പോക്കറ്റിൽ സൂക്ഷിച്ചു. കാവൽക്കാരൻ കുട്ടിയുടെ കൈയിലെ പണത്തിലേക്ക് നോക്കി.

''ആരാണ് നിങ്ങളുടെ അച്ഛൻ?'' അയാൾ ചോദിച്ചു.

അഞ്ച് വയസ്സ് മുതൽ താൻ കണ്ടിട്ടില്ലാത്ത, മുഖം ഓർമിക്കാൻ കഴിയാത്ത ആളുടെ ആദ്യ പേരും അവസാന പേരും ഡെർദ പറഞ്ഞു.

''ശരി.'' കാവൽക്കാരൻ പറഞ്ഞു. വാതിലിന്റെ വിള്ളലിലൂടെ അവന്റെ തല മാത്രം കാണാമായിരുന്നു. അപ്പോൾ ഒരു കൈ നീട്ടി. അയാൾ പണമെടുത്ത് വാതിലടയ്ക്കുമ്പോൾ പറഞ്ഞു.

''ജയിൽ എങ്ങനെയുണ്ടെന്നോ മകനേ, ഇവിടെ ആരെങ്കിലും 'ശരി'യാണെന്ന് നിങ്ങൾ കരുതുന്നുണ്ടോ?'' വാതിലിനു പിന്നിൽ അപ്രത്യക്ഷനായി അയാൾ പറഞ്ഞു.

അത് കുട്ടിയുടെ ചെവിയിലൂടെ അകത്തേക്ക് കടന്ന് പിന്നീട് അവന്റെ കണ്ണുകളിൽ പതിഞ്ഞു. കണ്ണുനീർ തുളച്ചുകയറാൻ പോകുന്ന കാഴ്ചയിൽ അടുത്തൊരാൾ പറഞ്ഞു: ''അവൻ പറയുന്നത് കേൾക്കരുത്, നിന്റെ അച്ഛൻ സുഖമായിരിക്കുന്നു, വിഷമിക്കേണ്ട.'' ഡെർദ മിണ്ടാതെ തല ഉയർത്തി അയാളെ നോക്കി.

ജയിലിൽ കിടക്കുന്ന അച്ഛന് തന്നെ അനാഥാലയത്തിലേക്ക് അയയ്ക്കാതിരിക്കാൻ മാത്രം തന്നോട് സ്നേഹമുണ്ടെന്ന് അവൻ വിശ്വസിച്ചു. തന്റെ രഹസ്യം ആരോടും പറയാൻ അവനു കഴിഞ്ഞില്ല. ഡെർദയുടെ ആ ഏറ്റവും വലിയ രഹസ്യം അവന്റെ ജീവിതകാലം മുഴുവൻ അവനെ ഒറ്റപ്പെടുത്തും. കാരണം അമ്മയെ വെട്ടി കഷണങ്ങളാക്കി കുഴിച്ചുമൂടി എന്നതായിരുന്നു അവന്റെ രഹസ്യം. പക്ഷേ, അവൻ നടന്ന വഴിയിൽ നിന്നുപോലും അറിയാൻ കഴിയും. അവന്റെ

കൈകൾ പോക്കറ്റിൽ കുടുങ്ങിയ വഴിയിൽ നിന്ന്. അവന്റെ തല കുനിച്ചിരുന്ന രീതിയിൽ നിന്ന്. അവന്റെ ഓരോ ചുവടിലും അവന്റെ പാദങ്ങൾ നിലത്തു പതിഞ്ഞ രീതിയിൽ നിന്ന്. പോകാൻ ഇടമില്ലാത്ത പോലെ പതിയെ നടന്ന വഴിയിൽ നിന്ന്. അല്ലെങ്കിൽ എല്ലാത്തിനും വൈകിയ പോലെ അവൻ വേഗത്തിൽ നടന്ന വഴി. പിന്നെ അവന്റെ ഗന്ധത്തിൽ നിന്ന്. വിയർപ്പും ഏകാന്തതയും. ഒരുപക്ഷേ തെരുവിന് കുറുകെയുള്ളവർക്കും അല്ലെങ്കിൽ കാറുകളിൽ പോകുന്നവർക്കും എന്തുകൊണ്ടെന്ന് മനസ്സിലായില്ല.''

വീട്ടിലേക്കുള്ള മടക്കയാത്രയിൽ, നിശ്ശബ്ദമായ ചുണ്ടുകളോടെ ഡെർദ പറഞ്ഞു, ''അച്ഛാ, കാത്തിരിക്കൂ, ഞാൻ നിങ്ങൾക്ക് എത്ര പണം കൊണ്ടുവരുമെന്ന് നോക്കൂ.'' ഒരുതരം തപാൽ പെട്ടിയായി ഉപയോഗിക്കുന്നതായി തോന്നിയ ശവകുടീരത്തിന് സമീപം മൂന്ന് ദിവസത്തേക്ക് അവൻ തന്റെ കാവൽ ഉപേക്ഷിച്ചില്ല. എന്നാൽ ആരും വന്നില്ല, ആരും ഒരു കവറും ഉപേക്ഷിച്ചില്ല.

എന്നാൽ നാലാം ദിവസം അത് സംഭവിച്ചു. അവൻ കാത്തിരുന്നതുപോലെ നീണ്ട മേലങ്കി ധരിച്ച ആളെ അവൻ കണ്ടു. എന്നാൽ ഇത്തവണ ആ മനുഷ്യൻ താൻ മുമ്പ് ഉപയോഗിച്ചിരുന്ന ശവകുടീരം കടന്നുപോയി. ശവകുടീരത്തിന്റെ വലതുവശത്ത് അവൻ മുന്നിലായിരുന്നു. മരങ്ങൾക്ക് പിന്നിൽ നിന്ന്, ഡെർദ, തെറ്റായി ഓർമ്മിക്കുന്നില്ലെങ്കിൽ, ആ ശവകുടീരത്തിന്റെ ചുവട്ടിൽ അമ്മയുടെ മറ്റൊരു കഷണം ഉണ്ടെന്ന് ചിന്തിക്കുകയായിരുന്നു. അവളുടെ വലതുകാലിന്റെ കഷ്ണം. കാൽമുട്ട് മുതൽ കണങ്കാൽ വരെ.

മേലങ്കി ധരിച്ചയാൾ ഒരു വെള്ള കവർ കുഴിച്ചിട്ട് നേരെ നോക്കി നടന്നു. ഡെർദയ്ക്ക് ഒരു നിമിഷം പോലും നഷ്ടമായില്ല. അവൻ കല്ലറയിലേക്ക് ഓടി. പണത്തേക്കാൾ വിലയേറിയത് എന്താണെന്ന് സങ്കൽപ്പിക്കാൻ ശ്രമിച്ചുകൊണ്ട് അവൻ വലിയ വെളുത്ത കവർ തുറന്നു. അതിനുള്ളിൽ കടലാസുകളുടെ ഒരു കൂമ്പാരമുണ്ടായിരുന്നു. എഴുതുന്ന പേപ്പറുകളും ഫോട്ടോഗ്രാഫുകളും. താടിയും വസ്ത്രവുമുള്ള പുരുഷന്മാരുടെ ഗ്രൂപ്പുകളുടെ ഫോട്ടോഗ്രാഫുകൾ. അവരുടെ തലപ്പാവ് ധരിച്ച ചില തലകൾ ചുവന്ന പേന കൊണ്ട് വട്ടമിട്ടു. അവരുടെ അടുത്ത് എന്തോ എഴുതിയിരുന്നു. അതേ ചുവന്ന പേന കൊണ്ട്. പക്ഷേ ഡെർദയ്ക്ക് വായിക്കാൻ അറിയുമായിരുന്നില്ല. അതിന് കഴിയുമായിരുന്നെങ്കിൽ, 'ഷൈക്ക് ഗാസി', 'ഹദർ ആരിഫ്' തുടങ്ങിയ പേരുകൾ വായിക്കാമായിരുന്നു. പക്ഷേ, വായിക്കാൻ അറിയാമായിരുന്നെങ്കിലും അവന് ഒന്നും മനസ്സിലാകില്ലായിരുന്നു.

കാരണം അവൻ ബ്രിട്ടീഷ് രഹസ്യാന്വേഷണ വിഭാഗമായ എം16നെക്കുറിച്ചോ ഇംഗ്ലണ്ടിലെ ഹിക്മത് താരിഖത്തിലെ അംഗങ്ങളെക്കുറിച്ചോ കേട്ടിട്ടില്ല.

സത്യത്തിൽ, ആ പേപ്പറുകൾ ഓരോന്നും വായിക്കാൻ കഴിയുമായിരുന്നെങ്കിൽപ്പോലും അവന് ഒരു കുന്തവും മനസ്സിലാകുമായിരുന്നില്ല. പണത്തിന് പകരമായി അയാൾ കൈയിൽ കരുതിയ കടലാസ് രഹസ്യാന്വേഷണ വിഭാഗത്തിന്റെ വിവര സ്വത്തായി മാറി. ശ്മശാനത്തിന്റെ കവാടങ്ങൾ കടന്ന് ഈ ശവകുടീരങ്ങളുടെ നിരയിലേക്ക് കണ്ണട വെച്ച ആ മനുഷ്യൻ കോൺസുലേറ്റിലെ ഏത് പോസ്റ്റിലാണെന്ന് അറിഞ്ഞിരുന്നെങ്കിൽ പോലും എന്താണ് സംഭവിക്കുന്നതെന്ന് അവന് മനസ്സിലാക്കാൻ കഴിയുമായിരുന്നില്ല. കാരണം, തീർച്ചയായും സ്റ്റീവന്റെ ബിസിനസ്സ് കാർഡ് ഇസ്താംബൂളിലെ എം16ന്റെ ആളാണെന്ന് പറഞ്ഞില്ല. മറിച്ച് അദ്ദേഹം വാണിജ്യ അറ്റാച്ച് ആയിരുന്നു.

തയ്യാറിനൊപ്പം അദ്ദേഹം ഉപയോഗിച്ച രഹസ്യങ്ങളുടെ കൈമാറ്റ സൂത്രത്തെ എം16 ലിംഗോയിൽ 'ഡെഡ് ഡ്രോപ്പ്' എന്ന് വിളിക്കുന്നു. കൊടുക്കുന്നവനും സ്വീകരിക്കുന്നവനും ഒരിക്കലും മുഖാമുഖം കാണാത്ത കൈമാറ്റ രീതിയായിരുന്നു അത്. മുമ്പുണ്ടായിരുന്നതുപോലെ ഒരു സുരക്ഷാ നിക്ഷേപ ബോക്സോ മറ്റോ ഉപയോഗിക്കുന്നതിൽ നിന്ന് ഇത് അവരെ രക്ഷിച്ചു. എന്നാൽ ഡ്രോപ്പ് പോയിന്റ് ശൂന്യമാണോ അതോ നിറഞ്ഞതാണോ എന്ന് കാണിക്കാൻ എന്തെങ്കിലും തരത്തിലുള്ള സിഗ്നൽ ഉണ്ടായിരിക്കണം. സെമിത്തേരിയിലേക്ക് പോകുന്ന തെരുവിലെ ഒരു തെരുവ് വിളക്ക് സ്റ്റീവൻ തിരഞ്ഞെടുത്തു. കൂടുതൽ കൃത്യമായി പറഞ്ഞാൽ ഒരു സ്ട്രീറ്റ് ലാമ്പ് പോസ്റ്റ്. ഒരു കവർ ഉപേക്ഷിച്ച ശേഷം, രണ്ട് ബൈക്ക് ലോക്കുകളിൽ ഒന്ന് പോസ്റ്റിന് ചുറ്റും ഇട്ടു. ഒന്ന് നീല, മറ്റൊന്ന് ചുവപ്പ്, രണ്ട് ബൈക്ക് ലോക്കുകൾ. അവർ തയ്യാറിനും സ്റ്റീവനും ഇടയിലൂടെ അങ്ങോട്ടും ഇങ്ങോട്ടും കടന്നുപോയി. വിനിമയം സുരക്ഷിതമായിരുന്നു എന്നതായിരുന്നു ഫലം. അത്തരമൊരു കൈമാറ്റം ചെയ്യാനുള്ള ഏറ്റവും സുരക്ഷിതമായ സ്ഥലം ആരും പോകാത്ത ഒരു സെമിത്തേരി തന്നെയായിരുന്നു. ഒരു സെമിത്തേരിയിൽ യാദൃച്ഛികമായി കടന്നുപോകുന്നവരില്ല. കാരണം അവിടെ ഭൂരിഭാഗം കണ്ണുകളും ഭൂമിക്കടിയിലാണ്. പക്ഷേ, ഇരുണ്ട റൊമാന്റിസിസത്തിന്റെ സ്വന്തം ശൈലി കാരണം സ്റ്റീവൻ സെമിത്തേരി തിരഞ്ഞെടുത്തു. എല്ലാത്തിനുമുപരി, അത് ശരിക്കും ഒരു 'ഡെഡ് ഡ്രോപ്പ്' ആയിരുന്നു.

തയ്യാറിന്റെ രാജ്യദ്രോഹത്തിന്റെ കാരണം വളരെ ലളിതമായിരുന്നു. വർഷങ്ങൾക്ക് മുമ്പ് ഷെയ്ഖ് ഗാസി പറഞ്ഞ ഒരു വാചകം

മാത്രമായിരുന്നു അത്. 'എന്റെ ഏക പിൻഗാമിയാണ് ഹാദിർ ആരിഫ് എന്ന് അറിയുക.' എന്നാൽ തയ്യാർ തന്റെ ജീവിതം ഷെയ്ഖ് ഗാസിക്ക് വേണ്ടി സമർപ്പിച്ചിട്ടാണ് അതുവരെ ജീവിച്ചത്.

തയ്യാർ, തനിക്ക് പതിനെട്ട് വയസ്സുള്ളപ്പോൾ, ടെഹ്റാൻ സെലാഹട്ടിൻ എന്നറിയപ്പെടുന്ന ഒരു മനുഷ്യൻ സംഘടിപ്പിച്ച മിസൈൽ ആക്രമണത്തിന് നടുവിലേക്ക് സ്വയം എറിയുകയും ഷെയ്ക് ഗാസിയുടെ ജീവൻ രക്ഷിക്കുകയും ചെയ്തു. ഏഴു ദിവസം കോമയിലായിരുന്നു. ഷെയ്ഖ് ഗാസിയും ടെഹ്റാൻ സെലാഹട്ടിനും സമാധാനം സ്ഥാപിക്കുകയും പരസ്പരം കവിളിൽ ചുംബിക്കുകയും തർക്ക പ്രദേശം വിഭജിക്കാൻ സമ്മതിക്കുകയും ചെയ്തപ്പോൾ തയ്യാർ സാക്ഷിയായി പ്രവർത്തിച്ചു. ഒരിക്കൽ അവന്റെ ആത്മീയ പിതാവ് പറഞ്ഞതുപോലെ, അവന് കരയാൻ ഒരു കാരണവുമില്ല. പതിനായിരക്കണക്കിന് പല്ലുകളുള്ള വായിൽ ദ്രവിച്ച പല്ല് എങ്ങനെ കണ്ടെത്താമെന്നും അത് എങ്ങനെ പുറത്തെടുക്കാമെന്നും അറിയാൻ സ്റ്റീവന് അനുഭവപരിചയമുണ്ടായിരുന്നു. അവസാനം തയ്യാർ സ്റ്റീവന്റെ ഓഫർ സ്വീകരിക്കാൻ കാത്തിരുന്നു. അവൻ ചെയ്തത് രാജ്യദ്രോഹമായിരുന്നില്ല. അത് അവന്റെ കടം വാങ്ങുകയായിരുന്നു. പണമായി. ഡെർദയ്ക്ക് അതൊന്നും അറിയുക സാദ്ധ്യമല്ലായിരുന്നു.

അവൻ വെള്ള കവറിൽ പേപ്പറുകൾ തിരികെ വയ്ക്കുകയും അത് കണ്ടെത്തിയിടത്ത് കുഴിച്ചിടുകയും ചെയ്തു. ഇല്ലെങ്കിൽ തയ്യാർ പിടിക്കും. എന്നാൽ ഡെർദ, തന്റെ പിതാവിൽ നിന്ന് പാരമ്പര്യമായി ലഭിച്ച ഒരു കള്ളന്റെ സഹജാവബോധം ഉപയോഗിച്ച്, വിചിത്രമായ ചില അബോധാവസ്ഥയിലുള്ള പ്രേരണയോടെ, പേപ്പറുകളുടെ പകുതി എടുക്കാൻ തീരുമാനിച്ചു. അവൻ അതെടുത്ത് തന്റെ ടീ ഷർട്ടിനടിയിൽ ഒളിപ്പിച്ചു. അവൻ വേഗം ബാക്കിയുള്ളവ കുഴിച്ചിട്ട് ഓടിപ്പോയി. അവൻ ഓടിക്കൊണ്ടിരിക്കുമ്പോൾ, ഈ പേപ്പറുകൾ ശരിക്കും മൂല്യമുള്ളതാണെങ്കിൽ, താൻ ഇനി ശവകുടീരങ്ങൾ വൃത്തിയാക്കേണ്ടതില്ലെന്ന് അവൻ കരുതി. പക്ഷേ, അന്ന് മഞ്ഞക്കവറിൽ നിന്ന് പണം എടുക്കാൻ പോകുന്നില്ല, അയാൾ സ്വയം പറഞ്ഞു. ഒരു സുപ്രഭാതത്തിൽ രണ്ട് മോഷണങ്ങൾ മതിയായിരുന്നു ആ കുട്ടിക്ക്.

പോക്കറ്റിലെ അഞ്ച് നോട്ടുകൾ കൊണ്ട് അവൻ അഞ്ച് ദിവസം കഴിക്കുകയും സിഗരറ്റ് വലിക്കുകയും ചെയ്തു. ഒടുവിൽ രാത്രിയിൽ സുരയ്യയുടെ അമ്മയുടെ വാതിലിൽ മുട്ടാൻ പോലും അവൻ മറന്നു. അവൻ വെള്ള കവറിൽ നിന്ന് എടുത്ത പേപ്പറുകൾ തലയിണയിൽ തറയിലെ മെത്തയിൽ ഒളിപ്പിച്ചു, എല്ലാ രാത്രിയിലും അവൻ

അവയിൽ തല ചായ്ച്ചു, സമ്പന്നനാകാൻ സ്വപ്നം കണ്ടു. എന്നാൽ രേഖകൾ ആർക്ക് വിൽക്കാൻ കഴിയുമെന്ന് തനിക്കറിയില്ലെന്ന് അവന് മനസ്സിലായി.

'അത് ശരിയാണ്.'' ഡെർദ പറഞ്ഞു.

''ഞാൻ ഒരു വഴി കണ്ടെത്താം.'' പിന്നെ, ഒരു പ്രൊഫഷണൽ കള്ളനാകാനുള്ള സ്വപ്നങ്ങളിൽ നിന്ന് ഉണർന്ന്, അവൻ ഒരു കുട്ടിയെപ്പോലെ ഉറക്കത്തിലേക്ക് വഴുതിവീണു.

ഡെർദ ഉറങ്ങുമ്പോൾ, സ്റ്റീവൻ കോൺസുലേറ്റിന്റെ സുരക്ഷിത മുറിയിൽ ഇരുന്ന് ഒരു കീപാഡിൽ ഒരു ക്രിപ്റ്റോഗ്രാഫ് ടൈപ്പ് ചെയ്യുകയായിരുന്നു. ടൈപ്പ് ചെയ്ത ഓരോ അക്ഷരവും ഒരു യന്ത്ര ത്തിനുള്ളിലെ പേപ്പർ റിബ്ബണിൽ കുത്തി ദ്വാരങ്ങളാക്കി എൻകോഡ് ചെയ്തു. മഞ്ഞ ടിക്കർടേപ്പ് അതിന്റെ ദ്വാരത്തിൽ നിന്ന് പുറത്തു വരുന്ന പാമ്പിനെപ്പോലെ മെഷീനിൽ നിന്ന് വളഞ്ഞു പുളഞ്ഞു പുറത്ത് വന്നു. കോഡ് പൂർത്തിയാക്കുമ്പോൾ, ഒരു ക്യാഷ് രജി സ്റ്ററിൽ നിന്നുള്ള രസീത് പോലെ അദ്ദേഹം റിബ്ബൺ പരിശോധിച്ചു. തള്ളവിരലും ചൂണ്ടുവിരലും ഉപയോഗിച്ച് അദ്ദേഹം എട്ട് അക്കങ്ങൾ എണ്ണി. എന്നിട്ട് അത് ഒരു കവറിലാക്കി സീൽ ചെയ്ത് എം16 കൊറി യർ വരുന്നതും കാത്തിരുന്നു. മാസത്തിൽ രണ്ടുതവണ അവർ ലണ്ട നിൽ നിന്ന് വന്നിരുന്നു. നയതന്ത്ര പാസ്പോർട്ടുകൾ വരെ സുര ക്ഷിതമായി എത്തിക്കുന്ന അവരുടെ കൈയിൽ ഒരു കൈയെഴുത്ത് കത്ത് സുരക്ഷിതമായി ഏല്പിക്കാവുന്നതാണ്. ഒരു കൊറിയർ എന്നത് മെസഞ്ചർ പ്രാവുകളെപ്പോലെ പഴക്കമുള്ള ഒരു ക്രമീകരണ മായിരുന്നു. എന്നാൽ സ്റ്റീവൻ ഒരു കത്തെഴുതാൻ പഴയ ഫാഷൻ. ക്രിപ്റ്റോഗ്രഫിക്കായി പ്രത്യേകം രൂപകൽപ്പന ചെയ്ത ഇന്റർനെറ്റ് പ്രോഗ്രാം അവന്റെ കമ്പ്യൂട്ടറിൽ ലോഡുചെയ്തത് ഭയങ്കര പരാ ജയമായിരുന്നു എന്നതിനാൽ ഒന്നും അവനെ സന്തോഷിപ്പിച്ചില്ല. തന്റെ വാചകത്തിൽ എഴുതാൻ തിരഞ്ഞെടുക്കാവുന്ന വാക്കുകളെ ക്കുറിച്ചു ചിന്തിച്ചുകൊണ്ട്, അയാൾ തന്റെ മുന്നിലുള്ള മെഷീന്റെ വശത്ത് തൂങ്ങിക്കിടക്കുന്ന മഞ്ഞ റിബൺ താലോലിച്ചു. അദ്ദേഹം എഴുതിയതിന്റെ തലക്കെട്ട് ഇതായിരുന്നു:

ഹിക്മറ്റ് ഗ്രൂപ്പിൽ പെട്ട ബെസീർ എന്നയാളുടെ മേൽ വേണ്ട നിരീക്ഷണം

> ഉബൈദുള്ളയെയും അയാളുടെ മകൻ ബെസിറി ന്റെയും മേലുള്ള നിരീക്ഷണം താങ്കൾ പറഞ്ഞ പോലെ നടത്തിയെങ്കിലും അത് ഇനിയും തുടരേണ്ടത് നമ്മുടെ ആവശ്യമാണ്. ഇപ്പോൾ നമുക്ക് ലഭിച്ച രേഖകളുടെ

> അടിസ്ഥാനത്തിൽ അയാൾ അക്രമകാരിയായ മതഭ്രാന്ത നാകുകയാണോ എന്ന സംശയിക്കണം. ഉബൈദുള്ള യാണെങ്കിൽ ഹൈദർ ആരിഫിന്റെ വിശ്വസ്തനായി തന്നെ തുടരുന്നുണ്ട്. അതുകൊണ്ട് അയാളെ നമ്മൾ വശത്താക്കാൻ ശ്രമിച്ചത് ഒരു മണ്ടത്തരമായിരുന്നു. ഇതുമൂലം ഒരു മുജാഹിദ് അകാൻ സാധ്യതയുള്ള ബെസിറിന്റെ മേലുള്ള നിരീക്ഷണം കൂടുതൽ ശക്ത മാക്കണം.

സ്റ്റീവൻ ബയോഗാളുവിലെ വീട്ടിൽ എത്തിയപ്പോൾ പുലരാറാ യിരുന്നു. ഇനി ഉറങ്ങാൻ കഴിയില്ലെന്ന് മനസ്സിലാക്കിയ സ്റ്റീവൻ തന്റെ പ്രിയപ്പെട്ട പുസ്തകമായ തോമസ് എഡ്വേഡ് ലോറെൻസ് എഴുതിയ 'സെവൻ പില്ലേഴ്സ് ഓഫ് വിസ്ഡം' എന്ന പുസ്തകം എടുത്തു. പതിനായിരം പ്രാവശ്യമെങ്കിലും അയാൾ വായിച്ചിട്ടുണ്ടാ കണം. അയാൾ കൗതുകത്തോടെ വീണ്ടു ആലോചിച്ചു. എന്താണ് തന്നെ ഈ പുസ്തകത്തോടടുപ്പിക്കുന്നത്. തന്നെപ്പോലെ 'ലോറെൻസ് ഓഫ് അറേബ്യയും' ഒരു ചാരനായതായിരിക്കാം കാരണം. അല്ലെ ങ്കിൽ അയാളും തന്നെപ്പോലെ ആത്മപീഡനങ്ങളിൽ രമിക്കുന്ന ഒരാളായിരിക്കാം. സ്റ്റീവൻ റെൻസിനെപ്പോലെ ഒരു അറബ് ഷേഖിന്റെ വേഷമണിഞ്ഞാണ് സോഫയിൽഇരുന്നിരുന്നത്. അയാൾക്ക് ആ വേഷം വളരെ പ്രിയപ്പെട്ടതായിരുന്നു.

ഇരുപതോളം പേജുകൾ വായിച്ചു കഴിഞ്ഞപ്പോഴാണ് ഫോൺ അടിച്ചത്. അയാൾ ഫോണെടുത്തു. "അച്ഛാ..."

അയാളുടെ മകനായിരുന്നു മറുതലയ്ക്കൽ. ഒന്നും പറയാതെ സ്റ്റീവൻ ഫോൺ വെച്ച്. മൂന്നു പ്രാവശ്യം കൂടി ഫോൺ അടിച്ചെ ങ്കിലും അയാൾ ഗൗനിച്ചില്ല.

അവൻ സിമിത്തേരിയിൽ എത്തിയപ്പോൾ സൂര്യൻ അസ്തമിക്കാ റായിരുന്നു. കാവൽക്കാരന്റെ മുറിയുടെ മുൻപിൽ നിന്ന് അവൻ വിളിച്ചു.

"യാസിൻ ചേട്ടാ."

"എന്തിനാടാ അലറിവിളിക്കുന്നത്?"

യാസിൻ പുറത്തു വന്നു. അവൻ ആ ബാഗ്ളാമ (ഒരു സംഗീ തോപകരണം) അതിന്റെ കറുത്ത പെട്ടിയോടുകൂടി അയാൾക്ക് കൊടുത്തു.

''അവർ ഇത് നേരെയാക്കിയിട്ടുണ്ട് . നിങ്ങൾ പറഞ്ഞ പോലെ തന്നെ.''

ബാഗ്ളാമ വാങ്ങിയിട്ട് യാസിൻ ചോദിച്ചു ''നിനക്ക് തന്ന പണം മതിയായോ?''

തലകുലുക്കിയ അവനോടു അയാൾ ചോദിച്ചു. ''എന്തെങ്കിലും ബാക്കിയുണ്ടോ?''

''ബാക്കിയുള്ളത് എനിക്കാണെന്നു പറഞ്ഞിരുന്നില്ലേ. ഞാൻ എത്ര നേരമായി ഇതിനായി നടക്കുന്നു.. '

''ശരി.ശരി.'' യാസിൻ അത് പറഞ്ഞിട്ട് ബാഗ്ളാമയുമായി മുറിയിലേക്ക് പോയി. അയാൾ വാതിലടച്ചിട്ടു ദിവാനിലിരുന്നു. പെട്ടിയിൽ നിന്നും ബാഗ്ളാമ സാവധാനം പുറത്തേക്കെടുത്തു. രണ്ടു നാൾ മുൻപ് മദ്യപിച്ചു ബാഗ്ളാമയുമായി അയാൾ ചുമരിലിടിച്ചു വീണിരുന്നു. ആ വീഴ്ചയിൽ ബാഗ്ളാമയുടെ കുടം പോലെയുള്ള ഭാഗവും കഴുത്തും വേർപെട്ടിരുന്നു. ആ കുടത്തിനു എന്തെങ്കിലും പറ്റിയിരുന്നെങ്കിൽ ബാഗ്ളാമ ഒരു തരത്തിലും നേരെയാക്കാൻ പറ്റുമായിരുന്നില്ല എന്ന് കടക്കാരൻ ഡെർദയോടെ പറഞ്ഞിരുന്നു.

ഇപ്പോൾ യാസിൻ താലോലിച്ചു പിടിച്ചിരുന്ന പിടി കടക്കാരൻ പുതിയതായി ഇട്ടു കൊടുത്തിരുന്നതാണ്. യാസിൻ വികാരഭരിതനായി ബഗ്ലാമയോടെ ക്ഷമ ചോദിച്ചു. അപ്പോൾ കാവൽപ്പുരയിൽ നിന്നും ഒരു ഗാനം ഒഴുകിയെത്തി. അത് ഡെർദയ്ക്ക് അറിയുന്ന ഒരു ഗാനമായിരുന്നു. ഡെർദ പെട്ടെന്ന് തന്നെ തന്റെ ദൗത്യം ഇടയ്ക്കു വെച്ച് യാസിന് വേണ്ടി നിർത്തേണ്ടി വന്നതിൽ അസ്വസ്ഥനായി. കഴിഞ്ഞ ഒരാഴ്ചയായി ആ കുഴിമാടം ഒരു നിമിഷം പോലും മാറിനിൽക്കാതെ ഡെർദ നിരീക്ഷിച്ചു വരികയായിരുന്നു. അപ്പോഴാണ് യാസിന് വേണ്ടി ഒരു പ്രഭാതം മുഴുവൻ മാറി നിൽക്കേണ്ടി വന്നത്. കുഴിമാടത്തിലേക്കു ആരെങ്കിലും വന്നു പോയിട്ടുണ്ടാകുമോ. അറിയില്ല. പോയി നോക്കുക തന്നെ എന്ന് തീരുമാനിച്ചു ഡെർദ നടന്നു.

കുഴിമാടത്തിനടുത്തെത്തി ഡെർദ നിന്നു. അവർ വന്നിരിക്കുമോ. അവൻ അടുത്തുള്ള കുഴിമാടത്തിന്റെ മണ്ണിലേക്ക് വിരലുകൾ പൂഴ്ത്തി. ഒന്നും കണ്ടില്ല. കുറച്ചു കൂടി മണ്ണ് ഇളക്കി നോക്കിയപ്പോൾ എന്തോ കൈയിൽ തടഞ്ഞു. അത് ഒരു വെള്ള നിറത്തിലുള്ള പെട്ടിയായിരുന്നു. ആശ്ചര്യത്തോടെ അവൻ ആലോചിച്ചു. എന്തായിരിക്കും അതിനകത്തു. കൂടുതൽ പണം? ചുറ്റുപാടും ഒന്ന് നോക്കിയിട്ടു ഡെർദ പെട്ടി തുറന്നു. അകത്തേക്ക് നോക്കിയതും ഡെർദയുടെ കൈയിൽ നിന്നും ഒരു പെട്ടി താഴെ വീണു. ഡെർദയുടെ അമ്മയുടെ ഇടത്തെ കൈപ്പത്തിയായിരുന്നു അതിൽ. അവിശ്വസനീയതയോടെ അവൻ ആ പെട്ടിയിലേക്കു നോക്കി. അവൻ അമ്മയുടെ

കൈപ്പത്തി മുൻപേ കുഴിച്ചിട്ടിരുന്ന സ്ഥലത്തു ചെന്ന് നോക്കി. ആ കുഴി തുറന്നു കിടക്കുകയായിരുന്നു.

ആരോ അവന്റെ അമ്മയുടെ കൈപ്പത്തി കണ്ടെത്തി ഒരു പെട്ടിയിലാക്കി. ആരായിരിക്കും അത്? ഡെർദയ്ക്ക് തയ്യാറിന്റെ പേര് അറിയുമായിരുന്നില്ല. സ്റ്റീവൻ മുൻപേ തന്നെ അപകടസാധ്യത കളെക്കുറിച്ചും പറഞ്ഞിരുന്നു.

തയ്യാർ ആലോചിച്ചു തന്നെയായിരിക്കണം ആ കൈപ്പത്തി ഒരു പെട്ടിയിലാക്കി രഹസ്യരേഖകൾ വെച്ചിരുന്ന സ്ഥലത്തു തന്നെ വെച്ച്. രേഖകൾ എടുത്തയാൾ ഇത് കാണുമ്പോൾ അവിടെത്തന്നെ തിരിച്ചു വെക്കുമെന്നായിരിക്കും അയാളുടെ കണക്കുകൂട്ടൽ.

ഡെർദ ശരിക്കും പേടിച്ചുപോയിരുന്നു. അവൻ ആ വെളുത്ത പെട്ടി ദൂരെയൊരിടത്തു വളരെ ആഴത്തിൽ കുഴിച്ചിട്ടു. അവൻ ആലോ ചിച്ചു തന്റെ കൈയിലുള്ള രേഖകൾ തിരിച്ചു കൊടുത്താൽ ഈ പ്രശ്നത്തിൽ നിന്നും തന്നെ അവർ ഒഴിവാക്കുമായിരിക്കും. എങ്കിലും ചിലവായിപ്പോയ പണത്തിന്റെ കാര്യത്തിൽ എന്ത് ചെയ്യും. അന്ന് രാത്രി തന്നെ ഡെർദ അവന്റെ കൈയിലുണ്ടായിരുന്ന രേഖകളെല്ലാം ഒരു തലയിണ ഉറയിലാക്കി ആ വെളുത്ത പെട്ടി വെച്ചിരുന്ന കുഴി യിൽ കൊണ്ട് നിക്ഷേപിച്ചു. ഉറക്കം വരാതെ തിരിഞ്ഞും മറിഞ്ഞും കിടന്ന ഡെർദ പുലർച്ചെയാണ് ഒന്ന് മയങ്ങിയത്. എണീറ്റ ഉടൻ അവൻ കുഴിമാടത്തിൽ ചെന്ന് നോക്കി. കുഴിയിൽ മൂടി വെച്ചിരുന്ന രേഖകളെല്ലാം അപ്രത്യക്ഷമായിരിക്കുന്നു. അവർ വന്നു രഹസ്യ രേഖകളെല്ലാം കൊണ്ട് പോയിരിക്കുന്നു. അപ്പോഴും പണം അന്വേ ഷിച്ചു അവർ വന്നെങ്കിലോ എന്ന ഭയം അവനെ തളർത്തി.

അതിനു ശേഷം ഡെർദയുടെ ദിനങ്ങൾ ഭീതി നിറഞ്ഞതായി രുന്നു. അവന്റെ രൂപം തന്നെ ഭയം കൊണ്ട് മാറുന്നപോലെ തോന്നി. വരാൻ പോകുന്ന വിപത്തിനേക്കാൾ ഭയാനകമാണല്ലോ അതിനാ യുള്ള കാത്തിരുപ്പ്.

എന്താ ചങ്ങാതി ''ഇസ ചോദിച്ചു. ''ആരെയെങ്കിലും കാത്തിരിക്കു കയാണോ?''

അല്ല എന്ന് ഡെർദ പറഞ്ഞെങ്കിലും അത്ര ഉറപ്പിലായിരുന്നില്ല. അവൻ അങ്ങോട്ടും ഇങ്ങോട്ടും നോക്കികൊണ്ട് ഇരുന്നു ഇടയ്ക്കു മരങ്ങൾക്കിടയിലൂടെ സിമിത്തേരിയിലേക്കും. കഴിഞ്ഞ ഒരു മാസ മായി അവന്റെ അവസ്ഥ ഇതായിരുന്നു

‘‘പിന്നെന്തിനാ നീ ഇങ്ങനെ അങ്ങോട്ടും ഇങ്ങോട്ടും നോക്കി കൊണ്ടിരിക്കുന്നത്?’’

ഡെർദയ്ക്കു ദേഷ്യം വന്നു. പിന്നെ നിയന്ത്രിച്ചിട്ടു പറഞ്ഞു ‘‘ഇവിടെ എവിടെയെങ്കിലും വലിയ മേലങ്കി ധരിച്ച ആരെയെങ്കിലും കാണുകയാണെങ്കിൽ നീ എന്നോട് പറയണം.’’

ഇസ പറഞ്ഞു. ‘‘ഇതാ അവിടെ ഒരാളുണ്ടല്ലോ.’’

ഞെട്ടിത്തിരിഞ്ഞു നോക്കിയാ ഡെർദ കണ്ടത് ഉബൈദുള്ളയുടെ സഹോദരൻ യാക്കൂബിനെയാണ്.

അവൻ ഇസയോടെ പറഞ്ഞു. ‘‘ഇയാളല്ല. അത് ഇവിടെ കണ്ടിട്ടില്ലാത്ത ഒരാളാണ്. ഞാനുമായി കഴിഞ്ഞ ദിവസം ഒരു കശപിശയുണ്ടായി. അയാൾ എന്നെ തല്ലാൻ വരുമെന്ന് പറഞ്ഞിരിക്കുകയാണ്. അതാണ് ഞാൻ നിന്നോട് അപരിചിതരെ കണ്ടാൽ പറയണമെന്ന് പറഞ്ഞത്.’’

ഓ, അങ്ങനെയൊന്നും ഉണ്ടാകില്ല. എന്തായാലും അത് നീ ഒന്ന് മനസ്സിൽ വെക്കണം എന്ന് പറഞ്ഞു ഡെർദ ഒരു സിഗരെറ്റെടുത്തു ചുണ്ടിൽ വെച്ചു. അത് കത്തിച്ചുകൊടുത്തു തനിക്കും ഒരു സിഗരെറ്റെടുത്തു. ഇസ പറഞ്ഞു. ‘‘നീ ആവശ്യമില്ലാതെ ഭയക്കുകയാണ്.’’

ഇസ ചോദിച്ചു. ‘‘നിനക്ക് ഫെവ്സിയെ അറിയില്ലേ? ആ ഓർഫനേജിൽ നിന്നും ഓടിപ്പോയ ചെക്കൻ.’’ ഡെർദ തലകുലുക്കി

‘‘അവൻ ഒരു വലിയ ബാഗ് എപ്പോഴും കൊണ്ട് നടക്കുന്നത് കണ്ടിട്ടില്ലേ. അതിനുള്ളിൽ എന്താണെന്നു അറിയാമോ. അതിൽ ഒരു പാവക്കുട്ടിയാണ്. ശരിക്കും മുതിർന്ന പെണ്ണിനെപ്പോലെ ഇരിക്കുന്ന ഒരു പാവക്കുട്ടി. മാറിടവും മറ്റു അവയവങ്ങളും എല്ലാം തന്നെ. ആകെ ചവിട്ടടികൂടിയ നിലയിലാണ് അവനതു കിട്ടിയത് എന്നിട്ടും ഒരു നിധി പോലെ അവനതു സൂക്ഷിക്കുന്നു. ’’

‘‘അവനെന്തിനാണ് ഇതിനെ ഇങ്ങനെ കൊണ്ടുനടക്കുന്നത്?’’

‘‘മറ്റു ചെക്കന്മാർ ഇതിനെ തലോടുകയും പിടിക്കുകയും ഒക്കെ ചെയ്യുന്നുണ്ട്. അതേപോലെ ഫെവ്സിയെയും അവർ ഉപയോഗിക്കുന്നുണ്ടത്രേ.’’

‘‘നീയും അവനെ ഉപയോഗിച്ചിട്ടുണ്ടാവും അല്ലേ?’’

അതിനു മറുപടി പറയാതെ ഇസ ചൊടിച്ചു. ‘‘നിനക്ക് വേണോ. ഒരു ചെറിയ ബ്രഡ് കൊടുത്താൽ കാര്യം സാധിക്കാം.’’

ഡെർദ അസ്വസ്ഥതയോടെ പറഞ്ഞു. ‘‘പോയി എന്തെങ്കിലും പണി ചെയ്യടാ.’’

അവൻ ഫെവ്സിയെക്കുറിച്ചു ആലോചിച്ചു. ‘‘നാശം പിടിച്ച പയ്യൻ.’’

അടുത്ത ആഴ്ച തന്നെ സെമിത്തേരിയിൽ ഒരാളെ കണ്ടുവെന്ന് ഇസ പറഞ്ഞത് കേട്ട് ഡെർദ ഓടിച്ചെന്നപ്പോൾ കണ്ടത് ഒരു വലിയ ഉടുപ്പിട്ട സ്ത്രീയെയാണ്. നിരാശയോടെ പിന്തിരിയാൻ തുടങ്ങുമ്പോൾ അവർ പോക്കറ്റിൽ നിന്നും ഒരു കവർ എടുത്തു കുഴിമാടത്തിൽ മണ്ണ് മാറ്റി കുഴിച്ചിടുന്നത് കണ്ടു. അവിശ്വാസത്തോടെ ഡെർദ മറഞ്ഞിരുന്നു നോക്കി. അപ്പോൾ ഇവിടെ പേപ്പറുകളും പണവും വെച്ചിരുന്നത് ഈ സ്ത്രീ ആയിരുന്നോ? എന്താണ് ചെയ്യേണ്ടത് എന്നറിയാതെ ഡെർദ തരിച്ചിരുന്നു. അവസാനം ധൈര്യം സംഭരിച്ച് അവൻ ആ സ്ത്രീയുടെ മുന്നിലേക്ക് നടന്നു ചെന്നു. അവൻ കരഞ്ഞുകൊണ്ട് ഭയത്തോടെ അവളോട് പറഞ്ഞു

''ഞാനാണ് നിങ്ങൾ ഇവിടെ വെച്ച പേപ്പറുകളും പണവും എടുത്തത്. ''

''പേപ്പറുകളെല്ലാം തിരിച്ചു വെച്ചുവല്ലോ. പക്ഷേ പണമില്ല ചിലവായി പോയി, എനിക്ക് അത് തിരിച്ചു തരാൻ ഒരു മാർഗവുമില്ല. എന്ത് വേണമെങ്കിലും ഞാൻ ചെയ്തു തരാം.''

ആ സ്ത്രീ നിഷേധഭാവത്തിൽ തല കുലുക്കി എന്നിട്ട് ആ കുഴിമാടത്തിലെ ശിലയിലേക്ക് ദൃഷ്ടി പായിച്ചു.

''അത് വൃത്തിയാക്കണോ?'' പ്രതീക്ഷയോടെ ഡെർദ ചോദിച്ചു. അവർ തല കുലുക്കി.

ഡെർദ ആശ്വാസത്തോടെ വെള്ളം കൊണ്ടുവരാൻ വേണ്ടി ഓടിപ്പോയി.

ഓടുന്നതിനിടയിൽ ഡെർദ ആലോചിച്ചു. ഈ കുഴിമാടവും സ്മാരകശിലയും താൻ വെട്ടിത്തിളങ്ങുന്ന പോലെ വൃത്തിയാക്കും. അങ്ങനെയെങ്കിലും തന്റെ പ്രശ്നങ്ങളെല്ലാം തീരട്ടെ. അവൻ വെള്ളമെടുത്ത് എത്തുമ്പോൾ ആ സ്ത്രീ അപ്രത്യക്ഷയായിരുന്നു. വെള്ളം അവിടെവെച്ചു അവൻ അവിടെയെല്ലാം അവർക്കു വേണ്ടി തിരഞ്ഞുവെങ്കിലും കണ്ടെത്താനായില്ല. അവൻ തിരിച്ചു വന്നു കുഴിമാടം വൃത്തിയാക്കാൻ തുടങ്ങി. ആരോ തന്നെ നിരീക്ഷിക്കുന്നുണ്ട് എന്ന തോന്നലോടെ അവൻ കഠിനമായി അധ്വാനിച്ചു. ചുറ്റും നോക്കി അവൻ ഉറക്കെ പറഞ്ഞു. ''ഇതാ നിങ്ങളാവശ്യപ്പെട്ട കാര്യം ഞാൻ ചെയ്യുന്നു.'' അത് വൃത്തിയാക്കികൊണ്ടിരുന്നപ്പോൾ അവനു ഒരു വലിയ ഭാരം നെഞ്ചിൽ നിന്നും ഒഴിഞ്ഞു പോകുന്ന പോലെ തോന്നി. അവസാനം താൻ സ്വാതന്ത്രനാവുകയാണ്. അവനു ചെറുതായി സന്തോഷം അനുഭവപ്പെട്ടു. കുറെ നാളുകൾക്കു ശേഷം അവന്റെ മുഖത്ത് ഒരു ചെറു പുഞ്ചിരി വിരിഞ്ഞു.

ഡെർദ ഒരു നല്ല സ്വപ്നം കണ്ടാണ് അന്ന് ഉണർന്നത്, ജയിലിൽ നിന്നും അച്ഛൻ തിരിച്ചു വന്നിരിക്കുന്നു. അച്ഛന്റെ മുഖം അവനു ഓർമയില്ലെങ്കിലും അവർ രണ്ടു പേരും ഒരുമിച്ചു പ്രഭാത ഭക്ഷണം കഴിക്കുകയായിരുന്നു. തല കുടഞ്ഞുകൊണ്ടേ അവൻ പ്രഭാതകൃത്യങ്ങൾ നടത്തി സെമിത്തേരിയിലേക്ക് ഓടി. അവന്റെ ദിനം തുടങ്ങുന്നത് ആ കുഴിമാടം വൃത്തിയാക്കികൊണ്ടാണ്. പണി കഴിഞ്ഞു അവൻ സ്നേഹത്തോടെ ആ കുഴിമാടത്തെ തലോടി. അവന്റെ ദിനം പ്രതിയുള്ള കഴുകലിൽ അത് വെട്ടിത്തിളങ്ങിയിരുന്നു. അവൻ സാവധാനം എഴുന്നേറ്റ് അവന്റെ അമ്മയുടെ ശരീരാവശിഷ്ടങ്ങൾ കുഴിച്ചിട്ട ആ നടപ്പാതയിലൂടെ പതുക്കെ നടന്നു.

ഡെർദയ്ക്കു പതിനാറു വയസു തികഞ്ഞിട്ടേ ഉണ്ടായിരുന്നുള്ളൂ.

റെംസി പുറത്തു കാത്ത് നിൽക്കുന്നുണ്ടായിരുന്നു.

‘‘നീ വന്നിട്ടേ കുറെ നേരമായോ’’ ഡെർദ ചോദിച്ചു.

‘‘ഇല്ല ഇപ്പോൾ എത്തിയതേയുള്ളു. വാ വേഗം പോകാം.’’

അവർ ബസ്സിലേക്ക് ചാടിക്കയറി.

‘‘നല്ല ശമ്പളം കിട്ടും. പക്ഷേ ബുദ്ധിമുട്ടുള്ള ജോലിയാണ്.’’ റെംസി പറഞ്ഞു.

‘‘ഒരു കുഴപ്പവും ഇല്ല സുഹൃത്തേ. അവർ ശമ്പളം ശരിക്കു തന്നാൽ മതി. പണിയൊക്കെ ഞാൻ ചെയ്തോളാം.’’

‘‘നിന്നെ അവർക്കിഷ്ടപ്പെട്ടാൽ നല്ല പോലെ സമ്പാദിക്കാം’’

‘‘എന്താണ് അവിടെ നിന്റെ ജോലി?’’

‘‘അവിടത്തെ മെഷീനുകൾ പ്രവർത്തിപ്പിക്കലാണ് എന്റെ ജോലി. നിന്റെ ജോലി മിക്കവാറും ഡെലിവെറികൾ നൽകലായിരിക്കും. അപ്പോഴേക്കും അവർ അവരുടെ സ്റ്റോപ്പിൽ എത്തി. ഫാക്ടറിയിൽ എത്തിയ അവർ അകത്തു കടന്നു. ഒരു പ്രിന്റിങ് പ്രെസ്സിന്റെ രൂക്ഷ ഗന്ധം മൂക്കിലേക്കടിച്ചു. അകാലവാർദ്ധക്യം ബാധിച്ച ഒരാൾ അവരെ നോക്കി ചോദിച്ചു. ‘‘ഇതാണോ നീ പറഞ്ഞ പുതിയ ജോലിക്കാരൻ. എന്താ നിന്റെ പേര്?’’

‘‘ഡെർദ.’’

അയാളുടെ പേര് സുലൈമാൻ എന്നായിരുന്നു. ‘‘ഇവിടെ ജോലി ചെയ്യണമെങ്കിൽ നല്ല വിശ്വസ്തനാകണം. നിന്നെ ആരെങ്കിലും ചോദ്യം ചെയ്യുകയാണെങ്കിൽ ഈ സ്ഥലത്തെക്കുറിച്ചോ ഞങ്ങളെ കുറിച്ചോ ഒന്നും പറയാൻ പാടില്ല.’’ചുമകൾക്കിടയിൽ അയാൾ പറഞ്ഞു. ബാക്കിയുള്ള കാര്യങ്ങളെല്ലാം ഇസ്രാഫിൽ പറഞ്ഞു തരും.

ഡെർദയ്ക്ക് ജോലിയെക്കുറിച്ചോ അതിന്റെ വിഷമതകളെക്കുറിച്ചോ ഒരു ചിന്തയും ഉണ്ടായിരുന്നില്ല. അവന് വേണ്ടിയിരുന്നത് സ്ഥിരമായ വരുമാനമാണ്. സെമിത്തേരിയിലെ വരുമാനമാർഗ്ഗം ഇനി അധിക കാലമുണ്ടാകില്ല. കാരണം അവൻ ഇപ്പോൾ വളരെ വലുതായിട്ടുണ്ട്. ഭിക്ഷ ചോദിക്കുവാനുള്ള പ്രായം കഴിഞ്ഞു തുടങ്ങി. അതു കൂടാതെ സെമിത്തേരിയിലെ ഭിക്ഷക്കാരുടെ സമയവും എഴുതപ്പെട്ടു കഴിഞ്ഞു. അവിടെ പുതിയ സെക്യൂരിറ്റി ഗാർഡുകൾ വരാൻ പോകുകയാണ്. അവിടെ നിന്നും ഇനി ഭക്ഷണമൊന്നും ലഭിക്കാൻ ഇടയില്ല. എല്ലാ കുട്ടികളും പുതിയ മേച്ചിൽപ്പുറങ്ങൾ തേടിത്തുടങ്ങി യിരുന്നു. ഇസ ഒരു മാർബിൾ പണിക്കാരന്റെ സഹായിയായി പോയിത്തുടങ്ങി. ഫെവ്സി പട്ടണത്തിലേക്കു കുടിയേറി. റെംസിക്കു ഈ വ്യാജ പുസ്തക അച്ചടിശാലയിൽ ഒരു ബന്ധു മുഖേന ജോലി കിട്ടി.

ജോലിയുടെ കാര്യം പറഞ്ഞപ്പോൾ തന്നെ ഡെർദ അവനോട് ചോദിച്ചിരുന്നു. 'എഴുതാനും വായിക്കാനും അറിയാത്ത എനിക്ക് പുസ്തക വ്യവസായത്തിൽ എന്ത് കാര്യം' എന്ന്. അപ്പോഴാണ് റെംസി തന്റെ ജോലി പുസ്തകങ്ങൾ അങ്ങോട്ടും ഇങ്ങോട്ടും കൊണ്ട് പോകുകയാണെന്ന് പറഞ്ഞത്.

അവർ മൂന്നു പേരും റെംസി വാങ്ങിക്കൊണ്ടു വന്ന ബ്രെഡ്ഡും ചായയും നിശ്ശബ്ദമായി കഴിച്ചു.

അപ്പോൾ പ്രസ്സിന്റെ ഇരുമ്പു വാതിൽ തള്ളിത്തുറന്നു ഒരു ഭീമാ കാരനായ മനുഷ്യൻ കയറി വന്നു. ബ്രെഡിൽ നിന്നും വീണ എള്ള് മണികളെല്ലാം വാരിക്കൂട്ടി കളഞ്ഞു സുലൈമാൻ പറഞ്ഞു "ഇതാ ഇസ്രാഫിൽ എത്തിപ്പോയി."

ഇസ്രാഫിൽ കോട്ട് ഊരി മാറ്റിയപ്പോൾ അരയിലെ പിസ്റ്റൾ കാണാമായിരുന്നു. റെംസിയെ പിന്തുടർന്ന് ഡെർദയും എഴുന്നേറ്റു നിന്നു.

"ഇസ്രാഫിൽ ചേട്ടാ, ഇത് എന്റെ സുഹൃത്ത് ഡെർദയാണ്. ഇവിടെ സാധനങ്ങൾ കൊണ്ടുപോകുന്നതിനായി വന്നതാണ്."

അവനെ അടിമുടി നോക്കിയിട്ട് ഇസ്രാഫിൽ ചോദിച്ചു "നിന്റെ അച്ഛൻ എന്താണ് ചെയ്യുന്നത്."

അച്ഛൻ ജയിലിലാണ്.

"വളരെ നല്ല കാര്യം." എന്തോ സ്വാഭാവികമായ കാര്യം കേട്ട പോലെ ഇസ്രാഫിൽ തലകുലുക്കി.

ആദ്യമായാണ് അച്ഛൻ ജയിലിലാണ് എന്ന് പറയുമ്പോൾ ഇതൊരു സാധാരണ സംഭവമാണെന്ന രീതിയിൽ ആരെങ്കിലും പ്രതികരിക്കുന്നത്.

എന്തെങ്കിലും കൂടുതൽ ചോദിക്കുമെന്ന് കരുതിയെങ്കിലും ഇസ്രാഫിൽ കൂടുതലൊന്നും അന്വേഷിച്ചില്ല.

"വാൻ ഇപ്പോൾ വരും. പുസ്തകങ്ങളെല്ലാം കയറ്റി ഓരോരോ വില്പനസ്ഥലങ്ങളിലെത്തിക്കണം. വൈകീട്ട് എല്ലാം തിരികെയെത്തിക്കണം. പ്രശ്നങ്ങളൊന്നുമുണ്ടാക്കാതെ നിന്നാൽ നിനക്ക് കൊള്ളാം. നിന്റെ സുഹൃത്ത് പറഞ്ഞതുകൊണ്ട് മാത്രമാണ് ഞങ്ങൾ നിനക്ക് ജോലി തരുന്നത്."

അതിനുശേഷം ഇസ്രാഫിൽ ഡെർദയെ ഒന്ന് ഇരുത്തി നോക്കി. കൂടുതലൊന്നും പറയേണ്ട കാര്യമില്ലായിരുന്നു.

വാൻ വന്നതോടെ ഡെർദ പുസ്തകച്ചുമടുകളുമായി വാനിലേക്ക് കയറി. പല പ്രാവശ്യം കയറി ഇറങ്ങിയിട്ടാണ് പുസ്തകങ്ങളെല്ലാം വാനിലെത്തിച്ചത്. വണ്ടിയിലേക്ക് കയറുമ്പോഴേക്കും ഡെർദ ക്ഷീണിച്ചിരുന്നു. വണ്ടിയുടെ ഡ്രൈവർ അബ്ദുല്ല ഒരു സംസാരപ്രിയനായിരുന്നു. ആദ്യത്തെ സ്റ്റോപ്പ് ഒരു യൂണിവേഴ്സിറ്റിയുടെ അടുത്തുള്ള ബ്രിഡ്ജിലായിരുന്നു. ധാരാളം പടികൾ കയറി വേണമായിരുന്നു പുസ്തകങ്ങൾ എത്തിക്കാൻ. അവിടത്തെ വിൽപ്പനക്കാരൻ സറുഹാൻ എന്ന് പേരുള്ള ഒരു വിദ്യാർത്ഥിയായിരുന്നു.

പല പ്രാവശ്യം അവിടെ പോയതിനു ശേഷമാണു ഇതെല്ലാം മനസ്സിലാക്കാൻ കഴിഞ്ഞത്. കാലത്തേ നേരത്തെ എണീറ്റ മുടങ്ങാതെ ചെയ്തിരുന്ന കുഴിമാടം വൃത്തിയാക്കിയതിനു ശേഷമാണ് ജോലിക്കു പോയിരുന്നത്. ഇപ്പോൾ ആ മേലങ്കിക്കാരനെക്കുറിച്ചുള്ള ഓർമ്മകൾ മങ്ങിയിരുന്നു. എങ്കിലും അവൻ ആ വൃത്തിയാക്കൽ മുടക്കം കൂടാതെ ചെയ്തുകൊണ്ടിരുന്നു. എല്ലാ ദിവസവും അവൻ ആ കുഴിമാടത്തിൽ ശിലയോട് വർത്തമാനങ്ങൾ പറഞ്ഞിരുന്നു. അവിടെ പൂക്കളുടെ ചെടികളും നട്ടിരുന്നു. പക്ഷേ ആ കുഴിമാടത്തിലേക്കു ഇതുവരെ ആരും വരുന്നത് അവൻ കണ്ടിരുന്നില്ല. എങ്കിലും അവൻ ദിവസവും അതിനോട് യാത്ര പറഞ്ഞിട്ടേ പോകുമായിരുന്നുള്ളൂ. ഇപ്പോൾ അവൻ കൂടുതൽ കൂടുതൽ അവന്റെ അച്ഛനെക്കുറിച്ച് ഓർത്തു കൊണ്ടിരുന്നു. അച്ഛന് വേണ്ടി കാത്തിരുന്നു. മുൻപേ കറുത്ത മേലങ്കിക്കാരനെയായിരുന്നു കാത്തിരുന്നതെങ്കിൽ ഇപ്പോൾ അച്ഛനെ. എന്നും അവനു കാത്തിരിപ്പു തന്നെ. കൂട്ടിനു ഒരു മിണ്ടാത്ത വെളുത്ത മാർബിൾ ഫലകവും.

ഡെർദ പയ്യെപ്പയ്യെ യൂണിവേഴ്സിറ്റി സ്റ്റോപ്പിലെ സറുഹാനുമായി ചങ്ങാത്തത്തിലായി. ഒരു ദിവസം അബ്ദുല്ല വേറെ എന്തോ ജോലിക്കു പോയപ്പോൾ ഡെർദയും സറുഹാനും ഒറ്റയ്ക്കായി. ഡെർദ ചോദിച്ചു.

‘‘എന്തിനാണ് ഈ പുസ്തകങ്ങളെല്ലാം വ്യാജമായി വിൽക്കുന്നത്?’’

‘‘അതറിയണമെങ്കിൽ നീ ഒരു പുസ്തകം കൊണ്ട് പോയി വായിച്ചു നോക്ക്.’’ സർഹാൻ പറഞ്ഞു.

ഒരു വലിയ പുസ്തകമെടുത്തു ഡെർദയ്ക്ക് നൽകിയിട്ട് സറുഹാൻ പറഞ്ഞു. ‘‘അതിനു പണമൊന്നും തരേണ്ട. നീ കൊണ്ടുപൊക്കോ.’’

തനിക്കു വായിക്കാൻ അറിയില്ലെന്ന് പറയാൻ മടിച്ച ഡെർദയെ നോക്കാതെ അവൻ സിഗരറ്റ് കത്തിക്കാനായി പുറത്തേക്കു പോയി. പെട്ടെന്നാണ് ആ പുസ്തകത്തിന്റെ ചട്ടയിലെ പേര് ഡെർദ ശ്രദ്ധിച്ചത്. അവൻ ദിവസവും കഴുകി വൃത്തിയാക്കിയിരുന്ന കുഴിമാടത്തിൽ കൊത്തിവെച്ചിരുന്ന അക്ഷരങ്ങളാണ് അതെന്നു മനസ്സിലാക്കാൻ വായിക്കാൻ അറിയേണ്ട ആവശ്യം ഉണ്ടായിരുന്നില്ല. അത്രയധികം പ്രാവശ്യം ആ അക്ഷരങ്ങൾ അവൻ കണ്ടിട്ടുണ്ടായിരുന്നു.

സ്തബ്ധനായി ഇരിക്കുന്ന ഡെർദയെ കണ്ടു സറുഹാൻ ചോദിച്ചു, ‘‘എന്ത് പറ്റി ചങ്ങാതി.’’

‘‘എനിക്ക് വായിക്കാൻ പഠിപ്പിച്ചു തരാമോ?’’

അടുത്ത ദിവസം രാവിലെ പുസ്തകവുമായി സെമിത്തേരിയിലെത്തിയ ഡെർദ പറഞ്ഞു. ‘‘കണ്ടോ ഞാൻ നിന്നെ കണ്ടുപിടിച്ചു. എനിക്ക് നീ ആരാണെന്നു അറിയാം. അവൻ ആ പേരിലൂടെ വിരലോടിച്ചു പതുക്കെ പറഞ്ഞു. ‘‘ഓഗസ് അറ്റെ.’’

ജോലി കഴിഞ്ഞതിനു ശേഷം അവർ ബ്രിഡ്ജിനു താഴെയുള്ള കോഫി ഹൗസിൽ കണ്ടുമുട്ടും. സറുഹാൻ സൗജന്യമായിയല്ല അവനെ പഠിപ്പിച്ചിരുന്നത്. അവനു ലഭിക്കുന്ന ശമ്പളത്തിന്റെ അഞ്ചിലൊരു ഭാഗം സറുഹാന് കൊടുക്കണമായിരുന്നു. ഇതു കാരണം ചില ദിവസങ്ങളിൽ ഭക്ഷണം കഴിക്കാൻ പണം തികയാതെ വന്നെങ്കിലും ഡെർദ അത് കാര്യമാക്കിയില്ല.

ആദ്യം ഈ പുസ്തകത്തിന്റെ പേര് പഠിപ്പിച്ചു താ ‘ഡെർദ പറഞ്ഞു. ‘ടുടുൺമയനലാർ’ പുറത്തുള്ളവർ.

ആ പുസ്തകം സ്വയം വായിക്കാൻ പഠിപ്പിച്ചു തരിക എന്നായിരുന്നു അവർ തമ്മിലുള്ള കരാർ. പേര് പോലും എഴുതാൻ കഴിയാത്ത നീ ഈ പുസ്തകം മാത്രം പഠിച്ചിട്ടെന്തു ചെയ്യാൻ എന്ന ചോദ്യത്തിനൊന്നും ഡെർദ ചെവി കൊടുത്തില്ല.

വൈകുന്നേരങ്ങളിൽ പഠിത്തവും പുലർവേളകളിൽ സെമിത്തേരിയിലെ മറ്റു കുഴിമാടങ്ങളിലെ പേരുകൾ വായിക്കലുമായി ദിവസങ്ങൾ

കടന്നു പോയി. ഇടയ്ക്കിടയ്ക്ക് ആ വലിയ പുസ്തകമെടുത്തു ഡെർദ പേജുകൾ മറിച്ചും മണത്തും നോക്കും. പഠിത്തം എങ്ങും എത്തിയില്ല. കാരണം സറുഹാൻ ഒരു നല്ല അധ്യാപകനായിരുന്നില്ല. പോരാത്തതിന് അവനു പൈസയ്ക്ക് ആവശ്യവും ഉണ്ടായിരുന്നു.

രാത്രികളിൽ തിരിച്ചു നടക്കുമ്പോൾ ഡെർദ ആഹ്ലാദത്തോടെ കടകളിലെ ബോർഡുകളും പരസ്യങ്ങളും ആസ്വദിച്ച് വായിക്കാൻ തുടങ്ങി.

എത്ര വലിച്ചു നീട്ടാൻ ശ്രമിച്ചിട്ടും പഠിത്തം ഒരു ദിവസം അവസാനിച്ചു. ഡെർദ സാക്ഷരനായതായി സറുഹാൻ പ്രഖ്യാപിച്ചു.

ഡെർദ അവന്റെ വീട്ടിലെ കോൺക്രീറ്റ് നിലത്തു ഒരു ക്രൂശിത രൂപത്തെപോലെ കൈകൾ വിടർത്തി കിടന്നു. ഓരോ പ്രാവശ്യം അവൻ ശ്വസോച്ഛ്വാസം ചെയ്തപ്പോഴും അവന്റെ നെഞ്ചിലിരുന്ന 'tutunamayanlar' ഉയർന്നു താഴ്ന്നു. അവൻ 700 പേജുള്ള ആ നോവൽ വായിച്ചു തീർത്തിരുന്നു. ഇപ്പോൾ മേൽപ്പോട്ട് നോക്കി ശൂന്യമിഴികളോടെ അവൻ കിടക്കുകയാണ്. ആ പുസ്തകത്തിലെ എല്ലാം അവനു മനസ്സിലായില്ലെങ്കിലും അത് ഒരു ചെറുമണൽ ത്തരിയായി അവന്റെ മനസ്സിൽ കയറി കിടന്നു.

ആ കഥയിലെ ആൾക്കാരും സ്ഥലങ്ങളും എല്ലാം അവന്റെ മനസ്സിൽ ഒരു ചുഴിയിലെന്ന പോലെ കറങ്ങിക്കൊണ്ടിരുന്നു. അവൻ കണ്ണുകളടച്ചപ്പോൾ ഒരു മനുഷ്യൻ അവന്റെ കൺമുന്നിൽ തെളിഞ്ഞു വന്നു. അത് ആ നോവലിലെ പല കഥാപാത്രങ്ങളുടെ ഒരു കൂടിച്ചേർന്ന രൂപമായിരുന്നു. നന്മയിൽ നിന്നും ഉരുത്തിരിഞ്ഞു വന്ന ഒരു മനുഷ്യൻ. അല്ലെങ്കിൽ കണ്ണാടി ചില്ലിൽ തീർത്ത ഒരു രൂപം. ആ രൂപത്തെ ഒരു മണൽ പ്രതിമയെപോലെ പൊടിപൊടിയാക്കി പോകുന്ന ഇരുട്ടു മൂടിയ സാഹചര്യങ്ങൾ. അലിഞ്ഞു പോയ ആ മനുഷ്യൻ പുസ്തകത്തിലേക്ക് തന്നെ തിരിച്ചു പോകുന്നു. ഡെർദയ്ക്ക് ഇതിൽ കൂടുതലൊന്നും മനസ്സിലായില്ല.

കയ്യെഴുത്തു പതിപ്പിന്റെ തുടക്കം

അവയവമാറ്റം

സെമിത്തേരി വീടിന്റെ വാതിൽ തള്ളി തുറന്ന് വെള്ള ആശുപത്രി ഉടുപ്പിട്ട നാലു പേർ ഡെർദയുടെ ചുറ്റും വന്നു നിന്ന്. ഡെർദയ്ക്ക് എണീക്കാനോ കൈയും കാലും അനക്കനോ ഒന്നും കഴിഞ്ഞിരുന്നില്ല. കാഴ്ച മാത്രം നഷ്ടപ്പെട്ടിരുന്നില്ല. നിശ്ശബ്ദനായി അവർ ചെയ്യുന്നത് അവൻ നോക്കി. നെഞ്ചിലിരുന്ന പുസ്തകമെടുത്തു അവർ അതിന്റെ പേര് നോക്കിയതിനു ശേഷം ഒരു പെട്ടിയിലാക്കി അടച്ചു

വെച്ചു. അതിനു ശേഷം ഡെർദയെ ഒരു ആംബുലൻസിൽ കയറ്റി ഒരു വിമാനത്തിൽ എത്തിച്ചു. ആ വിമാനം 9 മണിക്കൂറും 15 മിനിറ്റിനും ശേഷം ബാങ്കോക്കിൽ ഇറങ്ങി. എല്ലാം നിശ്ശബ്ദനായി ഡെർദ നോക്കി കാണുന്നുണ്ടായിരുന്നു. ഇന്ധനം നിറച്ച ശേഷം വിമാനം വീണ്ടും പറന്നുയർന്നു. നാലു മണിക്കൂറിനു ശേഷം മാനിലയിൽ വിമാനം ഇറങ്ങി.

അവർ ഡെർദയെ ഒരു ആംബുലൻസിൽ കയറ്റി വളരെ വേഗം പാഞ്ഞു തുടങ്ങി. പട്ടണപ്രദേശത്തെ നല്ല റോഡുകൾ പിന്നിട്ട് സാധാരണ വഴികളിലൂടെ പോയ ആംബുലൻസ് ഒരു വലിയ വെളുത്ത കെട്ടിടത്തിന് മുന്നിൽ നിന്നു. ഒരു സ്ട്രെച്ചറിൽ കയറ്റിയ ഡെർദയെ കെട്ടിടത്തിന്റെ അന്തർഭാഗത്തേക്ക് പെട്ടെന്ന് തന്നെ തള്ളിക്കൊണ്ട് പോയി. ഓപ്പറേഷൻ തിയേറ്ററിൽ രണ്ടു ഡോക്ടർമാർ ഉണ്ടായിരുന്നു. ഒരാൾ ഫിലിപ്പീനിയായിരുന്നു. മറ്റെയാൾ ഒരു ജിവാരോ ഇന്ത്യൻ വംശജനായിരുന്നു. (Jivaro Indians - ഒരു പ്രത്യേക ഗോത്രവർഗക്കാരാണ്. അവർക്കു തലയോട്ടികൾ ചുരുക്കി ചെറുതാക്കാനുള്ള വിദ്യയറിയാം.)

ഓപ്പറേഷൻ തിയേറ്ററിൽ കിടത്തിയ ശേഷം പുസ്തകം വെച്ചിരുന്ന പെട്ടി തുറന്നു ആ പുസ്തകം പുറത്തെടുത്തു. ആ ഇന്ത്യൻ ഡോക്ടർ ചോദിച്ചു. ‘‘ഇതിന്റെ ചെറിയ പതിപ്പില്ലേ?’’ ഇല്ലെന്നു പറഞ്ഞപ്പോൾ ഒരു ചെറുനിശ്വാസത്തോടെ അയാൾ ആ പുസ്തകം വലതു കൈയിലെടുത്തു ഇടതുകൈയിലെ വിരലുകളാൽ തിരുമ്മി തിരുമ്മി ഒരു പൊടി പോലെയെന്തോ പുസ്തകത്തിൽ വീഴ്ത്തിക്കൊണ്ടിരുന്നു. പതുക്കെ പതുക്കെ ആ പുസ്തകം ചെറുതാകാൻ തുടങ്ങി. ഒടുവിൽ അതൊരു കൈപ്പിടിയോളമായിത്തീർന്നു. ആ ചെറുതാക്കിയ പുസ്തകം ഫിലിപ്പീനി ഡോക്ടർക്ക് കൈമാറി. അയാൾ നീണ്ട കൈനഖങ്ങൾ ഉള്ള ഇടതുകൈയാൽ ഡെർദയുടെ ഇടതുനെഞ്ചിൽ ശക്തിയോടെ നഖങ്ങളാഴ്ത്തി. നെഞ്ചിൻകൂട് പിളർന്നു ഹൃദയം പുറത്തേക്കു തള്ളി വന്നു. ഡെർദ ഭയത്തോടെ നിലവിളിച്ചെങ്കിലും ശബ്ദം പുറത്തുവന്നില്ല. രക്തവും വരുന്നുണ്ടായിരുന്നില്ല. ആശ്ചര്യം തന്നെ. പതുക്കെ ഡോക്ടർ ഹൃദയത്തെ പുറത്തേക്കെടുത്തു അടുത്ത് നിൽക്കുന്ന ആൾക്ക് കൈമാറി. എന്നിട്ട് കൈയിലുണ്ടായിരുന്ന ‘tutunamayanlar’ ഹൃദയത്തിന്റെ സ്ഥാനത്തു സ്ഥാപിച്ചു. പതുക്കെ ആ പുസ്തകം രക്തം പമ്പ് ചെയ്തു തുടങ്ങി. നെഞ്ച് വീണ്ടും പഴയപോലെ ആക്കി മാറ്റി. ഡെർദ ജീവിതത്തിലേക്ക് തിരിച്ചു വന്നു. ആ പഴയ ഹൃദയത്തെ അവർ ചവറ്റുകുട്ടയിലേക്കു വലിച്ചെറിഞ്ഞു. കാരണം അതിന് ഒരു വിലയുമുണ്ടായിരുന്നില്ല.

കെട്ടിടത്തിന്റെ കഥ

മാനിലയിൽനിന്നും ഏകദേശം 90 കിലോമീറ്റർ അകലെ സ്ഥിതി ചെയ്യുന്ന ആ വെളുത്ത കെട്ടിടം ഒരു പ്രാർത്ഥനാലയമോ അത്ഭുതങ്ങളുടെ കലവറയോ ആയിരുന്നില്ല. അതൊരു ബഹുനില കെട്ടിടത്തിന്റെ ആകൃതിയിലുള്ളതായിരുന്നു. പക്ഷേ അതിന്റെ ഉള്ളിൽ ഒരു മുറി മാത്രമേ ഉണ്ടായിരുന്നുള്ളൂ. അവിടേക്കെത്താൻ നീണ്ട ഒരു ഇടനാഴിയും.

1985ലാണ് എവിടെ നിന്നെന്നറിയാതെ ആ കെട്ടിടം അവിടെ ഉടലെടുത്തത്. ഫിലിപ്പൈൻസിനെ ഒരു ഭൂമികുലുക്കം തകർത്തുകളഞ്ഞ ദിവസമായിരുന്നു അന്ന്. കുറെ ദിവസങ്ങളോളം ആളുകൾ ആ കെട്ടിടം കാണുവാൻ കൂട്ടം കൂടി വന്നിരുന്നു. കാലക്രമേണ അതിനോടുള്ള ആകർഷണം കുറഞ്ഞു വന്നു. അകത്തു കയറാൻ ഒരു വാതിൽ പോലും ഇല്ലാത്ത ആ കെട്ടിടത്തോടുള്ള ആളുകളുടെ ജിജ്ഞാസ ഇല്ലാതായി എന്നുതന്നെ പറയാം.

മൂന്നു കൊല്ലത്തിനു ശേഷം ഒരു വേനൽക്കാലത്തു ഒരു വയസ്സായ ഫിലിപ്പിനോ ആ കെട്ടിടത്തിന് മുന്നിലെത്തി രണ്ടു കൈകൾ കൊണ്ടും ആ കെട്ടിടത്തിന്റെ ചുമരിനെ താങ്ങുന്നതുപോലെ ഇരുന്നു. ചോദിച്ചവരോടെല്ലാം താൻ ഒരാളെ കാത്തിരിക്കുകയാണെന്ന് പറഞ്ഞു. അയാൾ അങ്ങനെതന്നെ രണ്ടു കൊല്ലത്തോളം ആ ഇരുപ്പിരുന്നു. അങ്ങോട്ടും ഇങ്ങോട്ടും ഒട്ടും മാറാതെ. പക്ഷേ അദ്ദേഹത്തിന് ഒട്ടും ക്ഷീണം സംഭവിക്കുകയോ വയസ്സാകുന്നതു പോലെയോ ആർക്കും തോന്നിയില്ല.

അങ്ങനെയിരിക്കെ മറ്റൊരു വേനൽക്കാലത്തു ഫിലിപ്പിനോയുടെ അത്ര തന്നെ പ്രായം തോന്നിക്കുന്ന ഒരു ഇന്ത്യൻ അവിടെയെത്തിച്ചേർന്നു. അയാളുടെ അരയിലെ ബെൽറ്റിൽ ഒരു ചുളിച്ച തലയോട്ടി ഞാന്ന് കിടന്നിരുന്നു. അയാൾ കൊല ചെയ്ത ആളുകളുടെ ആത്മാക്കളിൽ നിന്നും രക്ഷ കിട്ടാനാണ് അയാൾ അവരുടെ തലയോട്ടികൾ ശരീരത്തിൽ കെട്ടി വെച്ചിരുന്നത്. അയാൾ ഒരു ജിവരോ ഗോത്രക്കാരനായിരുന്നു.

അയാൾക്ക് എല്ലാം മുൻകൂട്ടി അറിയാമെന്ന പോലെ ഫിലിപ്പിനോ ഇരുന്നതിനു നാലു മീറ്റർ അകലെ അയാൾ കൈകൾ വെച്ച് അകത്തേക്ക് തള്ളിയപ്പോൾ ആ ചുമർ ഒരു വാതിൽ പോലെ അകത്തേക്ക് തുറന്നു. അതൊരു വലിയ ഗുഹാകവാടം പോലെ തോന്നിച്ചു. ഇനിയൊരിക്കലും അടയ്ക്കാൻ പറ്റാത്ത ആ കവാടത്തിലൂടെ രണ്ടു വൃദ്ധന്മാരും അകത്തേക്കു നടന്നു. അറ്റത്തുള്ള ആ മുറിയിൽ എത്തിയപ്പോൾ കെട്ടിടം അവരോടു പറഞ്ഞു. ‘‘ഇവിടെ നിന്നോളൂ. അവർ നിങ്ങളെ അന്വേഷിച്ചു ഇവിടെ വരും.’’

‘‘ആരാണ് വരുന്നത്?’’ ഫിലിപ്പിനോ ചോദിച്ചു.

‘‘ജീവിതത്തിന്റെ അർത്ഥം കണ്ടെത്തിയ ഒരുവൻ. എന്തിനു വേണ്ടിയാണ് ജീവിക്കേണ്ടത് എന്ന് കണ്ടെത്തിയവരുടെ ഹൃദയത്തിന്റെ സ്ഥാനത്തു നിങ്ങൾ അതിനെ സ്ഥാപിക്കണം. എന്നിട്ട് ഹൃദയത്തിനെ വലിച്ചെറിയണം.’’

‘‘പക്ഷേ ഹൃദയം ഇല്ലാതെ ഒരാൾക്ക് ജീവിക്കാനാകുമോ.’’ ഇന്ത്യക്കാരൻ സംശയിച്ചു.

‘‘നിങ്ങൾ കാണാൻ പോകുകയല്ലേ?’’ കെട്ടിടം പറഞ്ഞു.

‘‘ആരും വന്നില്ലെങ്കിലോ?’’ ഫിലിപ്പിനോ ചോദിച്ചു. ‘ആർക്കാണ് ഹൃദയം ഉപേക്ഷിച്ചും ഒരു കാര്യത്തിനായി ജീവിക്കാൻ കഴിയുക?’’

‘‘അതും നിങ്ങൾക്കിപ്പോൾ കാണാം.’’

‘‘അങ്ങനെയെങ്കിൽ ജീവിതത്തിന്റെ അർത്ഥം കണ്ടെത്താൻ കഴിയാത്തവരുടെ കാര്യമോ? ഇന്ത്യൻ ചോദിച്ചു. ‘‘അവർക്കെന്തു പറ്റും?’’

‘‘അങ്ങനെയുള്ളവർ ജീവിക്കുമ്പോൾ തന്നെ അഴുകിത്തുടങ്ങിയിട്ടുണ്ടാകും. അവരുടെ ഹൃദയവും അതുപോലെത്തന്നെ. അവർ ജീവിച്ചിരുന്നാലും അതൊരു ജീവിതമായിരിക്കില്ല.’’ ഫിലിപ്പിനോ അവസാനത്തെ ചോദ്യം ചോദിച്ചു. ‘‘എന്താണ് പെട്ടെന്ന് ഇപ്പോൾ ഇത് തുടങ്ങാൻ കാരണം? ഇതിനു മുൻപും പലരും ജീവിതത്തിന്റെ അർത്ഥം കണ്ടെത്തിക്കാണില്ലേ?’’

കെട്ടിടം അവസാനമായി പറഞ്ഞു. ‘‘കാരണം ഡെർദ എന്ന് പേരുള്ള ഒരു കുട്ടി ജനിച്ചിരിക്കുന്നു.’’

എന്ത് എന്ന് ചോദിക്കുമ്പോഴേക്കും ഇന്ത്യൻ വൃദ്ധനെ ഒരു കാണാച്ചരടിനാൽ ബന്ധിച്ച് കെട്ടിടത്തിന്റെ പുറത്തേക്ക് എത്തിച്ചുകഴിഞ്ഞിരുന്നു.

ആദ്യത്തെ അവയവമാറ്റം

ഇന്ത്യൻ വൃദ്ധൻ ആ കെട്ടിടത്തിൽനിന്നും ഓടിയിറങ്ങി മരങ്ങൾ നിറഞ്ഞ കാട്ടിലൂടെ നടന്നു നീങ്ങി. കാട്ടിനപ്പുറത്തുണ്ടായിരുന്ന ഒരു ഗ്രാമത്തിലെത്തിച്ചേർന്ന ആ ഇന്ത്യൻ അവിടെ കൂട്ടം കൂടി നിന്ന ഗ്രാമീണരുടെ അടുത്തേക്ക് ചെന്നു. അവർക്കു നടുവിൽ ഒരു ബാലൻ ബോധരഹിതനായി കിടക്കുന്നുണ്ടായിരുന്നു. ആ കുട്ടിയുടെ കൈയിൽ ഒരു കടലാസ് ചുരുൾ ഇറുക്കി പിടിച്ചിട്ടുണ്ടായിരുന്നു. ഗ്രാമീണരുടെ സഹായത്തോടെ ബാലനെ കെട്ടിടത്തിലെ അകത്തെ മുറിയിലേക്ക് കൊണ്ട് വന്നു. ഫിലിപ്പിനോ ആ കുട്ടിയുടെ കൈയിൽനിന്നു ആ കടലാസ്സ് ചുരുൾ പുറത്തെടുത്തു. അതൊരു ഡോളർ കറൻസി

നോട്ടായിരുന്നു. അതിനുശേഷം അവന്റെ നെഞ്ച് പിളർന്നു ഹൃദയം പറിച്ചെടുത്തു. ആ ഡോളർ നോട്ട് അവന്റെ ഹൃദയത്തിനു പകരം വെച്ച് നെഞ്ച് പൂർവ്വസ്ഥിതിയിലാക്കി. ആ കുട്ടിക്ക് ഒരു അമേരിക്കൻ ടൂറിസ്റ്റിൽ നിന്നും ലഭിച്ചതായിരുന്നു ആ നോട്ട്. അത് കൈയിൽ കിട്ടിയതോടെ അവന്റെ ജീവിതലക്ഷ്യം അവനു വ്യക്തമായി. പണം.

കെട്ടിടത്തിൽ നടന്ന ആദ്യത്തെ അവയവമാറ്റമായിരുന്നു അത്. കുട്ടിയുടെ അസുഖം മാറിയെന്നു മനസ്സിലാക്കിയ ഗ്രാമീണർ അവരുടെ മുന്നിൽ മുട്ട് കുത്തി നമസ്കരിച്ചു. ഇന്ത്യൻ വൃദ്ധൻ ഗ്രാമീണരോട് പറഞ്ഞു. ''നിങ്ങൾക്ക് ആർക്കെങ്കിലും ജീവിതത്തിന്റെ ലക്ഷ്യം മനസ്സിലായാൽ അത് താമസിയാതെ എല്ലാവർക്കും ബോധ്യപ്പെടുകയും അങ്ങനെ ലക്ഷ്യം മനസ്സിലായവരുടെ ഒരു സൈന്യം തന്നെ ഉണ്ടാകുകയും ചെയ്യും.''

ലോകത്താകമാനമുള്ള ജനങ്ങളിൽ ജീവിതത്തിന്റെ ലക്ഷ്യം കണ്ടവരെ ഈ കെട്ടിടത്തിലെത്തിക്കുകയും ലക്ഷക്കണക്കിനാളുകളുടെ അവയവ മാറ്റം നടത്തുകയും ഹൃദയങ്ങൾ വലിച്ചെറിയുകയും ചെയ്തു. ലോക ആരോഗ്യ സംഘടനാ (WHO) മാറ്റിയ ഹൃദയങ്ങൾ സൂക്ഷിച്ചു വെച്ച് ആവശ്യമുള്ളവർക്കു നൽകാമെന്ന് ഒരു നിർദ്ദേശം വെച്ചെങ്കിലും കെട്ടിടം പറഞ്ഞു 'വലിച്ചെറിയൂ ആവശ്യമില്ലാത്ത ഹൃദയങ്ങളെ.'

അവസാനത്തേത്

വീട്ടിൽ തിരിച്ചെത്തിയപ്പോൾ ഡെർദയുടെ കണ്ണുകളും മനസും വീണ്ടും പ്രവർത്തിച്ചു തുടങ്ങി. അവനെ കൊണ്ടുപോയ മൂന്നാളുകൾ അവൻ മുൻപ് കിടന്നിരുന്ന അതേ സ്ഥലത്തു കിടത്തിയിട്ടാണ് പോയത്. അവൻ കൈകൾ കൊണ്ട് നെഞ്ചിലിരുന്ന പുസ്തകത്തിനായി പരതി. വീട്ടിലൊരിടത്തും പുസ്തകം കണ്ടെത്താനായില്ല. പെട്ടെന്ന് തന്നെ അവൻ തിരച്ചിൽ നിർത്തി. ഇനി എന്തിനാണ് ആ പുസ്തകം? അവനു ചിരി വന്നു. അതിലുള്ളതെല്ലാം തനിക്കു മനപ്പാഠമാണല്ലോ.

ആ ദിവസത്തിന് ശേഷം ഡെർദ 'tutunamayanlar' എന്ന പുസ്തകം അന്വേഷിച്ചിട്ടില്ല. വെള്ളക്കെട്ടിടത്തിനെക്കുറിച്ചും അവൻ അന്വേഷിച്ചിട്ടില്ല. ഡെർദ ജനിച്ച ദിവസം തന്നത്താൻ ഉണ്ടായ ആ കെട്ടിടം ഡെർദയുടെ അവയവമാറ്റത്തിനു ശേഷം തനിയെ ഇല്ലാതായിരുന്നു. അത് മുങ്ങിപ്പോയപ്പോൾ അതിലുണ്ടായിരുന്ന ആൾക്കാരെല്ലാം രക്ഷപ്പെട്ടെങ്കിലും ആ രണ്ടു വൃദ്ധന്മാരും അതിനുള്ളിൽ തന്നെ ഇരുന്നു. അവർക്കറിയാമായിരുന്നു ഡെർദയുടെ ഹൃദയം മാറ്റിയതോടെ ദൗത്യം

അവസാനിച്ചെന്ന്. അവർക്കു മനസ്സിലാവാത്ത ഒരു കാര്യമേ ഉണ്ടായിരുന്നുള്ളൂ. ഇന്ത്യൻ ചോദിച്ചു. ''എന്തായിരുന്നു ആ പുസ്തകം?''

ഫിലിപ്പിനോ പറഞ്ഞു, ''എനിക്കറിയില്ല... പക്ഷേ ഒരു കാര്യം പറയാം. ആ പുസ്തകം കൊണ്ടേ വളരെയധികം ആൾക്കാർ ജീവിതത്തിന്റെ അർത്ഥം മനസ്സിലാക്കിയിട്ടുണ്ട്.''

(കൈയെഴുത്തു പ്രതി അവസാനിച്ചു)

''**അ**ദ്ദേഹം വേറെ എന്തെങ്കിലും പുസ്തകം എഴുതിയിട്ടുണ്ടോ?''

''എഴുതിക്കാണണം. പക്ഷേ നമ്മുടെ കൈയിൽ ഇല്ല. ഏതെങ്കിലും ബുക്ക് ഷോപ്പുകളിൽ കാണും.'' സറുഹാൻ പറഞ്ഞു.

അപ്പോൾത്തന്നെ അടുത്തുള്ള ഒരു ബുക്ക് ഷോപ്പിലേക്ക് ഡെർദ ഓടിപ്പോയി. അബ്ദുല്ല വരുന്നതിനു മുൻപേ തിരിച്ചെത്തണം. ആദ്യമായാണ് ഡെർദ ഒരു ബുക്ക് ഷോപ്പിൽ കയറുന്നത്. മുൻപിൽ വന്ന ജീവനക്കാരിയോട് അവൻ ചോദിച്ചു. ഓഗസ് അറ്റെയുടെ എന്ന് പറയാൻ തുടങ്ങിയപ്പോഴേക്കും അവൾ പോയി 'tutunamayanlar' എടുത്തുകൊണ്ടു വന്നു.

''അതെന്റെ കൈയിലുണ്ട്.'' അതോ ഉള്ളിലുണ്ട് എന്നാണോ പറയേണ്ടത്. അപ്പോൾ ആ സ്ത്രീ 'വെയ്റ്റിംഗ് ഫോർ ഫിയർ' എന്ന പുസ്തകവും കുറച്ചു ജേർണലുകളും അവനു കൊണ്ടുവന്നു കൊടുത്തു. ഇത് മാത്രമാണ് ഞങ്ങളുടെ കൈയിൽ ഇനി ഉള്ളത്. പണം കൊടുത്ത് ഓടിയ അവന് അബ്ദുല്ലായുടെ വാൻ വരുന്നതിനു തൊട്ടു മുൻപ് എത്തിച്ചേരാൻ സാധിച്ചു.

അന്ന് രാത്രി മുറിയിലെ മങ്ങിയ ബൾബിന്റെ വെളിച്ചത്തിൽ ആ ബുക്ക് ഡെർദ വായിച്ചു തീർത്തു. അവസാനം അവന് ആ ശവക്കല്ലറയിലെ മാർബിൾ കല്ലിന്റെ ശബ്ദം കേൾക്കാൻ കഴിഞ്ഞു. ആ പുസ്തകത്തിലെ അവസാന കഥയുടെ അന്ത്യം ഇങ്ങനെയായിരുന്നു.

''ഞാൻ ഇവിടെയുണ്ട്. പ്രിയപ്പെട്ട വായനക്കാരാ നിങ്ങൾ എവിടെയാണ്?''

''ഇതാ ഞാൻ ഇവിടെയുണ്ട്.'' ഡെർദ ഉറക്കെ പറഞ്ഞുകൊണ്ട് ചാടി എഴുന്നേറ്റു. അവൻ ഓഗസ് അറ്റെയുടെ കല്ലറയിലേക്കു നടന്നു നീങ്ങി. അവിടെയെത്തി അവൻ താഴെയിരുന്നു പറഞ്ഞു. ''ഇതാ ഞാൻ ഇവിടെ. എപ്പോഴും ഞാൻ ഇവിടെയുണ്ടായിരുന്നു. എപ്പോഴും...''

ഡെർദ കരയുകയായിരുന്നു. എന്തിനാണ് കരയുന്നതു എന്ന് അവനു മനസ്സിലായില്ല. എന്നും അവൻ ഒറ്റയ്ക്കായിരുന്നു. അതു

കൊണ്ടാണോ? അല്ലെങ്കിൽ ഓഗസ് അറ്റെയുടെ കല്ലറയുടെ അടുത്തെത്തിയതിനാലാണോ. അറിയില്ല. എങ്കിലും കരയുന്നതിനിടയിലും അവൻ പറയുന്നുണ്ടായിരുന്നു. ''ഞാൻ ഇവിടെയുണ്ട്. ഇവിടെയുണ്ട്..''

'വെയ്റ്റിംഗ് ഫോർ ഫിയർ' എന്ന പുസ്തകം ഒറ്റ രാത്രി കൊണ്ടേ വായിച്ചു തീർന്നെങ്കിലും അതിന്റെ ശരിയായ ഉള്ളടക്കമെന്താണെന്നോ കഥാപാത്രങ്ങളുടെ പേരോ മറ്റു വിവരങ്ങളോ പറയുവാനോ അവനു കഴിയുമായിരുന്നില്ല. എന്നിരുന്നാലും അവൻ പറഞ്ഞപോലെ മരണം വരെ അവൻ അവിടെയുണ്ടാകും. വേണമെങ്കിൽ അതിനു ശേഷവും. ആകാശത്തോ അതിനപ്പുറത്തുള്ള ഏതെങ്കിലും സ്ഥലത്തോ ഒരുമിച്ച് അവനും ഉണ്ടാകും. അറിയപ്പെടുന്നതിനും അങ്ങേപ്പുറത്തുള്ള, ശരീരം കൊണ്ട് എത്തിപ്പെടാൻ സാധിക്കാത്ത ആ സ്ഥലത്ത്. പേരറിയാൻ പറ്റാത്ത സംഗീതോപകരണങ്ങൾ മധുരമായ നാദം തീർക്കുന്ന, മഴവിൽ നിറങ്ങളാൽ മിന്നിത്തിളങ്ങുന്ന സ്ഥലം. അതിനെ ബുദ്ധിശക്തിക്കോ അജ്ഞാനശക്തിക്കോ വിവരിക്കാൻ കഴിയുകയില്ല. ഓഗസ് അറ്റെ ഇവിടെയാണ്.

അന്ന് രാത്രി ഡെർദ ആ ശവപ്പറമ്പിൽ രണ്ടു കല്ലറകൾക്കിടയിലായി കിടന്നുറങ്ങി.

ഡെർദ ഓഗസ് അറ്റെയുടെ ജേണലുകൾ വായിക്കുകയായിരുന്നു.

''എനിക്ക് തീർത്തും ആശയറ്റ ഒരു തോന്നലാണ്.''

ഡെർദ വിഷമത്തോടെ വായിച്ചു.

''എന്ത് സംഭവിച്ചാലും കുഴപ്പമില്ല. പക്ഷേ എന്നോട് അൽപ്പം കരുണ കാണിച്ചാൽ മതിയായിരുന്നു..

''അതെ.'' ഡെർദ പറഞ്ഞു. ''തീർത്തും ശരിയാണ്. അദ്ദേഹത്തോട് ബഹുമാനം കാണിക്കേണ്ടത് തന്നെയാണ്.''

''ഈ ലോകം മൊത്തത്തിൽ വ്യാജവും കെട്ടിച്ചമച്ചതുമാണ്.''

അതെ ശരിയാണ്.

''ഞാൻ എഴുതുന്നതൊന്നും ആർക്കും മനസ്സിലാകുന്നില്ലല്ലോ.''

എനിക്ക് മനസ്സിലായില്ലെങ്കിലും ഞാൻ ഒപ്പമുണ്ട്.

''എല്ലാ രാജ്യത്തും മണ്ടന്മാരുണ്ട്. അവർക്ക് വിദേശത്തു നിന്നുമുള്ള സാഹിത്യകൃതികളേ വേണ്ടൂ. ഞാൻ എഴുതുന്നതൊന്നും വേണ്ട. ഇവരിൽ നിന്നും എന്നെ മനസ്സിലാക്കുന്ന ഒരു പറ്റം ആളുകൾ ഉണ്ടാകുമെന്നാണ് ഞാൻ കരുതുന്നത്.''

''പക്ഷേ എനിക്ക് ഒന്നും ശരിയാകുമെന്ന് വിശ്വാസമില്ല.''

''അവസാനം ഞാനും എല്ലാ പ്രയത്നങ്ങളും വേണ്ട എന്ന് വെക്കേണ്ടിവരുമെന്നാണ് തോന്നുന്നത്.''

ഡെർദ കരഞ്ഞു കൊണ്ടേയിരുന്നു. അവനു സങ്കടം അടക്കാൻ കഴിഞ്ഞില്ല. കണ്ണുനീർത്തുള്ളികൾ കടലാസിൽ വീണത് അവൻ തുടച്ചു മാറ്റി. ഓഗസ് അറ്റെ തൊട്ടടുത്തുണ്ടെന്നു അവനു തോന്നി. അവനെപ്പോലെ തന്നെ ഓഗസ് അറ്റെയും ഒറ്റപ്പെടുകയും ദുഃഖിതനും ആയിരുന്നെന്നു അവനു തോന്നി. 1977ൽ നിന്നും 1934 കുറച്ചെടുക്കുവാൻ അവനു വളരെയധികം സമയം വേണ്ടി വന്നു. അവസാനം 43 വയസ്സിലാണ് ഓഗസ് അറ്റെ മരിച്ചതെന്ന് അവൻ മനസ്സിലാക്കി. അവൻ ആ പറമ്പിലെ മറ്റു കല്ലറകളിലെല്ലാം ദ്വേഷ്യത്തോടെ നോക്കി. എല്ലാവരും 43 വയസ്സിലും കൂടുതൽ ജീവിച്ചിരുന്നവരായിരുന്നു. അവരോടെല്ലാം അവനു വെറുപ്പായി. ഓഗസ് പറഞ്ഞ ചില മണ്ടന്മാർ ഇവരിലും ഉണ്ടായിരുന്നിരിക്കാം.

വീട്ടിലെത്തി കൈയിലുണ്ടായിരുന്ന മൂന്നു പുസ്തകങ്ങളും അട്ടിയട്ടിയായി വെച്ച് അതിൽ തല വെച്ച് ഡെർദ മലർന്നു കിടന്നു. മേൽക്കൂരയിലേക്കു നോക്കിയിട്ടു ഡെർദ ആലോചിച്ചു. എനിക്ക് ഇനിയും വായിക്കണം. ഓഗസ് അറ്റെയെപ്പറ്റി എല്ലാം മനസ്സിലാക്കണം.

എന്തിനാണ് 43-ാം വയസ്സിൽ മരിച്ചത്. അസുഖമായിരുന്നോ അതോ മറ്റു വല്ല കാരണം കൊണ്ടോ. ജേർണലിൽ ചില വിവരങ്ങൾ ഉണ്ടായിരുന്നെങ്കിലും ഒന്നും പൂർണമല്ല. എന്തായാലും തന്റെ അമ്മയെ പോലെയായിരിക്കില്ല മരിച്ചത്. ധാരാളം ആളുകളെ കണ്ടു അവരെ നോക്കികൊണ്ടായിരിക്കണം. ഇതൊക്കെ എങ്ങനെ അറിയാൻ സാധിക്കും? ആരോട് ചോദിക്കും?

''**അ**പ്പോൾ നിനക്ക് ഓഗസ് അറ്റെയെപ്പറ്റി ഇനിയും അറിയണം അല്ലെ.'' സറുഹാൻ ചോദിച്ചു. ''ഇനി ജീവചരിത്രം നോക്കിയാൽ മതി.''

''അതെവിടെ കിട്ടും?''

''ഒന്ന് ശല്യപ്പെടുത്താതെ പോ. അതും പുസ്തകക്കടയിൽ തന്നെ കിട്ടും.''

ഡെർദ വീണ്ടും ബുക്ഷോപ്പിൽ ചെന്നു. ഇപ്പോൾ ഡെർദയ്ക്ക് അവിടെ നല്ല സ്വീകരണമാണ് കിട്ടുന്നത്. കാരണം അവൻ ഒരു നല്ല കസ്റ്റമർ ആയി മാറിയിരുന്നു.

അവന്റെ ആവശ്യമറിഞ്ഞ് ആ യുവതി ഓഗസ് അറ്റെയുടെ ജീവ

ചരിത്രം കൊണ്ടുവന്നു. ''അവസാനത്തെ കോപ്പിയാണ്.'' അവൾ പറഞ്ഞു.

പോക്കറ്റിൽ ആവശ്യത്തിനുള്ള പണമില്ലാതിരുന്ന ഡെർദ ചോദിച്ചു. ''ഇത് ഞാൻ കൊണ്ടുപോയി നാളെ തിരിച്ചു തന്നാൽ മതിയോ?''

ആ യുവതി ചിരിച്ചുകൊണ്ട് പറഞ്ഞു. ''അതൊന്നും നടക്കില്ല.''

പെട്ടെന്ന് ആ പുസ്തകവുമെടുത്തു ഓടിയ ഡെർദയെ പിന്തുടരാൻ കഴിയാതെ ആ യുവതി സ്തംഭിച്ചു നിന്നു. ഇതെല്ലാ കണ്ടു നിന്നിരുന്ന സറുഹാൻ കൗതുകത്തോടെ തലകുലുക്കിയിട്ട് പറഞ്ഞു. ''ഈ ചെക്കന് വട്ടാണ്.''

ഡെർദ സെമിത്തേരിയിലേക്കു കടക്കാൻ തുടങ്ങിയപ്പോൾ ഒരു ശബ്ദം അവനെ തടഞ്ഞു.

ഒരു പുതിയ കാവൽക്കാരൻ പണ്ട് യാസിൻ താമസിച്ചിരുന്ന കാവൽപ്പുരയുടെ മുൻപിൽ നിൽക്കുന്നുണ്ടായിരുന്നു.

''ഇനി ഇതുവഴിയുള്ള യാത്രയൊന്നും നടക്കില്ല.'' അയാൾ പറഞ്ഞു. ഡെർദ അയാളെ കുറച്ചു നേരം നോക്കി നിന്നു. എന്നിട്ട് ചോദിച്ചു.

''യാസിൻ ചേട്ടൻ എവിടെ പോയി.''

''അതൊന്നും എനിക്കറിയില്ല. നീ സ്ഥലം കാലിയാക്കാൻ നോക്ക്.''

രണ്ടാഴ്ചയായി ഇതു വഴി വരാതിരുന്ന കാരണം ഡെർദയ്ക്ക് അവിടെ നടന്ന മാറ്റങ്ങളൊന്നും അറിഞ്ഞിരുന്നില്ല. യാസിന്റെ പണി അവർ മതിയാക്കിയിരുന്നു. യാസിൻ അവന്റെ ബാഗ്ളാമയും എടുത്തു 24 കൊല്ലം ജോലി ചെയ്തിരുന്ന സ്ഥലം ഉപേക്ഷിച്ചു പോയിരുന്നു.

യാസിൻ കരുതിക്കാണും ഇനിയും മരിച്ചവരുമായി കഴിയുന്നതിലും ഭേദം വേറെ എന്തെങ്കിലും ആയിരിക്കുമെന്ന്. സ്വന്തം ഗ്രാമത്തിൽ തിരിച്ചെത്തിയ അയാളോട് അമ്മ ചോദിച്ചു. ''മകനേ, നീ ഇത്ര നാളും എന്താണ് ചെയ്തത്?''

''ഒന്നും ചെയ്തില്ല. വെറുതെ കാത്തിരുന്നു.''

''ഇനി എന്താണ് ചെയ്യാൻ ഉദ്ദേശിക്കുന്നത?''അവർ ചോദിച്ചു

''കാത്തു കാത്തിരുന്ന് എനിക്ക് മതിയായി. ഇനി വേറെ എന്തെങ്കിലും ചെയ്യണം.''

''അതെ എന്താണ്?'' അവർ വീണ്ടും ചോദിച്ചു.

പക്ഷേ യാസിൻ ഒന്നും ചെയ്തില്ല. വെറുതെയിരുന്നു. മരിക്കുന്നതു വരെ. അയാൾ ഈ ലോകത്തു നിന്നും ഒരു ഓർമയും ബാക്കി നിർത്താതെ പോയി. അയാൾ ഈ ലോകത്തിൽ വന്നിട്ടേയില്ല എന്ന്

തോന്നും. മറ്റുള്ള മനുഷ്യരിൽ നിന്നും തീർത്തും വ്യത്യസ്തൻ. മറ്റുള്ളവരെല്ലാം എന്തെങ്കിലും ജീവിതത്തിൽ ചെയ്തിട്ടുണ്ടാകും. മരിച്ചതിനുശേഷം അവർക്കു സ്വർഗ്ഗത്തിൽ പോകണം ചിലർക്ക് പ്രകൃതിയിൽ ലയിക്കണം. ചിലർക്ക് പുനർജ്ജനിക്കണം. പക്ഷേ ആർക്കും യാസിനെപോലെ ഈ ഭൂമുഖത്തുനിന്നും തീർത്തും മാഞ്ഞുപോകാൻ കഴിയില്ല. ഒന്നും ബാക്കി വെക്കാതെ പോകാനുള്ള ധൈര്യം ആർക്കും തന്നെയില്ല. എല്ലാവരുടെയും ഉള്ളിൽ അനശ്വരതയ്ക്കായുള്ള ഒരു ദാഹമുണ്ട്. പക്ഷേ യാസിൻ ധാരാളം മരണങ്ങൾ കണ്ടതുകൊണ്ടാവണം ഒരു ആഗ്രഹവുമില്ലാതെ മരിക്കാൻ പറ്റിയത്. ജീവിതം തന്നെ ഒരു ആഗ്രഹവുമില്ലാതെ ജീവിച്ച അയാൾക്ക് മരിക്കാൻ എന്താണ് വിഷമം.

ഡെർദ സെമിത്തേരിയുടെ മതിൽ ചുറ്റി വളഞ്ഞു അവന്റെ വീടിനടുത്തേക്കു നടന്ന എത്തി. കുറച്ചു കൂടി നടന്നു അവൻ സെമിത്തേരിയിലേക്കു കടക്കാറുള്ള ദ്വാരത്തിനടുത്തെത്തി. ആ ദ്വാരവും അവർ സിമന്റിട്ടു അടച്ചിരുന്നു. അന്ന് കാലത്തു കൂടി അവൻ അതിലൂടെ കടന്നു കുഴിമാടം വൃത്തിയാക്കിയതാണ്. ആ മതിലിനു മുകളിൽ അവർ ഒരു കമ്പിവേലി കൂടി ഉണ്ടാക്കി വെച്ചിരുന്നു. അല്ലെങ്കിൽ അതിനു മുകളിലൂടെ അവനു കടക്കമായിരുന്നു. അവനെ ഓഗസ് അറ്റെയുമായി അവർ തീർത്തും അകറ്റിയിരിക്കുന്നു. ഇനി മതിലിൽ ഒരു പുതിയ ദ്വാരം ഉണ്ടാക്കണമെന്ന് മനസ്സിലോർത്തു വീടിന്റെ വാതിൽ തുറന്ന ഡെർദയെ എതിരേറ്റത് ഒരു വയസ്സന്റെ കാലുകളാണ്. ഒരു വയസ്സായ മനുഷ്യൻ കമിഴ്ന്നു കിടന്നു മേലോട്ടും താഴോട്ടും അരക്കെട്ടു ഇളക്കുന്നുണ്ടായിരുന്നു. അയാൾക്ക് താഴെ രണ്ടു ചെറിയ കാലുകൾ തള്ളി നിന്നിരുന്നു. രണ്ടുപേരും ഉച്ചത്തിൽ അലറുന്നുണ്ടായിരുന്നു. ഒരാൾ ആനന്ദത്താലും മറ്റെയാൾ വേദനയിലും. ഡെർദ അലറി വിളിച്ചു.

''എന്താണ് ഇവിടെ നടക്കുന്നത്?''

അവർ ചാടി എഴുന്നേറ്റു. തന്റെ നഗ്നത കൈകളാലും പുതപ്പിനാലും മറച്ചു.

''ഡെർദ, ഞാൻ നിന്റെ അച്ഛനാണ്.'' ആ വയസ്സൻ പറഞ്ഞു

''എടാ, നീ എന്തിനാണ് അലറുന്നത്?'' ആ പെൺകുട്ടി ചോദിച്ചു. അവൾ അടുത്ത വീട്ടിലെ സുരയ്യ എന്ന പെൺകുട്ടിയായിരുന്നു.

ഡെർദ അവന്റെ അച്ഛൻ സുരയ്യയ്ക്ക് പണം എണ്ണി നൽകുന്നത് നിശ്ശബ്ദനായി നോക്കി നിന്നു. അവൾ ആവശ്യപ്പെട്ട പണം കിട്ടിയപ്പോൾ വാതിലിനടുത്തേക്കു നീങ്ങി ഡെർദയോട് പറഞ്ഞു. ''നീ ഇങ്ങനെ ഇടിച്ചു കയറി വരേണ്ട ഒരാവശ്യവും ഉണ്ടായിരുന്നില്ല.''

ആ വയസ്സൻ എഴുന്നേറ്റു പാന്റിന്റെ സിപ് ഇട്ടുകൊണ്ട് ഡെർദയെ നോക്കി വാത്സല്യത്തോടെ പറഞ്ഞു. ''എന്റെ മകൻ. എന്റെ സിംഹക്കുട്ടി.''

ഡെർദ അയാളെ ശക്തമായി തള്ളി നീക്കി.

''എടാ കഴുതേ, നീ എന്തിനാ എന്നോട് ചൂടാകുന്നത്? അവൾ നിന്റെ പെണ്ണൊന്നുമല്ലല്ലോ. എന്തായാലും ഇനി ഇങ്ങനെയൊന്നും ഉണ്ടാവില്ല. പോരേ?'' അയാൾ ഡെർദയുടെ അടുത്തെത്തി ചുമലുകളിൽ പിടിച്ചു പറഞ്ഞു. ''നീ വലുതായിരിക്കുന്നു. ശക്തനും സുന്ദരനും.''

അയാളുടെ ഓരോ വാക്കും വെറുപ്പോടെ കേട്ട ഡെർദ പറഞ്ഞു.

''അമ്മ മരിച്ചു പോയി.''

''എന്ത് മരിച്ചു പോയോ? ആ പെൺകുട്ടി പറഞ്ഞത് അവൾ നാട്ടിലേക്കു പോയി എന്നാണല്ലോ.''

''ഉം. അതാണ് ഞാൻ എല്ലാവരോടും പറഞ്ഞിട്ടുള്ളത്. ശരിക്കും അവർ അഞ്ചു വർഷം മുൻപ് മരിച്ചു. ഞാൻ അവരെ ചെറിയ കഷ്ണങ്ങളാക്കി മുറിച്ചു സെമിത്തേരിയിൽ കുഴിച്ചിട്ടു.''

''മുറിച്ചിട്ട്...'' അയാൾ അവിശ്വസനീയതയോടെ അവനെ നോക്കി.

''നീ എന്താണ് പറയുന്നത് മോനേ?''

''അതുതന്നെ. ഞാൻ അവരെ മുറിച്ചു ചെറിയ തുണ്ടങ്ങളാക്കി കുഴിച്ചിട്ടു. അല്ലെങ്കിൽ അവരെന്നെ അനാഥാലയത്തിലേക്ക് അയയ്ക്കുമായിരുന്നു.''

''എടാ ചെക്കാ, നീ എന്തൊക്കെയാണ് പറയുന്നത്. വല്ല ബോധവുമുണ്ടോ? ശരിക്കും പറ. അമ്മ എവിടെയാണ്?''

ഡെർദ പറഞ്ഞു. ''ആ പെൺകുട്ടിക്ക് പതിമ്മൂന്നു തികഞ്ഞിട്ടില്ല.''

''എടാ, നീ എന്റെ കൈയിൽ നിന്നും വാങ്ങും.'' അയാൾ മുന്നോട്ടാഞ്ഞു.

''അവൾ നിങ്ങൾക്ക് നല്ല സുഖം നൽകിയോ? നാശം പിടിച്ചവനേ'' എന്ന് പറഞ്ഞു. അയാളുടെ മുഖത്തേക്ക് ഡെർദ മുഷ്ടി ചുരുട്ടി ഇടിച്ചു. അയാളുടെ പല്ലു പൊട്ടുന്ന ശബ്ദം കേട്ടു. അവൻ വീണ്ടും ഇടിച്ചു. ഇത്തവണ മൂക്കിലായിരുന്നു. ചോര ചീറ്റി. അയാൾ കിടക്കയിലേക്ക് വീണു. ഡെർദ മുട്ടുകുത്തിയിരുന്ന് അയാളുടെ മുടിയിൽ പിടിച്ചു പൊന്തിച്ചു അവസാനമായി മുഖത്ത് ഒന്നു കൂടി ഇടിച്ചു. അനങ്ങാതെ കിടക്കുന്ന അയാൾ മരിച്ചോ എന്ന് അവനു തീർച്ചയില്ല. എങ്കിലും അവൻ ആലോചിച്ചു. കുറച്ചു മുൻപേ ആനന്ദത്താൽ

തുള്ളിക്കളിച്ചിരുന്ന അയാൾ ഇപ്പോൾ ഒരു ശവത്തെ പോലെ കിടക്കുന്നു. അച്ഛനും മകനും കുറച്ചുനേരം ഒന്നും പറയാനാവാതെ മുഖത്തോടു മുഖം നോക്കി.

ആ വയസ്സന്റെ പേര് സെലാൽ എന്നായിരുന്നു. പഴയകാലത്തു അയാൾക്കൊരു ഇരട്ടപ്പേരുണ്ടായിരുന്നു. ചെള്ള്. എന്തായാലും അയാളുടെ പേരോ ഇരട്ട പേരോ പതിനൊന്നു കൊല്ലത്തെ ജയിൽ വാസമോ അയാളെ ഈ അവസ്ഥയിൽനിന്നും രക്ഷിക്കാനായില്ല. പതിനൊന്നു കൊല്ലത്തെ ജയിൽവാസത്തിനിടയ്ക്ക് അയാൾ ഒരു സ്ത്രീയെ അനുഭവിച്ചിട്ടില്ലായിരുന്നു. വീട്ടിലേക്കു കയറുമ്പോഴാണ് അയാൾ സുരയ്യ അടുത്ത വീട്ടിൽ നിൽക്കുന്നത് കണ്ടത്. അയാൾ വിളിച്ചപ്പോഴേക്കും അവൾ ഓടി വന്നു. ചോദിക്കുന്നതിനു മുൻപേ തന്നെ അവളുടെ വിലയും പറഞ്ഞു.

സെമിത്തേരിയിലെ ഭിക്ഷയെടുക്കുന്ന ജോലി അവസാനിച്ചപ്പോൾ സുരയ്യ കണ്ടെത്തിയ പുതിയ വഴി ഇതായിരുന്നു. അവളുടെ അമ്മയ്ക്കും അതിൽ എതിർപ്പുണ്ടായിരുന്നില്ല.

ഇപ്പോൾ അവൾക്കു അവിടെയുള്ള ആണുങ്ങൾക്കിടയിൽ നല്ല വിലയാണ്. എല്ലാവരും അവളുടെ സമയത്തിനായി മിഠായിയും മധുരപലഹാരങ്ങളുമായി കാത്തു നിൽക്കുന്നു.

ഡെർദ മാത്രം ഇപ്പോഴും അവളെ അവഗണിച്ചിരുന്നു. അതിൽ സുരയ്യയ്ക്ക് അവനോട് ദ്വേഷ്യമുണ്ടായിരുന്നു. എന്തായാലും അവനെ ഈ രീതിയിലെങ്കിലും ഒന്ന് വിഷമിപ്പിക്കാൻ കഴിഞ്ഞതിൽ അവൾക്കു സന്തോഷം തോന്നി. അവന്റെ അച്ഛനോടൊപ്പം തന്നെ നഗ്നയായി കണ്ടപ്പോഴത്തെ അവന്റെ മുഖഭാവം കാണേണ്ടതുതന്നെ. അവരുടെ വീട്ടിൽ നിന്നും ബഹളം കേട്ടപ്പോൾ അവൾ ഓടിച്ചെന്നു വാതിലിൽ മുട്ടി.

‘‘എന്താ വേണ്ടത്?’’ ഡെർദ വാതിൽ തുറന്നു ചോദിച്ചു.

‘‘ഇവിടെ എന്തൊക്കെയോ ബഹളം കേട്ടല്ലോ?’’

ചോദ്യം അവഗണിച്ചു ഡെർദ ചോദിച്ചു. ‘‘നീ ഇത് തുടങ്ങിയിട്ട് എത്ര നാളായി?’’

മനസ്സിലാകാത്തപോലെ അവനെക്കൊണ്ട് അത് തെളിച്ചു പറയിപ്പിക്കുവാൻ വേണ്ടി അവൾ ചോദിച്ചു ‘‘എന്ത് തുടങ്ങിയിട്ട്?’’

അവന്റെ മൂർച്ചയുള്ള നോട്ടം അവളിൽ തുളച്ചിറങ്ങി.

‘‘ഞാൻ എന്ത് ചെയ്താൽ നിനക്കെന്താ? ഞാൻ നിന്റെ കാമുകിയൊന്നുമല്ലല്ലോ.’’

‘‘നിന്റെ അമ്മയ്ക്കിതറിയാമോ?’’ അവൻ ചോദിച്ചു.

''നീ ഒരു മരമണ്ടനാണെന്ന കാര്യം നിനക്കറിയാമോ?'' അവൾ ചോദിച്ചു.

അവളോട് എന്ത് പറയണമെന്നറിയാതെ അവൻ നിന്നു. ആ പതിമ്മൂന്നുകാരിയുടെ മുൻപിൽ തീരെ ചെറുതായപോലെ അവനു തോന്നി. ഈ ലോകത്തിലെ എല്ലാ പെൺകുട്ടികളോടും അമ്മമാരോടും കുഞ്ഞുങ്ങളോടും എല്ലാവരോടും അവനു ദ്വേഷ്യം വന്നു. എല്ലാവരും ചീത്തയാണ്.

വയസ്സനെവിടെ എന്ന് അകത്തേക്ക് എത്തിനോക്കിയ അവളുടെ മുഖത്തേക്ക് വാതിൽ വലിച്ചടച്ച് അവൻ പറഞ്ഞു. ''ഞാൻ എല്ലാവരെയും നശിപ്പിക്കും.''

അവൻ വയസ്സന്റെ മുഖത്തിന് നേരെ കാലുയർത്തി ചവിട്ടാനോങ്ങി. പിന്നെ എന്തോ ആലോചിച്ചു വേണ്ട എന്ന് വെച്ച് അവിടെ കിടന്ന ഓഗസ് അറ്റെയുടെ ജീവചരിത്രം എടുത്തു തുറന്നു. അവൻ വായിക്കാൻ തുടങ്ങി.

മൂന്നോളം പേജുകൾ വായിച്ചതിനു ശേഷം അവൻ വീടുപേക്ഷിച്ചു പുറത്തേക്കു കടന്നു. വാതിലടയ്ക്കാനൊന്നും മിനക്കെട്ടില്ല. അവന്റെ പുസ്തകങ്ങൾ മാത്രം കൈയിലെടുത്തു. സുരയ്യയും അമ്മയും അവൻ പോകുന്നത് നോക്കി നിന്നു. അവർ അവന്റെ വീട്ടിലേക്ക് ഓടിച്ചെന്നു നോക്കി. ചോരയൊലിച്ചു കിടക്കുന്ന വയസ്സനെ അവർ പൊക്കി കിടത്തി. എന്നിട്ട് സുരയ്യയോട് പഞ്ഞി എടുത്തു കൊണ്ടുവരാൻ പറഞ്ഞു. അവർ ആൾക്കാരെ സഹായത്തിനു വേണ്ടി വിളിച്ചു.

പുസ്തക ഗോഡൗണിൽ ചെന്ന ഡെർദയോട് സുലൈമാൻ ചോദിച്ചു. ''ഇന്നലെ നീ എവിടെയായിരുന്നു?''

ആദ്യമായിക്കണ്ട അച്ഛനെ ഇടിച്ച് അവശനാക്കിയിട്ടാണ് വരുന്നതെന്ന് പറയാൻ പറ്റാത്ത കാരണം അവൻ ക്ഷമ മാത്രം ചോദിച്ചു.

''ഞാൻ വീട്ടിൽ നിന്നും പോന്നു. എനിക്ക് കുറച്ചു നാൾ ഇവിടെ കഴിയാൻ...''

''നിനക്ക് വിശക്കുന്നുണ്ടോ?'' സുലൈമാൻ ചോദിച്ചു. എന്നിട്ട് അവിടെനിന്നും കുറച്ചു ബ്രെഡ്ഡ് എടുത്ത് അവനു കൊടുത്തു.

ഒറ്റയ്ക്കായിരുന്ന സുലൈമാൻ എന്നത്തേയും പോലെ ഒരു ഗ്ലാസ് വോഡ്കയും ആസ്വദിച്ച് ഇരിക്കുകയായിരുന്നു. അപ്പോഴാണ് ആകസ്മികമായി ഒരതിഥി.

ഡെർദയുടെ കൈയിലുണ്ടായിരുന്ന പുസ്തകങ്ങൾ സുലൈമാന്റെ ശ്രദ്ധയിൽ പെട്ടു. ''എന്താണ് നിന്റെ കൈയിൽ?''

‘‘ഓഗസ് അറ്റെയുടെ ‘വെയ്റ്റിംഗ് ഫോർ ഫിയർ’.’’

‘‘ഓഗസ് അറ്റെ... ഉം... അയാളുടെ ജീവിതമൊരു പരാജയമായിരുന്നു.’’ സുലൈമാൻ പറഞ്ഞു.

‘‘അന്ന് കാലത്തു ഞാനും ഈ പ്രസ്ഥാനത്തിൽ സജീവമായിരുന്നു. അപ്പോഴാണ് ഒരാൾ ഞങ്ങൾക്ക് ‘tutunamayanlar’ എന്ന പുസ്തകം എത്തിച്ചു നൽകിയത്. അത് വായിച്ചപ്പോഴാണ് ഓഗസ് അറ്റെയുടെ മനസ്സിന്റെ പ്രവർത്തനങ്ങളെക്കുറിച്ച് അറിഞ്ഞത്. എന്തൊരു ധിഷണാശാലിയായിരുന്നു.’’

‘‘നിങ്ങൾ പറഞ്ഞ സമരം എന്തിനുവേണ്ടിയായിരുന്നു?’’

‘‘അത് ഇടതും വലതും തമ്മിലുള്ള സമരമായിരുന്നു. കഷ്ടം, നിനക്കൊന്നും അറിയില്ല കുട്ടി. ആൾക്കാർ തമ്മിൽ തമ്മിൽ സംഘർഷങ്ങളായിരുന്നു. അപ്പോഴാണ് ഇയാൾ ഇതെല്ലം ഒരു പുസ്തകത്തിലാക്കുന്നതു. എല്ലാം അനിശ്ചിതത്വത്തിലായിരുന്നു.’’

‘‘എടാ, നോക്കി നിൽക്കാതെ ഒരു ഗ്ലാസ്സെടുത്തോണ്ടു വാ. കുറച്ചു വോഡ്ക കുടിച്ചാൽ നിനക്ക് ആശ്വാസമാകും.’’

ഡെർദ കൊണ്ടുവന്ന ഗ്ലാസ്സിലേക്കു കുപ്പി കമഴ്ത്തികൊണ്ടു സുലൈമാൻ അവനു വോഡ്ക കുടിക്കാൻ നൽകി.

വോഡ്കയുടെ ചവർപ്പിൽ മുഖം ചുളിച്ചു ഡെർദ ചോദിച്ചു. ‘‘പിന്നീടെന്തുണ്ടായി?’’

‘‘അയാൾ പിന്നെയും എന്തൊക്കെയോ എഴുതി. പിന്നെ മരിച്ചു പോയി. ഏതാ കൊല്ലം. അന്നെനിക്ക് ഇരുപത്തി മൂന്നോ ഇരുപത്തി നാലോ വയസ്സായിരുന്നു. അയാൾക്ക് പിന്നെയും എന്തൊക്കെയോ എഴുതാനുണ്ടായിരുന്നു. ഓർമ്മയില്ല.’’

പക്ഷേ ഡെർദയ്ക്ക് അറിയാമായിരുന്നു. അയാളുടെ ജേർണലുകളിൽ അതെഴുതിയിരുന്നു. അവൻ പറഞ്ഞു

‘‘ദി സോൾ ഓഫ് ടർക്കി.’’

‘‘എന്തൊരു നല്ല പേര്. പക്ഷേ ഇപ്പോൾ തുർക്കിക്ക് ആത്മാവുണ്ടോ? അവരെല്ലാംകൂടി തുർക്കിയുടെ ആത്മാവിനെ വിറ്റുകളഞ്ഞു. ശരിക്കും കൂട്ടിക്കൊടുപ്പുകാരെപ്പോലെ. വൃത്തികെട്ടവർ.’’

വോഡ്ക ഡെർദയുടെ മനസ്സിനെ കുറച്ചു മയപ്പെടുത്തിയിരുന്നു. അവൻ കിടക്കുന്നതിനു മുന്നോടിയായി സുലൈമാനോട് ചോദിച്ചു.

‘‘നിങ്ങൾക്ക് അവരെയാരെയെങ്കിലും അറിയാമോ?’’

ചോദ്യഭാവത്തിൽ നോക്കിയ സുലൈമാനോട് അവൻ ചോദിച്ചു. ‘‘ഓഗസ് അറ്റെയെ ഒറ്റിക്കൊടുത്തവരെ.’’

എന്തിനാണ് എന്നതിന് ഉത്തരമായി ഡെർദ പറഞ്ഞു. ''അവരെ ഞാൻ വെട്ടിനുറുക്കാൻ പോകുകയാണ്.''

''ഇവൻ ഇനി ഇവിടെയാണോ താമസിക്കാൻ പോകുന്നത്?'' പ്രഭാതത്തിൽ അവിടെയെത്തിയ ഇസ്രാഫിൽ ഡെർദയെ നോക്കി ചോദിച്ചു.

''കുറച്ചു ദിവസം മാത്രം. സമ്മതിക്കുകയാണെങ്കിൽ.''

''കുഴപ്പമില്ല. സുലൈമാനൊരു കൂട്ടുമാകും. സുലൈമാന്റെ സിഗരറ്റു വലികൊണ്ട് ഈ കെട്ടിടം കത്തിപ്പോകാതിരിക്കാൻ ചിലപ്പോൾ നിന്റെ സാന്നിധ്യം ഉപകരിച്ചേക്കും.''

''നിനക്ക് തോക്കുപയോഗിക്കാൻ അറിയാമോ?''

''ഇല്ല.''

''ഇവിടെ താമസിക്കാൻ തീരുമാനിക്കുകയാണെങ്കിൽ ചില കരുതലെല്ലാം എടുക്കേണ്ടതുണ്ട്.''

വാതിലിൽ ഒരു മുട്ട് കേട്ടു. ഡെർദ ഓടിപ്പോയി ചോദിച്ചു. ''ആരാണ്?''

''ഞാൻ റെംസിയാണ്.''

ഇരുമ്പുവാതിൽ വലിച്ചു തുറന്നപ്പോൾ അകത്തു കടന്ന റംസി ചിരിച്ചുകൊണ്ട് ഡെർദയോട് ചോദിച്ചു. ''വന്നപ്പോഴേക്കും നീ നിന്റെ അച്ഛനെ ശരിപ്പെടുത്തിയല്ലോ.''

ഇസ്രാഫിൽ ചോദിച്ചു. ''ഇവന്റെ അച്ഛൻ ജയിലിൽനിന്നും പുറത്തു വന്നോ?''

ഒരു ചമ്മലോടെ ഡെർദ നടന്നത് പറഞ്ഞു.

ഒരു സാധാരണ സംഭവം കേട്ടപോലെ അയാൾ പറഞ്ഞു. ''ഒരാൾ ഒരു മുതിർന്ന പുരുഷനാകുന്നത് സ്വന്തം അച്ഛനോട് വഴക്കിട്ടാണ്. നല്ല തുടക്കം.''

റെംസിയെ പറഞ്ഞയച്ച് ഇസ്രാഫിൽ തന്റെ തോക്കെടുത്തു ഡെർദയ്ക്കു കാണിച്ചു കൊടുത്തു.

അന്ന് രാത്രിയും ജോലികൾക്കുശേഷം സുലൈമാൻ തന്റെ വോഡ്ക കുടിക്കുവാനായി ഇരുന്നു. ഡെർദയെ വിളിച്ചെങ്കിലും അവൻ കുടിക്കാൻ കൂട്ട് ചെന്നില്ല. അവൻ വായിക്കുവാനുണ്ടെന്നു പറഞ്ഞു പോയി. സുലൈമാന്റെ ഉള്ളിലെ പിശാചുക്കളെപ്പറ്റി ഡെർദയ്ക്കറിയില്ലല്ലോ. അയാൾ വോഡ്കയാൽ അവയെ എന്നത്തേയും പോലെ അകറ്റി നിർത്താൻ ശ്രമിച്ചു. ഇടയ്ക്കിടയ്ക്ക് ഡെർദ പുസ്തകത്തിൽ നിന്നും തലയുയർത്തി ചില ആൾക്കാരെക്കുറിച്ചു ചോദിച്ചുകൊണ്ടിരുന്നു. അവർ ജീവിച്ചിരിക്കുന്നുണ്ടോ എന്ന ചോദ്യത്തിന്

പലപ്പോഴും സുലൈമാനുത്തരമുണ്ടായിരുന്നില്ല. കുറച്ചു നേരം കഴിഞ്ഞപ്പോൾ സുലൈമാന് മനസ്സിലായി ഡെർദ ആൾക്കാരുടെ ഒരു ലിസ്റ്റ് ഉണ്ടാക്കുകയാണെന്ന്.

''എടാ, നീ എന്താണ് ചെയ്യുന്നത്?'' ഡെർദ ഒന്നും പറഞ്ഞില്ല.

''ഈ ലോകത്തിൽ ഇത്രയധികം ആൾക്കാരിൽ ഇവരോട് മാത്രം നിനക്കെന്താ ഇത്ര വിരോധം. ഇവരെ വെട്ടി മുറിക്കാനാണോ പ്ലാൻ?''

ഡെർദ താഴത്തേക്കു നോക്കി ചോദിച്ചു. ''ചേട്ടനല്ലേ പറഞ്ഞത് ഇവരല്ലാം കൂടിയാണ് ഓഗസ് അറ്റെയെ ഇല്ലാതാക്കിയത് എന്ന്.''

''ശരിയാണ് പക്ഷേ...''

അപ്പോഴേക്കും ഡെർദ എഴുന്നേറ്റു സംസാരിക്കാൻ തുടങ്ങിയിരുന്നു. ''ഇവിടെ ഈ പുസ്തകത്തിൽ എഴുതിയിരിക്കുന്നത് ഓഗസ് അറ്റെ മരിച്ചത് ബ്രെയിൻ ട്യൂമറിനാലെന്നാണ്. അത് ശരിയല്ല. അദ്ദേഹം മരിച്ചത് ദുഃഖം മൂലമാണ്. അവരാരും ഈ മനുഷ്യനെ കാര്യമായി എടുത്തില്ല. അവർ ഇദ്ദേഹത്തെ അവഗണിച്ചു. ഒരു നായ വഴിയിലൂടെ നടന്നുപോകുന്ന ഗൗരവമേ അവർ കൊടുത്തുള്ളൂ. ഒന്ന് തിരിഞ്ഞുനോക്കാനുള്ള മാന്യതപോലും കാട്ടിയില്ല. മനഃസ്സാക്ഷിയുള്ള ആരെങ്കിലും ചെയ്യുന്ന കാര്യമാണോ ഇത്? കഷ്ടം തന്നെയാണ്. അവരുടെ കൺമുന്നിൽതന്നെ അദ്ദേഹം മരിക്കുകയായിരുന്നു.''

ഒരു നവജാത ശിശുവിനെപ്പോലെ ഡെർദ കരഞ്ഞുകൊണ്ടേയിരുന്നു. സുലൈമാനൊന്നും ചെയ്യാൻ കഴിഞ്ഞില്ല.

''അവരെ ഓരോരുത്തരെയും കണ്ടുപിടിച്ചു ഞാൻ കൊന്നുകളയും.'' ഡെർദ പിറുപിറുത്തു.

''നീ ഒന്ന് സമാധാനപ്പെട്. ഞാൻ ഇവിടെനിന്ന് എണീക്കണോ?'' സുലൈമാൻ ചോദിച്ചു.

അതിനുശേഷം ഡെർദ ഒന്നും പറഞ്ഞില്ല. പുസ്തകത്തിൽ മാത്രം മുഖം പൂഴ്ത്തി കിടന്നു.

പിറ്റേദിവസം രാവിലെ സുലൈമാൻ എഴുന്നേൽക്കുമ്പോഴും ഡെർദ പുസ്തകവുമായി ഇരിക്കുകയായിരുന്നു. സുലൈമാൻ തന്റെ ചെറുപ്പകാലം ഓർത്തു. അന്നുകാലത്ത് എന്തൊക്കെ ചെയ്തുകൂട്ടി. എന്തിനെയാണ് ഈ ജീവിതം തന്നെ. അമർഷത്തോടെ സുലൈമാൻ എല്ലാവരെയും മനസ്സുകൊണ്ട് ശപിച്ചു.

ആ ആഴ്ചയിൽ എല്ലാ രാത്രിയും ഒരേ പോലെയായിരുന്നു. സുലൈമാൻ വോഡ്ക കുടിച്ചിരിക്കും. ഡെർദ പുസ്തകം വായിക്കും. അതിനിടയിൽ ഒരു ദിവസം ഡെർദ ഒരു ഷോപ്പിൽനിന്നും ഒരു

ക്യാൻ സ്പ്രേ പെയിന്റ് സംഘടിപ്പിച്ചിരുന്നു. അവനു കറുപ്പാണ് വേണ്ടിയിരുന്നത്. അതുണ്ടായിരുന്നില്ല. അതുകൊണ്ട് ചുവന്ന പെയിന്റ് വാങ്ങി. ആ രാത്രി ഡെർദ സുലൈമാനോട് സമ്മതം വാങ്ങി പുറത്തിറങ്ങി. അവൻ പെയിന്റ് ക്യാൻ കൈയിൽ കരുതിയിരുന്നു. ഒരു മണിക്കൂറോളും നടന്ന് അവൻ ആ ബുക്ക് സ്റ്റോറിലെത്തി. അതിൽ എഴുതാൻ പറ്റിയ ഒരേയൊരു സ്ഥലം വാതിലിലെ ഗ്ലാസ്സായിരുന്നു. ഡെർദയ്ക്ക് പക്ഷേ ആകെ നാലു വാക്കുകളെ എഴുതാൻ അറിയുമായിരുന്നുള്ളൂ. സ്വന്തം പേരും ഓഗസ് അറ്റെയുടെയും. അവൻ ഒരു O വരച്ചു. പക്ഷേ അത് വളരെ വലുതായിപ്പോയി. പിന്നെ ഒന്നും എഴുതാൻ സ്ഥലമില്ല. എന്തുചെയ്യും. അവസാനം Oയുടെ ഉള്ളിൽ തന്നെ ഒരു ചെറിയ A യും വരച്ചു വെച്ചു. മാറി നിന്ന് അവൻ തന്റെ കലാസൃഷ്ടി ആസ്വദിച്ചു. അവനത് നോക്കും തോറും ഇഷ്ടം കൂടി വന്നു.

അവനെ സംബന്ധിച്ചു ഓഗസ് അറ്റെയുടെ ഒപ്പായിരുന്നു അത്. പുസ്തകക്കടകൾ തിരഞ്ഞെടുക്കുവാനുള്ള കാരണം അവനു നശിപ്പിക്കാനുള്ള ആളുകളുടെ പേരുകൾ ഈ കടകളിലെ പുസ്തകങ്ങളിലാണ് ഉള്ളത് എന്നതിനാലാണ്. അല്ലാതെ അവരുടെ മേൽവിലാസമൊന്നും അവന് അറിയില്ലല്ലോ. അന്ന് രാത്രി രണ്ടു പുസ്തകക്കടകളിൽ കൂടി അവൻ ആ ഒപ്പ് പെയിന്റ് ചെയ്തു.

പിറ്റേദിവസം ഡെലിവെറിക്കിറങ്ങുമ്പോൾ അബ്ദുല്ല പതിവുപോലെ ഡെർദയോട് സിഗരറ്റ് കത്തിച്ചു കൊടുക്കാൻ ആവശ്യപ്പെട്ടു. ഡെർദ അന്ന് വളരെ സന്തോഷത്തിലായിരുന്നു. അവൻ അബ്ദുല്ലയുടെ സംസാരമെല്ലാം കേട്ടിരുന്നു. പാലത്തിനടുത്ത സ്റ്റോപ്പിലെത്തിയപ്പോൾ പുസ്തകക്കടയ്ക്ക് മുന്നിൽ ഒരു ആൾക്കൂട്ടം നിൽക്കുന്നത് കണ്ട ഡെർദ ആഹ്ലാദിച്ചു. അവർ ആ ചിഹ്നം നോക്കി നിൽക്കുകയായിരുന്നു. ഡെർദ പുസ്തകക്കെട്ടുമായി ചെന്നപ്പോൾ സർഹാൻ ചോദിച്ചു ''എന്താ ചങ്ങാതി പതിവില്ലാത്ത ഒരു സന്തോഷം?''

ഡെർദ വളരെ സന്തോഷവാനായിരുന്നു. അവന്റെ ആദ്യത്തെ ദൗത്യം വിജയം കണ്ടിരിക്കുന്നു. താഴേക്കുള്ള പടികൾ ചാടിച്ചാടിയിറങ്ങുമ്പോൾ പെട്ടന്ന് ആശ്ചര്യത്തോടെ അവൻ നിന്നു. റോഡിന്റെ അങ്ങേപ്പുറത്തെ ഒരു കടയുടെ ചുമരിൽ അവൻ വരച്ച ചിഹ്നം കറുത്ത പെയിന്റിൽ വരച്ചിരുന്നു. അതേപോലെ Oയുടെ ഉള്ളിൽ ഒരു A. പെയിന്റ് കറുപ്പാണെന്നു മാത്രം.

അബ്ദുല്ലയുടെ ശബ്ദം അവനെ പിന്തിരിപ്പിച്ചു. ''വേഗം വാ ഇനിയും കുറെ പണിയുണ്ട്.''

പടികൾ ചാടിയിറങ്ങുമ്പോൾ അവൻ ആഹ്ലാദത്തോടെ പറഞ്ഞു ''അതെ എനിക്കറിയാമായിരുന്നു.''

വണ്ടിയിൽ ചാടിക്കയറിയ ഡെർദ ആദ്യമായി അബ്ദുള്ളയോട് സിഗരറ്റ് കത്തിക്കാൻ ആവശ്യപ്പെട്ടു. അബ്ദുല്ലയ്ക്ക് അവന്റെ ആഹ്ലാദം മനസ്സിലായി.

സീറ്റിൽ ചാരിക്കിടന്നു അവൻ ആലോചിച്ചു. ആരാണത് ചെയ്തിട്ടുണ്ടാകുക? ആരായാലും ജീവിതത്തിലാദ്യമായി അവന് താൻ ഒറ്റയ്ക്കല്ല എന്നൊരു തോന്നലുണ്ടായി. അവരെ ഒന്ന് കാണാൻ പറ്റിയിരുന്നെങ്കിൽ!

രണ്ടു ദിവസം മുൻപേ വരെ ഈ ലോകത്തിലുള്ളവരെല്ലാം ചീത്തയാളുകളാണെന്നു വിശ്വസിച്ചിരുന്ന ഡെർദ കുറച്ചു നേരത്തേക്കെങ്കിലും എല്ലാവരും നല്ലയാളുകളാണെന്നു കരുതി. എല്ലാവർക്കും ഓഗസ് അറ്റെയെ സ്നേഹിക്കാൻ കഴിയും കാരണം അയാൾ ഈ ലോകത്തിലെ എല്ലാ നല്ലതിന്റെയും മൂർത്തീഭാവമാണ്.

അബ്ദുല്ല സംസാരിച്ചുകൊണ്ട് ഇരിക്കുകയായിരുന്നു. ഡെർദ ഒന്നും കേൾക്കുന്നുണ്ടായിരുന്നില്ല. അവൻ ഒരു സിഗരറ്റ് കൂടെ എടുത്ത് അബ്ദുല്ലയ്ക്ക് കൊടുത്തു. അബ്ദുല്ല അവനെ അത്ഭുതത്തോടെ നോക്കി. പിന്നെ ചിരിച്ചു. ''നല്ല കാര്യം. ഇങ്ങനെ തന്നെ വേണം ജീവിക്കാൻ.''

ഒരു മിഥ്യാധാരണയിൽ പെട്ടാൽ ജീവിതം സുന്ദരം തന്നെ. മിഥ്യാധാരണയിൽ മാത്രം.

അതിനെത്തുടർന്ന് വന്ന മൂന്നു രാത്രികളും ഒപ്പു പെയിന്റ് ചെയ്യുന്നതിന്റെയായിരുന്നു. ന്യൂസ് പേപ്പർ കടകൾ ഒഴിഞ്ഞ മതിലുകൾ, അങ്ങനെ ആൾക്കാർ ഇല്ലാത്ത എല്ലാ പറ്റിയ സ്ഥലങ്ങളിലും അവൻ ഒപ്പുകൾ പതിച്ചു. അതിനിടയിൽ വേറെ നാലു ഒപ്പുകളും അവൻ കണ്ടു. ആരായിരിക്കും അത് ഇടുന്നത്? അവന് അവരെ കാണണമെന്ന് അതിയായ ആഗ്രഹം തോന്നി. പണ്ട് സറുഹാൻ അവനു വായിച്ചു തന്ന ഒരു കുട്ടികളുടെ കഥയുടെ പേര് അവനു ഓർമ്മ വന്നു. 'ഓഗസ് ടർക്സ്' നല്ല പേര്. അവൻ ഓർത്തു.അവനെ ഏറ്റവും കൂടുതൽ ആശ്വസിപ്പിച്ചത് അവൻ ഒറ്റയ്ക്കല്ല എന്ന വിശ്വാസമാണ്.

നാലാമത്തെ ദിവസം അവർക്കു പണിയുണ്ടായിരുന്നില്ല. സുലൈമാനോട് ചോദിച്ചപ്പോൾ അവൻ പറഞ്ഞു. ''പുറത്തെ കാര്യങ്ങൾ അത്ര ശരിയല്ല. നമ്മുടെ പോലെയുള്ള വലിയ ചില വ്യാജ പുസ്തക കച്ചവടക്കാരും ഇറങ്ങിയിട്ടുണ്ട്. സൂക്ഷിക്കേണ്ട സമയമാണ്.''

ഡെർദ പുറത്തു പോയി ബാല്യകാല സുഹൃത്തായ ഇസായെ കാണാമെന്നു തീരുമാനിച്ചു. രണ്ടു പ്രാവശ്യം ബസ്സുകൾ മാറിക്കയറി

അവൻ ഇസ ജോലി ചെയ്യുന്ന മാർബിൾ കടയിലെത്തി. മാർബിൾ പൊടിയിൽ മുങ്ങി നിന്നിരുന്ന ഇസായെക്കണ്ടു ഡെർദയ്ക്കു ചിരി വന്നു.

അവർ കെട്ടിപ്പിടിച്ചു. ''നീ ചത്ത് പോയോ എന്ന് ഞാൻ പേടിച്ചിരിക്കുകയായിരുന്നു.'' ഇസ പറഞ്ഞു.

രണ്ടു പേരും മാർബിൾ പൊടിയിൽ മുങ്ങി. ക്ഷമ ചോദിച്ച ഇസ പൊടിയെല്ലാം തട്ടിക്കളഞ്ഞു. അപ്പോഴാണ് അവന്റെ കൈയിലെ ടാറ്റൂകൾ ഡെർദ ശ്രദ്ദിച്ചത്. ഇതെന്താ ഇത്. ബുദ്ധിമുട്ടി ഡെർദ അത് വായിച്ചു.

''പുതിയ പുലരിയുടെമേൽ എനിക്ക് ഒരധികാരവുമില്ല. അതാർക്കും അറിയുകയുമില്ല. എന്താണിതിനർത്ഥം?''

''എനിക്കൊരു പിടിയുമില്ല ചങ്ങാതി. ഒരു നേരമ്പോക്കിന് കിട്ടിയതെന്തോ വരച്ചിട്ടു. അത്രതന്നെ. അതുപോട്ടെ. നീ വായിക്കാൻ പഠിച്ചുവോ.''

ഡെർദ ചിരിച്ചു. അവൻ ചോദിച്ചു ''എങ്ങനെയാണ് നീ ഇത് പച്ച കുത്തിയത്?''

''ഞാൻ തന്നെ ചെയ്തതാണ്. വൃത്തികെട്ട എഴുത്തു കണ്ടാൽ അറിഞ്ഞുകൂടെ? ഒരു സൂചിയും കുറച്ച പെയിന്റും ഉണ്ടെങ്കിൽ ഇത് എളുപ്പം ചെയ്യാം.''

ഇസ അവന്റെ മുതലാളിയോട് സമ്മതം വാങ്ങി ഡെർദയെയും കൂട്ടി അടുത്തുള്ള ഒരു മദ്യശാലയിലേക്കു പോയി. ആ കട പണ്ടൊരു ഹാർഡ്‌വെയർ കടയായിരുന്നു എന്ന് ഡെർദ ഓർത്തു. ആ കടയുടെ ഷോകേസിൽ നിന്നുമാണ് ഡെർദ ഒരു കൈക്കോടാലി മോഷ്ടിച്ചത്. ആ കോടാലികൊണ്ടാണ് അവൻ അവന്റെ അമ്മയുടെ മൃതശരീരം കൊത്തി നുറുക്കിയത്. ഇസയുടെ സുഹൃത്തായ കടയുടമ സന്തോഷത്തോടെ അവനെയും ഡെർദയെയും സ്വീകരിച്ചു. അവർക്കു ബിയർ കൊണ്ടുപോയി കൊടുത്തു. അവർ പഴയ കാര്യങ്ങൾ പറഞ്ഞു വൈകുന്നേരമാവുന്നതുവരെ അവിടെയിരുന്നു. പെട്ടെന്ന് ഡെർദ ചോദിച്ചു. ''ഓഗസ് അറ്റെയെ കേട്ടിട്ടില്ലേ?'' ഇസ ചോദിച്ചു.

''അത് നിന്റെ ബോസ് ആണോ?''

ഇസയ്ക്ക് ഒന്നും അറിയില്ല എന്ന് മനസ്സിലാക്കിയ ഡെർദ, ഓഗസ് എന്ന് പറഞ്ഞു സ്വന്തം കൈവിരലുകളിൽ നോക്കി. അവന് ഒരു പുതിയ ഐഡിയ തോന്നി. മടക്കിയ കൈവിരലുകളിൽ ഓഗസ് (OGUZ) എന്ന് ഇംഗ്ലീഷിൽ എഴുതിയാൽ ഓരോ വിരലിലും ഓരോ അക്ഷരം വീതം മതിയാകും. അതേപോലെതന്നെ മറ്റേ കയ്യിൽ അറ്റെ (ATAY) എന്നും എഴുതാം. അവൻ ഇത് ഇസയോട് പറഞ്ഞു. ''നിനക്ക്

വട്ടാണ്.'' ഇസ പറഞ്ഞു. ഡെർദ പക്ഷേ വിട്ടില്ല. ഇസയെയും പിടിച്ച് അവന്റെ സ്ഥലത്തേക്ക് പോയി.

ഇസയുടെ മുറിയിൽ കാസെറ്റ് ടേപ്പിൽ നിന്നും മ്യൂസിക് ഉച്ചത്തിൽ ഉയർന്നിരുന്നു. ആ പാട്ടിന്റെ ശബ്ദമൊന്നും ഡെർദയുടെ കൈയിൽ സൂചി കുത്തുമ്പോൾ ഉള്ള വേദന കുറച്ചില്ല. ഇസയുടെ കൈയിൽ ഉള്ള രണ്ടു സൂചികൾ തീയിൽ ചൂടാക്കി കറുത്ത പെയിന്റിൽ മുക്കി ഡെർദയുടെ ചൂണ്ടുവിരലിൽ കുത്തിത്തുളച്ചു അക്ഷരങ്ങൾ എഴുതാൻ തുടങ്ങി. ഇസ ഇടയ്ക്കിടയ്ക്ക് ഒരു കീറത്തുണികൊണ്ട് മുറിവിൽ നിന്നും ചോര ഒപ്പുന്നുണ്ടായിരുന്നു. ഒരു വിരലിലെ കുത്തൽ കഴിഞ്ഞു വൃത്തിയാക്കിയപ്പോൾ A എന്ന അക്ഷരം മിഴിവോടെ തെളിഞ്ഞു വന്നു.

ഇസയുടെ നെറ്റിയിൽ നിന്നും വിയർപ്പു ഒഴുകിക്കൊണ്ടിരുന്നു. ഡെർദ അതൊന്നും ശ്രദ്ധിച്ചില്ല. അവൻ തന്റെ വലതുകൈയിലെ അക്ഷരങ്ങൾ നോക്കുകയായിരുന്നു. വലുതുകൈ ചുരുട്ടിപ്പിടിക്കുമ്പോൾ അവന്റെ മുഷ്ടി പറയുന്നു 'OGUZ'

കൈയിന്റെ പുറംകൊണ്ട് നെറ്റി തുടച്ചുകൊണ്ട് ഇസ പറഞ്ഞു ''അങ്ങനെ കൈ ചുരുട്ടിപ്പിടിച്ചാൽ അക്ഷരങ്ങൾ വ്യക്തമാകും.''

അതിനുശേഷം ഡെർദ ഇടതുകൈ മേശമേൽ വെച്ചു. ഇസ അടുത്ത വാക്കിന്റെ പണി തുടങ്ങി. വളരെ ബുദ്ധിമുട്ടിയ കുറച്ചു മണിക്കൂറുകൾക്കുശേഷം ഇസ നടുനിവർത്തി.

''ഇനി മൂന്നു ദിവസത്തേക്ക് നീ കൈ നനയ്ക്കരുത്.'' ഡെർദയുടെ കൈകൾ പിടിച്ചു തന്റെ കലാരൂപം നോക്കി ആസ്വദിച്ചുകൊണ്ട് ഇസ പറഞ്ഞു.

''നീ അതിന്മേൽ ചൊറിയാനൊന്നും പോകരുത്. അത് പറഞ്ഞു പോരും. ഒന്നും ചെയ്യാതിരുന്നാൽ കുറെ നാൾ ഭംഗിയായിരിക്കും.''

ഡെർദ പറഞ്ഞു ''ഇസ നീ ചെയ്തു തന്നതിന് ഞാൻ നിന്നോട് എത്ര നന്ദി പറഞ്ഞാലും മതിയാകില്ല.''

ഇസ ചിരിച്ചു ''ഇടയ്ക്കിടയ്ക്ക് ഇവിടെ വന്ന് ഓരോ ബിയർ വാങ്ങിത്തന്നാൽ മതി.''

ഡെർദ തിരിച്ചു പ്രസ്സിലെത്തിയപ്പോൾ പ്രഭാതത്തിലെ നമസ് വിളി മുഴങ്ങിയിരുന്നു. അകത്തു കടന്ന ഉടനെത്തന്നെ സുലൈമാൻ പറഞ്ഞു. ''നിന്നെ ഇസ്റാഫിൽ അന്വേഷിക്കുന്നുണ്ടായിരുന്നു.''

ഡെർദ ചോദിച്ചതിന് മറുപടിയായി സുലൈമാൻ പറഞ്ഞു.

''നിന്നോട് രാത്രി ഇനി ഇറങ്ങി നടക്കരുതെന്നു പറഞ്ഞിട്ടുണ്ട്. അവർ ഈ സ്ഥലം തകർക്കുവാൻ ഇടയുണ്ടത്രെ.''

''ആര്?''

''ഒരു കച്ചറ ഹനീഫ.''

''ഡെർദയ്ക്കു ചിരിയടക്കാനായില്ല. ''അയാളാരാ?'' ''കള്ളനോ കച്ചറയോ?''

''നീ ചിരിക്കേണ്ട. അവർ വരുമ്പോൾ നീ വിവരമറിയും.''

എന്നിട്ടും ചിരി മായാതെ അവൻ ചോദിച്ചു. ''അവർക്കെന്താ വേണ്ടത്?''

''ഈ കാണുന്നതെല്ലാം. ഈ പ്രസ്സിനും പുസ്തകങ്ങൾക്കുമെല്ലാം വിപണിയിൽ വേറെയും ആവശ്യക്കാരുണ്ട്.''

പെട്ടെന്ന് സംസാരം നിർത്തി സുലൈമാൻ ഡെർദയുടെ കൈ കളിലേക്ക് സൂക്ഷിച്ചു നോക്കി. ''എന്താണ് നിന്റെ കൈയിൽ?''

''അത് കുറച്ചു അക്ഷരങ്ങളല്ലേ?'' അവൻ പറഞ്ഞു. സുലൈമാൻ അവന്റെ കൈ എടുത്തു വായിച്ചു. ''ഇത് ഓഗസ്. മറ്റേ കൈയിൽ അറ്റെ.''

സുലൈമാൻ അവനെ സൂക്ഷിച്ചു നോക്കി എന്നിട്ട് പൊട്ടിച്ചി രിച്ചു. ''കൊള്ളാം. എന്നിട്ടാണ് നിനക്ക് ഇസ്റാഫിൽ തോക്കും കൂടി തരാൻ ആലോചിക്കുന്നത്. നീ ഞങ്ങളുടെയെല്ലാം തലയെടുക്കു മല്ലോ.''

ഡെർദ അന്ന് ഉറക്കത്തിൽ ഓഗസ് അറ്റെ എന്ന കൈകൊണ്ടു എല്ലാവരെയും ഇടിച്ചു വീഴ്ത്തുന്ന സ്വപ്നം കണ്ടു.

''നിനക്കെന്താ തണുക്കുന്നുണ്ടോ?'' ഡെർദയുടെ കൈയിലെ ഗ്ലൗസുകൾ കണ്ട് ഇസ്റാഫിൽ ചോദിച്ചു.

അവൻ ഒരു പഴയ കയ്യുറ വിരലുകൾ മുറിച്ചു ഇട്ടിരുന്നു.

''പെട്ടികളെടുക്കുമ്പോൾ ചിലപ്പോൾ എന്റെ കൈ വിയർത്തു വഴുതിപ്പോകുന്നു.''

''ശരി ശരി. നീ എന്റെ കൂടെ വാ.''

''അബ്ദുല്ല ഇപ്പോൾ വരില്ലേ?'' ഡെർദ ചോദിച്ചു.

''അത് സാരമില്ല. അവർ ഒറ്റയ്ക്ക് ചെയ്തോളും ഇന്നത്തെ ജോലി. നീ എന്റെ കൂടെ വാ.''

ഇസ്റാഫിൽ ഒരു പഴയ മെഴ്സിഡസ് കാറിൽ കയറി. കാർ ഹൈവേയിൽ എത്തിയപ്പോൾ ഇസ്റാഫിൽ ചോദിച്ചു.

''നിനക്കെത്ര വയസ്സായി?''

"പതിനേഴ്."

"നിന്റെ അമ്മ?"

"മരിച്ചു പോയി."

"നിന്റെ അച്ഛനെ പിന്നെ കണ്ടോ?"

"ഇല്ല." ഡെർദ പറഞ്ഞു.

"നോക്ക് ഡെർദ, നിനക്ക് എന്നെ ഒരു മൂത്ത ജ്യേഷ്ഠനെപ്പോലെ കരുതാം. നിനക്ക് എന്തെങ്കിലം ആവശ്യങ്ങളോ ബുദ്ധിമുട്ടുകളോ ഉണ്ടെങ്കിൽ എന്നോട് പറയണം."

"ഒന്നുമില്ല ചേട്ടാ. ഞാൻ ഓക്കെയാണ്."

"ശരി. അങ്ങനെയെങ്കിൽ ഡെർദ മോനേ, ഞാൻ നിന്നോട് ഒരു സഹായം ആവശ്യപ്പെടുകയാണ്."

ഡെർദ ആദ്യമായാണ് ബോസ്ഫോറസ് കടലിടുക്ക് കാണന്നുന്നത്. കാർ അതിനു മുകളിലെ പാലത്തിലൂടെയാണ് സഞ്ചരിക്കുന്നത്. ഡെർദയുടെ കണ്ണുകൾ ആ വിസ്മയക്കാഴ്ച ഒപ്പിയെടുക്കുകയായിരുന്നു.

"എടാ ഡെർദ, നിന്നോടെനിക്ക് ഒരു സഹായം ആവശ്യപ്പെടാമോ?"

കാഴ്ചകളിൽ മുങ്ങിയുരുന്ന ഡെർദ ഒന്നും ചിന്തിക്കാതെതന്നെ പറഞ്ഞു "പിന്നെന്താ. ചോദിച്ചോളൂ."

"നമ്മളെ ശല്യപ്പെടുത്തന്ന ഒരു കള്ളനുണ്ട്. അവന്റെ പേര് കച്ചറ ഹനീഫ് എന്നാണ്. ഡെർദ ഈ ലോകത്തൊന്നുമായിരുന്നില്ല. അവന്റെ സെമിത്തേരിയും ചുറ്റുവട്ടങ്ങളും മാത്രം ജീവിതത്തിൽ കണ്ടിട്ടുള്ള ഡെർദയ്ക്ക് ഇപ്പോൾ കാണുന്ന ബോസ്ഫോറസ് കടലിടുക്കും അതിന്റെ വശ്യഭംഗിയും വിസ്മയിപ്പിക്കുന്നതായിരുന്നു. വലത്തേ വശത്തു നിന്നും ഇടത്തോട്ട് മുഖം തിരിക്കുമ്പോൾ വലതു വശത്തെ കാഴ്ചകൾ നഷ്ടപ്പെടുമെന്നോർത്ത് വീണ്ടും മുഖം തിരിക്കും. സന്തോഷംകൊണ്ട് അവന്റെ വായ പൊളിഞ്ഞ് പല്ലെല്ലാം പുറത്തു കാട്ടിയാണ് ഇരുന്നിരുന്നത്.

"അപ്പോൾ നീ അയാളെ എനിക്ക് വേണ്ടി വെടിവെക്കണം."

"എന്താണ് പറഞ്ഞത്?" അപ്പോഴും അവന്റെ മുഖത്തെ ചിരി മാഞ്ഞിരുന്നില്ല.

"ആ ഹനീഫയെ നീ കൊല്ലണം."

ഇപ്പോഴാണ് കാര്യം ഡെർദയ്ക്കു മനസ്സിലായത്. ഏതാണ്ട് അതേ സമയത്ത് കാർ പാലം കടന്നു കഴിഞ്ഞിരുന്നു. ഭംഗിയെല്ലാം മറഞ്ഞു ഇസ്താംബുൾ വീണ്ടും പഴയപോലെ അഴുക്കു പിടിച്ചപോലെയായി മാറിയിരുന്നു.

അവൻ പറഞ്ഞു. ''ശരി ചേട്ടാ.''

ഇസ്റാഫിൽ സന്തോഷംകൊണ്ട് ഡെർദയുടെ കാൽമുട്ടിൽ തട്ടി.

ഡെർദ ഗ്ലൗസിനുള്ളിലൂടെ 'എ' ടാറ്റൂവിൽ തലോടി. ഓഗസ് അറ്റെ.

അവർ ഹൈവേയിൽ നിന്നും ചെറിയ ഒരു വഴിയിലേക്കു തിരിഞ്ഞു. മുന്തിരിത്തോട്ടങ്ങൾ നിറഞ്ഞ പാതയിലൂടെ അവർ വലിയ ഒരു ഇരുമ്പ് ഗേറ്റിനു മുൻപിൽ എത്തി നിന്നു. ഇസ്റാഫിൽ റിമോട്ട് പ്രവർത്തിപ്പിച്ചു ഗേറ്റ് തുറന്നു. മെഴ്സിഡസ് അകത്തേക്ക് കയറ്റി. ഡെർദ ആദ്യം ശ്രദ്ധിച്ചത് നായ്ക്കളുടെ കുരയാണ്. രണ്ടു വലിയ വേട്ടപ്പട്ടികൾ കാറിനു നേരെ പാഞ്ഞു വന്നു.

''എന്റെ ഓമനക്കുട്ടികൾ.'' ഇസ്രാഫിൽ പറഞ്ഞു.

ഡോർ തുറന്ന ഇസ്രാഫിലിനെ നായ്ക്കൾ കൈകൾ വായുവിലുയർത്തി ആശ്ലേഷിച്ചു. മുന്നിലുള്ള ഇരുനിലക്കെട്ടിടത്തിൽനിന്നും ഒരാൾ പുറത്തേക്കിറങ്ങി വന്നു.

''തയ്യാർ ഭായി, ഞാനെത്തി.''നായ്ക്കളെ കൊഞ്ചിച്ചുകൊണ്ട് ഇസ്റാഫിൽ പറഞ്ഞു.

തയ്യാറിനെ ഡെർദയ്ക്ക് മനസ്സിലായില്ല. കാരണം അയാൾ പണ്ടത്തെ ആ മേലങ്കിയല്ല ധരിച്ചിരുന്നത്. പോരാത്തതിന് ആ താടിയും കാണാനുണ്ടായിരുന്നില്ല. പക്ഷേ തയ്യാർ ഡെർദയെ സൂക്ഷിച്ചു നോക്കുന്നുണ്ടായിരുന്നു. അയാൾക്കും അവനെ മനസ്സിലായില്ല. അയാൾ കരുതി ഇനിയും നാലു ദിവസം ഉണ്ടല്ലോ. അപ്പോഴേക്കും ഓർമ്മ വരും. അതിനിടയ്ക്ക് ഇവനെ തോക്കുപയോഗിക്കാൻ പരിശീലിപ്പിക്കണം.''

''നോക്ക്, ഇതാണെന്റെ അനിയൻ ഡെർദ.'' ഇസ്റാഫിൽ അവന്റെ ചുമലുകളിൽ പിടിച്ച് അടുപ്പിച്ചിട്ട് പറഞ്ഞു. തയ്യാറിന്റെ വലിയ ശരീരം വാതിലിൽ നിറഞ്ഞു നിന്നു. ഇതാണ് തയ്യാർ ഭായി. തയ്യാറിന്റെ കൈയിൽ ഡെർദയുടെ ചെറിയ കൈപ്പടങ്ങൾ കാണാനില്ലായിരുന്നു. തയ്യാർ ഡെർദയെതന്നെ നോക്കിക്കൊണ്ടിരുന്നു. അവസാനം ഇസ്റാഫിൽ അവരെ വിടുവിച്ച് അകത്തേക്ക് നടന്നു.

ഡെർദ ആദ്യമായിട്ടായിരുന്നു ഇത്ര വലിയ ഒരു സ്വീകരണമുറി കാണുന്നത്. ധാരാളം സോഫകളും കസേരകളും ഉള്ള മുറി. അവരോട് ഇരിക്കാൻ പറഞ്ഞിട്ട് ഇസ്റാഫിൽ കോണി കയറി മുകളിലെ നിലയിലേക്ക് പോയി.

''ഇരിക്ക്.'' തയ്യാർ പറഞ്ഞു. അവന്റെ അരികിലേക്ക് വന്നു അവനെത്തന്നെ സൂക്ഷിച്ചുനോക്കിക്കൊണ്ട് അയാൾ ചോദിച്ചു. ''നമ്മൾ എവിടെവെച്ചാണ് കണ്ടിട്ടുള്ളത്?''

''എനിക്കറിയില്ല.'' ഡെർദ ചോദ്യഭാവത്തിൽ അയാളെ നോക്കി.

‘‘നീ ഈ ഭാഗത്തു മുൻപ് വന്നിട്ടുണ്ടോ?’’

‘‘ഇല്ല.’’ ഡെർദ പറഞ്ഞു.

‘‘വഴിയേ നമുക്ക് മനസ്സിലാകുമായിരിക്കും.’’

ഇരിക്കുന്നതിന് മുന്നോടിയായി കോട്ടിന്റെ ബട്ടണുകൾ അഴിച്ചപ്പോൾ അയാളുടെ അരയിൽ രണ്ടു തോക്കുകൾ ഇരിക്കുന്നത് ഡെർദ കണ്ടു.

തയ്യാർ, ആ സോഫയിലിരുന്ന് കൈകൾ ഇരുവശത്തേക്കും വിടർത്തിയ ചിറകുകൾപോലെ ഒരു കാൽ മറ്റേ കാലിൽവെച്ച് തല സോഫയിലേക്ക് ചാരിവെച്ച് ഇരുന്നു. അയാളുടെ കണ്ണുകൾ ഒരു ഇരുമ്പു വല തീർത്തു ഡെർദയെ അതിനുള്ളിലാക്കി.

‘‘എന്താ നിന്റെ അച്ഛന്റെ പേര്?’’

‘‘സെലാൽ.’’

‘‘സെലാൽ. ഓ, ഇസ്റാഫിൽ പറഞ്ഞിരുന്നു. ഇപ്പോൾ ജയിലിൽ നിന്നും വന്നു അല്ലേ?

‘‘അതെ.’’

‘‘നിന്നെ എവിടെവെച്ചാണ് ഞാൻ കണ്ടതെന്ന് ഇപ്പോൾ എനിക്ക് ഓർമ്മ വരും. നിനെക്കെത്ര വയസ്സായി?’’

‘‘പതിനേഴ്.’’

തയ്യാറിനെ കണ്ടപ്പോൾ മുതൽ അയാളുടെ കണ്ണുകളുടെ തീക്ഷ്ണത അവനെ അലോസരപ്പെടുത്തിയിരുന്നു. രണ്ട് തോക്കുകൾ ചൂണ്ടുന്ന പോലെയായിരുന്നു അതിന്റെ നോട്ടം. അവൻ ആലോചിച്ചു. ഇയാളെ ഞാൻ മുൻപ് കണ്ടിട്ടുണ്ടെങ്കിലും ഓർക്കേണ്ടതാണല്ലോ. ആലോചനയിലായിരുന്ന അവൻ തയ്യാർ ചോദിച്ചത് കേട്ടില്ല.

‘‘എന്താണ്?

‘‘നീ എന്താണ് ചെയ്യേണ്ടത് എന്നതിനെക്കുറിച്ചും നിനക്ക് വല്ല ബോധവുമുണ്ടോ?’’

‘‘ഒരാളിനെ...’’ അവൻ നിർത്തി.

‘‘ഉം പറ.’’

‘‘ഹനീഫ എന്ന ആളിനെ വെടിവെക്കണം. അല്ലേ?’’

‘‘അത് ശരി. ഞാൻ പൊലീസിൽ നിന്നാണെങ്കിലോ?’’ തയ്യാർ അവനെ സൂക്ഷിച്ചു നോക്കി. ഭയത്താൽ ഡെർദയുടെ മുഖം കുനിഞ്ഞു. അവൻ ആകെ ചെറുതാകുന്നപോലെ തോന്നി. ഭയം കൊണ്ട് അവൻ വിറങ്ങലിച്ചു.

''ആരെങ്കിലും ചോദിച്ചാൽ ഇങ്ങനെയാണോ ഉത്തരം പറയുക?''

''ശരി. ഇനി പറ, ആരാണിയാൾ? എന്താണ് നീ ചെയ്യാൻ പോകുന്നത്?''

ഡെർദ പറഞ്ഞു, ''അറിയില്ല.''

''അതാണ് പറയേണ്ടത്. ഒന്നും സ്വയമേ പറയേണ്ട കാര്യമില്ല. എന്തെങ്കിലും നിനക്ക് മനസ്സിലാക്കണമെങ്കിൽ അത് ശ്രദ്ധിച്ചു കേൾക്കുന്നതിലൂടെ മാത്രമാണ്. സംസാരിക്കുന്നത് കുറയ്ക്കണം.''

അയാൾ തന്റെ കാലുകൾ മാറ്റി വെച്ചു. ''ഈ ഹനീഫ എന്ന് പറയുന്നവൻ ദുഷ്ടനാണ്. നമ്മൾ അവനെ കൊന്നില്ലെങ്കിൽ അവൻ നമ്മളെ കൊല്ലും. എന്നെയല്ല. ഇസ്രാഫിലിനെയും നിങ്ങളെയൊക്കെയും. അവിടെ ആ വെയർഹൗസിലുള്ള എല്ലാവരെയും അവൻ കൊല്ലും. മനസ്സിലായോ?''

ഡെർദ തല കുലുക്കി.

''അയാൾ താമസിക്കുന്നത് മാൾട്ടപ്പെ പട്ടണത്തിലെ കടലോരത്താണ്. ഇസ്റാഫിൽ നിനക്ക് ആ സ്ഥലം കാണിച്ചു തരും. അപ്പോൾ ആ സ്ഥലം നീ ശരിക്കും കണ്ട് മനസ്സിലാക്കണം.''

അയാൾ തന്റെ തടിച്ച വിരലുകളാൽ ആ വീടിന്റെ സ്ഥലവും പരിസരവും വരയ്ക്കാൻ തുടങ്ങി. ''അവൻ താമസിക്കുന്ന കോട്ടേജിന്റെ എതിർവശത്ത് ഒരു റോഡുണ്ട്. അതിലൂടെ ദിവസവും ഉച്ചയോടെ ഹനീഫ നടക്കാനിറങ്ങും.''

തയ്യാർ പറയുന്നത് കേട്ടുകൊണ്ടിരിക്കുമ്പോൾ ഡെർദയ്ക്ക് അയാളുടെ രൂപത്തേക്കാളേറെ ആ ശബ്ദമാണ് പരിചിതമായി തോന്നിയത്. എവിടെയോ ഈ ശബ്ദം താൻ കേട്ടിട്ടുണ്ട്.

പിന്നിൽ ഇസ്രാഫിൽ വരുന്ന ശബ്ദം കേട്ടു. അയാൾ സോഫയിൽ വന്നിരുന്നിട്ട് പറഞ്ഞു. ''നീ തയ്യാർ ഭായി പറയുന്നത് ശ്രദ്ധിച്ചു കേട്ടോ.'' തയ്യാർ തുടർന്നു. ''നീ റോഡിന്റെ മറുവശത്തു മറഞ്ഞിരിക്കണം. അയാൾ നടക്കാനിറങ്ങുമ്പോൾ പതുക്കെ അയാളെ പിന്തുടരണം.''

തയ്യാർ പെട്ടെന്ന് തിരിഞ്ഞ് ഇസ്രാഫിലിനോട് പറഞ്ഞു. ''ഇവന് ശബ്ദമുണ്ടാക്കാത്ത സ്പോർട്സ് ഷൂവും ഡ്രസ്സുകളും വാങ്ങി കൊടുക്കണം.''

അതിനുശേഷം അയാൾ അരയിൽനിന്നും ഒരു തോക്ക് പുറത്തെടുത്തു. ഇതിന്റെ അകത്ത് ആറു ബുള്ളറ്റുകളുണ്ട്. നീ അയാളുടെ പിന്നിൽനിന്നും വന്ന് ആറെണ്ണവും ഉതിർക്കണം. രണ്ടെണ്ണം

തലയിലും നാലെണ്ണം ചുമലുകൾക്കിടയിലും. ഒന്നും മനസ്സിലായി ല്ലെങ്കിലും അവൻ പറഞ്ഞു. ''മനസ്സിലായി.'' തോക്കു കണ്ടപ്പോൾ തന്നെ ഡെർദയുടെ ശ്രദ്ധയെല്ലാം പോയിരുന്നു.

ആ തോക്കിലേക്കു ഡെർദ സൂക്ഷിച്ചു നോക്കി. അതൊരു വെറും സ്മിത്ത് & വെസോൺ .38 കാലിബർ തോക്കല്ല, തന്റെ ജീവിത ലക്ഷ്യങ്ങൾ സാക്ഷാത്കരിക്കാനുള്ള ഉപകരണമാണ് അതെന്ന് അവന് മനസ്സിലായി.

''ശ്രദ്ധിച്ചു നോക്ക്.'' തയ്യാർ പറഞ്ഞു. എന്നിട്ട് അയാൾ ആ തോക്കിൽ നിന്നും ബുള്ളറ്റുകൾ പുറത്തെടുത്തു. അതിനുശേഷം ഒഴിഞ്ഞ തോക്ക് ഡെർദയുടെ കൈയിൽ കൊടുത്തു. അവനോട് എണീക്കാൻ പറഞ്ഞു.

ഇസ്രാഫിലിനോടും അയാൾ എണീക്കാൻ ആവശ്യപ്പെട്ടു. ''ഇസ്രാഫിൽ നീ പതുക്കെ മുന്നോട്ട് നടക്കൂ. നീ എന്നിട്ട് അയാളെ പിന്തുടർന്ന് പുറകിൽ നിന്നും വെടി വെക്കണം.''

ഇസ്രാഫിൽ പതുക്കെ മുറിയിൽ നടക്കാൻ തുടങ്ങി. ഡെർദ അയാളെ പിന്തുടർന്ന് തോക്കുയർത്തി കാഞ്ചി വലിച്ചു. ഒന്നിന് പിറകെ ഒന്നുകൂടി.

തയ്യാർ എണീറ്റ് വന്ന് പറഞ്ഞു. ''അങ്ങനെയല്ല. ഇസ്രാഫിലിന്റെ തോളെല്ലുകൾക്കു നടുവിലായുള്ള ഭാഗം തൊട്ടുകാണിച്ചു അയാൾ പറഞ്ഞു. ഇവിടേക്കാണ് വെടി വെക്കേണ്ടത്.''

''ഒന്നുകൂടെ നമുക്ക് നോക്കാം.''

അവർ വീണ്ടും അയാൾ പറഞ്ഞപോലെ ചെയ്തു കാണിച്ചു.

''ഇപ്രാവശ്യം കുറച്ചുകൂടെ ശരിയായിട്ടുണ്ട്. എന്നാലും കൂടുതൽ ശ്രദ്ധ വേണം.'' തയ്യാർ പറഞ്ഞു.

പെട്ടെന്ന് ഡെർദയ്ക്ക് തയ്യാറിന്റെ ശബ്ദം ഓർമ്മ വന്നു. ഒരു ഞെട്ടലോടെ അവൻ ഓർത്തു. ''കൂടുതൽ ശ്രദ്ധ വേണം.''

അന്ന് സെമിത്തേരിയിൽ വെച്ച് താൻ കൂട്ടിയിടിച്ചപ്പോൾ ഇയാൾ പറഞ്ഞത് ഇത് തന്നെയാണ്. ''കൂടുതൽ ശ്രദ്ധ വേണം.'' വർഷങ്ങ ളായി താൻ ഭയപ്പെട്ടിരുന്നത് ഇയാളെയാണ്. അവന്റെ എല്ലാ രോമ കൂപങ്ങളിൽ നിന്നും വിയർപ്പ് പൊടിഞ്ഞു. അവന്റെ കൈയിലെ തോക്ക് വിറച്ചുകൊണ്ടിരുന്നു. തയ്യാർ അവനെ നോക്കി എഴുന്നേറ്റു. ഡെർദയ്ക്ക് മനസ്സിലായി തയ്യാർ തന്നെ തിരിച്ചറിഞ്ഞു കഴിഞ്ഞു. അവൻ പുറത്തേക്ക് രക്ഷപ്പെടുവാനുള്ള വഴികൾ നോക്കി. വിറച്ചു കൊണ്ട് അവൻ നിന്നു. തയ്യാർ അവന്റെ കൈയിലെ തോക്ക് വാങ്ങിയിട്ട്

പറഞ്ഞു. ''നമുക്ക് പുറത്തു പോയി ചില ഷോട്ടുകൾ എടുക്കാം. നിന്റെ കൈയ്ക്ക് ഇത് ശരിക്കും വഴങ്ങേണ്ടതുണ്ട്.''

നായ്ക്കളുടെ കുരയിൽനിന്നും രക്ഷപ്പെടാനായി അവർ വീടിന്റെ പുറകുവശത്തേക്ക് നടന്നു. അവർ മരങ്ങൾക്കിടയിലൂടെ നടന്നു ഒരു മൺകൂനയ്ക്ക് മുന്നിലായി നിന്നു. തയ്യാർ പോക്കറ്റിൽ നിന്നും ബുള്ളെറ്റുകൾ എടുത്ത് തോക്കിൽ ഇട്ടു. അതിനു ശേഷം തോക്ക് ഡെർദയുടെ കൈയിൽ കൊടുത്തു. ഇസ്രാഫിൽ കുറച്ചു മുൻപിൽ നിന്ന് സിഗരറ്റിനു തീ പിടിപ്പിക്കുവാൻ ശ്രമിക്കുകയായിരുന്നു. ഡെർദ കൈയിലിരിക്കുന്ന തോക്കിലേക്ക് നോക്കി. അപ്പോൾ തയ്യാർ പറഞ്ഞു ''ശരി, നീ ആ മൺകൂനയെ ലക്ഷ്യമാക്കി വെടി വെക്കൂ. എങ്ങനെ യുണ്ടെന്ന് നോക്കട്ടെ.''

ഡെർദ ആ മൺകൂനയിലേക്കു നോക്കി. തനിക്കും അതിനും ഇടയിൽ ഒന്നും ഇല്ല. തയ്യാർ വീണ്ടും പറഞ്ഞു. ''ഒരു സ്റ്റെപ്പ് കൂടി എടുത്തോളൂ. അത്ര ദൂരമേ നീയും ഹനീഫയുമായി ഉണ്ടാകുക യുള്ളൂ.''

ഡെർദ കൈ ഉയർത്തി തോക്ക് നേരെ പിടിച്ചു. തയ്യാർ ഓർമി പ്പിച്ചു. ''കൈ ഒരിക്കലും വളച്ചു പിടിക്കരുത്. നേരെ ആയിരിക്കണം. കാഞ്ചി വലിക്കുന്നതിനു തൊട്ടു മുൻപ് ഒരു ദീർഘശ്വാസം എടുത്ത് പുറത്തു വിടാതെ പിടിക്കണം.''

ഡെർദ പറഞ്ഞതുപോലെതന്നെ ദീർഘശ്വാസം വലിച്ചു പിടിച്ചു. അവന് ഉള്ളിൽ ഭയമുണ്ടായിരുന്നു. അവന്റെ ഭാഗത്തു ഒരു താമസം കണ്ട് തയ്യാർ ഉറക്കെ പറഞ്ഞു. ''എടാ, പേടിക്കേണ്ട. വെടി വെച്ചോ.''

ഡെർദ നിന്നിടത്തുനിന്നും ഒന്ന് തിരിഞ്ഞ് കാഞ്ചി വലിച്ചു. അവൻ കൈ വളച്ചില്ല. മൂന്ന് ബുള്ളറ്റുകൾ തയ്യാറിന്റെ നെഞ്ചിൽ. രണ്ടെണ്ണം ഇസ്രാഫിലിന്റെ തോളെല്ലുകൾക്ക് നടുവിൽ. അവസാനത്തെ ബുള്ളറ്റ് വീടിന്റെ ചുമരിൽ തറച്ചു.

അവൻ സാവധാനം കണ്ണുകൾ മുഴുവനായി തുറന്ന് ചുറ്റും നോക്കി. രണ്ട് ആൾക്കാരും താഴെ ചലനമറ്റു കിടക്കുകയാണ്. അവൻ കണ്ണുകൾ വീണ്ടും അടച്ചു. എപ്പോൾ വേണമെങ്കിലും അവർ എണീക്കു മെന്ന് അവൻ ഭയപ്പെട്ടു. പക്ഷേ ആ സ്ഥലം തീർത്തും നിശ്ശബ്ദമാ യിരുന്നു. നായ്ക്കൾകൂടി കുര നിർത്തി.

ഡെർദ തല ഉയർത്തി ആകാശത്തേക്ക് നോക്കി എന്നിട്ട് പിടിച്ചു വെച്ചിരുന്ന ശ്വാസം പുറത്തേക്ക് വിട്ടു. ഒരു മഴത്തുള്ളി അവന്റെ മേൽ വീണു. വീണ്ടും ഒന്ന് കൂടി. അവനു ജീവിതത്തിലാദ്യമായി ഭയം ഇല്ലാതെ ശ്വാസം വലിച്ചുവിടാൻ സാധിച്ചു. രണ്ടു മൃതദേഹ ങ്ങളിൽ നിന്നും രണ്ടു സ്റ്റെപ്പ് അകലെ മാത്രം നിന്നുകൊണ്ട്.

അവൻ തോക്ക് അരയിൽ വെച്ചു. എന്നിട്ട് രണ്ട് കൈമുഷ്ടികളും ആകാശത്തേക്ക് ഉയർത്തി ഓഗസ് അറ്റെയെ എല്ലാവർക്കുമായി പ്രദർശിപ്പിച്ചു.

നായ്ക്കൾ മോങ്ങാൻ തുടങ്ങിയിരുന്നു. അവർക്ക് അവർ അനാഥ രായെന്ന് മനസ്സിലായപോലെ.

വിശ്വാസവഞ്ചനയുടെ കണക്കുകൂട്ടലുകൾ തയ്യാർ മുൻപേ തന്നെ തുടങ്ങിയിരുന്നു.

സ്റ്റീവൻ തുർക്കിയിലെ മിഷൻ അവസാനിപ്പിച്ച പോയ അന്ന് തന്നെ തയ്യാർ ഹൈദർ ആരിഫിനെ വിളിച്ചിരുന്നു. ഗിഡോ ആഗയെക്കുറിച്ചുള്ള സംശയങ്ങൾ പറയാനാണെന്നുള്ള രീതിയിലായിരുന്നു അത്.

‘‘നമുക്ക് പുറകിൽ ഗിഡോ എന്തോ ചില നീക്കങ്ങൾ നടത്തുന്നുണ്ട്. അയാൾ എന്നെ കാണാൻ വന്നിരുന്നു. ഇസ്താംബൂളിലെ ബ്രിട്ടീഷ് രഹസ്യസേനയുടെ (എം16) തലവനെക്കുറിച്ചെല്ലാം അന്വേഷിച്ചു. നമ്മുടെ നീക്കങ്ങളെക്കുറിച്ചും അന്വേഷിച്ചു. അയാൾ എന്നെക്കൂടി അയാളുടെ കൂടെ കൂട്ടുമെന്നാണ് കരുതുന്നത്. ഞാൻ എന്തായാലും ഇതിന്റെ ഉള്ളുകള്ളികൾ അറിയാനായി മാത്രം അയാളുടെ കൂടെ നിൽക്കുന്നതായി അഭിനയിക്കാൻ പോകുകയാണ്.’’

‘‘നീ എന്താണ് ചെയ്യാൻ പോകുന്നത്?’’

‘‘അവൻ പറയുന്നതെല്ലാം തല്ക്കാലം അനുസരിക്കും.’’

‘‘പക്ഷേ നമ്മുടെ പിതാവ് ഇതൊന്നും അറിയരുത്. നീ ഈ തന്തയില്ലാത്തവന്റെ പുറകെയാണെന്ന്.’’

‘‘ശരി ഹൈദർ, ഞാൻ ശ്രദ്ധിക്കാം. ഞാൻ വിദേശത്തുള്ള നമ്മുടെ പ്രവർത്തനങ്ങളെയും ഒന്ന് നിരീക്ഷിക്കട്ടെ.’’

തയ്യാർ ഫോൺ വെച്ചതിനുശേഷം ഉടനെത്തന്നെ ഗിഡോവിനെ വിളിച്ചു.

‘‘എന്താണ് തയ്യാർ ഭായി?’’

‘‘ക്ഷമിക്കണം ഗിഡോ. എനിക്ക് ഒരു കാര്യം അറിയിക്കാനുണ്ട്.’’

‘‘എന്താണ് പറയൂ?’’

‘‘ഹൈദർ ആരിഫ് എന്നെ തീരെ പ്രതീക്ഷിക്കാതെ ഒരു കുഴപ്പത്തിലേക്കു വലിച്ചിട്ടിരിക്കയാണ്. ഞങ്ങളുടെ പിതാവ് ഇതിനിടയിൽ ഇല്ലായിരുന്നെങ്കിൽ അവനെ ഞാൻ കൊന്നേനേ. ഞാൻ ഈ സംഭവം നിങ്ങൾക്ക് വിട്ടു തന്ന് ഇവിടെ നിന്നൊന്നു മാറി നിൽക്കട്ടെ.’’

''അതിനെന്താ തയ്യാർ. ഞാൻ വേണ്ടത് ചെയ്തോളാം. വിവരങ്ങൾ തന്നതിന് നന്ദി.'' ഗിഡോ പറഞ്ഞു.

അതിനുശേഷം തയ്യാർ സ്റ്റീവനെ വിളിച്ചു. തന്റെ ബ്രിട്ടീഷ് വിസയെക്കുറിച്ച് അന്വേഷിച്ചു. എല്ലാം ശരിയാക്കാമെന്നു സ്റ്റീവൻ ഏറ്റിട്ടുണ്ടായിരുന്നെങ്കിലും അത് നീണ്ടു നീണ്ടുപോകുകയായിരുന്നു. ആ കാലയളവിൽ തയ്യാർ ഹിക്മറ്റിൽ നിന്നും വിട്ടു പൊന്നു. തന്റെ താടിയും മേലങ്കിയുമെല്ലാം ഉപേക്ഷിച്ചു. തയ്യാറിന്റെ പ്ലാൻ പ്രകാരം തുടക്കത്തിൽ ഗിഡോയും ഹൈദറും തമ്മിൽത്തമ്മിൽ സംശയിച്ചെങ്കിലും താമസിയാതെ അവർക്ക് യാഥാർത്ഥ്യം മനസ്സിലായി. ഷെയ്ഖ് ഖാസി തയ്യാറിനെ തന്റെ പിൻഗാമിയാക്കാനുള്ള തീരുമാനത്തിൽ നിന്നും പിന്മാറിയിരുന്നു. നിഷ്കാസിതനായ തയ്യാർ, അയാളുടെ കൈവശമുണ്ടായിരുന്ന മുഴുവൻ ധനമുപയോഗിച്ച് പല അനധികൃത ബിസിനസ്സുകളിലും ഏർപ്പെട്ടിരുന്നു. അതിലൊന്നായിരുന്നു ഡെർദ ജോലി ചെയ്തിരുന്ന പ്രസ്. അത് പോകാതിരിക്കാൻ വേണ്ടി മാത്രമാണ് അയാൾ കച്ചറ ഹനീഫിനെ കൊല്ലാൻ പദ്ധതിയിട്ടത്.

തയ്യാറിന് എങ്ങനെ അറിയാൻ കഴിയും കൊല്ലങ്ങൾക്കു മുൻപേ താൻ കുറച്ചു മിനിറ്റുകൾ മാത്രം കണ്ടിട്ടുള്ള ഈ ചെറുക്കൻ തന്നെ കൊല്ലുമെന്ന്?

ഡെർദയ്ക്ക് എങ്ങനെ അറിയാൻ കഴിയും തയ്യാറിനെ കൊല്ലുന്നതിലൂടെ താൻ പലർക്കും വേണ്ടിയുമാണ് പകരം വീട്ടുന്നതെന്ന്?

ഇസ്രാഫിലിന് എങ്ങനെ അറിയാൻ കഴിയും തയ്യാറിനെയും ഡെർദയെയും ഒരുമിച്ചു കൊണ്ടുവരുന്നത് അപകടമാണെന്ന്?

ഹനീഫിന് എങ്ങനെ അറിയാൻ കഴിയും ഡെർദ കാരണമായിരിക്കും തന്റെ കൊലപാതകം നടക്കാതെ പോകുക എന്ന്?

മനുഷ്യരാശിക്ക് തന്നെ തങ്ങളുടെ അസ്തിത്വം എന്തിനു വേണ്ടിയാണ് എന്ന് അറിയാമോ?

എല്ലാത്തിനും ഉത്തരം ഇല്ല എന്നുതന്നെ.

ഈ അറിവില്ലായ്മകൾ തന്നെയായിരിക്കണം ജീവിതം മുന്നോട്ടുപോകുന്നതിന്റെ രഹസ്യം. എല്ലാം മുൻകൂട്ടിയറിയാമെങ്കിൽ പിന്നെ ജീവിതത്തിനെന്തർത്ഥം? മനുഷ്യൻ എല്ലാ പ്രവർത്തനങ്ങളും നിർത്തിവെക്കും. എല്ലാത്തിന്റെയും അവസാനം ദുഃഖമാണെന്ന യാഥാർത്ഥ്യം മനസ്സിലാക്കിയാൽ മനുഷ്യരാശിയുടെ ഭാവിയിലേക്കുള്ള പ്രയാണം തന്നെ മനുഷ്യൻ അവസാനിപ്പിക്കാനാണ് സാധ്യത. പക്ഷേ അതിനുള്ള സാധ്യത വളരെ കുറവാണ്. കാരണം മനുഷ്യൻ ജീവിക്കാൻ

വേണ്ടി എന്തും ചെയ്യാൻ തയ്യാറാണ്. സ്വന്തം അമ്മയുടെ ശവശരീരം വെട്ടിമുറിച്ചു കുഴിച്ചിടും. എത്ര ബുദ്ധിമുട്ടുകൾ ഉണ്ടായാലും മുന്നോട്ട് തന്നെ പോകും കാരണം ജീവിച്ചിരിക്കാമല്ലോ.

ഡെർദയ്ക്ക് ഇപ്പോൾ 11 വയസ്സല്ല. പണ്ടത്തേതുപോലെ ഒരു മൃത ശരീരം കുഴിച്ചിടാൻ വെട്ടിമുറിക്കേണ്ട കാര്യമില്ല. കുറച്ച് ബുദ്ധിമുട്ടി യിട്ടാണെങ്കിലും ഡെർദ തയ്യാറിന്റെയും ഇസ്രാഫില്ലിന്റെയും മൃത ശരീരങ്ങൾ ആ മൺകൂനയ്ക്കരികിലേക്ക് വലിച്ചുകൊണ്ടുചെന്നിട്ടു. അവൻ അവരുടെ പോക്കറ്റു പരിശോധിച്ചു. ഒരുകെട്ട് നോട്ടും ഒരു തോക്കും ഒരു കെട്ട് ബുള്ളറ്റുകളും അവൻ എടുത്തു. കാർ ഓടി ക്കാൻ അറിയാമായിരുന്നെങ്കിൽ അവൻ ഇസ്രാഫില്ലിന്റെ പോക്കറ്റിൽ കണ്ട മേഴ്സിഡസിന്റെ താക്കോൽകൂടി എടുക്കുമായിരുന്നു.

വീടിനു ചുറ്റും രണ്ടു പ്രാവശ്യം നടന്നപ്പോൾ അവന് ഒരു കൈ ക്കോട്ട് ലഭിച്ചു. അതുപയോഗിച്ച് അവൻ ആ മൺകൂനയുടെ അടുത്ത് ഈ രണ്ടു ശരീരങ്ങളെയും മണ്ണിട്ട് മൂടാൻ തുടങ്ങി. മഴ പെയ്ത കാരണം മണ്ണ് ആകെ നനഞ്ഞു കുതിർന്നിരുന്നു എങ്കിലും ശരീര ഭാഗങ്ങളൊന്നും പുറത്തു കാണാത്ത രീതിയിൽ അവയെ മൂടി. അവൻ വീടിനകത്തേക്ക് പോയി വാതിൽ അടച്ചു കുറ്റിയിട്ടു. മഴ തിരുന്നതു വരെ അവന് പുറത്തുപോകാനാവില്ല.

ഡെർദ ആ വലിയ സ്വീകരണമുറിയിലേക്ക് കടന്നു. അതിനു ശേഷം അവൻ ആ പടികൾ കയറി ഒന്നാംനിലയിലേക്ക് എത്തി. അവിടെ കണ്ട ആദ്യത്തെ മുറിയുടെ വാതിൽ തുറന്നു. അത് ഒരു ബെഡ്റൂം ആയിരുന്നു. ആ ബെഡ്റൂമിൽ അവന്റെ ശ്രദ്ധ ആദ്യം പതിഞ്ഞത് ഒരു വലിയ ചിത്രത്തിലാണ്. അതിൽ ഇസ്രാഫിൽ സുന്ദരി യായ യുവതിയോടും കുഞ്ഞിനൊടുമൊപ്പം. അവർ മൂന്നുപേരും ചിരിക്കുന്നുണ്ടായിരുന്നു. ഡെർദ കിടക്കയിലേക്ക് ചാടിക്കയറി. എന്നിട്ട് ആ ഫോട്ടോയുടെ അടുത്തേക്ക് നടന്നു ചെന്നു. അവൻ മൂക്ക് ആ ഫോട്ടോയിൽ മുട്ടിച്ചു. പെട്ടെന്ന് ഡെർദയ്ക്ക് കരച്ചിൽ വന്നു. അവൻ മുട്ടുകുത്തിയിരുന്ന് പൊട്ടിപ്പൊട്ടിക്കരഞ്ഞു. അവന് ആ കുഞ്ഞിനോടും അമ്മയോടും സഹതാപം തോന്നി. ശരിക്കും ഇസ്രാഫില്ലിനെ കൊല്ലേണ്ട ആവശ്യമുണ്ടായിരുന്നില്ല എന്ന് തോന്നി. പക്ഷേ എല്ലാം അങ്ങനെ വന്നു ഭവിച്ചു. അവൻ അവന്റെ കൈമുഷ്ടികളി ലേക്ക് നോക്കി.

അവൻ എല്ലാവരോടും ക്ഷമ ചോദിച്ചു. ''ഓർഗസ് അറ്റെ, എനിക്ക് നീയും മാപ്പ് തരൂ.'' അവൻ അറിയാതെ ഉറങ്ങിപ്പോയി.

ഉറക്കത്തിനുശേഷം താഴെയെത്തിയ ഡെർദ അവിടെയുള്ള ആ വലിയ ഫ്രീസർ വലിച്ചു തുറന്നു. അതിനകത്തത് പലതരം ഇറച്ചികൾ കുത്തിനിറച്ചിട്ടുണ്ടായിരുന്നു. അതെല്ലാം ഡെർദ വലിച്ച് പുറത്തേക്കിട്ടു. ഫ്രീസർ കാലിയായി. അതിനുശേഷം ആ വീട്ടിൽ നടന്ന് വലിയ ഒരു പ്ലാസ്റ്റിക് ചരട് കണ്ടെത്തി. മഴ ശമിച്ചിരുന്നു. ഡെർദ പുറത്തേക്കിറങ്ങി. ഡെർദ അടുത്തേക്ക് വരുന്നതുകണ്ട് ആ വേട്ടനായ്ക്കൾ കുരച്ചുതുടങ്ങി. ഡെർദ ആ കൂടിനടുത്തെത്തി. കൂട് പൂട്ടിയിട്ടിരുന്നു. നീക്കാവുന്ന കുറ്റിയുടെ അറ്റത്ത് ആ ചരട് കെട്ടി. പിന്നെ ആ ചരടിന്റെ മറ്റേ അറ്റവും എടുത്ത് ആ വീടിന്റെ ഗേറ്റിന് അടുത്തെത്തി. ഗേറ്റ് ചാടിക്കടന്ന് ഡെർദ ഗേറ്റ് കമ്പികൾക്കിടയിലൂടെ ആ ചരട് പിടിച്ച് പതുക്കെ വലിച്ചു. ആ നായ്ക്കളുടെ കൂടിന്റെ വാതിൽ പതുക്കെ തുറന്നു. നായ്ക്കൾ ശൗര്യത്തോടെ പുറത്തേക്ക് ചാടി. പക്ഷേ ഡെർദ സുരക്ഷിതനായിരുന്നു. ഡെർദ വിചാരിച്ചു. ആ നായ്ക്കൾക്ക് കുറച്ചു നാളത്തേക്ക് ഇറച്ചിക്കഷ്ണങ്ങൾ അവിടെ ഉണ്ട്. അതുകൊണ്ട് അവയ്ക്ക് വിശക്കില്ല.

നടന്ന് നടന്ന് ഡെർദ അവസാനം ഹൈവേയിൽ എത്തി. ധാരാളം വാഹനങ്ങൾ അങ്ങോട്ടുമിങ്ങോട്ടും ചീറിപ്പായുന്നുണ്ടായിരുന്നു. എവിടേക്കാണ് പോകേണ്ടത് എന്നതിനെക്കുറിച്ച് അവന് ഒരു ധാരണയും ഉണ്ടായിരുന്നില്ല. എങ്കിലും അവൻ ഏകദേശം വന്നവഴി കണക്കുകൂട്ടി. ഇസ്തംബൂൾ എവിടെയായിരിക്കുമെന്നതിനെക്കുറിച്ച് ഒരു ധാരണ കിട്ടി. വളരെയധികം കാറുകളും ട്രക്കുകളും നിർത്താതെ പോയെങ്കിലും അവസാനം ഒരു കാർ നിർത്താൻ കഴിഞ്ഞു. അത് ഒരു ചുവന്ന കാർ ആയിരുന്നു. അവൻ ഡ്രൈവറോട് ചോദിച്ചു. ''എവിടേക്കാണ് പോകുന്നത്?''

''ഇസ്താംബൂൾ.''

അതൊരു വയസ്സായ ആളായിരുന്നു.

''നീ ഈ ഭാഗത്തു എന്താണ് ചെയ്യുന്നത് മോനേ?'' അയാൾ ചോദിച്ചു. ''ഇതൊരു കുഴപ്പം പിടിച്ച സ്ഥലമാണല്ലോ.''

ഡെർദയ്ക്ക് അയാളോട് പറയാനാവുമോ? അവൻ എന്തിനാണ് ഇവിടെ വന്നതെന്ന്. അവൻ ഒന്നും മിണ്ടിയില്ല. അവൻ അയാളോട് ചോദിച്ചു. ''നിങ്ങൾക്ക് ബയോഗ്ലൂ എന്ന സ്ഥലം അറിയാമോ?''

വയസ്സൻ ചിരിച്ചു. ''നീ എന്താണ് ബയോഗ്ലൂവിൽ ചെയ്യാൻ പോകുന്നത്?''

''എന്റെ അച്ഛൻ അവിടെ എന്നെ കാത്തുനിൽക്കുന്നുണ്ട്.''

''എന്താണ് അച്ഛൻ ചെയ്യുന്നത്?''

''അച്ഛൻ ഒരു എഴുത്തുകാരനാണ്.''

''എന്താണ് പേര്? ചിലപ്പോൾ ഞാൻ കേട്ടു കാണും.''

''ഓഗസ് അറ്റെ.''

''ഓ, ഞാൻ കേട്ടിട്ടില്ല.''

പെട്ടെന്ന് ഒരു നിമിഷം ഡെർദയ്ക്ക് തോന്നി. പോക്കറ്റിൽനിന്നു തോക്കെടുത്ത് അറ്റെയെക്കുറിച്ച് കേൾക്കാത്ത ഇയാളെ വെടി വെച്ചാലോ എന്ന്. പിന്നെ ആ തോന്നൽ അവൻ അടക്കി. ഇതൊന്നും ഇവരുടെ കുറ്റമല്ല. അവൻ ആ വയസ്സന് മാപ്പ് കൊടുത്തു.

''കേട്ടിട്ടില്ലെങ്കിൽ അടുത്തുതന്നെ കേൾക്കാൻ സാധ്യതയുണ്ട്.''

അവൻ വണ്ടിയിൽ നിന്നിറങ്ങുമ്പോൾ സൂര്യൻ അസ്തമിക്കാറായിരുന്നു. ഡ്രൈവർ ബയോഗ്ലൂവിലേക്കുള്ള വഴി പറഞ്ഞുകൊടുത്തിരുന്നു.

അയാൾ പറഞ്ഞ മാർഗനിർദ്ദേശങ്ങൾ അവന് മനസ്സിലായിട്ടുണ്ടായിരുന്നല്ല. ആകെ അറിയാവുന്നത് ബയോഗ്ലൂ എന്ന പേര് മാത്രമാണ്. സറുഹാൻ അവനോട് പറഞ്ഞിട്ടുണ്ടായിരുന്നു. അദ്ദേഹം എഴുതിയതും വരച്ച ചിത്രങ്ങളും എല്ലാം ബയോഗ്ലുവിലാണുള്ളത്. അവിടെ ഒരു സത്രമുണ്ട് എന്താണ് അതിന്റെ പേര്? കോളക്ക്, കൊറാക്ക്? കൃത്യമായി ഓർക്കുന്നില്ല.

ഡെർദ അടുത്തുവന്ന ഒരു ടാക്സിയിൽ കയറി. അവൻ പറഞ്ഞു. 'ബയോഗ്ലൂ.''

അവർ ടാക്സിം ചത്വരതിലെത്തിയപ്പോൾ ഡ്രൈവർ കാർ നിർത്തി.

''ഇറങ്ങിക്കൊള്ളൂ.'' ഡ്രൈവർ പറഞ്ഞു.

അവൻ ചോദിച്ചു, ''എവിടെയാണ്?''

അപ്പോൾ അക്ഷമയോടെ ഡ്രൈവർ അവനോട് പറഞ്ഞു, ''ഇതാ താഴെ ഇറങ്ങിക്കോളൂ. ഇതെല്ലാം ബയോഗ്ലൂ ആണ്.''

അവിടെ ധാരാളം ആൾക്കാർ ഉണ്ടായിരുന്നു. പ്രതീക്ഷിച്ചതിലും തിരക്കുണ്ടായിരുന്നു. അവൻ അവിടെ വന്നത് എല്ലാം ഇവിടെ വെച്ച് അവസാനിപ്പിക്കണം എന്ന് വിചാരിച്ചായിരുന്നു. എന്നാൽ അവന്റെ പദ്ധതികൾ നടക്കുമോ എന്ന് സംശയിച്ചു. ഏത് ദിക്കിലേക്കാണ് പോകേണ്ടത് എന്ന് അറിഞ്ഞില്ല.

അടുത്ത് വന്ന ഒരു ചെറുപ്പക്കാരനോട് ഡെർദ ചോദിച്ചു, ''ഇവിടെ

കോളാക് എന്ന സ്ഥലം അന്വേഷിക്കുകയാണ്. അതൊരു ഹോട്ടലോ മറ്റോ ആണ്. നിനക്കറിയാമോ?''

അവന് ഏതാണ്ട് ഡെർദയുടെ പ്രായം തന്നെ. അവൻ ഡെർദയെ സൂക്ഷിച്ചു നോക്കി. ''അങ്ങനെ ഒരു സ്ഥലം അറിയില്ലല്ലോ.''

''ശരി, എന്നാൽ നീ ഓഗസ് അറ്റെ കേട്ടിട്ടുണ്ടോ?''

ആ ചെറുപ്പക്കാരൻ പെട്ടെന്ന് പിന്നോക്കം മാറി. ''ഉവ്വ്, കേട്ടിട്ടുണ്ട്.'' ഒരു വിക്കലോടെ ചെറുപ്പക്കാരൻ പറഞ്ഞു.

ഡെർദയോട് അത് എന്തിനാണ് ചോദിച്ചത് എന്ന് ചോദിക്കാൻ തുടങ്ങുമ്പോഴേക്കും ഡെർദ നടന്നുപോയിരുന്നു. പലരോടും ചോദിച്ചിട്ടും കണ്ടുപിടിക്കാനായില്ല. അവൻ ഒരു കപ്പലണ്ടി വിൽക്കുന്ന ആളുടെ അടുത്തു നിന്നും കപ്പലണ്ടി വാങ്ങി. അയാൾ പറഞ്ഞു, ''കുറച്ചുകൂടി മുന്നോട്ട് പോയാൽ കോളക്ക് എന്ന ഒരു ഹോട്ടൽ ഉണ്ട്.''

മുന്നോട്ട് നടന്ന ഡെർദ ഒരു നിയോൺ അടയാളം കണ്ടു. അതിൽ കൊളാക് എന്ന് എഴുതിയിരുന്നു. അവന് കൈയിലുണ്ടായിരുന്ന കപ്പലണ്ടി കളഞ്ഞു. ചുവന്ന നെക്ക് ടൈ അണിഞ്ഞ ഹോട്ടലിലെ വെയ്റ്റർ വന്ന് എന്താണ് വേണ്ടത് എന്ന് ചോദിച്ചു. ഡെർദ ആ വെയ്റ്ററുടെ നെഞ്ചിൽ പിടിച്ച് തള്ളി. എന്നിട്ട് മുകളിലുണ്ടായിരുന്ന ഷാൻഡലിയറിനുനേരെ വെടി വെച്ചു, തയ്യാർ അവനെ പഠിപ്പിച്ചിരുന്നതുപോലെ കൈമുട്ട് തീരെ വളയാതെ.

ആ വെടിയൊച്ച ആ ഹോട്ടലിൽ മുഴങ്ങി. അവിടെ ഭക്ഷണവും മദ്യവും കഴിക്കാൻ വന്നിരുന്നവർ പേടിച്ചു. പലരും അവിടെയുണ്ടായിരുന്ന മേശയുടെ അടിയിൽ ഒളിച്ചു. ഡെർദ ആ വെയ്റ്ററോട് പറഞ്ഞു.

''എല്ലാവരോടും പുറത്തു വരാൻ പറയൂ.''

''ശരി. ശരി സഹോദരാ.''

അയാൾ എല്ലാവരോടും പുറത്തുവരാൻ പറഞ്ഞു. അവൻ ഓരോരുത്തരും പുറത്തുവന്നു. ആദ്യം വന്നു ചെറുപ്പക്കാരനോട് പുറത്തു പോകാൻ ആവശ്യപ്പെട്ടു. അങ്ങനെ ഡെർദ എല്ലാവരുടെയും അടുത്തു ചെന്നു. എല്ലാ ചെറുപ്പക്കാരെയും പോകാൻ അനുവദിച്ചു. അവസാനം മൂന്നു പേർ അവശേഷിച്ചു. അറുപതിനും എഴുപത്തഞ്ചിനും ഇടയിലുള്ള മൂന്നു വൃദ്ധന്മാർ. ഡെർദ അവരുടെ അടുത്തു ചെന്ന് അതിൽ താടിയുള്ള ഒരാളോട് ചോദിച്ചു.

‘‘എന്താണ് നിങ്ങളുടെ ജോലി?’’

അയാൾ പറഞ്ഞു, ‘‘നോക്കൂ മോനെ, നിന്റെ വിഷമം എന്താണ്? ഞങ്ങൾ അത് പരിഹരിച്ചു തരാം.’’

‘‘ആഹാ, അങ്ങനെയാണോ?’’

‘‘അപ്പോൾ അടുത്തിരുന്ന ആൾ പറഞ്ഞു, ‘‘ഇദ്ദേഹം ഒരു പത്ര പ്രവർത്തകനാണ്. നിന്നെ എങ്ങനെ വേണമെങ്കിലും സഹായിക്കാൻ കഴിയും.’’

‘‘അപ്പോൾ ഞങ്ങളുടെ ബുദ്ധിമുട്ടുകൾ നിങ്ങളുടെ തലയുടെ നേരെ തോക്ക് പിടിച്ചാൽ മാത്രമേ നിങ്ങൾക്ക് കേൾക്കാൻ കഴിയുകയുള്ളൂ അല്ലേ?’’ ഡെർദ അലറി.

‘‘ആരുടെ പ്രശ്നങ്ങൾ?’’ അയാൾ ചോദിച്ചു.

‘‘അദ്ദേഹത്തിന്റെ പേര് പറഞ്ഞാൽ നിങ്ങൾ അറിയുമോ?’’

അതിൽ ഒരാൾ വീണ്ടും ചോദിച്ചു. ‘‘ആരുടെ കാര്യമാണ് കുഞ്ഞേ നീ പറയുന്നത്?’’

ഡെർദ ശ്വാസം അകത്തേക്ക് വലിച്ചുപിടിച്ചു. തോക്കിന്റെ മുന താടിവെച്ച ആളുടെ നേരെ കൊണ്ടുവന്നു. ആ പത്രപ്രവർത്തകന്റെ വായിൽനിന്നും രക്തം ചാടി മരിച്ചു വീണു. പിന്നെ ആ തടിച്ച രണ്ടാമത്തെ വൃദ്ധനും വെടിയേറ്റു. മൂന്നാമനെ വെടിവെച്ചെങ്കിലും അയാളുടെ കൈയിലും മുട്ടിലുമായി വെടിയുണ്ട കയറി. അതിനു ശേഷം ഡെർദ എല്ലാവരോടും മാറിനിൽക്കാൻ ആവശ്യപ്പെട്ടു. എന്നിട്ട് ഡെർദ പുറത്തേക്ക് പാഞ്ഞു. അവൻ എങ്ങോട്ടെന്നില്ലാതെ ഓടി.

ഇസ്താംബൂളിലെ പൊലീസ് ഡെർദയ്ക്കുവേണ്ടി തിരഞ്ഞെങ്കിലും പിടികൂടാനായില്ല. അത്ഭുതമാണ്, അവർക്ക് ഡെർദയെ പിടികൂടാനായില്ല എന്നത്.

അവൻ ചെന്നെത്തിയത് വിധിവൈപരീത്യമെന്നതുപോലെ സാധാരണ സെറുഹാനെ കണ്ടുമുട്ടാറുള്ള യൂണിവേഴ്സിറ്റിയുടെ മുന്നിലാണ്. ക്ഷീണിച്ച ഡെർദ പടികൾ കയറി മുകളിലെത്തി. അപ്പോഴും അവിടെ ആ പഴയ വാച്ച് വിൽപ്പനക്കാരൻ ഇരിക്കുന്നുണ്ടായിരുന്നു. അവൻ അയാളുടെ അടുത്ത് കുഴഞ്ഞുവീണെന്നപോലെ ഇരുന്നു.

അവൻ അയാളോട് ചോദിച്ചു, ‘‘ഒരു സിഗരറ്റ് തരാമോ?’’

അയാൾ പറഞ്ഞു, ‘‘പിന്നെന്താ.’’

അയാൾ കൈയിലുണ്ടായിരുന്ന വാച്ച് താഴെ വെച്ച് ഡെർദയുടെ അടുത്തേക്ക് നടന്നു വന്നു. അവന്റെ അടുത്ത് എത്താറായപ്പോൾ പെട്ടെന്ന് പോക്കറ്റിൽ നിന്ന് ഒരു തോക്കെടുത്ത് ഡെർദയുടെ നെറ്റിയിൽ അമർത്തി.

അയാൾ സാവധാനം പറഞ്ഞു, ''താഴെ കമിഴ്ന്നു കിടക്കൂ.''

ഡെർദ അയാൾ പറഞ്ഞതനുസരിച്ചു. എല്ലാ സ്ഥലത്തുനിന്നും രക്ഷപ്പെട്ട ഡെർദ അവനെ അറിയാവുന്ന ഒരു രഹസ്യപ്പൊലീസിന്റെ പിടിയിൽ പെട്ടു.

അവൻ ചോദിച്ചു, ''നിങ്ങൾ എനിക്ക് സിഗരറ്റ് തരുന്നുണ്ടോ?''

പൊലീസ് ഡെർദയെ ചോദ്യം ചെയ്യാൻ തുടങ്ങുന്നതിനു മുമ്പു തന്നെ അവന്റെ ചെയ്തികളെക്കുറിച്ചുള്ള വാർത്തകൾ പത്രങ്ങളിൽ സ്ഥാനം പിടിച്ചിരുന്നു. അവൻ വെടിവെച്ചു കൊന്ന ആ താടിക്കാരൻ പ്രശസ്തനായ ഒരു മാധ്യമപ്രവർത്തകനായിരുന്നു. കൂടെയുണ്ടായിരുന്ന ആ തടിച്ച വൃദ്ധനും കണ്ണട വെച്ച വൃദ്ധനും പ്രസിദ്ധനും ധാരാളം അവാർഡുകളും അംഗീകാരങ്ങളും ലഭിച്ച ഒരു നോവലിസ്റ്റ് ആയിരുന്നു. എല്ലാവരും ചോദിച്ചു, എന്താണ് ഈ കൊലപാതകങ്ങളുടെ ഉദ്ദേശ്യം? ഇതൊരു തീവ്രവാദപ്രവർത്തനമാണോ? ഡെർദയിൽ നിന്നും ലഭിച്ച ആദ്യവിവരങ്ങൾ വെച്ച് പൊലീസ് മനസ്സിലാക്കിയത് ഇവനൊരു ഭ്രാന്തനായ തീവ്രവാദിയാണെന്നാണ്. എങ്കിലും കൂടുതൽ കൂടുതൽ വിവരങ്ങൾ ഡെർദ പറയുമ്പോഴും അവന്റെ കൈയിൽ കണ്ട ടാറ്റുവും അവൻ പറയുന്നതിലുള്ള സ്ഫുടതയും കണ്ട് അവൻ പറയുന്നത് വിശ്വസിക്കാനും അവരെ പ്രേരിപ്പിച്ചു.

അവൻ പറഞ്ഞു, ''ഞാൻ വെടിവെച്ചത് ഓഗസ് അറ്റെയ്ക്ക് വേണ്ടിയാണ്. അവർ ആരാണെന്ന് എനിക്കറിയില്ല. എനിക്ക് അതൊരു വിഷയമല്ല. ഞാൻ ആഗ്രഹിച്ചത് ഒരു മാധ്യമപ്രവർത്തകനെയോ എഴുത്തുകാരനെയോ വെടിവെക്കാനായിരുന്നു. അവരായിരുന്നു അവിടെ ഉണ്ടായിരുന്നത്. ഞാൻ കാഞ്ചി വലിച്ചു. അവരെ വെടിവെച്ചു.''

''പക്ഷേ ആരാണീ ഓഗസ് അറ്റെ?'' അവിടെയുണ്ടായിരുന്ന മധ്യവയസ്കനായ പൊലീസുകാരൻ ചോദിച്ചു. കൈയിൽ വിലങ്ങുണ്ടായിരുന്നിട്ടും ഡെർദ ചാടി എണീറ്റു.

''എടോ മരമണ്ടാ, നിനക്ക് ഓഗസ് അറ്റെയെ അറിയില്ലേ?''

രണ്ടു പൊലീസുകാർ ഓടിവന്ന് അവനെ വീണ്ടും പിടിച്ചു താഴെ ഇരുത്തി. അവരിൽ ഒരാൾ ചോദിച്ചു, ''ഇതിൽ ഓഗസ് അറ്റെയ്ക്ക് എന്താണ് പങ്ക്?''

''നിങ്ങൾക്കറിയാമോ എന്തു കാരണത്താലാണ് അദ്ദേഹം മരിച്ചതെന്ന്. സങ്കടം കൊണ്ടുമാത്രം ആരും അയാളുടെ ദുഃഖങ്ങളെക്കുറിച്ച് അറിഞ്ഞില്ല. എല്ലാവരും ഓഗസ് അറ്റെയെ അവഗണിച്ചു. ഇന്ന് ജീവിച്ചിരിക്കുന്ന ആരും അദ്ദേഹത്തെക്കുറിച്ച് അറിഞ്ഞില്ല. അറിയണമെങ്കിൽ അദ്ദേഹത്തിന്റ ജീവചരിത്രകുറിപ്പുകളും പുസ്തകങ്ങളും മറ്റും വായിക്കണം.

''**ഞാ**ൻ വെടിവെച്ച ആ ആൾക്കാരെല്ലാം ഓഗസ് അറ്റെയെ അവഗണിച്ചവരാണ്.''

''നിനക്ക് അതിൽ ദുഃഖമുണ്ടോ?''

''ഞാൻ കൊന്നവർ അല്ലെങ്കിൽ അവർക്ക് ഓഗസ്റ്റ് അറ്റെയുമായി ഒരു ബന്ധവുമില്ലെങ്കിൽ എനിക്ക് ചിലപ്പോൾ ദുഃഖം തോന്നിയേക്കാം. പക്ഷെ ശരിക്കും എനിക്ക് ഒരു ദുഃഖവുമില്ല. കാരണം ആ കാലഘട്ടത്തിൽ ജീവിച്ചിരുന്ന എല്ലാവരും അറ്റെയെ അവഗണിച്ചവരായിരുന്നു. അതുകൊണ്ട് എല്ലാവരും കുറ്റക്കാരാണ്. അതുകൊണ്ട് ഒരു നിലയ്ക്കും എന്റെ ചെയ്തികളിൽ സങ്കടമില്ല. പക്ഷേ ഒരു കാര്യത്തിൽ മാത്രമേ ദുഃഖമുള്ളൂ. ഞാൻ അവിടെനിന്ന് പോന്നപ്പോൾ ആ രണ്ട് എഴുത്തുകാരും മരിച്ചു എന്നാണ് കരുതിയത്. അവർ മരിക്കാത്തതിൽ എനിക്ക് ദുഃഖമുണ്ട്.''

''എന്താണ് നിനക്ക് ഓഗസ് അറ്റെയുമായി ബന്ധം?''

''ഞങ്ങളാണ് ഓഗസ് ടർക്സ്.''

അപ്പോൾ പൊലീസുകാർക്ക് കൗതുകം തോന്നി. അവർക്ക് ഇതുവരെ കേൾക്കാത്ത പുതിയ വിപ്ലവസംഘടനയെക്കുറിച്ച് അറിയാൻ ആഗ്രഹം തോന്നി.

''ആരാണ് ഈ ഓഗസ് ടർക്സ്?''

അവർക്ക് ഇതുവരെ കേൾക്കാത്ത പുതിയ വിപ്ലവസംഘടനയെക്കുറിച്ച് കേട്ടപ്പോൾ ഉത്സാഹം വർദ്ധിച്ചു.

''ശരിക്കും എനിക്കും അറിയില്ല. അവർ അവിടെ ഉണ്ട്. അത്രമാത്രമേ എനിക്കും പറയാൻ പറ്റൂ.''

അവർ ചോദിച്ചു, ''എന്താണ് അവരുടെ ചിഹ്നം?''

ഡെർദ അവൻ മുമ്പ് വരച്ച 'ഒ'യുടെ ഉള്ളിൽ 'എ' ഇരിക്കുന്ന ഒരു ചിത്രം വരച്ചു കാണിച്ചു. ഒരു പൊലീസുകാരൻ ഇത് കണ്ട് അത്ഭുതപ്പെട്ടു.

''ഇതുതന്നെയല്ലേ?'' അയാൾ പറഞ്ഞത് മുഴുവനാക്കിയില്ല.

ഒരാൾ ചോദിച്ചു, ''ആ ഹോട്ടലിലുള്ള ചെറുപ്പക്കാരെ നീ പോകാൻ അനുവദിച്ചത് എന്തുകൊണ്ടാണ്?''

''ഓഗസ് അറ്റെ 1977ൽ മരിച്ചു. ആ കാലത്ത് ഈ ചെറുപ്പക്കാർ ജനിച്ചിട്ടുപോലുമില്ല. അല്ലെങ്കിൽ അവർ കൊച്ചുകുട്ടികളായിരിക്കും അതിനാലാണ് അവരെ വെറുതെ വിട്ടത്.''

''നിനക്ക് ഈ തോക്ക് എവിടെ നിന്നാണ് കിട്ടിയത്?''

''തയ്യാർ എന്ന ആളുടെ പക്കൽനിന്ന്. അയാളെ ഞാൻ എവിടെയോ കുഴിച്ചിട്ടുണ്ട്. പക്ഷേ എവിടെയാണെന്ന് കൃത്യമായി പറഞ്ഞു തരാൻ അറിയില്ല.''

''നിനക്ക് വേറെ എന്തെങ്കിലും പറയാനുണ്ടോ?''

''സത്യം പറഞ്ഞാൽ ഞാൻ ഒരാളെകൂടി കൊന്നിട്ടുണ്ട്. ഇസ്രാഫിൽ എന്നാണ് അയാളുടെ പേര്. അയാളെ കൊല്ലണമെന്ന് ഞാൻ വിചാരിച്ചതല്ല. എങ്കിലും എനിക്ക് വെടി വെക്കേണ്ടിവന്നു.''

''വേറെ എന്താണ് പറയാനുള്ളത്?''

''ഞാൻ എന്റെ അച്ഛനെ പരിക്കേൽപ്പിച്ചിട്ടുണ്ട്.''

പ്രോസിക്യൂട്ടർ ഡെർദയുടെ കേസിൽ പ്രത്യേക താത്പര്യമെടുത്തു. അദ്ദേഹം പൊലീസുകാർ നൽകിയ വിവരണങ്ങളും മറ്റും കൃത്യമായി പരിശോധിച്ചു. അദ്ദേഹത്തിനു കൃത്യമായി മനസ്സിലാക്കാനായില്ല. ഡെർദ ഒരു പ്രശസ്തമായ സൈക്യാട്രിക് ക്ലിനിക്കിലേക്ക് ഡെർദയെ വിദഗ്ധ ചികിത്സയ്ക്കായി പറഞ്ഞയച്ചു. അവിടത്തെ ഡോക്ടർമാർക്കും ഡെർദയുടെ കാര്യത്തിൽ ഭിന്നാഭിപ്രായങ്ങളായിരുന്നു. ചിലർ ഒരു മാനസികരോഗിയായി കണ്ടെങ്കിലും ചിലർ അവൻ ഒരു ക്രൂരനായ കൊലയാളിയാണെന്ന് കണ്ടെത്തി. പിന്നെയും അന്വേഷിച്ചപ്പോൾ ഡെർദ 11 വയസ്സുള്ളപ്പോൾ തന്നെ തന്റെ അമ്മയെ പല ഭാഗങ്ങളായി കൊത്തി നുറുക്കി കുഴിച്ചിട്ടുള്ളതായി അറിഞ്ഞു. അതിനുശേഷം ഡെർദയെക്കുറിച്ച് അവർക്കുള്ള അഭിപ്രായം വീണ്ടും മാറി. ഒരു സാധാരണ ആരോഗ്യകരമായ മാനസികനിലയുള്ള ചെറുപ്പക്കാരനാണെന്ന് അവർക്കും തോന്നിയില്ല. സാധാരണ ആൾക്കാർ ചെയ്യുന്ന പ്രവൃത്തികളല്ല അവൻ ചെയ്തിരിക്കുന്നത്. ഡെർദയുടെ കേസ് ജുവനൈൽ കോടതിയിലാണ് നടന്നിരുന്നത്.

പത്രമാധ്യമങ്ങളിലും മറ്റും ഈ കേസ് വലിയ പ്രാധാന്യം നൽകി. ഓഗസ് അറ്റെ എന്ന പേരും 'ടൂട്ടൻ മയനാലർ' എന്ന പുസ്തകവും ആളുകൾ ചർച്ച ചെയ്യുന്നുണ്ടായിരുന്നു. ഓഗസ് അറ്റെയ്ക്ക് എന്താണ് സംഭവിച്ചത്, അയാളെ അവഗണിച്ചത് മാപ്പർഹിക്കാത്ത കുറ്റമാണോ തുടങ്ങിയ ചർച്ചകൾ. ടീവിയിൽ ഡെർദയെ കണ്ടപ്പോൾ അവന് ലിഫ്റ്റ് കൊടുത്ത ചുവന്ന കാറിലെ ആ ഡ്രൈവർ അവനെ തിരിച്ചറിഞ്ഞു. 'ഓ, ഇവനാണ് എന്റെ അച്ഛനെ നിങ്ങൾ തിരിച്ചറിയും' എന്ന് പറഞ്ഞത് അല്ലേ? അയാൾ ചിരിച്ചു. കുറച്ചു കഴിഞ്ഞപ്പോൾ ആളുകൾക്ക് ഓഗസ് അറ്റെയിലുള്ള താല്പര്യം കുറഞ്ഞു. അവർ വീണ്ടും ഡെർദയിലേക്ക് തിരിഞ്ഞു. എങ്ങനെയാണ് ഈ ചെറുപ്പക്കാരൻ ഇത്തരം ഒരു മനോനിലയിലേക്ക് എത്തിപ്പെട്ടത്? അതിനെക്കുറിച്ചെല്ലാം ചർച്ചകൾ നടക്കുന്നുണ്ടായിരുന്നു. അവർ ഡെർദയുടെ പിതാവിനെയും സുരയ്യയെയും കണ്ടുപിടിച്ചു.

പിതാവ് പറഞ്ഞു, ''അവൻ എന്നെ ഇടിച്ചു. അവന്റെ മനോനില ശരിയല്ല. അവൻ എന്റെ ഭാര്യയെ ചെയ്തത് കണ്ടില്ലേ?''

ഇസ മാത്രം ഒന്നും പറയാൻ കൂട്ടാക്കിയില്ല. പത്രക്കാർ എത്ര നിർബന്ധിച്ചിട്ടും ഇസ ഒന്നും പറഞ്ഞില്ല. അവൻ പത്രക്കാരുടെയോ ടി.വി. റിപ്പോർട്ടർമാരുടെയോ ചോദ്യങ്ങൾക്ക് മറുപടി പറഞ്ഞില്ല. അവർ നിർബന്ധിച്ചപ്പോഴും അവന്റെ തൊണ്ടയിൽനിന്ന് ഒരു വാക്കു പോലും പുറത്തുവന്നില്ല. മൈക്രോഫോൺ അവനുനേരെ പിടിച്ചിട്ടും ഡെർദയുടെ ഒരു കഥ പോലും അവനിൽനിന്ന് ലഭിച്ചില്ല.

പരിക്ക് പറ്റിയ രണ്ടുപേരെയും ആശുപത്രിയിൽ നിന്ന് വിട്ടു. ആ തടിച്ച മനുഷ്യന് ഒരു കണ്ണ് നഷ്ടപ്പെട്ടിരുന്നു. വയസ്സനായ ആ കണ്ണടക്കാരന്റെ ശരീരത്തിന്റെ താളവും നഷ്ടപ്പെട്ടിരുന്നു. അയാൾ മുടന്തിയാണ് നടന്നിരുന്നത്. രണ്ടുപേരും വളരെ ധൃതിയിലായിരുന്നു. അടുത്ത നോവലിന്റെ പണിപ്പുരയിലേക്ക് പ്രവേശിക്കുവാൻ. ഒരാൾ എഴുതിയ പുസ്തകത്തിന്റെ പേര് 'ഒരു സിംഗിൾ ബുള്ളറ്റ്' മറ്റെയാൾ 'കോരക്ക് ജീവിതം' എന്നും. അവർ പുസ്തകങ്ങളുടെ ആദ്യ പേജിൽ എഴുതി. 'ഇത് ഓഗസ് അറ്റെയ്ക്ക് സമർപ്പിക്കുന്നു'

അവർ ആശുപത്രിയിൽ നിന്നും വന്നതിനുശേഷം ഓഗസ് അറ്റെയെക്കുറിച്ചു വളരെ ബഹുമാനത്തോടും സ്നേഹത്തോടും കൂടിയാണ് സംസാരിച്ചിരുന്നത്. 'കോരക് ലൈഫ്' എന്ന നോവൽ പ്രതീക്ഷിച്ചതുപോലെ വളരെയധികം ശ്രദ്ധ നേടുകയും സമ്മാനങ്ങൾ

ലഭിക്കുകയും ചെയ്തു. എന്നാൽ സിംഗിൾ ബുള്ളറ്റ് അത്ര ശ്രദ്ധിക്കപ്പെട്ടില്ല. അതിനുശേഷം ഏറ്റവും കൂടുതൽ ജനശ്രദ്ധയാകർഷിച്ച സംഭവം ആ താടി വെച്ച ആളുടെ മരണനാന്തരചടങ്ങായിരുന്നു. അദ്ദേഹത്തിന്റെ പ്രശസ്തിക്കനുസരിച്ചുള്ള വലിയ ആൾക്കൂട്ടം അദ്ദേഹത്തിന്റെ മരണാനന്തരചടങ്ങുകൾക്കൊത്തുകൂടി. പ്രസിദ്ധരായ ഒട്ടേറെ പേർ പങ്കെടുത്ത ഒരു ചടങ്ങുണ്ടായിരുന്നു അത്. ‘സാഹിത്യത്തിന്റെ രക്തസാക്ഷി’ എന്നാണ് അവർ അദ്ദേഹത്തെ വിളിച്ചത്. പിറ്റേദിവസത്തെ പത്രങ്ങളിൽ

‘സാഹിത്യത്തിന്റെ രക്തസാക്ഷിക്കുവേണ്ടി ആയിരങ്ങൾ അണിനിരന്ന ചടങ്ങ്’ എന്നാണ് അവർ അതിനെ വിശേഷിപ്പിച്ചത്. ആ പത്രത്തിൽ മറ്റൊരു വാർത്തയുമുണ്ടായിരുന്നു. ഡെർദ രണ്ടു പൊലീസുകാർക്ക് നടുവിൽ നിൽക്കുന്ന ഫോട്ടോയും അതിന്റെ അടിക്കുറിപ്പ് ഇങ്ങനെയായിരുന്നു,

‘കൊലയാളിക്ക് ഇരുപത്തതിനാല് കൊല്ലത്തെ ജയിൽ വാസം’.

ഡെർദയുടെ ആരോഗ്യ വിവരം പലവിധ ഡോക്ടർമാരുടെ സർട്ടിഫിക്കറ്റുകളോടുകൂടി കോടതിയിൽ സമർപ്പിച്ചിട്ടുണ്ടായിരുന്നെങ്കിൽ കൂടി അതൊന്നും അവനെ സഹായിക്കുകയുണ്ടായില്ല. പൊതുജനവികാരം മാനിക്കണം, അവരെ സമാധാനിപ്പിക്കണം എന്ന രീതിയിലായിരുന്നു വിധി പ്രസ്താവിച്ചത്. ഡെർദയ്ക്ക് പ്രായപൂർത്തി ആവാത്തതുകാരണം പതിനെട്ടു വയസ്സുവരെ അവനെ സാധരണ ജയിലിൽ പാർപ്പിക്കാനാവില്ല അതുവരെ ജുവനൈൽ ജയിലിലായിരിക്കും. എന്തൊക്കെ പറഞ്ഞാലും പൊതുജനങ്ങൾക്ക് ഈ വിധി തൃപ്തികരമായിരുന്നില്ല എന്നു വേണം കരുതാൻ. അവർക്ക് ആഗ്രഹം മരണംവരെ ഡെർദ ജയിലിൽ പാർപ്പിക്കണം എന്നായിരുന്നു. ഈ വിധി മൂലം 24വർഷത്തിനുശേഷം അവന് പുറത്തുവരുവാനും ജനങ്ങൾക്കിടയിലേക്ക് വരാനും കഴിയുമല്ലോ. ജനങ്ങൾക്ക് അത് സമ്മതമായിരുന്നില്ല. കോടതിവിധിക്കെതിരെ പലവിധ സമ്മർദ്ദങ്ങളും എതിർപ്പുകളും പ്രകടനങ്ങളും. ഉണ്ടായിരുന്നു. എന്തായാലും നിയമത്തിന്റെ വഴികൾ വേറെയാണല്ലോ. താടിയുള്ള പത്രപ്രവർത്തകന്റെ ഒരു പൂർണകായ പ്രതിമ അയാൾ ജോലി ചെയ്തിരുന്ന സ്ഥാപനത്തിന്റെ മുന്നിൽ പണിതു. അതിന്റെ ഉദ്ഘാടനവേദിയിൽ വെച്ച് ഒരാൾ പറഞ്ഞു.

‘‘ഈ ആക്രമണം സംസാരസ്വാതന്ത്ര്യത്തിന്നെതിരായുള്ള ഒന്നാണ്. ഇപ്പോൾ ഈ അക്രമിക്ക് നൽകിയിരിക്കുന്ന 24 കൊല്ലത്തെ

തടവ് ഒട്ടും ശരിയായിട്ടില്ല. ഒരു തരത്തിൽ പറഞ്ഞാൽ നിയമം തന്നെ ഈ അക്രമത്തെ ശരിവെക്കുന്ന രീതിയിലുള്ള ഒരു ശിക്ഷയായിപ്പോയി ഇത്.''

ജനത്തിന് എന്നും പുതിയ രക്തസാക്ഷികളെ സൃഷ്ടിക്കാനായിരുന്നല്ലോ ആഗ്രഹം. ആ പ്രതിമ അയാൾ ജീവിച്ചിരിക്കുന്നതിനേക്കാളും മനോഹരമാക്കിയാണ് ഉണ്ടാക്കിയിരുന്നത്. പൊതുജനം രക്തസാക്ഷികളെ ആ രീതിയിൽ കാണാനാണ് ആഗ്രഹിച്ചിരുന്നതും.

ഡെർദ വിചാരണയ്ക്കിടയിൽ തയ്യാറും ഇസ്രാഫിലും മരിക്കാനുണ്ടായ സാഹചര്യങ്ങളും അവർ ഹാനിഫ് എന്ന ആളെ കൊല്ലുവാൻവേണ്ടി നടത്തിയ ഗൂഢാലോചനയും കാരണങ്ങളും വളരെ വ്യക്തമായി പറഞ്ഞിരുന്നു. എന്നാൽ അതെല്ലാം ഡെർദയ്ക്ക് എതിരായി മാത്രമാണ് വാദഗതികളിൽ കണക്കാക്കിയത്. പൊതുജനവും തയ്യാറിനുവേണ്ടിയോ ഇസ്രാഫിലിനുവേണ്ടിയോ മുറവിളി കൂട്ടിയിരുന്നില്ല. ഒരിക്കൽ മാത്രം ഇസ്രാഫില്ലിന്റെ മകൻ കോടതിയിൽ വന്ന് ഡെർദയെ ആക്രമിക്കാൻ ഒരുങ്ങിയിരുന്നു. തയ്യാറിനെക്കുറിച്ച് ആർക്കും നല്ല അഭിപ്രായമുണ്ടായിരുന്നില്ല. അയാൾ സ്വന്തം പ്രസ്ഥാനത്തെത്തന്നെ ഒറ്റിക്കൊടുത്ത ഒരാളായിട്ടാണ് പൊതുജനം വിലയിരുത്തിയത്.

അവസാനമായി ഡെർദയുടെ അമ്മയുടെ ശരീരാവശിഷ്ടങ്ങൾ കണ്ടെടുക്കുകയും ആ മരണത്തിൽ ഡെർദയ്ക്ക് ഒരു പങ്കുമില്ലെന്ന് പറയുകയും ചെയ്തു. ആ അവശിഷ്ടങ്ങൾ അവന്റെ അച്ഛന് കൈമാറുകയും അയാൾ അത് ഒരു ടാക്സി കാറിൽ പത്രലേഖകന്മാരുടെ സാന്നിധ്യത്തിൽ സ്വീകരിച്ച് കൊണ്ടുപോയി എവിടെയോ വലിച്ചെറിഞ്ഞു.

ജയിലിൽ ഡെർദയ്ക്ക് ചില സമ്മാനങ്ങൾ ആരോ അയച്ചുകൊടുക്കുമായിരുന്നു. ചിലപ്പോൾ പുസ്തകങ്ങളാവാം. അത് ആരാണ് അയയ്ക്കുന്നതെന്ന് അതിൽ രേഖപ്പെടുത്തിയിരുന്നില്ല. അത് അയച്ചിരുന്നത് ഹനീഫ് എന്ന ആളായിരുന്നു. അയാൾക്കറിയാം ഡെർദ കാരണമാണ് തന്നെ ഇന്ന് ജീവിച്ചിരിക്കുന്നത് എന്ന്. അതിന്റെ പ്രതിഫലമായിരുന്നു അത്. മാത്രമല്ല, ഡെർദയുടെ കോടതിയുടെ നടപടിക്രമങ്ങളും അയാൾ വളരെ ശ്രദ്ധയോടെ പിന്തുടന്നിരുന്നു. അതിൽ നിന്നാണ് അയാൾ ജീവിച്ചിരിക്കുന്നത് ഡെർദ കാരണമാണെന്ന്. അറിഞ്ഞത്. അതിനിടയിൽ അയാൾ ഒരു വാഹനാപകടത്തിൽ മരിച്ചുപോയി. മകനോട് ഇത് തുടരണം എന്ന് പറഞ്ഞില്ലെങ്കിലും മകൻ അത് തുടർന്നു.

ഒരു ദിവസം ഒരു ഫോൺ ആണ് സമ്മാനമായി കിട്ടിയത്. അതുവരെ ഡെർദ മൊബൈൽ ഉപയോഗിച്ചിട്ടില്ലായിരുന്നു. ഒരു ദിവസം അതിൽ അവൻ ഒരു സിനിമ കാണാനിടയായി. ഡെർദയ്ക്ക് സന്തോഷമായി. ജയിലിൽ വന്നതിനുശേഷം പുറംലോകത്തേക്കുറിച്ച് അവന് ഒന്നും അറിയാമായിരുന്നില്ല. ഹനിഫിന്റെ മകനാണ് ആ മൊബൈൽ ഡെർദയ്ക്ക് അയച്ചുകൊടുത്തത്. അതിൽ ധാരാളം സിനിമകളും ഉണ്ടായിരുന്നു.

ആ മൊബൈൽ പ്രവർത്തിപ്പിക്കുവാൻ പഠിച്ചതിനുശേഷം അവൻ വളരെ ആഹ്ലാദവാനായിരുന്നു. അവന് 19 വർഷത്തിനുശേഷം ലോകം എങ്ങനെയാണെന്ന് മനസ്സിലാക്കാൻ തുടങ്ങി. അതിലെ സിനിമയിലും ക്ലിപ്പിംഗ്സുകളിലും കണ്ട ലോകത്തേക്കുറിച്ചോർത്തപ്പോൾ, ജയിലിൽ നിന്നിറങ്ങന്ന ദിവസത്തെക്കുറിച്ചോർത്തപ്പോൾ ഭയമാണ് തോന്നിയത്. പുറത്ത് എന്തൊക്കെയാണ് നടക്കുന്നത്. പക്ഷേ ഡെർദയ്ക്ക് പുറത്തേക്കിറങ്ങുവാനുള്ള സമയമായിട്ടുണ്ടായിരുന്നില്ല. എന്നാലും ഡെർദ പുറത്തിറങ്ങുമെന്നാണ് എല്ലാവരും കരുതുന്നത്. കാരണം ഡെർദയുടെ ജയിലിലെ പെരുമാറ്റം അത്രയും നല്ലതായിരുന്നു. മേലാളന്മാരോടും നന്നായി പെരുമാറി. സഹതടവുകാർക്കും അവനെ ഇഷ്ടമായിരുന്നു. അവരെല്ലാം വിചാരിച്ചിരുന്നത് ഡെർദ ഒരു ഭീകരനായിരുന്നു എന്നാണ്. സമയം കിട്ടുമ്പോഴെല്ലാം ഡെർദ അവന്റെ മൊബൈലിൽ സിനിമ കണ്ടുകൊണ്ടിരുന്നു.

ഒരു ദിവസം ഡെർദ സിനിമ കണ്ടുകൊണ്ടിരുന്നപ്പോൾ നഗ്നയായ സ്ത്രീയുടെ ചിത്രം. അത് ഏത് രീതിയിലുള്ള സിനിമയാണെന്ന് അവന് അറിയാമായിരുന്നു. അത്തരം സിനിമ കാണാൻ ഇഷ്ടമായിരുന്നില്ല. വീണ്ടും വേറൊരു ചിത്രവും അതുപോലെ കണ്ടു. നഗ്നയായ രണ്ടു യുവതികളെയുമാണ്. അതും അവൻ മാറ്റി. പിന്നെ അവൻ കണ്ടത് മൊട്ടയടിച്ച ഒരു പെൺകുട്ടിയെ. അവളുടെ അടുത്ത് വെളുത്ത ഒരു പുരുഷനും. പിന്നെയും അവിടെ പുരുഷന്മാരുണ്ടായിരുന്നു. പെട്ടെന്ന് അതിൽനിന്നും ഒരു ശബ്ദം കേട്ടു. ആ പെൺകുട്ടി ക്യാമറയിലേക്ക് നോക്കി വളരെ ദയനീയമായി

''ജെൽ ബിറായെ... ജെൽ...'' (എന്നെ രക്ഷിക്കൂ... രക്ഷിക്കൂ...)

അവൻ വീണ്ടും ആ രംഗം കണ്ടു. അത് തുർക്കിയിലുള്ള ഒരു സഹായാഭ്യർത്ഥന ആയിരുന്നു. ആ പെൺകുട്ടി അവനോട് പറയുന്നതുപോലെ തോന്നി. ''എന്താണാവിടെ നിൽക്കുന്നത്? വരൂ, എന്നെ രക്ഷിക്കൂ.''

അവൻ ആ പെൺകുട്ടിയെ തന്നെ നോക്കിക്കൊണ്ടിരുന്നു. അവന് വീണ്ടും ആ വീഡിയോ കണ്ടുകൊണ്ടിരുന്നു. എത്ര പ്രാവശ്യം അത്

കണ്ടു എന്ന് അവനുതന്നെ അറിയില്ല. അവന് ഓഗസ് അറ്റെയോട് തോന്നിയ അതേ വികാരം തോന്നി. ''ഞാൻ ഇവിടെയുണ്ട്. ഞാൻ ഇവിടെയുണ്ട്.'' അവൻ ഉച്ചത്തിൽ പറഞ്ഞു.

അവന്റെ ശബ്ദം കേട്ടിട്ട് അവന് അത്ഭുതമായി. അവന് ആ മൊട്ട ത്തലയുള്ള കുട്ടിയുടെ മേൽ കയറിക്കിടക്കുന്ന പുരുഷന്മാരെ ഇഷ്ട മില്ലെങ്കിലും എണ്ണി. 52 പുരുഷന്മാർ. അവരെ അവന് ഇടിച്ചുകൊല്ലണ മായിരുന്നു. അവൻ തന്റെ എല്ലാ വികാരങ്ങളും ആ പെൺകുട്ടിയു മായി പറഞ്ഞുകൊണ്ടിരുന്നു. അവൻ ജയിൽ അധികൃതരോട് ഒരു ആവശ്യം പറഞ്ഞു. അവന് എഴുതാൻ പഠിക്കണം അവർ സമ്മതിച്ചു. അവന്റെ ഓരോ വാക്കും ഓരോ ശപഥമായിരുന്നു. അവന് 40 വയസ്സു വരെ ജയിലിൽ. ഇനി ജയിലിൽ നിന്ന് വിടാൻ 40 ദിവസം മാത്രം.

അഞ്ചു വർഷത്തെ തുർക്കി ഭാഷ എഴുതാനുള്ള പഠിത്തത്തിനു ശേഷമാണ് ഡെർദയ്ക്ക് ആ കത്തെഴുതാൻ ഇരിക്കാനുള്ള ആത്മ വിശ്വാസമുണ്ടായത്. ആ അഞ്ചു വർഷവും അവൻ അവന്റെ മൊബൈ ലിൽ ആകെ ഒരു കാര്യം മാത്രമേ കണ്ടിരുന്നുള്ളൂ. ആ പെൺകുട്ടി യുടെ മുഖവും കരച്ചിലുകളും.

ഡെർദ കത്തെഴുതി.

ഡെർദയുടെ കത്തിന്റെ പകർപ്പ്

പ്രിയപ്പെട്ടവളേ,

''നീ ചോദിച്ചു: ''നിങ്ങൾ എവിടെയാണെന്ന്. ഇതാ ഞാൻ ഇവിടെയുണ്ട്.''

എന്റെ പേര് ഡെർദയെന്നാണ്. എനിക്ക് പതിനാറ് വയസ്സുള്ളപ്പോൾ ഞാൻ മൂന്ന് ആൾക്കാരെ കൊല്ലുകയും രണ്ടുപേരെ ഗുരുതരമായി പരിക്കേൽപ്പിക്കുകയും ചെയ്തി ട്ടുണ്ട്. അതിൽ ചിലതെല്ലാം ഓഗസ് അറ്റെയ്ക്കു വേണ്ടിയും ചിലതെല്ലാം എനിക്കുതന്നെ വേണ്ടിയും ആയിരുന്നു. ഒരു സമയം എനിക്ക് മാനസികവൈകല്യമുണ്ടായിരിക്കാം. എന്തായാലും ഇതെല്ലാം ഇപ്പോൾ അപ്രധാനമാണ്. എനിക്കിപ്പോൾ നാൽപ്പതു വയസ്സായി. കഴിഞ്ഞ ഇരുപത്തി നാലു വർഷങ്ങളായി ഞാൻ ഒരു ജയിലിലാണ്.

നിനക്കെന്നെ അറിയില്ല. ഇങ്ങനെ ഒരാൾ ജീവിച്ചിരു പ്പുണ്ടെന്നുപോലും നിനക്കറിയാൻ സാധ്യതയില്ല. പക്ഷേ എനിക്ക് നിന്നെ അറിയാം. നിന്നെ അവർ ദ്രോഹിക്കുന്നതു ഞാൻ കണ്ടു. കഴിഞ്ഞ അഞ്ചു കൊല്ലമായി ദിവസവും ഞാൻ അത് കണ്ടുകൊണ്ടിരിക്കുകയാണ്.

എനിക്ക് ജയിൽമോചിതനാകാൻ ഇനി നാൽപ്പത് ദിവസം കൂടെയുണ്ട്. നീ എവിടെയാണെന്ന് എനിക്കറിയില്ല. നീ ഇപ്പോൾ ജീവിച്ചിരിക്കുന്നുണ്ടോ എന്നുകൂടി എനിക്കറിയില്ല. പക്ഷേ നാൽപ്പത് ദിവസത്തിനുശേഷം ഞാനും ഈ കത്തും നിനക്കായുള്ള യാത്ര തുടങ്ങുകയാണ്. നീ ഈ ലോകത്തിൽ എവിടെയായിരുന്നാലും ഞാനും ഈ കത്തും നിന്നെ കണ്ടുപിടിക്കും. ഈ യാത്ര നീയില്ലാതെ തുടങ്ങിയാലും അവസാനിക്കുക നിന്നോടൊപ്പം മാത്രമായിരിക്കും. ആവശ്യമെങ്കിൽ ചിലപ്പോൾ ഈ യാത്ര മരണത്തിലാണ് അവസാനിക്കുക.

ഞാൻ നിന്റെ പേരെന്തായിരിക്കുമെന്നു കുറെ ആലോചിച്ചു. എനിക്കറിയാവുന്ന ഒരു പേരും നിനക്ക് അനുയോജ്യമായി തോന്നിയില്ല. നിന്നെ കാണുമ്പോൾ നിന്നിൽനിന്നും തന്നെ അതറിയാമെന്ന് അവസാനം തീരുമാനിച്ചു. അതുകാരണം തൽക്കാലം നിന്നെ 'പ്രിയപ്പെട്ടവളെ' എന്ന് മാത്രം വിളിക്കട്ടെ. നിനക്ക് വിരോധമൊന്നും ഉണ്ടാകില്ല എന്ന് കരുതട്ടെ.

ഞാൻ നിനക്കായി ഒരു പ്രതിജ്ഞ എടുത്തിട്ടുണ്ട്. നീ ഈ ലോകത്തിൽ എവിടെ ആയിരുന്നാലും ഞാൻ നിന്നെ കണ്ടുപിടിക്കും. അഥവാ നീ മരിച്ചുവെങ്കിൽ ഞാൻ അവിടേക്കും നിന്നെ പിന്തുടരും. പുനർജീവിതം എന്നൊന്ന് ഇല്ലായെങ്കിൽ ഞാനത് സൃഷ്ടിക്കും. നിന്നോടൊത്തു ജീവിക്കാൻ വേണ്ടി. കാരണം ഞാൻ നിന്നെ അത്രമാത്രം സ്നേഹിക്കുന്നു.

ഡെർദ

യാത്ര

ജയിലിലെ അവസാനരാത്രിക്കു ശേഷം ഉറക്കമെണീറ്റ ഡെർദ എണീറ്റിരുന്നു. അവന്റെ മനസ്സ് ശൂന്യമായിരുന്നു. എങ്കിലും കണ്ണുകൾ നിറഞ്ഞു കവിഞ്ഞിരുന്നു. കണ്ണുനീർ കവിളുകളിൽ നിന്നും താഴോട്ട് ഒലിച്ചിറങ്ങാൻ തുടങ്ങി. മുകളിലേക്ക് നോക്കിയപ്പോൾ ഒരു മൂടൽ മഞ്ഞിനുള്ളിൽ തന്റെ പ്രിയപ്പെട്ടവളുടെ മുഖം കണ്ടു. അവൻ അവന്റെ ഓഗസ് അറ്റെ കൈ മുകളിലേക്ക് ഉയർത്തി അവളെ തലോടാനെന്ന പോലെ. മരണത്തിൽനിന്നും ഉയിർത്തെഴുന്നേൽക്കുന്നവനെപ്പോലെ ഡെർദ എഴുന്നേറ്റ് നിന്ന് പറഞ്ഞു. ‘‘ഇതാ ഞാൻ വരുന്നു.’’

ഒരു സെക്യൂരിറ്റി ഗാർഡ് വന്ന് ഡെർദയോട് പോകുവാൻ തയ്യാറായിക്കൊള്ളാൻ പറഞ്ഞു. അവനുവേണ്ടി തയ്യാറാക്കിയിരുന്ന കറുത്ത സ്യൂട്ട് അവൻ ധരിച്ചു. ആകെ അവന്റേതായി ഉണ്ടായിരുന്ന മൊബൈൽ ഫോൺ കോട്ടിന്റെ അകത്തെ പോക്കറ്റിൽ ഇട്ടു. കാലുകൾ കറുത്ത ലെതർ ഷൂവിലേക്കു കടത്തി. ഇതെല്ലം കച്ചറ ഹനീഫയുടെ വകയായുള്ള സമ്മാനങ്ങളായിരുന്നു. പക്ഷേ അയാളുടെ പേര് ഒരിക്കലും ഡെർദയോട് പറയരുതെന്ന് അവർ ആവശ്യപ്പെട്ടിരുന്നു. ഓരോ പേരിലും എന്തെല്ലാം കഥകളാണ് ഒളിച്ചിരിക്കുന്നത് എന്ന് ആർക്കറിയാം? അതിനുശേഷം അവൻ കിടക്കവിരി പൊന്തിച്ചു. അതിനടിയിൽ ഒളിപ്പിച്ചുവെച്ചിരുന്ന കത്ത് എടുത്ത് കോട്ടിന്റെ പോക്കറ്റിൽ ഭദ്രമായി വെച്ചു. അവൻ കണ്ണാടിയിൽ നോക്കി ഒരു ബോക്സറെപോലെ കൈകൾ രണ്ടും കണ്ണാടിക്കുനേരെ മുഷ്ടി ചുരുട്ടിപ്പിടിച്ചു. അവൻ ഓഗസ് അറ്റെയുടെ നേരെ നോക്കി പുഞ്ചിരിച്ചു. മുറിയുടെ കതകുകൾ തുറക്കുന്ന ശബ്ദം കേട്ടു. അവർ ഡെർദയെ ജയിലിന്റെ പ്രധാന കവാടത്തിനരികെ എത്തിച്ചു.

‘‘നിന്റെ പ്രശ്നങ്ങളെല്ലാം അവസാനിച്ചു ഡെർദ.’’ ജെയിലർ പറഞ്ഞു. ‘‘ഇനി പുതിയൊരു ജീവിതം.’’

ഡെർദ അവരോടു യാത്ര പറഞ്ഞു പുറത്തേക്കിറങ്ങി. പുതിയ

ജീവിതത്തിലേക്കുള്ള ആദ്യ ചുവടുവെപ്പ്. അവന്റെ മുൻപിൽ വന്നുനിന്ന ഒരാൾ അവന്റെ വഴി മുടക്കി.

“നീ ഡെർദ മോനല്ലേ?” അയാൾ സ്നേഹത്തോടെ ചോദിച്ചു.

ഡെർദ ഒന്നും പറഞ്ഞില്ല. കൈകൾ കണ്ണിനു മുകളിൽ വെച്ച് മുഖത്തടിച്ച സൂര്യപ്രകാശം തടഞ്ഞ് അയാളെ നോക്കി. അയാൾ പോക്കറ്റിൽ നിന്നും ഒരു കാർഡ് എടുത്ത് ഡെർദയ്ക്ക് കൊടുത്തു. സഫർ ബൈലൻ, അഡ്വക്കേറ്റ് എന്നെഴുതിയ കാർഡ് എന്ത് ചെയ്യണമെന്ന് അറിയാതെ ഡെർദ താഴെയിട്ടു. അവൻ ഇതിനു മുൻപ് വിസിറ്റിങ്ങ് കാർഡുകളൊന്നും കണ്ടിട്ടുണ്ടായിരുന്നില്ല.

“ഒരാൾക്ക് നിന്നെ അത്യാവശ്യമായി കാണണമെന്നുണ്ട്.”

തന്റെ പ്രിയപ്പെട്ടവളെ കാണാനുള്ള യാത്രയിൽ തടസ്സം നിൽക്കുന്ന ഒന്നിലും താല്പര്യമില്ലാതിരുന്ന ഡെർദ മുന്നോട്ട് നടന്നു.

“ഡെർദ മോനേ, എന്റെ കാറാണ് ആ കാണുന്നത്. എന്റെ കൂടെ ദയവായി ഒന്ന് വരൂ. അധിക സമയം എടുക്കില്ല.” അയാൾ പറഞ്ഞു.

“എനിക്കൊരു സ്ഥലത്തെത്തണം.” ഡെർദ പറഞ്ഞു.

“നീ എന്റെ കൂടെ വന്ന് ഈ ആളെ ഒന്ന് കണ്ടാൽ മതി. പിന്നീട് എവിടെ വേണമെങ്കിലും ഞാൻ നിന്നെ കൊണ്ടുവിടാം.”

ഡെർദ താല്പര്യമില്ലാതെ മുന്നോട്ടു നടന്നു.

അയാൾ പറഞ്ഞു. “ഡെർദ, ഇത് ഓഗസ് അറ്റെയുമായി ബന്ധപ്പെട്ട ഒരു വിഷയമാണ്.”

അതോടെ എല്ലാം മേൽകീഴ് മറിഞ്ഞു. ഡെർദ അയാളോട് ചോദിച്ചു. “എവിടെയാണ് നിങ്ങളുടെ കാർ?”

ആദ്യ വൈതരണി കടന്നുകിട്ടിയ ആശ്വാസത്തോടെ വക്കീൽ ഡെർദയെ വണ്ടിയിലേക്ക് കൂട്ടിക്കൊണ്ടുപോയി.

ഇസ്താംബൂളിൽ ഡെർദയ്ക്ക് പരിചിതമായ വഴികളിലൂടെയാണ് കാർ പോയിക്കൊണ്ടിരുന്നത്.

“ആർക്കാണ് എന്നോട് സംസാരിക്കാനുള്ളത്?”

“എന്റെ കക്ഷി നിന്നോടത് നേരിട്ട് പറയുന്നതായിരിക്കും ഏറ്റവും നല്ലത് മോനേ.”

“നിങ്ങൾക്ക് ഞാനിന്ന് പുറത്തു വരുമെന്ന് എങ്ങനെ മനസ്സിലായി?”

“കുറച്ചു നാളായി ഞങ്ങൾ നിന്റെ എല്ലാ കാര്യങ്ങളും അന്വേഷിച്ചുകൊണ്ടിരിക്കുകയാണ് കുട്ടീ. ഓ, ഞാൻ ചോദിക്കാൻ വിട്ടുപോയി. നീ സിഗരറ്റ് വലിക്കുമോ?”

അയാൾ നൽകിയ സിഗരറ്റ് കത്തിക്കുമ്പോൾ അവൻ അബ്ദുല്ലയെ ഓർത്തുപോയി. ഇപ്പോൾ എവിടെയായിരിക്കും അബ്ദുല്ല? തന്നെ ഓർമ്മിക്കുന്നുണ്ടാകുമോ?

സഫർ ചോദിച്ചു, ''ജയിലിലെ ജീവിതം എങ്ങനെ ഉണ്ടായിരുന്നു?''

''എനിക്ക് അതിൽ ഒന്നും തോന്നുന്നില്ല. ഇനിയും ഇരുപത്തിനാലു കൊല്ലം അകത്തു കിടക്കണമെങ്കിൽ ഞാൻ കിടക്കും.''

''അപ്പോൾ നിനക്ക് ആരെയോ കാണാനുണ്ടെന്ന് പറഞ്ഞതോ?''

''അത് ശരിയാണ്. ജയിൽജീവിതം ബുദ്ധിമുട്ടായത് പുറത്തൊരാളെ കാണാനുണ്ട് എന്ന അവസ്ഥ ഉണ്ടായപ്പോൾ മാത്രമാണ്.'' ഡെർദ സമ്മതിച്ചു.

അവർ ഡെർദ ചെറുപ്പത്തിൽ താമസിച്ചിരുന്ന സ്ഥലത്ത് എത്തിയിരുന്നു. സെമിത്തേരിയിലേക്കുള്ള വഴിയിലേക്ക് വണ്ടി തിരിഞ്ഞു. പരിചിതമായ ബോർഡുകൾക്കുവേണ്ടി ഡെർദയുടെ കണ്ണുകൾ പരാതി. പക്ഷേ എല്ലാം മാറിയിരിക്കുന്നു.

അവർ സെമിത്തേരിയുടെ ഗേറ്റ് കടന്നു. യാസിൻ താമസിച്ചിരുന്ന കാവൽപ്പുര അവിടെ നിന്നും പോയിരുന്നു. ആ സ്ഥലത്ത് ഒരു പുതിയ ഇരുനില കെട്ടിടം വന്നിരുന്നു. ചില്ലുചുമരുകളുള്ളത്. അവിടെയിപ്പോൾ ആൾക്കാരെ അകറ്റി നിർത്താനുള്ള സംവിധാനങ്ങളൊന്നും ഉണ്ടായിരുന്നതായി കണ്ടില്ല. സെമിത്തേരിക്ക് ചുറ്റുമുണ്ടായിരുന്ന ചേരിപ്രദേശങ്ങളൊന്നും ഇപ്പോൾ കാണാനില്ല. അവിടെയൊരു കുടിലിലായിരുന്നു ഡെർദയുടെ കുടുംബം താമസിച്ചിരുന്നത്. അതൊരു നരകമായിരുന്നു. നരകങ്ങളും നശിക്കുമോ? അവൻ ആലോചിച്ചു. ഇപ്പോൾ ആ പ്രദേശമെല്ലാം വൃത്തിയായി കിടക്കുകയാണ്.

പണ്ടൊരു തടാകം നിന്നിരുന്ന സ്ഥലത്തു കാർ നിന്നു. വക്കീൽ ഡെർദയെ നോക്കി ചോദിച്ചു. ''ഇനി എങ്ങോട്ടാണ് പോകേണ്ടത് എന്ന് ഞാൻ പറഞ്ഞുതരേണ്ട കാര്യമില്ലല്ലോ അല്ലേ?''

ഡെർദ ഒരു സ്വപ്നത്തിലെന്നപോലെ മുന്നോട്ടു നടന്നു. അവന്റെ കാലുകൾ ചിരപരിചിതമായ വഴിയിലൂടെ അവനെ കൊണ്ടുപോയി. അവൻ ഒരു ഉന്മാദാവസ്ഥയിലായിരുന്നു. വഴിയിലുള്ള സ്മാരകശിലകളിൽ തലോടിക്കൊണ്ട് അവൻ നടന്നു.

പെട്ടെന്ന് അവൻ നിന്നു. അവന്റെ കാലുകൾ ഭൂമിയിൽ ഉറച്ചപോലെയായി. ഓഗസ് അറ്റെയുടെ ശവകുടീരത്തിനു മുൻപിൽ ഒരു സ്ത്രീ നിൽക്കുന്നുണ്ടായിരുന്നു. അവളുടെ കൈയിൽ ഒരു വെള്ളകവറുണ്ടായിരുന്നു. ഒരു വെള്ളക്കവർ!

ഡെർദ പണ്ട് ചെയ്യാറുള്ളപോലെ ഒളിക്കാനൊന്നും ശ്രമിച്ചില്ല. അവൻ ആ യുവതിയുടെയും ഓഗസ് അറ്റെയുടെയും നേർക്ക് നടന്നു ചെന്നു. അവന്റെ നിഴൽ അവരുടെമേൽ വീണപ്പോൾ ആ യുവതി തിരിഞ്ഞു. അവന് ഈ ലോകത്തിലപ്പോൾ അവർ രണ്ടുപേരും മാത്രമേ ഉള്ളൂ എന്ന് തോന്നി. ഒരു സ്വപ്നത്തിലെന്നോണം അവൾ അവനോട് ചോദിച്ചു. ''ഡെർദയല്ലേ?''

അവൻ കണ്ണുകൾ ചിമ്മിക്കൊണ്ട് പറഞ്ഞു, ''അതെ.''

കടലിൽ പെട്ടുപോയ ഒരു നാവികൻ ദൂരെ പ്രത്യക്ഷപ്പെട്ട കരയെ നോക്കുന്ന അതേ പ്രത്യാശയോടെയാണ് ഡെർദ അവളുടെ മുഖത്തേക്ക് നോക്കിയത്. അവളുടെ വായിൽ നിന്നും വീണ ആദ്യ രണ്ടക്ഷരങ്ങൾ കേട്ടപ്പോൾ തന്നെ ഡെർദയിൽ തിരിച്ചറിവിന്റെ സ്പന്ദനങ്ങൾ ഉണർന്നിരുന്നിരുന്നു. ഇത് തീർത്തും അവിശ്വസനീയം തന്നെ. അവന് ഉറക്കെ വിളിച്ചു പറയണമെന്ന് ഉണ്ടായിരുന്നു.

''എന്നോട് ക്ഷമിക്കൂ.'' അവൾ പറഞ്ഞു. ''നിങ്ങളെ ഞാൻ വല്ലാതെ ബുദ്ധിമുട്ടിച്ചു.''

ഡെർദയ്ക്ക് അവൾ പറയുന്നതൊന്നും കേൾക്കാൻ കഴിഞ്ഞില്ല. അവന്റെ ചെവികളും കണ്ണും നിറഞ്ഞൊഴുകുകയായിരുന്നു. സമയം കടന്നുപോകുന്നത് അവൻ അറിയുന്നുണ്ടായിരുന്നില്ല.

''നിങ്ങൾ അനുഭവിച്ച ബുദ്ധിമുട്ടുകളെക്കുറിച്ചെല്ലാം എനിക്കറിയാം.'' അവൾ ഡെർദയുടെ കൈയൽ പിടിച്ചു. എന്നിട്ട് ആ വെള്ളക്കവർ അതിൽ വെച്ചു. ''നിങ്ങൾ ദയവായി ഇത് വായിക്കൂ. ഇതൊരു കത്താണ്. നിങ്ങൾക്കായി ഞാൻ എഴുതിയത്. അപ്പോൾ നിങ്ങൾക്ക് എല്ലാം മനസ്സിലാകും.''

ഡെർദ പഴയ പതിനൊന്നു വയസ്സുകാരനെപ്പോലെ മുട്ടുകുത്തിയിരുന്നു. അവന് അധികനേരം സ്വന്തം കാലിൽ നില്ക്കാൻ കഴിയുമായിരുന്നില്ല. അവനു അപ്പോൾ ആശ്രയിക്കാൻ ഓഗസ് അറ്റെ മാത്രമേ ഉണ്ടായിരുന്നുള്ളൂ. അവൻ ആ ശിലയിൽ ചാരിയിരുന്നു. ഒന്ന് ദീർഘമായി ശ്വാസമെടുത്തിട്ട് അവൻ കവർ തുറന്നു.

അതിൽനിന്നും കടലാസ് പുറത്തെടുത്തപ്പോൾ അവൻ ആ യുവതിയുടെ മുഖത്തേക്ക് നോക്കി എന്നിട്ട് അവന്റെ അടുത്ത് ഇരിക്കാൻ ക്ഷണിച്ചു. അവൾ താഴെ ഡെർദയുടെ അരികിൽ ഇരുന്നു. അവളും ഓഗസ് അറ്റെയുടെ മേൽ ചാരി. എന്നിട്ടു മുട്ടുകൾ ചേർത്ത് വെച്ച് താടി അതിൽ ചേർത്തുവെച്ചു. അവൾ ദൂരെയൊരു മരത്തിനു നേരെ നോക്കി.

ഡെർദിയുടെ കത്ത്

പ്രിയപ്പെട്ട ഡെർദ,

ഈ കത്ത് എങ്ങനെ തുടങ്ങണമെന്ന് എനിക്ക് നല്ല നിശ്ചയമുണ്ട്. പക്ഷേ ഇത് എങ്ങനെ അവസാനിക്കുമെന്ന് ഒരു നിശ്ചയവുമില്ല. ആദ്യമായി പറയട്ടെ, ഔപചാരികത യൊന്നും ഇല്ലാതിരിക്കാൻ വേണ്ടി ഞാൻ നിങ്ങളെ 'നീ' എന്ന് തന്നെ വിളിക്കട്ടെ. ചിലപ്പോൾ നേരിട്ട് കാണുമ്പോൾ അങ്ങനെ വിളിക്കാൻ കഴിഞ്ഞില്ലെങ്കിലോ. സന്തോഷം കൊണ്ട് ഞാൻ ചിലപ്പോൾ പേര് തന്നെ മറന്നു പോയെ ങ്കിലോ. പേര്. എന്തൊരത്ഭുതം. എന്റെ പേര് നിന്റെ പേര് രണ്ടും ഒന്നുതന്നെയാണ്. എന്തെങ്കിലുമാകട്ടെ.

ഞാൻ യാടിർക്ക എന്ന ഗ്രാമത്തിലാണ് ജനിച്ചത്. പതി നൊന്നാമത്തെ വയസ്സിൽ എന്നെ വിവാഹം കഴിപ്പിച്ചു ലണ്ടനിലേക്ക് പറഞ്ഞയച്ചു. അവിടെ ഒരു ബഹുനിലക്കെട്ടിട ത്തിൽ തടവുപുള്ളിയെപോലെ കഴിഞ്ഞ ഞാൻ അഞ്ചു വർഷങ്ങൾക്കു ശേഷം രക്ഷപ്പെട്ടു. ഞാൻ മയക്കുമരുന്നു കൾക്ക് അടിമയായി. ഹെറോയിൻ കിട്ടാനായി ഞാൻ എന്തും ചെയ്തു. അതിനായി ഒരിക്കൽ ഞാൻ അൻപത്തി രണ്ടു പേരോടൊപ്പം വരെ കിടക്ക പങ്കിട്ടു. അതവർ ക്യാമറ യിൽ പകർത്തി. ഇപ്പോൾ ലക്ഷക്കണക്കിനാളുകൾ അത് കണ്ടു കഴിഞ്ഞിട്ടുണ്ടാകണം. നീ എന്നെ ശരിക്കും അറി യണം എന്നുള്ളതിനാലാണ് ഞാൻ ഇതെല്ലം നിന്നോട് പറയുന്നത്. എന്റെ എല്ലാ രഹസ്യങ്ങളും എനിക്ക് നിന്നോട് പറയണം. ഞാൻ ആരോടും ഇതൊന്നും ഇത്ര ആത്മാർത്ഥ മായി പങ്കുവെച്ചിട്ടില്ല. ഇങ്ങനെ നിന്നോട് ഇതെല്ലാം വെളി പ്പെടുത്തുമ്പോൾ എനിക്ക് ഒരു വല്ലാത്ത ശാന്തത അനു ഭവപ്പെടുന്നു. അതെങ്കിലുമാകട്ടെ.

എനിക്ക് പതിനാറ് വയസ്സുള്ളപ്പോൾ ഒരു മനോരോഗ ക്ലിനിക്കിൽ വെച്ച് ഞാൻ ആനി എന്ന് പേരായ ഒരു സ്ത്രീയെ പരിചയപ്പെട്ടു. മയക്കുമരുന്നുകളിൽ നിന്നും രക്ഷ നേടാ നാണ് ഞാൻ അവിടെ പോയത്. ആനി ഒരു പ്രായമായ നേഴ്സ് ആയിരുന്നു. അവർ എന്നെ സ്വന്തം മകളെപോലെ സ്നേഹിച്ചു. എന്റെ ജീവിതത്തിൽ ആരും എന്നെ അതു പോലെ സ്നേഹിച്ചിട്ടുണ്ടായിരുന്നില്ല. ഞാൻ അവരുടെ മകളായി. ആനിയുടെ മകൾ. രണ്ടു വർഷം മുൻപേ തല യിൽ രക്തസ്രാവം ഉണ്ടായി ആനി മരിച്ചു പോയി. എന്റെ ജീവിതം നിശ്ചലമായി. ഞാൻ നിരാലംബയായി.

കുറച്ചെങ്കിലും മനോബലം തിരിച്ചു കിട്ടിയപ്പോൾ ഞാൻ ആദ്യം ചെയ്തത് ആനിയുടെ ഡയറികൾ എടുത്ത് വായിക്കുകയായിരുന്നു. അവരുടെ ഡയറികൾ അവർ അമൂല്യമായ ഒരു നിധിപോലെ സൂക്ഷിക്കുമായിരുന്നു. അവരുടെ ഡയറിയിൽനിന്നും അവർ ചെറുപ്പത്തിൽ ലണ്ട നിലെ ആറ്റ്കിൻസ് മോർളി ആശുപത്രിയിൽ ജോലി ചെയ്തിരുന്നതായി വായിച്ചറിഞ്ഞു. 1976 ഡിസംബർ 22ന് ബ്രെയിൻ ട്യൂമർ ശസ്ത്രക്രിയ കഴിഞ്ഞ ഒരാളെ അവിടെ അഡ്മിറ്റ് ചെയ്തു. അന്ന് ആനിക്ക് ഇരുപത്തെട്ടു വയസ്സാ യിരുന്നു. അയാളൊരു തുർക്കിക്കാരനായിരുന്നു. ആരാ യിരുന്നു അതെന്നറിയാമോ? നിനക്ക് ഊഹിക്കാമായിരി ക്കും. നിന്റെ കൈവിരലുകളിൽ ഉള്ള ആൾ തന്നെ. ഓഗസ് അറ്റെ.

ഡിസംബർ 31 വരെ ഓഗസ് അറ്റെ തീവ്രപരിചരണ വിഭാഗത്തിൽ ഉണ്ടായിരുന്നു. ആനി മുഴുവൻ സമയവും അയാളോടൊപ്പം തന്നെ ഉണ്ടായിരുന്നു.

അദ്ദേഹം ആദ്യമായി ആനിയോട് പറഞ്ഞത് ‘‘ആനി എന്ന നിന്റെ പേര് തുർക്കി ഭാഷയിലെഴുതിയാൽ അമ്മ എന്നാണ് അർത്ഥം’’ എന്നാണ്.

തലയിലെ ശക്തമായ വേദന കാരണം ഓഗസ് അറ്റെ യ്ക്ക് ഉറങ്ങാനേ കഴിഞ്ഞിരുന്നില്ല. സ്വന്തം തലയെ അയാൾ ‘അഗ്രി ദാഗ്’ എന്നാണ് വിളിച്ചിരുന്നത്. അതിന്റെ അർത്ഥം വേദനകളുടെ പർവതം എന്നായിരുന്നു. മൗണ്ട് അരാര ത്തിന്റെ തുർക്കിയിലെ പേരും അതായിരുന്നു. ആനിക്ക് തുർക്കി അറിയില്ലായിരുന്നെങ്കിലും ഇതെല്ലം പറഞ്ഞ പോലെതന്നെ എഴുതി വെച്ച് ഡയറിയിൽ പകർത്തുമായി രുന്നു. അവർ അയാൾ അവിടെ ഉണ്ടായിരുന്ന എട്ടു രാത്രി കളിലും സംസാരിച്ചുകൊണ്ട് ഇരുന്നു. ആദ്യമാദ്യം അദ്ദേഹം മാത്രമേ സംസാരിച്ചിരുന്നുള്ളൂ. ആനി എല്ലാം കേട്ടതേ യുള്ളൂ. കാരണം ആ കാലത്ത് ആനിയുടെ തലയിൽ മരണ ത്തെക്കുറിച്ചുള്ള ചിന്തകൾ മാത്രമേ ഉണ്ടായിരുന്നുള്ളൂ. പ്രത്യേകിച്ചൊരു വിഷമമൊന്നും ഉണ്ടായിട്ടല്ല. ചിലയാളു കൾ അങ്ങനെയാണ്. അവർ മറ്റുള്ളവരേക്കാൾ വളരെ ലോലമനസ്കരായിരിക്കും. അവർ അവരുടെ ചുമലുകളിൽ മരണത്തെ ഒരു ഭാരമായി ചുമന്നുകൊണ്ടായിരിക്കും എപ്പോഴും നടക്കുക. എന്തെങ്കിലും തരത്തിൽ ഒരു ക്ഷീണം

അനുഭവപ്പെട്ടാൽ ഉടൻതന്നെ ആ ഭാരം അവർ ഒരു ചിന്തയും കൂടാതെ ഇറക്കി വെക്കും. അതെന്തെങ്കിലുമാകട്ടെ.

ഓഗസ് അറ്റെയ്ക്ക് എന്തുകൊണ്ടോ ആനിയുടെ മനോനില മനസ്സിലാക്കാൻ പറ്റിയിട്ടുണ്ടാകണം. അയാൾ അവളോട് ജീവിതത്തെക്കുറിച്ചു മാത്രമാണ് സംസാരിച്ചത്. അയാൾക്ക് ജീവിക്കാനുള്ള ആഗ്രഹങ്ങളെക്കുറിച്ച്. ആ എട്ടു ദിവസം കഴിഞ്ഞതോടെ ആനി മരണത്തെക്കുറിച്ചുള്ള ചിന്തകൾ കളഞ്ഞു. കാരണം മരിക്കാൻ ദിവസങ്ങൾ എണ്ണിക്കഴിയുന്ന അദ്ദേഹത്തിന്റെ വാക്കുകൾ അത്ര ശക്തവും പ്രചോദനകരവുമായിരുന്നു.

ആനിക്ക് അദ്ദേഹത്തിന്റെ ഇംഗ്ലീഷ് പ്രാവീണ്യത്തെക്കുറിച്ച് പറയാൻ വാക്കുകളില്ലായിരുന്നു. അവർ എഴുതി. ''ഷേക്സ്പിയർ നേരിട്ട് വന്നെന്നോട് സംസാരിക്കുന്നതു പോലെയായിരുന്നു അത്. എനിക്കതൊന്നും ഓർമ്മിച്ചെഴുതാൻ പറ്റുന്നില്ല. കാരണം ആ വാക്കുകളുടെ ഭംഗി ഞാൻ എഴുതുമ്പോൾ നഷ്ടപ്പെടുന്നു. ഒരു കാവ്യംപോലെ സുന്ദരമായിരുന്ന അദ്ദേഹത്തിന്റെ വാക്കുകളിൽ മുഴുകാനും പറഞ്ഞതെല്ലാം അന്ധമായി വിശ്വസിക്കാനും മാത്രമേ എനിക്കായുള്ളൂ.''

ഓഗസ് അറ്റെയെ ആശുപത്രിയിൽ നിന്നും വിട്ടതിനു ശേഷം അവർ തമ്മിൽ കണ്ടിട്ടില്ല. പക്ഷേ ആനിക്ക് അദ്ദേഹത്തെ മറക്കാനായില്ല. എന്നോട് ചോദിക്കുകയാണെങ്കിൽ ആനിക്ക് അദ്ദേഹത്തിനോടുള്ള ഇഷ്ടം പ്രേമമായിത്തീർന്നിരുന്നു. പക്ഷേ അങ്ങനെയൊന്നും ഡയറിയിൽ ഒരിടത്തും ആനി എഴുതിയിട്ടില്ല. ആകെ എഴുതിയിട്ടുള്ളത് ഇതാണ്. ''ഞാൻ എന്റെ ജീവിതത്തിൽ ഇതുവരെ പരിചയപ്പെട്ടിട്ടുള്ള ആളുകളിൽവെച്ച് സ്നേഹിക്കണമെന്നു തോന്നിയിട്ടുള്ള ഒരേയൊരാൾ ഇദ്ദേഹമായിരുന്നു.''

കൊല്ലങ്ങൾ കടന്നുപോയി. ആനി തുർക്കിയിലേക്ക് വന്നു. എന്റെ കത്ത് നീ വായിക്കുകയാണെങ്കിൽ നീ ഇപ്പോൾ ഇരിക്കുന്ന അതേ സ്ഥലത്തേക്കാണ് അവൾ വന്നത്. എഡിർനീക്കാപ്പി സെമിത്തേരിയിൽ. ഓഗസ് അറ്റെയുടെ കല്ലറയ്ക്കരികിൽ. ഒരു കത്തിനെക്കുറിച്ച് അവൾ ഡയറിയിൽ പറയുന്നുണ്ട്. അതിലെന്തായിരുന്നു എഴുതിയിരുന്നത് എന്ന് അറിയില്ല. അതെന്തെങ്കിലുമാകട്ടെ

ആനി ഓഗസ് അറ്റെയ്ക്കുള്ള കത്ത് അന്ന് ഇവിടെ വെച്ചിട്ടു പോയി എന്നാണ് ഡയറിയിൽ എഴുതിയത്.

"ആ കത്ത് ഞാൻ അദ്ദേഹത്തിന്റെ മുകളിൽ വെച്ച് മണ്ണിട്ട് മൂടി. കാലം കഴിയുമ്പോൾ അത് മണ്ണിലലിഞ്ഞു ചേരുമായിരിക്കും. അല്ലെങ്കിൽ അപ്പോൾ തന്നെ അദ്ദേഹത്തിന്റെ ആത്മാവ് എന്റെ കത്ത് വായിച്ചിട്ടുണ്ടാകണം. ഞാൻ ഇവിടെ നിൽക്കുമ്പോൾതന്നെ ഒരു ചെറിയ കുട്ടി എന്റെ അടുത്തേക്ക് വന്നു. ദരിദ്രനും സാധുവുമായ ഒരു കുട്ടി. ഇവിടെ ശവക്കല്ലറകൾ കഴുകിയായിരിക്കും അവൻ ജീവിക്കുന്നത്. അവൻ എന്നോട് എന്തോ പറഞ്ഞു. എനിക്കൊന്നും മനസ്സിലായില്ല. അവനോട് ഞാൻ ഈ ശവക്കല്ലറ കഴുകിയിടാനൊക്കുമോ എന്ന് ചോദിച്ചു. കൂടുതലൊന്നും പറയാനോ അവനു പണമെന്തെങ്കിലും നൽകാനോ എനിക്കായില്ല. കാരണം എനിക്ക് പെട്ടെന്ന് കരച്ചിൽ വന്നു. ഞാൻ അവിടെനിന്നും തിരിഞ്ഞുപോലും നോക്കാതെ ഓടിപ്പോയി."

നീ ശവക്കല്ലറകൾ വൃത്തിയാക്കിയിരുന്നു എന്ന് ഞാൻ മനസ്സിലാക്കിയിട്ടുണ്ട്. അത് നീയായിരിക്കാനുള്ള സാധ്യത കുറവാണ്. എങ്കിലും അത് നീ തന്നെ ആയിരിക്കും എന്ന് എന്റെ മനസ്സ് പറയുന്നു.

ആനിയുടെ ഡയറികൾ വായിച്ചപ്പോൾ എനിക്ക് മനസ്സിലായ ഒരു കാര്യം എന്റെ ജീവിതം തിരിച്ചുതന്നത് ആനി ഒറ്റയ്ക്കല്ല. ഓഗസ് അറ്റെയ്ക്കും അതിൽ പങ്കുണ്ട്. കാരണം ഓഗസ് അറ്റെ ഇല്ലായിരുന്നെങ്കിൽ ഇന്ന് ആനി ഉണ്ടാകുമായിരുന്നില്ല. ആനിയില്ലെങ്കിൽ പിന്നെ ഞാൻ എങ്ങനെ രക്ഷപ്പെടാനാണ്?

പക്ഷേ ഓഗസ് അറ്റെയെന്ന മനുഷ്യനെക്കുറിച്ച എനിക്കൊന്നും അറിയില്ലായിരുന്നു. ഇവിടെ എഡിൻബർഗ് യൂണിവേഴ്സിറ്റിയിൽ സാഹിത്യത്തിൽ ഒരു പ്രൊഫസറായിട്ടുകൂടി ഞാൻ അദ്ദേഹത്തെക്കുറിച്ച് ഒന്നുംതന്നെ അറിഞ്ഞിട്ടില്ല എന്ന വസ്തുത എന്നെ ലജ്ജിപ്പിച്ചു. തുർക്കി ഭാഷയിലുള്ള ഈ കത്തിൽ ധാരാളം തെറ്റുകളുണ്ടായിരിക്കാം. കാരണം ആദ്യമായിട്ടാണ് തുർക്കിയിൽ ഞാൻ ഒരു കത്തെഴുതുന്നത്. ഇരുപത്തൊമ്പതു വർഷങ്ങൾക്കു ശേഷം ഞാൻ ഇപ്പോൾ ആദ്യമായാണ് തുർക്കിയിലേക്ക് വരുന്നതും. അത് നിനക്കീ കത്ത് തരാനായി മാത്രം.

ആനിയുടെ ഡയറികൾ വായിച്ചു കഴിഞ്ഞപ്പോൾ ഞാൻ ഓഗസ് അറ്റെയെപ്പറ്റി ലഭ്യമായതെല്ലാം കണ്ടുപിടിച്ചു

വായിക്കാൻ തുടങ്ങി. അപ്പോഴാണ് നീ പെട്ടെന്ന് ചാടി വീണത്. നിന്റെ പേരാണ് എന്നെ അത്ഭുതപ്പെടുത്തിയത്. നിന്നെ പറ്റിയുള്ള പഴയ വാർത്തകളെല്ലാം ഞാൻ തേടി പ്പിടിച്ചു വായിച്ചു. അതൊരു പുതിയ വെളിപാടായിരുന്നു.

ഞാൻ എഴുതിയതെല്ലാം ഒന്ന് കൂടി വായിച്ചു നോക്കി യപ്പോഴാണ് എത്ര മോശമായാണ് ഞാൻ കത്തെഴുതിയി രിക്കുന്നത് എന്ന് കാണുന്നത്. എത്ര പ്രാവശ്യമാണ് ഞാൻ 'അതെന്തെങ്കിലുമാകട്ടെ' എന്ന് കത്തിൽ എഴുതി വെച്ചിരി ക്കുന്നത്. ഓരോ അതെന്തെങ്കിലുമാകട്ടെയുടെയും പുറ കിൽ അനവധി കഥകളുണ്ടാകുമെന്നു തോന്നും.

എനിക്കിപ്പോൾ പതിനൊന്നു വയസ്സാണെന്നു തോന്നുന്നു. ആ പ്രായത്തിലുള്ള ഒരു കുട്ടിക്കല്ലാതെ ആർക്കാണ് ഇതെല്ലാം എഴുതിവെക്കാൻ കഴിയുക? അതെന്തെങ്കിലു മാകട്ടെ.

ഇപ്പോൾ ഞാൻ തുടക്കത്തിൽ പറഞ്ഞപോലെ കത്തിന്റെ അവസാന ഭാഗത്തെത്തിയപ്പോൾ ഇനി എങ്ങനെ ഇതിനെ കൊണ്ടുപോകണമെന്ന് എനിക്ക് അറിയുന്നില്ല. എന്താണ് എനിക്ക് നിന്നിൽനിന്നും വേണ്ടത്. അറിയില്ല. ഇപ്പോൾ ഇവിടെ ഞാനും നീയും ഉണ്ട്. പിന്നെ എന്താണ് പറ യേണ്ടത്?

നീ ഇപ്പോഴും ഈ കത്ത് വായിച്ചുകൊണ്ടിരിക്കുക യാണെങ്കിൽ അതിനർത്ഥം നീ എന്റെ അടുത്തുതന്നെ യുണ്ട് എന്നാണ്. ഞാൻ എഴുതിയതെല്ലാം യാദൃച്ഛികമായി സംഭവിച്ച കാര്യങ്ങൾ മാത്രമാണ് എന്ന് നിനക്ക് തോന്നു ന്നുവെങ്കിൽ നിനക്ക് നിന്റെ വഴിക്കു പോകാം. നമുക്ക് എല്ലാം മറക്കാം.

പക്ഷേ അത് സത്യമല്ല. എനിക്കെല്ലാം മറക്കാൻ കഴി യുമെന്ന് തോന്നുന്നില്ല. പഴയപോലെ ജീവിക്കാനും കഴി യില്ല. കാരണം ഞാനും ഓഗസ് അറ്റെയുടെ പുസ്തകങ്ങൾ വായിച്ചു. ഇപ്പോൾ നിന്നെ കാണുകയും ചെയ്തു.

നീ ചോദിക്കുമായിരിക്കും ഒരാളെ പേപ്പർ റിപ്പോർട്ടു കളിലൂടെയും മറ്റുള്ളവരുടെ സംസാരങ്ങളിലൂടെയും എങ്ങ നെയാണ് പൂർണമായി മനസ്സിലാക്കാൻ കഴിയുക എന്ന്. ഞാൻ പറയും "കുറച്ചു മാത്രം." നിന്നെ എനിക്ക് എ മുതൽ സെഡ്‌വരെ കുറച്ചു മാത്രം അറിയാം.

A Z എന്നുപറഞ്ഞാൽ രണ്ട് അക്ഷരങ്ങൾ മാത്രമാണ്. പക്ഷേ ആ രണ്ടക്ഷരങ്ങൾക്കിടയിൽ ഈ ലോകത്തിലെ

എല്ലാ വാക്കുകളും വാചകങ്ങളും ഉണ്ട്. എനിക്ക് പറയാനുള്ളതും എഴുതാൻ കഴിയാതിരുന്നതും എല്ലാം ആ അക്ഷരങ്ങൾക്കിടയിലുണ്ട്.

അങ്ങനെയെങ്കിൽ ആ 'കുറച്ചു മാത്രം' അത്ര കുറച്ചായിരിക്കില്ല. ജീവിതവും മരണവും പോലെയായിരിക്കും ആ AZ. ആ 'കുറച്ചു മാത്രം' എനിക്ക് എന്നെത്തന്നെ അറിയുന്നതിനെക്കാൾ കുറച്ചധികം തന്നെയായിരിക്കും. ചിലപ്പോൾ കുറച്ചു മാത്രം എന്ന് പറഞ്ഞാൽ എല്ലാം എന്നായിരിക്കും അർത്ഥം. അതായിരിക്കും നിന്നോട് എനിക്ക് പറയാനുള്ള ഒരേയൊരു കാര്യവും.

എനിക്ക് നിന്നെ ആദ്യമായി കാണുവാൻ ഇതിലും നല്ലൊരു സ്ഥലം സങ്കല്പിക്കാനായില്ല. ഓഗസ് അറ്റെയുടെ ശവകുടീരം. നീ ഇത് വായിച്ചുകഴിഞ്ഞ് ഒന്നും മിണ്ടാതെ പോകുകയാണെങ്കിൽ എനിക്ക് ഈ കത്ത് ഇവിടെ കുഴിച്ചിടാനാകുമല്ലോ.

ഡെർദി

ഡെർദിയും ഡെർദയും

അവർ രാവിലെ ഉറക്കമുണർന്നത് ഒരേ സമയത്താണ്. ഡെർദ തിരിഞ്ഞു ഡെർദിയുടെ ചുണ്ടുകളിൽ ചുംബിച്ചു.

അന്ന് പകൽ മുഴുവൻ അവർ എഡിൻബർഗിലെ തെരുവുകളിലൂടെ നടന്നു. രാത്രിയായതോടെ അവർ വീട്ടിലേക്ക് മടങ്ങി. ഡെർദി സ്വീകരണ മുറിയിലേക്കും ഡെർദ കുളിമുറിയിലേക്കും പോയി.

ആ വലിയ കുളിമുറിയിലെ വിശാലമായ ചുമരിൽ അവൻ കൈയിലുണ്ടായിരുന്ന സ്പ്രേ പെയിന്റിന്റെ ക്യാൻ ഉപയോഗിച്ച് ഒരു വലിയ O വരച്ചു. അതിനുള്ളിൽ ഒരു A യും വരച്ചു എന്നിട്ട് മാറി നിന്ന് അവന്റെ കരവിരുത് ആസ്വദിച്ചു.

ബെഡ്റൂമിൽ വന്ന ഡെർദ തന്റെ വസ്ത്രങ്ങളെല്ലാം ഊരിയെറിഞ്ഞു കളഞ്ഞു. പൂർണനഗ്നനായ അയാൾ ഒഴുകി വന്നിരുന്ന സംഗീതധാരയാസ്വദിച്ചു. അയാൾക്ക് ഏറ്റവും ഇഷ്ടപ്പെട്ട Alter Follie യുടെ ആൽബമായിരുന്നു അത്. ഡെർദ വലിപ്പമുള്ള കണ്ണാടിയുടെ മുൻപിൽ നിന്ന് ബോക്സറുടെ പോസിൽ കൈകൾ രണ്ടും മുഷ്ടി ചുരുട്ടി പിടിച്ചു. അയാൾക്ക് ഓഗസ് അറ്റെയുടെ പേര് കാണാമായിരുന്നു. ഡെർദ പുഞ്ചിരിച്ചുകൊണ്ട് അകത്തേക്ക് വന്നു. അവളും

നഗ്നയായിരുന്നു. ഡെർദ ഒരു ക്ലാസ്സിക് സിനിമയിലെ നായകനെപ്പോലെ തന്റെ കൈ അവൾക്കു കൊടുത്തുകൊണ്ട് ബാത്റൂമിലേക്കു നയിച്ചു. ബാത്ത് ടബ്ബിനടുത്ത് എത്തിയ ഡെർദി വെള്ളത്തിന്റെ ചൂട് കൈമുക്കി നോക്കി. അതിനുശേഷം നേരെ നിന്ന അവൾ മുടിയുടെ കെട്ടഴിച്ചു. മുടി ഒരു പുഴപോലെ ഒഴുകിയിറങ്ങി. അവൾ കാലുകളെടുത്തുവെച്ചു ടബ്ബിൽ പതുക്കെ അലിഞ്ഞിറങ്ങി. ഡെർദ അകത്തുനിന്നും രണ്ടു ഷാംപെയിൻ ഗ്ലാസ്സുകൾ കൊണ്ടുവന്ന് ടബ്ബിന്റെ അടുത്ത് വെച്ചു. എന്നിട്ട് അയാളും ടബ്ബിലിറങ്ങി കിടന്നു. അവർ നീരാവിയുടെ മറവിൽ പരസ്പരം നോക്കി സംഗീതം ആസ്വദിച്ചു കിടന്നു.

സംഗീതത്തിന്റെ താളലയങ്ങൾ മാറുമ്പോൾ അവർ കൈയെത്തിച്ചു ഷാംപെയിൻ ഗ്ലാസ്സുകൾ എടുത്തു പതുക്കെ ചുണ്ടോടടുപ്പിച്ചു കുടിച്ചു. ഒരു ശ്വാസം എടുക്കുന്നതുപോലെ. വിഷമയമായ ഒരു ശ്വാസം.

''ഞാൻ നിന്നെ കുറച്ചു മാത്രം സ്നേഹിക്കുന്നു.'' ഡെർദി പറഞ്ഞു.

''ഞാൻ നിന്നെ അതിലും കുറച്ചു മാത്രം സ്നേഹിക്കുന്നു.'' ഡെർദയും പറഞ്ഞു.

അവർ പിന്നീട് ഒന്നും പറഞ്ഞില്ല.

പക്ഷേ ഒരു പ്രാവശ്യം അവർ ഒരുമിച്ച് ചുമരിലുള്ള ചിഹ്നത്തിലേക്ക് നോക്കി. എല്ലാം തുടങ്ങിയത് ഓഗസ് അറ്റെയിൽ നിന്നാണ്. ഇപ്പോൾ അവസാനിക്കുന്നതും ഓഗസ് അറ്റെയിൽ തന്നെയാകട്ടെ.

അവസാനമില്ലാത്ത സംഗീതധാരയുടെ ഇടയിൽ അവർ അവസാനമായി ഒരിക്കൽകൂടി പരസ്പരം നോക്കി. പിന്നെ ദീർഘമായ ഒരു ഉറക്കത്തിലേക്ക് പോയി.

അവർ മരണത്തിലേക്ക് വഴുതിയിറങ്ങി.

അവർക്ക് എൺപത് വയസ്സായിരുന്നു.

രണ്ടുപേർക്കും.

നാൽപ്പതു കൊല്ലം ഒരുമിച്ച് ജീവിക്കാൻ

നാൽപ്പതു കൊല്ലം ഒരുമിച്ചു മരിക്കാൻ

ഇനിയൊരു നാൽപ്പത് കൊല്ലം കൂടി അവർക്ക് ആവശ്യമില്ലായിരുന്നു.

■

www.ingramcontent.com/pod-product-compliance
Lightning Source LLC
LaVergne TN
LVHW060229051026
849517LV00005B/1566